अनुक्रमणिका

भाग - ५

चिंतेवर मात कशी करावी?

भाग - ६

निंदेपासून कसा बचाव करावा?

भाग -७

चिंता रोखण्याच्या आणि ज़ोश, उत्साह वाढविण्याच्या पद्धती

भाग -८

'मी चिंतेवर कशी मात केली?' एकतीस सत्य कथा २७८

चिंता सोडा सुखाने जगा

डेल कार्नेगी

डायमंड बुक्स

www.diamondbook.in

© प्रकाशकाधीन

प्रकाशक : डायमंड पॉकिट बुक्स (प्रा.) लि.
X-30, ओखला इंडस्ट्रियल एरिया, फेज-2
नई दिल्ली-110020.
फोन : 011-40712200,
ई-मेल : sales@dpb. in
वेबसाइट : www. diamondbook.in

चिंता सोडा सुखाने जगा (मराठी)

CHINTA CHHODO SUKH SE JIYO (MARATHI)

By - Dale Carnegie

प्रस्तावना

हे पुस्तक का आणि कसे लिहिले गेले

क्रृपया या पुस्तकातील भाग १ आणि भाग २ आधी वाचून घ्या. चिंता सोडून सुखा समाधानाने जगण्यासाठी एक नवीन ऊर्जा आणि प्रेरणा आपल्यामध्ये जागृत झाली आहे, असे तुम्हाला वाटले नाही तर, हे पुस्तक दूर फेकून द्या. हे तुमच्या काहीही कामाचे नाही. - डेल कार्नेगी

इ.स. १९९० मध्ये न्यूयार्कमधील सर्वात दुःखी व्यक्तींपैकी मी एक होतो. तेव्हा मी मोटार ट्रकची विक्री करून आपली उपजिविका करीत होतो, पण मोटर ट्रक कशावर चालते, हे काही मला माहीत नव्हते. इतकेच नाही तर मला ते जाणून घेण्यातही रस नव्हता. मी माझ्या कामाचा खरं तर तिरस्कार करीत होतो. वेस्ट फिफ्टी सिक्स्थ स्ट्रिटवरील साधारणपणे सजविलेल्या घरात राहणेही मला आवडत नव्हते. ते घर माझ्यापेक्षा झुरळांच्या राहण्याचे ठिकाण जास्त होते. मला अजूनही आठवते, त्या घराच्या भिंतीवर माझ्या अनेक टाय टांगलेल्या असत. एक दिवशी सकाळी मी तिथून एक टाय काढण्यासाठी टायला हात लावताच तिथे असलेली झुरळे सर्व दिशांना पळाली. मला ज्या ठिकाणी जेवण करावे लागायचे, त्या घाणेरड्या आणि स्वस्त हॉटेल्सचाही मला तिटकारा वाटायचा कारण कदाचित ते सुद्धा अशाच प्रकारे झुरळांनी भरलेले असतील.

रोज रात्री माझ्या त्या एकाकी खोलीवर परतताना माझे डोके दुखत असायचे. ही डोकेदुखी निराशा, चिंता, कडवटपणा आणि बंडखोरपणामुळे होत असे. क़ॉलिजला असताना मी जी सुखी जीवनाची स्वप्ने पाहिली होती, ती सर्व वाईट स्वप्नांमध्ये बदलली होती. त्यामुळेही मी आतून दुःखी होतो. हेच माझे जीवन होते? ज्यासाठी मी इतका पुढाकार घेत होतो? ते हेच रोमांचक आणि महत्त्वाचे काम होते? मला न आवडणारी नासकी नोकरी करणे, झुरळांसोबत राहणे, निकृष्ट दर्जाचे जेवण करणे आणि भविष्यात काही घडण्याची आशा न बाळगणे, हाच माझ्या जीवनाचा अर्थ होता काय? पुस्तके वाचण्यासाठी आणि लिहिण्यासाठी आपल्याकडे भरपूर वेळ असावा, अशी माझी इच्छा होती. क़ॉलेजमध्ये

असल्यापासूनच मी हे स्वप्न पाहिले होते. ज़्या कामाचा मला तिटकारा होता, ते काम सोडल्यामुळे प्रत्येक प्रकारे माझा फायदाच होणार होता आणि कोणत्याही प्रकारचे नुकसान होण्याची शक्यता नव्हती, हे मला चांगले माहीत होते. मला काही खूप पैसे कमावण्याची इच्छा नव्हती, पण खूप समृद्ध जीवन मात्र जगायचे होते. आपल्या जीवनाची सुरुवात करताना बहुतेक सर्व तरुणांसमोर येणारा निर्णायक क्षण आता माझ्याही समोर आला होता. अर्थात मी माझा निर्णय घेतला आणि त्या एका निर्णयाने माझे भविष्यच बदलून टाकले. मी कधी स्वप्नातही कल्पना केली नव्हती इतके आता माझे जीवन सुखमय आणि आनंदी झाले होते.

माझा निर्णयः मला ज्याचा तिटकारा वाटत होता, ते काम करणे सोडण्याचे मी ठरविले. तसेही मी वॉरेन्सबर्ग, मिसुरी येथील स्टेट टिचर्स कॉलेजमधून चार वर्षांचे शिकविण्याचे प्रशिक्षण घेतले होते. त्यामुळे किमान रात्रीच्या वर्गात प्रौढांना शिकवून मी माझी उपजिविका करू शकणार होतो. अशा प्रकारे मला दिवसभर रिकामा वेळ मिळणार होता आणि त्याचा उपयोग मी पुस्तके वाचण्यासाठी करू शकणार होतो. त्याच वेळेत व्याख्यानांची तयारी करू शकणार होतो आणि कथा-कादंबऱ्याही लिहू शकणार होतो. **'जिवंत राहण्यासाठी लिहावे आणि लिहिण्यासाठी जिवंत रहावे,'** अशीच माझी इच्छा होती.

रात्रीच्या शाळेत मी प्रौढांना कोणता विषय शिकवित होतो? मागे वळून पाहिल्यावर माझ्या असे लक्षात आले की, महाविद्यालयीन जीवनात शिकविल्या जाणाऱ्या कोणत्याही विषयाची मला पुढे काहीच मदत झाली नव्हती. उपयोग झाला नव्हता. अर्थात चार लोकांसमोर बोलण्याची कला, व्यवसाय आणि जीवनामध्ये मात्र त्यांचा काही अंशी उपयोग झाला होता. त्यामुळे मला वाटणारा संकोच तसेच माझ्यातील हीनपणाची भावना दूर झाली. लोकांशी बोलण्याचे माझ्यात धैर्य निर्माण झाले होते आणि माझा आत्मविश्वासही वाढला होता. लोकांसमोर उभे राहून आपले म्हणणे प्रभावीपणे मांडू शकणारी व्यक्तीच नेतृत्त्व करू शकते, ही गोष्ट एव्हाना माझ्या लक्षात आली होती.

क़ोलंबिया विद्यापीठ आणि न्यूयार्क विद्यापीठ या दोन्ही ठिकाणी मी रात्र शाळेच्या अभ्यासक्रमात 'पब्लिक स्पिकिंग कोर्स' शिकविण्याच्या पदासाठी अर्ज केला. अर्थात त्यामध्ये मला यश मिळाले नाही. माझ्या मदतीशिवाय आपला संघर्ष सुरू ठेवण्याचा या दोन्ही विद्यापीठांनी निर्णय घेतला.

तेव्हा मी निराश झालो होतो, पण आज मात्र तेव्हा माझा अर्ज नाकारला गेला म्हणून

मी देवाचे आभार मानतो. मी वाय.एम.सी.ए.च्या नाईट स्कूलमध्ये शिकवायला सुरूवात केली. तिथे मला लगेच आणि चांगले परिणाम द्यायचे होते. माझ्या वर्गात शिकणाऱ्या प्रौढ व्यक्ती महाविद्यालयीन पदवी किंवा सामाजिक प्रतिष्ठा मिळविण्यासाठी येत नव्हत्या. आपल्या समस्या सोडविण्याच्या पद्धती जाणून घेणे, या एकमेव कारणामुळे ते रात्री शाळेत येत होते. त्यांना आपल्या पायावर उभे राहून व्यवसाय मिटिंगमध्ये न संकोचता आणि न लाजता, न घाबरता आपले मत मांडायचे होते. हट्टी ग्राहकाच्या घरी तीन तीनदा फेऱ्या न मारता त्यांच्याशी थेट बोलण्याचे सामर्थ्य मिळविण्यासाठी तिथे सेल्समन येत होते. त्यांना आत्मविश्वास आणि संतुलन मिळवून आपला व्यवसाय पुढे न्यायचा होता. त्यांना आपल्या कुटुंबासाठी जास्त पैसे कमवायचे होते. ते हप्त्या हप्त्याने आपली फी जमा करीत होते. त्यामुळे त्यांना मनासारखे रिझल्ट मिळाले नाहीत तर ते फी देणे बंद करतील, ही गोष्ट सूर्यप्रकाशाइतकी स्पष्ट होती. त्या ठिकाणी मला वेतन मिळणार नव्हते तर होणाऱ्या नफ्यातील एक ठराविक वाटा मिळणार होता. त्यामुळे आपली उपजिविका भागविण्यासाठी मलाही प्रॅक्टिकल होण्याशिवाय दुसरा पर्याय शिल्लक नव्हता.

अशा प्रकारच्या वातावरणात शिकविणे अवघड असल्याचे मला त्यावेळी वाटत होते. अर्थात त्यावेळी मला अमूल्य प्रशिक्षण मिळाल्याची आता जाणीव होते. **मला माझ्या विद्यार्थ्यांना प्रेरित करायचे होते. त्यांना आपल्या समस्या सोडविण्याचा मार्ग दाखवायचा होता. प्रत्येक सत्र इतके प्रेरणादायी करायचे होते की त्यामुळे त्यांना दुसऱ्या दिवशीही तिथे यावेसे वाटेल.**

हे खरोखरच रोमांचक काम होते. मला त्यामध्ये खूप मजा येत होती. या व्यवसायिकांनी किती लवकर आत्मविश्वास मिळविला होता, हे पाहून मी तर आश्चर्यचकित झालो होतो. त्याचा परिणाम म्हणून त्यांना लगेच पदोन्नती मिळाली होती आणि त्यांच्या वेतनातही घसघशीत वाढ झाली होती. माझ्या अपेक्षेपेक्षा खूपच जास्त माझा वर्ग लोकप्रिय झाला होता. सुरूवातीला मला एका व्याख्यानासाठी पाच डॉलर द्यायला नकार देणाऱ्या एम.सी.वाय.ए.ने तीन सत्रांनंतर मला टक्केवारीच्या आधारे एका व्याख्यानासाठी तीस डॉलर द्यायला सुरूवात केली. सुरूवातीला मी त्या पौढांना फक्त 'पब्लिक स्पिकिंग' शिकवित होतो, पण त्या प्रौढांना मित्र बनविण्याची कला तसेच लोकांना प्रभावित करण्याची कला शिकविण्याचीही आवश्यकता असल्याचे काही वर्षांनंतर माझ्या लक्षात आले. मानवी संबंधांबाबत मला एकही परिपूर्ण पुस्तक आढळून आले नाही, त्यामुळे मी स्वतः त्या

विषयावर लिहिले. अर्थात हे पुस्तक काही सामान्य पद्धतीने लिहिले नाही. माझ्या वर्गातील प्रौढांच्या अनुभवातून हे पुस्तक विकसित होत गेले आणि मोठे झाले. मी त्या पुस्तकाला नाव दिले, **'हाऊ टू विन फ्रेंडस अँड इन्फ्ल्युअंस पिपल'**

हे पुस्तक मी माझ्या वर्गातील प्रौढ विद्यार्थ्यांच्या अभ्यासक्रमासाठी लिहिले होते. त्या पूर्वी प्रकाशित झालेल्या माझ्या चार पुस्तकांची नावे अद्याप कोणालाच माहीत नसल्यामुळे या नवीन क्रमिक पुस्तकाला इतकी जास्त लोकप्रियता मिळेल याची मी कधी स्वप्नातही कल्पना केली नव्हती. क़दाचित मी सर्वाधिक अस्वस्थ अशा जिवंत लेखकांपैकी एक असेन.

अनेक वर्षे निघून गेली. या प्रौढांसमोर आणखी एक नवीन समस्या असल्याचे मला जाणवले. ती समस्या म्हणजे त्यांची 'चिंता'. माझे बहुतेक विद्यार्थी व्यवसायिक होते. काही एक्झिक्युटिव्ह, सेल्समन, इंजिनिअर, अकाउंटट वगैरेही होते. ते सर्व जण विविध वर्गातून आलेले आणि विविध व्यवसायांशी संबंधित होते. त्यांच्यापैकी बहुतेकांच्या समोर चिंतेची समस्या होती. माझ्या वर्गात काही स्त्रियांही होत्या. त्यापैकी काही व्यवसायिक तर काही गृहिणी होत्या. त्यांच्या पुढेही हीच समस्या होती. त्यामुळे आता मला या विषयावरही एखादे क्रमिक पुस्तक हवे होते, हे उघडच होते. 'चिंतेवर कशी मात करावी?' मी या विषयांवरील पुस्तकाचा शोध घ्यायच्या मागे लागलो. मी फिफ्थ ॲव्हेन्यू आणि ४२ स्ट्रीटवरील सर्वात मोठ्या पुस्तकालयात गेलो. तिथे 'चिंता' या शिर्षकांतर्गत फक्त २२ पुस्तके आढळून आल्यामुळे मी तर खूपच परेशान झालो. ग़मतीची गोष्ट अशी की तिथे 'कीटक' या शिर्षकांतर्गत सुमारे १८९ पुस्तके होती. म्हणजे चिंतेच्या तुलनेत कीटकांवर जवळपास ९ पट जास्त पुस्तके होती. आहे ना आश्चर्यकारक? ख़रं तर 'चिंता' ही जगातील सर्व मानवजातीसमोर असलेली एक महत्त्वाची समस्या आहे. त्यामुळे शालेय आणि महाविद्यालयीन पातळीवर 'चिंता कशी दूर करावी?' असा अभ्यासक्रम सुरू करण्याची आवश्यकता आहे. तरीही जागातील कोणत्या शिक्षण संस्थेमध्ये या विषयावर एखादा अभ्यासक्रम सुरू असल्याचे माझ्या तरी माहितीत नाही. 'हाऊ टू वरी सक्सेसफुली' या आपल्या पुस्तकात ड़ेव्हिड सेबरी म्हणतात, 'प्रौढावस्थेपर्यंत आपण अनुभवांचा दबाव सहन करण्यासाठी इतक्या कमी पातळीवर सज्ज असतो, जितका एखादा पुस्तकी कीडा बॅले करण्यासाठी सज्ज असतो.'

याचा परिणाम? आपल्या हॉस्पिटलमधील निम्म्यापेक्षा अधिक खाटांवर मानसिक आणि भावनिक बाबींना बळी पडलेले लोक विराजमान असतात.

न्यूयार्क सार्वजनिक वाचनालयातील कपाटात धूळ खात पडलेल्या चिंता विषयावरील बावीस पुस्तकांना चाळले. या शिवाय चिंता विषयावरची मला बाजारात मिळालेली सर्व पुस्तके मी खरेदी केली. अर्थात माझ्या वर्गातील प्रौढ विद्यार्थ्यांसाठी क्रमिक पुस्तक म्हणून वापर करता येईल असे एकही पुस्तक मला आढळले नाही. म्हणून मग मी स्वतःच या विषयावर एक पुस्तक लिहिण्याचा संकल्प केला.

हे पुस्तक लिहिण्यासाठी सात वर्षांपूर्वी मी स्वतःला तयार करायला सुरूवात केली. क़से? सर्व युगांमधील तत्त्वज्ञांनी चिंतेबद्दल जे काही सांगितले होते, त्याचा अभ्यास करून. क़न्फ्युशियस पासून चर्चिलपर्यंत शेकडो जीवन चरित्रे वाचली. जीवनाच्या विविध क्षेत्रातील अनेक डझन प्रमुख व्यक्तींच्या मुलाखती घेतल्या. ज़्यामध्ये जॅक डेम्सी, ज़नरल ओमार ब्रेडली, जनरल मार्क क्लार्क, हेन्री फोर्ड, एलिनोर रुझवेल्ट, ड़ोरोथी डिक्स इत्यादिंचा समावेश होता. अर्थात ही तर फक्त सुरुवात होती.

याच्या बरोबरीने मी आणखीही काही तरी केले. चरित्र वाचण्यापेक्षा आणि मुलाखती घेण्यापेक्षा जास्त महत्त्वाचे होते. चिंता सोडण्याच्या प्रयोगशाळेत मी पाच वर्षे काम केले. ही प्रयोगशाळा म्हणजे आमचे प्रौढांचे वर्ग होते. माझ्या माहितीप्रमाणे अशा प्रकारची ती जगातील एकमेव प्रयोगशाळा होती. आम्ही तिथे काय केले? आपल्या विद्यार्थ्यांना चिंता सोडण्याची काही सूत्रे दिली. त्याचा त्यांना आपल्या जीवनात वापर करायला सांगितले. नंतर त्याचे परिणाम त्यांना वर्गात सर्वांसमोर सांगायचे होते. इतर काही विद्यार्थ्यांनी आपल्या भूतकाळात चिंता सोडण्यासाठी वापरलेल्या तंत्राबद्दलही माहिती दिली.

या अनुभवामुळे मी **'चिंतेवर मात कशी मिळवावी'** या विषयावर इतक्या अधिक प्रमाणात चर्चा ऐकल्या तितक्या जगात दुसऱ्या कोणीही ऐकल्या नसतील असे मला वाटत होते. याशिवाय मी या विषयावर इतरही अनेक शेकडो चर्चाही ऐकल्या. ज्या मला पोस्टाने आल्या होत्या. या शिवाय जगभरात आयोजित करण्यात आलेल्या त्या सर्व चर्चा ज्यामध्ये आमच्या वर्गातील विद्यार्थ्यांनी पुरस्कार मिळविले होते. अशा प्रकारे हे पुस्तक म्हणजे कोरे तत्त्वज्ञानविषयक पुस्तक नाही. तसेच 'चिंतेवर कशी मात मिळवावी' हे सांगणारे एखादे शैक्षणिक क्रमिक पुस्तकही नाही. ख़रं म्हणजे यामध्ये मी त्या हजारो प्रयोगांबद्दल मनोरंजक आणि आश्चर्यकारक पद्धतीने लिहिण्याचा प्रयत्न केला आहे. **हजारो प्रौढांनी चिंतेवर कशी मात केली त्याचा हा एक रिपोर्ट आहे.** थोडक्यात हे पुस्तक पूर्णपणे प्रॅक्टिकल आहे.

फ्रेंच तत्त्वज्ञ व्हॅलेरीने म्हटले होते, **'विज्ञान म्हणजे यशस्वी प्रयोगांचा संग्रह आहे.'** हे पुस्तकही तसेच आहे. काळाच्या कसोटीवर उतरलेल्या आपल्या जीवनातील चिंता दूर करणाऱ्या प्रयोगांचा अनोखा संग्रह. अर्थात यामध्ये तुम्हाला काही नवीन मिळणार नाही, याबद्दल मी तुम्हाला आधीच स्पष्ट सांगतो. यामध्ये तुम्ही आतापर्यंत जीवनात वापरले नाही, असे खूप काही मिळेल. तसे पाहिले तर तुम्हाला आणि मला काहीही नवीन माहीत करून घेण्याची गरज नाही. आदर्श जीवन कशा प्रकारे जगावे ते आपल्याला आधीपासूनच माहीत आहे. सोनेरी नियम आणि सर्मन ऑन दि माउंट ही पुस्तके आपण सर्वांनीच वाचली आहेत. प्राचीन आणि मुलभूत सत्य पुन्हा एकदा रेखांकित करून सादर करणे, त्यांचा आदर करणे हे या पुस्तकांचे ध्येय आहे. आपल्याच पायांवर आपण जोरदार प्रहार करून या पुस्तकातील सत्ये आपल्या जीवनात अंगिकारण्यासाठी प्रयत्न करायला लावणे, हे या पुस्तकाचे ध्येय आहे.

हे पुस्तक कशा प्रकारे लिहिण्यात आले आहे, हे माहीत करून घेण्यासाठी तुम्ही ते हातात घेतलेले नाही. तुम्हाला प्रत्यक्ष कृती करण्याचा शोध घ्यायचा आहे. ठीक आहे, आपण सुरूवात करू. कृपया या पुस्तकातील भाग एक आणि भाग दोन वाचा. चिंता सोडण्यासाठी आणि सुखी- समाधानी जीवन जगण्यासाठी तुमच्यामध्ये एक नवीन प्रेरणा आणि ऊर्जा जागृत झाली आहे असे तोपर्यंत तुम्हाला वाटले नाही तर हे पुस्तक दूर फेकून द्या. कारण ते तुमच्या काहीही कामाचे नाही.

- डेल कार्नेगी

पुस्तकाचा फायदा घेण्याच्या नऊ पद्धती

१. तुम्हाला या पुस्तकाचा जास्तीत जास्त फायदा करून घ्यायचा असेल तर तुमच्यामध्ये एक अनिवार्य गुण असणे आवश्यक आहे. एक असा गुण ज़ो कोणत्याही नियम आणि तंत्रापेक्षा अधिक महत्त्वाचा असेल. तुमच्यात हा एक मुलभूत गुण नसेल तर तुम्हाला वाचण्याचे हजार नियम सांगूनही काही उपयोग होणार नाही. तसेच तुमच्यामध्ये हा विशेष गुण असेल तर कोणत्याही सल्ल्याशिवाय हे पुस्तक वाचले तरीही तुम्हाला त्याचा अतिशय आश्चर्यकारक फायदा होईल.

हा चमत्कारी गुण कोणता आहे? **फक्त हा : तुमच्यामध्ये शिकण्याची आवड असायला हवी. चिंता सोडण्याची आणि सुखाने जगण्याची जबरदस्त इच्छा असायला हवी.**

तुम्ही अशी इच्छा कशा प्रकारे विकसित करू शकता? हे सर्व सिद्धांत आपल्यासाठी किती आवश्यक आहेत, याची स्वतःला वेळोवेळी सतत आठवण करून देत. या सर्व सिद्धांतामध्ये निपूण झाल्यावर तुमचे जीवन अधिक समृद्ध आणि सुखी-संपन्न झाले आहे, याची सतत कल्पना करून. स्वतःला वारंवार सांगा, **'दीर्घकाळापासून माझ्या मनाची शांतता, माझे सुख, माझे आरोग्य आणि कदाचित माझे उत्पन्नही या पुस्तकाद्वारे शिकविण्यात आलेल्या प्राचीन, स्पष्ट आणि शाश्वत सत्याची माझ्या जीवनात अंमलबजावणी करण्यावर बऱ्याच अंशी अवलंबून आहे.'**

२. सुरुवातीला प्रत्येक प्रकरण वेगाने वाचून काढा म्हणजे त्यातील मोठ्या मोठ्या ग़ोष्टी तुमच्या लक्षात येतील. मग तुमच्यामध्ये पुढचे प्रकरण वाचण्याची उत्सुकता निर्माण होईल. पण लगेच पुढच्या प्रकरणाला हात घालू नका. कारण तुम्ही काही हे पुस्तक मनोरंजन करण्यासाठी वाचत नाहीत तर, तुम्हाला चिंतेवर मात मिळवायची आहे आणि सुखाने जगायचे आहे म्हणून हे पुस्तक वाचत आहात. त्यामुळे माघारी परत फिरा आणि **प्रत्येक प्रकरण पुन्हा वाचा.** असे केल्यामुळे तुम्ही आपला वेळही वाचविलात आणि चांगल्या प्रकारचे परिणामही मिळविलेत, हे पुढे चालून तुमच्या आपोआपच लक्षात येईल.

३. **तुम्ही जे काही वाचत आहात त्यावर वाचता वाचता विचार करण्यासाठी**

थोडा वेळ थांबा. यातील प्रत्येक सल्ला तुम्ही आपल्या जीवनात कधी आणि कसा लागू करू शकता ते स्वतःलाच विचारा. अशा प्रकारे वाचल्यामुळे सरधोपट वाचण्याच्या तुलनेत जास्त फायदा मिळेल.

४. **पेन्सिल, पेन, मॅजिक मार्कर किंवा हायलायटर हातात घेऊनच पुस्तक वाचा. वाचता वाचता तुम्हाला एखादा सल्ला उपयुक्त वाटल्यावर लगेच त्याच्या खाली किंवा बाजूला रेखांकित करा.** तुम्हाला तो सल्ला चार तारांकित वाटला तर त्याच्या खाली रेषा ओढा किंवा त्याच्यावर चार तारे काढा. ओळींच्या खाली ख़ुणा केल्यामुळे वाचणे अधिक मनोरंजक होते. तसेच दुसऱ्या वेळी पुस्तक वाचायला घेतल्यावर वाचणे सोयीचे जाते.

५. ग़ेल्या पंधरा वर्षांपासून एका मोठ्या विमा कंपनीमध्ये ऑफिस मॅनेजर म्हणून काम करणारी एक महिला माझ्या माहितीतली आहे. आपल्या कंपनीच्या वतीने दर महा प्रसिद्ध करण्यात आलेले विमा करार ती वाचते. महिनोनमहिने आणि वर्षानुवर्षे ती तेच करार वाचत आली आहे. क़ा? कारण तिच्या अनुभवातून ती हेच शिकली आहे की अशा प्रकारे करार वाचल्याशिवाय त्या करारांचा मसुदा आपल्या लक्षात राहणार नाही.

एकदा मी पब्लिक स्पिकिंग या विषयावर एक पुस्तक लिहिण्यासाठी सुमारे दोन वर्षे घेतली. त्यावेळी मला असे जाणवले की आधी लिहिलेली प्रकरणे मला पुन्हा पुन्हा वाचावी लागत होती. कारण मी आधी काय लिहिले आहे ते त्याशिवाय मला कळत नव्हते. आपण अतिशय वेगाने गोष्टी विसरून जात असतो, ही अतिशय आश्चर्यकारक बाब आहे.

तुम्हाला या पुस्तकाचा दीर्घ काळासाठी फायदा करून घ्यायचा असेल तर, सरासरी एकदा वाचल्यावर तुमचे काम संपन्न होईल, असा अजिबात विचार करू नका. एकदा काळजीपूर्वक वाचल्यावर पुन्हा दर महिन्याला एकदा याप्रमाणे तुम्हाला हे वाचावे लागेल. हे नेहमीसाठी तुमच्या टेबलावर ठेवा आणि वेळ मिळेल त्याप्रमाणे त्यावरून नजर टाका. असे केल्यामुळे तुमच्या समोर सुधारणेच्या किती संधी निर्माण होतील, याची स्वतःला नेहमी आठवण करून देत रहा. सतत वाचत राहिल्यामुळे आणि त्यावर अमंल करीत राहण्याच्या उत्साही मोहिमेमुळेच तुम्ही या सिद्धांतांना आपली सवय करू शकता आणि त्यांचा आपल्या अचेतन मनात स्वीकार करू शकता. याशिवाय दुसरी कोणतीही पद्धत नाही.

६. बर्नार्ड शॉने एकदा म्हटले होते, 'तुम्ही कोणाला काही शिकविण्याचे ठरविले तर तो काहीही शिकू शकणार नाही.' शॉने योग्य तेच म्हटले होते. शिकणे ही एक सातत्यपूर्ण प्रक्रिया आहे. करीत करीतच आपण शिकत असतो. या पुस्तकातील सिद्धांताबद्दल निपूण, कुशल व्हायचे असेल तर त्यांच्या बाबतीत काही तरी करा. प्रत्येक संधीच्या वेळी त्यांचा वापर करा. तुम्ही असे केले नाहीत तर लवकरच तुम्ही सर्व काही विसरून जाल. ज़्यांचा आपण सातत्याने वापर करीत असतो तेच विचार फक्त डोक्यात टिकून राहतात.

या सल्लानुसार नेहमी अंमलबजावणी करणे तुम्हाला कदाचित अवघड वाटेल. मी हे समजू शकतो कारण मीच हे पुस्तक लिहिले आहे. तरीही मीच लिहिलेल्या सिद्धांतांची अंमलबजावणी करणे मला सुद्धा अनेक वेळा अवघड जाते. हे पुस्तक वाचत असतना तुम्ही फक्त नवीन माहिती मिळवित असता असे नाही तर नवीन सवयी लाऊन घेण्याचा प्रयत्न करीत असता, ही गोष्ट नेहमी लक्षात ठेवा. आणि हो, तुम्ही नवीन जीवनशैली स्वीकारण्याचा प्रयत्न करीत आहात. त्यासाठी वेळ, निष्ठा आणि दैनंदिन सरावाची आवश्यकता असते.

ही पाने आवश्य वाचा. चिंतेवर मात मिळविण्यासाठी ही कार्य पुस्तिका आहे असे नेहमी समजा आणि तुमच्यासमोर एखादी आव्हानात्मक समस्या उभी राहिल्यावर लगेच उत्तेजित होऊ नका. स्वाभाविक प्रतिक्रिया व्यक्त करू नका. कारण ती भावनात्मक प्रतिक्रिया असते आणि साधारणपणे भावनात्मक प्रक्रिया नेहमीच अयोग्य असतात. त्या ऐवजी या पुस्तकातील पानांकडे परत फिरा आणि चिन्हांकित किंवा रेखांकित केलेला भाग पुन्हा एकदा वाचा. मग या नवीन पद्धतीची अंमलबजावणी करा आणि पहा की आता कसे ते तुमच्या जीवनात आश्चर्यकारक चमत्कार करतात.

७. **आपल्या कुटुंबातील सदस्यांसमोर हा प्रस्ताव ठेवा की, एखाद्या ठरलेल्या सिद्धांताचे उल्लंघन करताना तुम्ही पकडले जाल तेव्हा शिक्षा म्हणून त्यांच्याकडे एक रुपया दंड भराल. अशा प्रकारे ते तुम्हाला कंगाल करतील.**

८. या पुस्तकातील २२ क्रमांकाचे प्रकरण उघडा आणि वॉल स्ट्रिट बॅंकर, एच पी हॉवेल आणि ब्रेन फ्रॅंकलिन यांनी कशा प्रकारे आपल्या चुका सुधारल्या ते वाचा. तुम्ही सुद्धा हॉवेल आणि फ्रॅंकलिनच्या तंत्राचा वापर का करीत नाहीत? त्यामुळे या पुस्तकात दिलेल्या सिद्धांतावर अंमलबजावणी करताना तुम्ही त्यांची पारख करू शकाल. तुम्ही

असे केले तर त्याचा परिणाम म्हणून दोन गोष्टी घडतील :

पहिली गोष्ट : तुम्ही स्वतःला अशा प्रकारच्या शैक्षणिक प्रक्रियेमध्ये सहभागी करून घ्याल, जी मजेदार आहे आणि अमूल्यही आहे.

दुसरी गोष्ट : चिंता सोडण्याची आणि सुखाने जगण्याची तुमची क्षमता युक्लिपटसच्या झाडाप्रमाणे अतिशय वेगाने विकसित होईल आणि वृद्धिंगत होईल.

९. एक डायरी बनवा. एक अशी डायरी जिच्यामध्ये तुम्हाला या सिद्धांतांच्या अंमलबजावणीबद्दल तसेच त्यामध्ये मिळालेल्या सफलतेबद्दल लिहायचे आहे. सर्व काही स्पष्टपणे लिहा. नाव, दिनांक आणि परिणामाचा त्यात उल्लेख करा. अशा प्रकारच्या नोंदी ठेवल्यामुळे तुम्हाला आणखी जास्त प्रयत्न करण्यासाठी प्रोत्साहन मिळेल. क़ाही वर्षानंतर एखाद्या सायंकाळी तुम्ही या सर्व नोंदी पहाल तेव्हा तुम्हाला अतिशय रोमांचक अनुभव येईल.

थोडक्यात

पुस्तकाचा फायदा घेण्याच्या नऊ पद्धती

१. चिंता सोडण्याचे सिद्धांत आत्मसात करण्याची प्रबळ इच्छा विकसित करा.
२. पुढचे प्रकरण वाचायला सुरूवात करण्यापूर्वी आधीचे प्रत्येक प्रकरण पुन्हा एकदा वाचा.
३. वाचत असताना मध्येच थोडेसे थांबून स्वतःला विचारा की यातील प्रत्येक सल्ला आपल्या जीवनात कशा प्रकारे अंमलात आणू शकता?
४. प्रत्येक महत्त्वाच्या विचाराला खुण करा.
५. दर महिन्याला हे पुस्तक पुन्हा एकदा वाचा.
६. प्रत्येक संधीच्या ठिकाणी या पुस्तकाची अंमलबजावणी करा. या पुस्तकाचा वापर कार्य पुस्तिकेसारखा करा. त्यामुळे तुम्हाला आपल्या दैनंदिन जीवनतील समस्या सोडविण्यासाठी मदत मिळेल.
७. या पुस्तकातील कोणत्याही सिद्धांताचे उल्लंघन करताना आढळून आलात तर आपल्या मित्राला एक रुपया देण्याचे कबूल करा. अशा प्रकारे खेळता खेळता आत्मसुधारणा करीत रहा.
८. दर आठवड्याला आपल्या प्रगतीचे मूल्यांकन करा. आपण कोणत्या चुका केल्या आहेत ते स्वतःलाच विचारा. तुमच्यात कोणत्या सुधारणा झाल्या आहेत आणि भविष्यासाठी तुम्ही त्यातून काय धडा घेतला आहे?
९. या पुस्तकाच्या मागे आपली डायरी लिहा. तुम्ही या पुस्तकातील सिद्धांताचा कधी आणि कशा प्रकारे वापर केला आहे ते डायरीत लिहा.

भाग -१

चिंतेचे मुलभूत वास्तव

१

आज कसे जगावे?

दूर धुक्यामध्ये अंधूक अंधूक काय दिसते, हे पाहणे आपले काम नाही तर, आज आपल्या समोर आहे ते करणे हेच आपले काम आहे.

इ.स. १८७१ मधील वंसत ऋतूत एका तरुणाने एक पुस्तक उचलले आणि त्यातील अवघे २१ शब्द वाचले. ते असे शब्द होते ज्यांनी त्याच्या भवितव्यावर खोलवर ठसा उमटविला. वैद्यकशास्त्राचा विद्यार्थी असलेला तो तरुण जनरल इस्पितळामध्ये होता. आपण परीक्षा कसे पास होणार, पास झालो तरीही काय करणार, कुठे जाणार, ड़ॉक्टर म्हणून प्रॅक्टिस कशी सुरू करणार, रोजगार कसा मिळविणार, अशा अनेक चिंता त्यावेळी त्याला सतावत होत्या.

१८७१ मध्ये वाचलेल्या त्या २१ शब्दांमुळे तो युवक आपल्या पिढीतील सर्वोत्तम डॉक्टर झाला होता. त्याने जगप्रसिद्ध असे हॉपकिन स्कुल ऑफ मेडिसिन सुरू केले. ब्रिटिश सत्तेच्या काळातील सर्वोच्च सन्मान समजल्या जाणाऱ्या ऑक्सफर्ड विद्यापीठात तो रेजियमचा प्रोफेसरही झाला. इंग्लंडच्या सम्राटाने त्याला 'नाईट' पुरस्कार देऊन सन्मानित केले. त्यांच्या मृत्यूनंतर त्यांची जीवनकथा लिहिण्यासाठी १४६६ पानांच्या दोन मोठ्या खंडांची आवश्यकता पडली.

त्यांना सर विल्यम स्तर या नावाने ओळखले जाते. त्यांनीच १८७१ च्या वसंत ऋतूमध्ये ते २१ शब्द वाचले होते. थॉमस कार्यालयातील त्या २१ शब्दांनी त्यांना चिंतामुक्त जीवन जगण्यासाठी मदत मिळाली, 'दूर धुक्यामध्ये अंधूक अंधूक काय दिसते, हे पाहणे आपले काम नाही तर, आज आपल्या समोर आहे ते करणे हेच आपले काम आहे.'

४२ वर्षानंतर वसंतातील एका सुंदर रात्री क़ॅंपसमध्ये टुलिप्सची फुले फुललेली असताना सर विलियम ऑस्लर येल विद्यापीठातील विद्यार्थ्यांसमोर व्याख्यान देत होते. आपण चार विद्यापीठात प्रोफेसर असल्याचे त्यांनी विद्यार्थ्यांना सांगितले. तसेच आपण एका लोकप्रिय पुस्तकाचे लेखक असल्यामुळे आपल्याकडे एक 'विशेष विभाग' असणार आहे. हे सर्व सत्य नाही आणि त्यांचा मेंदू **'अतिशय सामान्य दर्जाचा'** असल्याचे त्यांच्या सर्व मित्रांना माहीत होते.

त्यांच्या सफलतेचे रहस्य काय होते? त्यांनी सांगितले की आपण एकेक दिवस फक्त वर्तमानातच जगत असतो. त्यांच्या या म्हणण्याचा काय अर्थ होता? येलच्या व्याख्यानाच्या काही महिने आधी सर विलियम स्तर जहाजामधून अटलांटिक महासागर पार करीत होते. ज़हाजाच्या कप्तानाने पूलवरील एक बटन दाबले. त्याबरोबर यंत्रांचा एकदम आवाज झाला आणि जहाजाचे सर्व भाग एक दुसऱ्यापासून वेगळे झाले. म्हणजेच ते वॉटर टाईट कंपार्टमेंट झाले. डॉ. अस्लर विद्यार्थ्यांना म्हणाले, 'तुमची रचना या मोठ्या जहाजापेक्षा अतिशय अद्भूत आहे आणि तुम्ही त्याच्यापेक्षा दूरवरच्या प्रवासाला निघाले आहात. या यंत्राला नियंत्रित करणे तुम्ही शिकावे, असा माझा आग्रह आहे. तसेच 'डे टाईट कंपार्टमेंट' मधून प्रवास करणेच तुमच्यासाठी सर्वाधिक सुरक्षित असल्याचे समजून घ्यावे. पूलवर जा आणि बाघा की जहाजाच्या भिंती काम करीत आहेत. फक्त एक बटन दाबा आणि जीवनातील प्रत्येक पातळीवर लोखंडी दरवाजे तुमच्या भूतकाळाचे दार बंद करीत आहेत. तिथे तुमच्या कालचे प्रेत गाडलेले आहे. आता दुसरे बटन दाबा आणि दुसऱ्या लोखंडी दरवाजाने तुमच्या भविष्याचे दार बंद करा. तिथे तुमचा उद्या आहे, जो अजून जन्माला आलेला नाही. आता तुम्ही -वर्तमानासाठी सुरक्षित आहात. ... कालचा दरवाजा बंद केला आहे. तिथे कालचे प्रेत गाडण्याचे काम सुरू आहे. क़ालचा दरवाजा बंद करून टाका कारण या मार्गावरून मूर्ख लोक मृत्यूच्या दाढेत गेले आहेत.... 'येणाऱ्या उद्याच्या ओझे कालच्या ओझ्यासह उचलायला लागलात तर त्या ओझ्यामुळे शक्तिशाली व्यक्तिमत्त्वही डगमगू लागते. क़ालप्रमाणे भविष्यातील उद्याही जोरदारपणे बंद करून टाका. .... तुमचे भवितव्य फक्त वर्तमान आहे... आता उद्या कधीही येणार नाही. माणसाच्या मुक्तीचा दिवस आज आहे, आता, या क्षणी. जो भविष्याची काळजी, चिंता करीत असतो, त्यासाठी वाया घालविली जाणाऱ्या ऊर्जेमुळे मानसिक तणाव आणि भावनिक चिंता तुमचा पाठलाग करू लागतात. ... त्यामुळे सर्व दरवाजे बंद करून टाका. जे गेले आहेत ते सुद्धा आणि जे

येणार आहेत ते सुद्धा. 'डे टाईट कंपार्टमेंट' मधील जीवन जगण्याची सवय लाऊन घेण्यासाठी आपण सज्ज व्हायला हवे.'

डॉ. अस्लर यांच्यानुसार आपण भविष्याची तयारी करायला नको का? नाही, अजिबात नाही. ते आपल्या त्या व्याख्यानामध्ये सांगत होते की, आपली सर्व बुद्धी आणि उत्साह आजचे काम योग्य पद्धतीने करण्यासाठी वापरा. हीच उद्यासाठी तयारी करण्याची सर्वोत्तम पद्धत आहे. भविष्याची तयारी करण्यासाठी कदाचित हीच पद्धत योग्य असावी.

'आम्हाला आजचे जेवण दे', या येशु ख्रिस्ताच्या प्रार्थनेने आपल्या दिवसाची सुरूवात करा, असा डॉ. अस्लर यांनी विद्यार्थ्यांना आग्रह केला.

लक्षात घ्या, प्रार्थनेमध्ये आजसाठी जेवण मागितले आहे. काल मिळालेले जेवण शिळे होते म्हणून तक्रार करण्यात आलेली नाही. त्यामध्ये असेही म्हटले नाही, 'हे देवा, जिथे गहु पिकतो तिथे पाऊस झालेला नाही. तिकडे दुष्काळ पडण्याचीही शक्यता आहे. त्यामुळे मग पुढच्या वर्षी रोटी कशी काय मिळेल? हे देवा, क़दाचित माझी नोकरीही जाऊ शकते, मग जेवण कसे मिळणार?'

नाही, ही प्रार्थना फक्त आजच्यासाठीच जेवण मागायला शिकविते. क़ारण कदाचित आजचे जेवण हेच एकुलते एक जेवण असू शकते, जे तुम्ही खाऊ शकाल.

एक गरिब तत्त्वज्ञ अनेक वर्षे एका डोंगराळ भागात भटकत होता. तिथे लोकांना आपली उपजिविका करणे अतिशय अवघड जात होते. एके दिवशी एका डोंगरावर त्याच्या भोवताली गर्दी जमा झाली. त्याने त्यावेळी तिथे केलेले भाषण म्हणजे जगातील सर्वाधिक ठिकाणी उदघृत केले जाणारे भाषण होय. ते आज सुद्धा कधीही आणि कुठेही दिले जाते. त्यामध्ये फक्त २६ शब्द आहेत, जे अनेक शतकांपासून अजूनही कानांमध्ये रुंजी घालत आहेत, 'उद्याचा अजिबात विचार करू नका. कारण उद्या आपला विचार स्वतः करेल. आजच्या वाईटासाठी आजचाच दिवस पुरेसा आहे.'

'उद्याचा अजिबात विचार करू नका,' हे येशु ख्रिस्ताचे शब्द मानण्यास काही लोकांना नकार दिला आहे. यामध्ये रहस्यवाद असल्याचे हे मत अस्वीकार करणाऱ्या पूर्णवादी लोकांचे म्हणणे आहे. असे लोक म्हणतात, 'उद्याचा विचार करावाच लागेल. क़ुटुंबाच्या सुरक्षिततेसाठी वीमा काढावाच लागेल. म्हातारपणासाठी बचत करून ठेवावीच लागेल. पुढे जाण्याची योजना आखावी लागेल आणि त्यासाठी तयारी करावी लागेल.'

ख़रे तर आहे ! असेच करायला हवे. सुमारे ३०० वर्षापूर्वी ज़ेम्स यांनी अनुवाद

केलेल्या येशु ख्रिस्ताच्या या वचनाला आज तसा अर्थ उरला नाही. ३०० वर्षांपूर्वी विचारांचा अर्थ प्रामुख्याने होता. बायबलच्या नवीन आवृत्तीमध्ये येशु ख्रिस्ताचे शब्द अतिशय नेमक्या शब्दात केले आहे, 'उद्याची क़ाहीही चिंता करू नका.'

उद्याचा विचार करा. होय, जराशा सावधानीपूर्वक करा. योजना आखा. तयारी करा, पण उद्याची चिंता करू नका.

दुसऱ्या महायुद्धातील आपले सेनापती उद्यासाठी योजना आखीत होते, पण उद्याची चिंता करण्यासाठी त्यांच्याकडे वेळच नव्हता. अमेरिकन नौसेनेचे ॲडमिरल आर्नेस्ट ज़े. किंग यांनी म्हटले होते, 'मी फक्त श्रेष्ठ सैनिकांना श्रेष्ठ शस्त्रास्त्रे दिली आहेत. तसेच सर्वश्रेष्ठ योजना आखली आहे. मी फक्त इतकेच करू शकतो.'

'एखादे जहाज बुडाले असेल तर मी ते परत आणू शकत नाही. एखादे जहाज बुडणार असेल तर मी त्याला वाचवू शकत नाही. मी कालच्या समस्यामुळे चिंतित होण्याऐवजी उद्याच्या समस्यांवर विचार करण्यासाठी मी वेळेचा चांगला उपयोग करू शकतो. त्याऐवजी मी चिंता करायला लागलो तर मी जास्त दिवस टिकणार नाही.'

युद्ध असो की शांतता. चांगल्या -वाईट विचारांमध्ये हाच फरक असतो. चांगले विचार क़ारण आणि परिणामासाठी विचार करतात. त्यांची योजना तार्किक आणि रचनात्मक असते. वाईट विचार प्रामुख्याने तणाव आणि नर्व्हस ब्रेक डाऊनचे कारण होतात.

'द न्युयार्क टाइम्स' या जगप्रसिद्ध वृत्तपत्राचे प्रकाशक आर्थकहेस सुल्जबर्गर यांची मुलाखत घेण्याची मला एकदा संधी मिळाली. युरोपमध्ये दुसरे महायुद्ध सुरू होते तेव्हा आपण भविष्याची इतकी चिंता करीत होतो की, त्यामुळे माझी झोप उडाली असल्याचे त्यांनी सांगितले. ते मध्यरात्री ब्रश आणि कॅनव्हास घेऊन बसत असत. आरशात पाहून आपलीच प्रतिमा रेखाटण्याचा प्रयत्न करीत असत. ख़रं तर त्यांना चित्रकलेतील काहीही कळत नव्हते, फक्त ड़ोक्यातून चिंता दूर ठेवण्यासाठीच ते चित्र रेखाटत होते. आपल्या चिंता दूर ठेवणार नाहीत तोपर्यंत शांतता मिळणार नाही, हे रहस्य सुल्जबर्गर यांनी उघड केले. चर्च मधील एका भजनातील सहा शब्दांना त्यांनी आपल्या ज़ीवनाचे सूत्र बनविले तेव्हा कुठे त्यांना शांतता मिळाली.

'एक पाऊल पुरेसे आहे माझ्यासाठी...'
मंजिल दाखव, हे दयाळूपूर्ण प्रकाशा....
स्थिर ठेव, माझे पाय, मी तुम्हाला म्हणत नाही की दाखव,

दूरचे दृष्य. माझ्यासाठी एक पाऊल पुरेसे आहे...

यावेळी गणवेश घातलेला एक युवक युरोपमध्ये कुठे तरी हाच धडा वाचत होता. त्याचे नाव टेड बेंजरमिनो होते. तो बाल्टीमोर, मेरीलँडमध्ये राहत होता. त्यांने चिंतेमुळे स्वतःला युद्धातील थकव्याचे सर्वोत्तम उदाहरण बनविले होते.

टेंड बेंजरमिनो लिहितात, 'मी आजारी पडलो नाही म्हणजे एप्रिल १९४५ पर्यंत मी चिंता करीत होतो. डॉक्टरांच्या म्हणण्यानुसार मला 'स्पॅस्मोडिक ट्रांसव्हर्स कोलोन' नावाचा आजार झाला होता. ख़ूप तीव्र वेदना होत होत्या. त्या वेळी युद्ध समाप्त झाले नसते तर शारीरिक दृष्ट्या मी पूर्णपणे कोलमडून गेलो असतो आणि ब्रेक डाऊनला बळी पडलो असतो, याची मला पूर्ण खात्री आहे.

'मी पूर्णपणे थकून गेलो होतो. ९४ व्या इन्फेंट्री डिव्हिजनचा मी ग्रेब्ज रजिस्ट्रेशन, नॉन २ कमिशन्ड ऑफिसर होतो. या युद्धात मारले गेलेले, बेपत्ता झालेले तसेच इस्पितळात भबरती करण्यात आलेल्या लोकांच्या नोंदी ठेवण्यासाठी मदत करण्याचे माझे काम होते. युद्धाच्या घाई गडबडीमध्ये युद्धात मारल्या गेलेल्या सैनिकांना वरवर पुरले होते, त्यांचे मृतदेह बाहेर काढणे हे मित्र राष्ट्रांचे आणि शत्रूचे काम होते. त्या मेलेल्या सैनिकांचे वैयक्तिक सामान एकत्रित जमा करायचे होते. ते सर्व सामान त्यांच्या आई वडिलांना किंवा जवळच्या नातेवाईकांना मिळेल याची योग्य प्रकारे काळजी घ्यायची होती. म्हणजे मग ते सामान सांभाळून ठेवू शकले असते. हे सर्व काम करीत असताना आपल्या हातून एखादी त्रस्त करणारी चूक होऊ नये, या भीतीमुळे मी सतत चिंतित राहत असे. यातून कुशलपणे बाहेर पडता येईल की नाही, याची मला चिंता होती. १६ महिन्यांच्या माझ्या मुलाला मांडीवर घेऊन खेळवू शकेल का, याचीच मला चिंता होती. मी त्या मुलाला अजून पाहिलेही नव्हते. मी इतका चिंतित होतो आणि थकलो होतो की माझे वजन त्यामुळे ३४ पौंडांनी कमी झाले होते. उत्तेजनेमुळे मी जवळपास वेडा झालो होतो. मी हातांकडे पाहिले फक्त त्वचा आणि हाडांचा सांगडा मागे राहिला होता. शारीरिकरित्या अतिशय वाईट स्वरुपात मी घरी परतेल की काय अशी मला भीती वाटत होती. मी लहान मुलांप्रमाणे हमसू हमसून रडत होतो. मी इतका हेलावलो होतो की एकटे असताना माझ्या डोळ्यातून आसवे वाहत असत. बल्ज मधील युद्ध सुरू झाल्यावर एकदा अशीही वेळ आली की मी इतका रडायला लागलो की मी पुन्हा कधी सामान्य होऊ शकेल याची आशाच सोडून दिली होती.

मी सैन्याच्या इस्पितळात भरती झालो. डॉक्टरांनी दिलेल्या सल्ल्यामुळे माझे सर्व जीवनच बदलून गेले. माझी शारीरिक तपासणी केल्यावर माझा आजार मानसिक स्वरूपाचा असल्याचे सांगितले. ते म्हणाले, **'टेंड, आपले जीवन म्हणजे एक वाळूचे घड्याळ असल्याचे समजावेस, असे मला वाटते. वाळूच्या घड्याळीत वरच्या पात्रात वाळूचे एकसारख्या आकाराचे शेकडो कण असतात. त्या काचेच्या पात्राच्या मधल्या निमुळत्या भागातून वरच्या भागातील वाळूचे कण हळूहळू पण नियमित प्रमाणात खालच्या पात्रात येतात. आपण काहीही केले तरीही त्या वाळूच्या घड्याळीचे नुकसान न करता त्या घड्याळीच्या मधल्या निमुळत्या भागातून एका वेळी एकापेक्षा जास्त कण खाली काढू शकत नाहीत. आपण सर्वच जण त्या वाळूच्या घड्याळीसारखे आहोत. आपण सकाळी उठतो तेव्हा असे वाटते की आपल्याला आज दिवसभरामध्ये शेकडो कामे पूर्ण करायची आहेत. अर्थात आपण एका वेळी एक काम या प्रमाणे कामे केली नाहीत किंवा क़ामांना हळूहळू एक समान गती देऊ शकलो नाहीत तर आपण आपला शारीरिक आणि मानसिक आकार तोडून टाकू हे ठरलेलेच आहे.'**

या फिलॉसॉपीवर मी मला डॉक्टरांनी सांगितले त्याच दिवसापासून अंमल करायला सुरुवात केली. **'एका वेळी वाळूचा एकच कण. एका वेळी एकच काम.'** या सल्ल्याने युद्धाच्या वेळी मला शारीरिक आणि मानसिक त्रासापासून वाचविले. इतकेच नाही तर एडक्राफ्टस प्रिंटिंग अँड ऑफसेट कंपनी इन्क मध्ये मला पब्लिक रिलेशन अँड ॲडव्हरटायजिंग डायरेक्टरच्या विद्यमान पदावरही पोहचविले. लगेच अनेक साऱ्या गोष्टी करायच्या. ही युद्धाच्या ठिकाणी असलेली परिस्थिती आणि समस्याही बिझनेसमध्ये सुद्धा असल्याचे मला आढळून आले. ही कामे करण्यासाठी खूप कमी वेळ होता तसेच स्टॉकही कमी होता. फॉर्म, नवीन स्टॉकची व्यवस्था, पत्ते बदलण्याची पद्धत तसेच ऑफिस उघडण्याच्या आणि बंद करण्याच्या वेळा इ. समस्यां सोडवाव्या लागल्या. त्यामुळे तणावात येण्याऐवजी किंवा नर्व्हस होण्याऐवजी मी डॉक्टरांचा सल्ला आठवला. त्यांनी मला सांगितले होते, 'एका वेळी एकच वाळूचा कण, एका वेळी एकच काम.' या शब्दांची वारंवार उजळणी केल्यामुळे मी माझे काम चांगल्या पद्धतीने करू शकत होतो. तसेच रणांगणावर ज्या द्विधा स्थितीने मला बहुतेक करून मिटवूनच टाकले होते, त्या द्विधा स्थितीशिवाय मी आता काम करू शकत होतो.

आजच्या आपल्या जीवनशैलीबद्दल जी काही मते मांडण्यात आली होती, त्यापैकी सर्वात भयंकर मत असे होते की, आपल्याकडील बहुतेक सर्व हॉस्पिटलमधील निम्म्यापेक्षा अधिक खाटा मानसिक आणि भावनिक रुग्णांसाठी राखीव झाल्या होत्या. हे अशा प्रकारचे रुग्ण होते ज्यांनी आपला काल आणि उद्याचे भवितव्य यांना एकत्र करून त्याच्या ओझ्याखाली आपला स्वतःचा उद्या दाबून टाकला होता. 'उद्याची काहीही चिंता करू नका', या येशु ख्रिस्ताच्या किंवा 'फक्त आजच्यासाठी जगा', या विल्यिम स्तर यांच्या या शब्दांकडे या रुग्णांनी लक्ष दिले असते तर त्यांच्यापैकी किमान निम्मे रुग्ण तरी इस्पितळात भरती न होता सुखाने आणि समाधानाने आपले जीवन जगू शकले असते.

या वेळी या क्षणी तुम्ही आणि मी आपण दोघेही दोन शाश्वत प्रवाहाच्या संगमावर उभे आहोत. एक म्हणजे विराट भूतकाळ, जो नेहमीच आपल्या सोबत असतो आणि दुसरे म्हणजे भविष्य, जे लिहिलेल्या वेळेच्या अखेरच्या क्षणापर्यंत चालत असते. या दोन्हीपैकी कोणत्याही एका शाश्वत प्रवाहात राहणे आपल्याला या क्षणी शक्य आहे का? नाही. एका क्षणासाठीही नाही. तरीही आपण तशा प्रकारचा प्रयत्न करून आपले शरीर आणि मनाचे नुकसान करीत असतो. म्हणूनच मग आपल्याला आकलन होऊ शकणाऱ्या ज्या एका क्षणामध्ये आपण जगू शकतो, त्यामध्येच सुखाने आणि समाधानाने राहू. हा काळ आहे आतापासून झोपेपर्यंतचा. रॉबर्ट लुई स्टीवेन्सनने लिहिले आहे, **'ओझे कितीही अवजड असले तरीही व्यक्ती ते रात्रीपर्यंत उचलू शकते. सूर्य मावळतीला जाईपर्यंत कोणीही आनंदाने, धैर्याने, प्रेमाने, शांततेने जगू शकते. अशा प्रकारे जीवन जगणे, हाच जगण्याचा खरा अर्थ आहे.'**

होय, जीवनाचीही आपल्याकडून हीच अपेक्षा असते. सेगिना, मिसिगन येथील मिसेस ई. के. शिल्डस अशा प्रकारे झोपण्यापर्यंतचे जगणे शिकायच्या आधी ज़ीवनात इतक्या निराश झाल्या होत्या की त्यांच्या मनात आत्महत्त्या करण्याचे विचारही डोकावत होते. मिसेस शिल्डस यांनी मला त्यांची कथा सांगितली, '१ ९ ३ ७ मध्ये माझ्या पतीचे निधन झाले. मी खूप निराश झाले आणि माझ्याकडे अजिबात पैसे नव्हते. मी पूर्वी जिथे नोकरी करीत होते त्या क़ान्सेस शहरातील रोच -फाऊलर कंपनीच्या मिस्टर लियॉन रोच यांना पत्र लिहिले. मला पुन्हा एकदा जुनी नोकरी मिळाली. पूर्वी मी गाव आणि खेड्यातील शाळांमध्ये 'वर्ल्ड बुक्स' विकून माझी उपजिविका करीत असे. पतीच्या आजारपणात दोन वर्षांपूर्वी कार विकून टाकली होती. पुन्हा पुस्तके विकण्यासाठी म्हणून क़शी तरी पैशांची

व्यवस्था करून मी हप्त्यांवर सेकंड हँड कार घेतली.

'आता माझी निराशा कमी होईल, असा मी विचार केला होता. एकटीने कार चालविणे आणि खाणे याचा ताण मला सहन होत नव्हता. या प्रदेशातील काही भाग असा होता, जिथे पुस्तकाची विक्री चांगली होत नसे. कारचा हप्ता खूपच लहान होता तरीही तो वेळेवर भरण्यात मला अडचणी येऊ लागल्या.

'१९३८च्या वसंत ऋतूमध्ये मी वर्सायली, मिसुरीमध्ये काम करीत होते तेव्हा शाळा अंतर्गत भागात होत्या आणि तिथपर्यंत जाण्याचे रस्ते अतिशय वाईट होते. अशा परिस्थितीत मी इतकी एकाकी आणि हताश झाले की आत्महत्या करण्याचा विचारही माझ्या मनात डोकावून गेला. यश मिळणे अशक्य आहे, असेच मला वाटत होते. जिवंत राहण्याला काही अर्थच उरला नव्हता. सकाळी उठणे आणि ज़ीवनाला सामोरे जाणे मला भीतीदायक वाटू लागले. मला प्रत्येक गोष्टीची भीती वाटत होती. आपण कारचा हप्ता भरू शकणार नाही, याची मला भीती वाटत होती. ख़ोलीचे भाडे देऊ शकणार नाही, याची भीती वाटत होती. माझ्याकडे खाण्यासाठी काहीही नसेल, याची मला भीती वाटत होती. माझे आरोग्य बिघडत चालल्याची मला भीती वाटू लागली कारण माझ्याकडे उपचारासाठी पैसे नव्हते. बहिणीचा विचार डोक्यात आल्यामुळे मी आत्महत्या केली नाही. कारण माझ्या मृत्यूमुळे तिला खूप दुःख झाले असते. तसेच आपल्या अंत्यसंस्कारासाठी आपल्याकडे पैसे नाहीत या विचारानेही मी दुःखी होत होते.

'एके दिवशी मी एक लेख वाचला. त्याने मला निराशेच्या गर्तेतून बाहेर ओढून काढले आणि जिवंत राहण्याची हिमंत दिली. त्या लेखातील एका प्रेरणादायी कथनाची मी सदैव ऋणी राहील. ते कथन होते, 'बुद्धिमान व्यक्तीसाठी दररोज एक नवीन जीवन असते.' मी हे म्हणने टाईप केले आणि माझ्या कारच्या आरशावर चिकटविले. क़ार चालवित असताना प्रत्येक क्षणी मी ते पाहत असे. एका वेळी एका दिवसासाठी जिवंत राहणे इतके काही अवघड नव्हते, असा मी विचार केला. मी कालला विसरायला आणि उद्याची चिंता करायला सोडून दिले. रोज सकाळी स्वतःला सांगत असे, **'आज एक नवीन जीवन आहे.'**

'मी एकाकीपणा आणि गरिबीच्या भीतीवर मात मिळवायला शिकले. आता मी सुखी आणि यशस्वी आहे. माझे प्रयत्न हेच माझ्या उत्साहाचे आणि जगण्याच्या आशेचे कारण आहेत. आता या पुढे जीवन कितीही वाईट झाले तरीही मी पुन्हा त्याला भिणार किंवा

घाबरणार नाही, हे मला माहीत आहे. भविष्याला घाबरण्याचे काहीच कारण असत नाही, हे आता मला माहीत आहे. आता मला माहीत आहे की मी एका वेळी एक दिवसच जगू शकते तसेच बुद्धिमान व्यक्तीसाठी दर दिवशी एक नवीन जीवन असते.'

ही कविता कोणी लिहिली असेल ते तुम्ही सांगू शकता?

आज फक्त तोच आनंदी आहे,

ज्याच्यामध्ये आजला आपले म्हणण्याचे सामर्थ्य आहे.

आत्मविश्वासाने भरलेला जो असे म्हणू शकतो,

'उद्या तुला जे काही करायचे असेल ते कर,

मी आज तर जगून घेतला आहे.'

हे शब्द आधुनिक वाटतात ना? पण नाही. येशु ख्रिस्ताच्या जन्मापूर्वी ३०वर्षे आधी रोम मधील कवी होरेसने ते लिहिले आहेत.

मानवी स्वभावातील सर्वात मोठा कमकुवतपणा असा आहे की तो जीवन जगायला घाबरतो. क्षीतिजावर फुललेल्या गुलाबी ताटव्याचे आपण सर्वच जण स्वप्न पाहत असतो. त्या नादात आपण आपल्या खिडकीच्या बाहेर उमललेल्या गुलाबाकडे मात्र अजिबात लक्ष देत नाहीत.

आपण इतके मूर्ख का असतो? इतके दुःखी मूर्ख?

'किती विचित्र आहे जीवनाचा प्रवास!' स्टीफन लिकॉकने लिहिले आहे, 'लहान मूल म्हणते, 'मी मोठा झाल्यावर..' ते मोठे झाले की मग म्हणते, 'मी कमवायला लागल्यावर...' क़मवायला लागल्यावर म्हणतो, 'माझे लग्न झाल्यावर...' लग्न होते. मग क़ाय फरक पडतो? आता त्याचा विचार बदलतो, 'मी रिटायर झाल्यावर...' आता खरोखरच रिटायर झाल्यावर तो मागे वळून आपल्या जीवन प्रवासाकडे पाहतो. त्याला थंड हवेमुळे कापरे भरते. क़ाय माहीत कसे, पण आपण सर्व काही गमावले आहे. जीवन मागेच राहून गेले आहे. जीवन प्रत्येक क्षणासाठी जगायचे असते हे खूप उशिराने लक्षात येते. त्यामुळे आपण दर रोज, दर तासाला, दर क्षणाला जीवन जगायला हवे.'

ड़ेट्राईटचे कैलासवाशी एडवर्ड एस. इव्हान्स तर चिंता करता करता मृत्यूच्या जवळ गेले होते. तेव्हा कुठे ते शिकले की, 'जीवन दर क्षणाला जगण्यासाठी असते. त्यामुळे आपण ते दर रोज, दर तासाने जगायला हवे.' ग़रिबीमध्ये वाढलेल्या एडवर्ड इव्हान्स यांनी सुरूवातीला वृत्तपत्र विकून आणि नंतर एका किराणा दुकानात क्लार्कची नोकरी करून

पैसे मिळविले. त्यांच्या कुटुंबातील सदस्य संख्या सात झाल्यावर त्यांनी असिस्टंट लायब्ररीयन म्हणून काम करायला सुरुवात केली. अर्थात तिथे मिळणारे वेतन कमी होते, पण नोकरी सोडण्याची रिस्क घ्यायला ते तयार नव्हते. आठ वर्षानंतर त्यांच्यात इतकी हिमंत आली की त्यांनी स्वतःचा व्यवसाय सुरू करण्याचा निर्णय घेतला. अर्थात एकदा सुरुवात केल्यावर ५५ डॉलरचे कर्ज घेऊन सुरू केलेल्या या व्यवसायामध्ये ते असे काही यशस्वी झाले की एका वर्षात त्यांनी २० हजार डॉलर कमावले. तोच एक अनपेक्षित घटना घडली. अनपेक्षित दुःखद घटना. त्यांनी आपल्या एका मित्राची जमानत घेतली होती आणि तो मित्र दिवाळखोर झाला होता. इतकेच नाही त्यानंतर लगेच आणखी एक संकट आले. ज़्या बँकेत त्यांनी आपले पैसे जमा ठेवले होते, ती बँकही दिवाळखोरीत निघाली. त्यांचे सर्व पैसे बुडाले. इव्हानकडे आता एक पैसाही शिल्लक उरला नव्हता. उलट त्याच्यावर सोळा हजार डॉलर्सचे कर्ज झाले होते. त्याला हे सर्व असह्य झाले. तो म्हणतो, 'मी ना झोपू शकत होतो की जेवण करू शकत होतो. मी अतिशय वाईट प्रकारे आजारी पडलो. चिंता, चिंता, चिंता हेच माझ्या आजारी पडण्याचे कारण होते. एके दिवशी मी रस्त्यावरून पायी चालत असताना मला चक्कर आली आणि मी फूटपाथवर पडलो. मी चालूही शकत नव्हतो. मला आंथरू   णावर झोपविण्यात आले. माझ्या शरीरावर फोड आले होते. त्या फोडामुळे आंथरूणावर पडून राहणेही त्रासदायक झाले होते. दिवसेंदिवस मी दुर्बल होत चाललो होतो. मी आणखी फक्त दोन आठवडे जगू शकत असल्याचे एके दिवशी मला डॉक्टरांनी सांगितले. हे ऐकून मला तर धक्काच बसला. मी माझे मृत्यूपत्र तयार केले आणि मग आंथरुणावर पडून मृत्यूची वाट पाहू लागलो. आता चिंता करण्याचा किंवा संघर्ष करण्याचा काहीच फायदा होणार नव्हता. त्यामुळे मी पराभव मान्य केला. मी शांत झालो आणि मला झोप लागली. ग़ेल्या अनेक आठवड्यांमध्ये मला कधीही सलग दोन तास झोप लागली नव्हती. आता माझ्या सर्व चिंता दूर झाल्या होत्या त्यामुळे मी एखाद्या लहान मुलासारखा गाढ झोपलो. मला दमवून टाकणारा थकवा निघून जाऊ लागला. मला भूक लागू लागली. माझे वजनही वाढू लागले.'

'काही आठवड्यानंतर कुबड्यांचा आधार घेऊन मी हिंडू फिरू लागलो. सहा आठवड्यानंतर कामावर परत जाण्याइतकी माझी प्रकृती सुधारली. पूर्वी मी एका वर्षाला वीस हजार डॉलर्स कमावत होतो, पण आता मासिक ३० डॉलरची नोकरीही मला आनंद देत होती. वाहनातील चाकांच्या मागे लावण्यात येणारे ब्लॉक विकण्याचे मला काम

मिळाले. वाहनांना माल म्हणून जहाजातून पाठविण्याच्या वेळी ते ब्लॉक लावण्यात येत असत. मला आता धडा मिळाला होता. मी चिंता करणे थांबविले होते. घडून गेलेल्या गोष्टींचा पश्चाताप करणे बंद. भविष्याची भीती बंद. मी माझा पूर्ण वेळ, उत्साह आणि जोश हे ब्लॉक विकण्यावर केंद्रित केला.'

आता एडवर्ड इव्हान्सने अतिशय वेगाने प्रगती केली. क़ाही वर्षातच ते कंपनीचे अध्यक्ष झाले. इव्हान्स प्रॉडक्ट कंपनीचे अध्यक्ष. ही कंपनी गेल्या कित्येक वर्षांपासून न्यूयार्क स्टॉक एक्सचेंजमध्ये नोंदविलेली आहे. तुम्ही कधी ग्रीनलँडवरून विमानातून प्रवास केला तर इव्हान्स फिल्डवर उतरू शकता. ती विमानाची धावपट्टी जिचे नामकरण इव्हानच्या सन्मानार्थ करण्यात आले आहे. एडवर्ड इव्हान्स आजमध्ये किंवा डे टाईट कंपार्टमेंटमध्ये जगायला शिकले नसते तर ते इतके यशस्वी नक्कीच झाले नसते.

व्हाईट क्वीनचे म्हणणे कदाचित तुम्हाला आठवत असेल, **'नियम असा आहे की उद्याचे मुंरांबे घाला. क़ालचा मुरांबा घाला, पण आजचा कधीही मुरांबा करू नका.'** आता या क्षणी आपल्या ब्रेडवर मुरांब्याचा मोठा थर घालण्याऐवजी क़ालच्या मुरांब्याची काळजी करतो आणि उद्याचे मुरांबे कशी बनवायचे याच्या चिंतेत असतो, अशी आपल्यापैकी बहुतेकांची सध्याची अवस्था असते.

फ्रान्समधील थोर तत्त्वज्ञ मॉन्टेन याने सुद्धा हीच चूक केली. त्यांने लिहिले आहे, **'माझे जीवन दुर्दैवाने भरलेले होते. त्यातील बहुतेक दुर्दैव कधी माझ्या समोर आलेच नाही.'** हीच अवस्था तुमच्या आणि माझ्या जीवनाची आहे.

दांतेने म्हटले होते, **'हा दिवस पुन्हा येणार नाही, याचा विचार करा.'** जीवन अतिशय वेगाने आपल्या हातातून सरकत असते. अंतराळात १९ मैल प्रति सेकंद वेगाने धावत आहे. 'आज' ही आपली सर्वात मौल्यवान संपत्ती आहे. इतकेच नाही तर 'आज' हीच आपली सर्वात महत्त्वाची आणि एकुलती एक संपत्ती आहे.

हे लॉवेल थॉमसचे तत्त्वज्ञान आहे. त्यांच्या फार्महाऊसवर मी नुकताच एक विकएंड घालविला. त्यांनी ११८ व्या भजनातील हे शब्द आपल्या ब्रॉडकास्टिंग स्टुडियोच्या भिंतीवर फ्रेम करून लावल्याचे मला आढळून आले. तिथून ते त्यांना नेहमीच दिसत असत.

हा तोच दिवस आहे, जो परमेश्वराने निर्माण केला आहे.
त्याच्यातच आपण आनंदी होणार आणि समाधानी राहणार.

लेखक जॉन रस्किन यांच्या टेबलावर दगडाचा एक लहान तुकडा ठेवला होता. त्यावर फक्त एकच शब्द कोरला होता, 'आज.' अर्थात माझ्या टेबलावर मात्र अशा प्रकारचा कोणताही दगड नाही; पण माझ्या आरशावर मात्र एक कविता चिटकवलेली आहे. ज़ी मी रोज सकाळी दाढी करीत असताना वाचित असतो. सर विल्यम्स स्तर या कवितेला नेहमी आपल्या टेबलावर ठेवीत असत. ती प्रसिद्ध भारतीय नाटककार आणि महाकवी कालिदासने लिहिलेली आहे,

दिवसाचे स्वागत

वर्तमानाकडे बघा !
हेच जीवन आहे. तेच जीवनाचे सार आहे.
त्याच्या लहानशा प्रवासात
तुमच्या अस्तित्त्वाची सर्व सत्ये विखुरलेली आहेत.
विकासाचा आनंद
कर्माचे सुख
सौंदर्याचे आकर्षण
क़ारण काल तर एक स्वप्न होते.
उद्या सुद्धा फक्त एक दृष्टिक्षेप असेल
आज जर योग्य पद्धतीने जगलात तर
प्रत्येक कालचे एक सुंदर स्वप्न होईल.
तर प्रत्येक उद्या एक आशेची झलक.
म्हणून चांगल्या प्रकारे पाहून घ्या आजच्या दिवसाला
दिवसाच्या स्वागताची हीच रीत आहे.

चिंतेबद्दल पहिली गोष्ट तुम्ही ही माहीत करून घ्यायला हवी की तुम्हाला जर आपल्या जीवनातून चिंता हद्दपार करायची असेल तर, विल्यम ऑस्लरने जे केले होते तेच तुम्हीही करा.

१. भूत आणि भविष्याचे दरवाजे लोखंडी दाराने बंद करा. एक एक दिवस म्हणजे डे टाईट कम्पार्टमेंटमध्ये जगा.

तुम्ही स्वतःलाच हे प्रश्न का विचारीत नाहीत आणि त्याचे उत्तरे का लिहित नाहीत?

१. मी वर्तमानामध्ये जगणे टाळीत आहे कारण मला उद्याची चिंता वाटते आणि मला क्षीतिजवरील चमत्कारी गुलाबी बागेची अपेक्षा आहे?

२. भूतकाळात घडून गेलेल्या घटनांचा पश्चाताप करून मी माझा वर्तमान बिघडवित आहे का? .. भूतकाळात जे घडून गेले आहे, त्यात सुधारणा केली जाऊ शकते का?

३. 'आजला धरून ठेवा' अशा प्रकारचा संकल्प करून मी रोज सकाळी उठतो का? याच २४ तासांत जास्तीत जास्त मिळविण्याचा प्रयत्न करतो का?

४. 'एक एक दिवस किंवा डे टाईट कम्पार्टमेंटमध्ये' मी अतिशय चांगल्या प्रकारे जगू शकतो का?

५. असे करायला मी कधीपासून सुरूवात करील? पुढच्या आठवड्यात, उद्यापासून की आज?

२

चिंतादायी परिस्थितीवर मात करण्याचे उपाय

'जे झाले त्याचा स्वीकार करा. ...क़ारण... घडून गेलेल्या घटनांचा स्वीकार करणे हेच क़ोणत्याही दुर्दैवाच्या परिणामातून बाहेर पडण्यासाठीचे पहिले पाऊल असते.'
– विल्यम ज़ेम्स

चिंतादायी परिस्थितीवर मात करण्याचे अचूक सूत्र तुम्हाला माहीत करून हवे आहे? लगेच काम करू शकणारा एक असा उपाय ज़्याचा हे पुस्तक पुढे वाचण्याच्या आधी आताच वापर करू शकतो.

विल्यस एस क़ॅरिअर यांनी स्वीकारलेली एक पद्धत मी तुम्हाला सांगू शकतो. विलिस कॅरिअर एक प्रतिभावान इंजिनिअर आहेत. त्यांनी एअर कंडिशनचा व्यवसाय सुरू केला होता आणि ते सायरॅकस, न्यूयार्कमधील ज़गप्रसिद्ध कॅरिअर कॉर्पोरेशनचे ते प्रमुख होते. चिंतेच्या समस्येवर मात करण्यासाठीचे इतके उत्तम तंत्र मी पहिल्यांदाच ऐकले. एकदा आम्ही न्यूयार्कमधील इंजिनिअर्स क्लबमध्ये एकत्रित लंच घेत होतो. त्यावेळी श्रीयुत कॅरियर यांनी वैयक्तिक पातळीवर ही गोष्ट मला सांगितली.

क़ॅरिअर म्हणाले, 'मी बफैलो, न्यूयार्कमध्ये बफेलो फोर्ज कंपनीमध्ये काम करीत होतो. क्रिस्टल सिटी मिसुरीमध्ये पिटसबर्ग प्लेट ग्लास कंपनीमध्ये लाखो डॉलरच्या कारखान्यात ग़ॅस स्वच्छ करण्याची यंत्रे बसविण्याचे काम माझ्यावर सोपविण्यात आले. ही यंत्रे लावण्यामागे उद्देश इतकाच होता की गॅसमधील अशुद्धी दूर करायची म्हणजे मग तो जळताना इंजिनचे नुकसान करणार नाही. ग़ॅस शुद्ध करण्याची ही पद्धत नवीन होती. त्याच्या पूर्वी फक्त एकदाच त्याचा वापर करण्यात आला होता आणि तो सुद्धा वेगळया परिस्थितीमध्ये.

क्रिस्टल सिटी, मिसुरीमध्ये काम करीत असताना माझ्या कामात अनपेक्षित अडचणी आल्या. म्हणजे यंत्रे काम तर करीत होती, पण आमच्या अपेक्षेप्रमाणे किंवा आम्ही जशी खात्री दिली होती तशा प्रकारे नाही.

'माझ्या अपयशामुळे मी स्तब्ध झालो होतो. ड़ोक्यात कोणी तरी हातोडा मारल्यासारखे वाटत होते. माझ्या पोटात गोळा उठला होता. काही वेळ तर मी इतका काळजीत पडलो की माझी झोपही उडाली.

चिंता केल्यामुळे माझा काहीही फायदा होत नसल्याची साधी गोष्ट माझ्या लक्षात आली. त्यामुळे चिंता न करता समस्येवर तोडगा काढण्याचा मी मार्ग शोधू लागलो. हा अतिशय चांगला मार्ग होता. चिंता प्रतिरोधक तंत्राचा वापर मी मागील तीस वर्षांपासून करीत होतो. हे खूप सोपे आहे. क़ोणीही याचा वापर करू शकते. यामध्ये तीन टप्पे आहेत-

पहिला टप्पा : मी न घाबरता, प्रामाणिकपणे स्थितीचे विश्लेषण केले आणि अंदाज लावला की या अपयशाचा परिणाम म्हणून माझ्या बाबतीत वाईटात वाईट काय होऊ शकते? मला तुरुंगात पाठविणारे किंवा फाशीवर तर कोणी लटकविणार नव्हते. ज़ास्तीत जास्त काय झाले असते तर मला नोकरीवरून काढून टाकले असते. माझ्या कंपनीला कदाचित ही यंत्रे हलवावी लागणार होती आणि त्यामुळे कदाचित कंपनीचे वीस हजार डॉलरचे नुकसान झाले असते.

दुसरा टप्पा : यामुळे होणाऱ्या वाईटात वाईट परिणामाचा अंदाज लावल्यानंतर मी त्यासाठी माझी मानसिक तयारी केली. मी स्वतःला म्हणालो, 'य अपयशामुळे माझे करिअर धोक्यात येऊ शकते. क़दाचित माझी नोकरीही जाऊ शकते. अर्थात मला दुसरी एखादी नोकरी लगेच मिळाली असती. परिस्थिती आणखीन वाईट झाली असती, तर माझ्या कंपनीचा विचार करता आम्ही गॅस शुद्ध करण्याच्या एका नवीन तंत्रावर प्रयोग करीत होतो. या प्रयोगासाठी वीस हजार डॉलर्सचा खर्च आला असता, तर कंपनीने तो नक्कीच सहन केला असता. क़ंपनी ही रक्कम संशोधनाच्या खात्यात टाकू शकली असती कारण हा एक प्रयोग होता.

तिसरा टप्पा : त्यानंतर मी माझी सर्व ऊर्जा आणि सर्व वेळ त्यामधील वाईटात वाईट स्थिती कशी सुधारता येईल यावर शांतपणे खर्च करण्याचे ठरविले. यातील वाईटात वाईट स्थिती मी मानसिक पातळीवर आधीच स्वीकारली होती.

'मी आता अशी पद्धत शोधायला सुरूवात केली, ज़्यामुळे आमचे वीस हजार डॉलरचे नुकसान कमी झाले असते. मी अनेक चाचण्या घेतल्या आणि शेवटी या निष्कर्षाला आलो की, आम्ही आणखी एक अतिरिक्त यंत्र खरेदी करण्यात आणखी पाच हजार डॉलर खर्च केले तर आमची समस्या सुटू शकत होती. मी असेच केले. त्यामुळे कंपनीला वीस हजार डॉलरचे नुकसान होण्याऐवजी पंधारा हजार डॉलर्सचा फायदा झाला.

'मी फक्त चिंता करीत राहिलो असतो तर हे कधीही झाले नसते. क़ारण चिंतेमुळे होणारी सर्वात वाईट बाब म्हणजे आपली एकाग्रता साधण्याची शक्ती संपते. आपण चिंता करतो तेव्हा आपले डोके सारखे इकडे तिकडे भटकत असते. तसेच आपली निर्णय घेण्याची शक्तीही संपते. अर्थात जेव्हा आपण वाईटातील वाईट परिणाम स्वीकारण्यासाठी स्वतःला तयार करतो तेव्हा आपल्या समस्येवर पूर्ण एकाग्रतेने विचार करण्याच्या अवस्थेत आपण येतो.

'मी आता सांगितलेली घटना अनेक वर्षांपूर्वी घडलेली आहे. यावेळी वापरलेले तंत्र मला इतके उपयुक्त वाटले की त्यानंतर अनेक वेळा मी त्याचा वापर केला. त्यामुळेच आज माझे जीवन पूर्णपणे चिंतामुक्त आहे.'

मानसशास्त्रीयदृष्ट्या विल्यम एस. कॅरिअर यांचे हे चमत्कारी सूत्र इतके अमूल्य आणि व्यवहार्य का आहे, हाच खरा आता प्रश्न आहे. क़ारण ते आपल्याला अशा काळ्याकुट्ट ढगांमधून खाली घेऊन येते जिथे आपण चिंतेमुळे आंधळे होऊन इतस्तः भटकत असतो. आपले पाय जमिनीवर घट्ट रोवते. आपण कुठे उभे आहोत ते आपल्याला माहीत असते. आपल्या पायाखाली मजबूत जमिन नसेल तर अशा वेळी आपण जगातील कोणत्याही समस्येबद्दल योग्य प्रकारे कसा काय विचार करणार?

अप्लाईड सायकॉलॉजीचे जनक प्रोफेसर विल्यम जेम्स यांचे १९१० मध्ये निधन झाले. आज ते जिवंत असते आणि वाईटात वाईटाचा सामना करण्याचे हे तंत्र त्यांनी ऐकले असते तर याचे नक्कीच कौतुक केले असते. मी असे यामुळे म्हणतो कारण ते आपल्या विद्यार्थ्यांना एकदा म्हणाले होते, 'ज़े झाले आहे, त्याचा स्वीकार करा... क़ारण... घडून गेलेल्या घटनेचा स्वीकार क़रणे हेच कोणत्याही दुर्दैवातून बाहेर पडण्यासाठी उचललेले पहिले पाऊल असते.'

हाच विचार लिन युटँग यांनी आपले पुस्तक **'द इम्पॉर्टन्स ऑफ लिव्हिंग'** मध्ये सांगितला आहे. या चीनी तत्त्ववेत्त्याच्या मतानुसार 'वाईटातील वाईटाचा स्वीकार केल्यामुळे

मानसिक शांतता मिळते. ऊर्जा मुक्त करणे हा त्याचा मानसशास्त्रीय अर्थ असावा, असे मला वाटते.'

एकदम योग्य गोष्ट आहे. मानसशास्त्रीयदृष्ट्या त्याचा अर्थ ऊर्जेला नवीन स्वरुपात मुक्त करणेच आहे. आपण वाईटात वाईटाचा विचार करतो तेव्हा आपल्याकडे गमावण्यासारखे काहीही असत नाही. याचाच दुसरा अर्थ असा झाला की आपल्याकडे मिळविण्यासारखे सर्व काही असते. वाईटात वाईटाचा सामना केल्यावर (जसे की विल्यम एस कॅरिअरने सांगितले होते.) 'मी लगेच शांत झालो. ख़ूप दिवसानंतर मी पहिल्यांदा सुटकेचा श्वास सोडला होता. त्यानंतरच मी विचार करू शकलो.'

ही समजूतदारपणाची गोष्ट वाटते तरीही लाखो लोक संताप आणि चिंतेच्या भरात आपले आयुष्य वाया घालवितात. क़ारण ते वाईटातील वाईट परिणाम स्वीकारू शकत नाहीत. ते सुधारण्यासाठी प्रयत्न करीत नाहीत. अपघातातून जे काही वाचविता येण्यासारखे असेल ते वाचविण्याला नकार देतात. पुन्हा नव्याने आपले नशीब घडविण्याचा प्रयत्न करण्याऐवजी ते आपल्या अनुभवांसोबत हिंसक युद्ध करतात, जे क़टु असते. शेवटी ते सतत चिंता करण्याच्या त्या आजाराला बळी पडतात, ज़्याला मॅलेनकोलिया म्हणतात.

विल्यस एस कॅरिअरने सांगितलेला अदभूत फॉर्म्युला दुसऱ्या कोणी वापरला आहे काय आणि आपली समस्या सोडविण्यासाठी त्याचा कशा प्रकारे वापर केला आहे? हे जाणून घेण्यात तुम्हाला रस आहे का? तर हे दुसरे आहे न्यूयार्क मधील एका ऑईल डिलरचे उदाहरण. जो ऑईल डिलर माझ्या वर्गातील एक विद्यार्थी होता.

'मला ब्लॅकमेल केले जात होते. असेही काही होऊ शकेल यावर माझा विश्वास बसत नव्हता. चित्रपटाच्या बाहेर वास्तवात असे काही होऊ शकते, यावर माझा विश्वास नव्हता. तरीही कोणी तरी मला ब्लॅकमेल करीत होते. त्याचे असे झाले, मी ज्या ऑईल कंपनीचा मालक होतो, तिच्या मालकीचे अनेक डिलिव्हरी ट्रक आणि ट्रक ड्रायव्हर होते. त्यावेळी युद्धाचे नियम लागू होते आणि ग्राहकांना देण्यात येणाऱ्या ऑईलचे रेशनिंग केले जात होते. आमचे काही ट्रक ड्रायव्हर आमच्या नियमित ग्राहकांना कमी ऑईल देत होते आणि उरलेले ऑईल आपल्या ग्राहकांना देत असल्याचे, विकत असल्याचे मला माहीत नव्हते.

'एक व्यक्ती माझ्याकडे आली तेव्हा मला या बेकायदेशीर कृत्याची कल्पना आली. त्याने स्वतःला सरकारी इन्सपेक्टर असल्याचे सांगून माझ्याकडे आपण गप्प राहण्याची

किमत मागितली. आमचे ड्रायव्हर जे काही करीत होते, त्या फसवणुकीचा त्याच्याकडे पुरावा होता आणि म्हणूनच त्याने मला धमकी दिली होती की, मी त्याला पैसे दिले नाहीत तर तो माझ्या विरूद्ध जिल्हा एटर्नी ऑफिसमध्ये माझ्या विरूद्ध तक्रार करील आणि तिथे हे पुरावे सादर करील.'

'मला वैयक्तिक पातळीवर घाबरण्याचे काहीही कारण नव्हते, हे मला माहीत असल्याचे उघडच होते. अर्थात आपल्या कंपनीतील कर्मचाऱ्यांच्या वर्तनासाठी कोणतीही कंपनी कायदेशीररित्या जबाबदार असते, हेही मला माहीत होते. इतकेच नाही तर हे प्रकरण कोर्टात गेले आणि त्याच्या बातम्या प्रकाशित झाल्या तर त्यामुळे माझा बिझनेस गाळात जाणार असल्याचेही मला चांगल्या प्रकारे माहीत होते. मला माझ्या व्यवसायाचा अभिमान होता कारण तो माझ्या वडिलांनी २४ वर्षांपूर्वी सुरू केला होता.'

चिंतेमुळे मी आजारी पडलो. मी तीन दिवस आणि तीन रात्री काहीही खाल्ले नाही की मी शांतपणे झोपू शकलो नाही. माझे डोके गरगरत होते. मी त्या माणसाला पाच हजार डॉलर द्यावेत का? क़ी त्याला वाईटात वाईट असे जे काही करायचे असेल ते करायला स्पष्टपणे सांगावे. दोन्हीही पर्यायांचा शेवट वाईट स्वप्नांमध्ये होत असल्याचे मला दिसत होते. '

'तशातच रविवारी रात्री मी **'हाऊ टु स्टॉप वरिंग'** नावाची पुस्तिका उघडली. ती मला पब्लिक स्पिकिंगच्या कार्नोगी क्लासमध्ये मिळाली होती. मी ती वाचायला सुरूवात केली आणि विल्यम्स एस कॅरिअर यांची कथा वाचू लागलो. त्यामध्ये लिहिले होते, 'वाईटात वाईट होण्याचा अंदाज करा.' म्हणून मग मी स्वतःला प्रश्न विचारला, 'मी त्याला पैसे दिले नाहीत तर तो ॲटर्नी ऑफिसमध्ये जाईल. तिथे गेल्यावर माझ्या बाबतीत वाईटात वाईट काय होऊ शकेल?'

'त्याचे उत्तर होते, माझा बिझनेस गाळात गेला असता. यापेक्षा दुसरे वाईट काहीही होऊ शकणार नव्हते. मला काही तुरूंगवास झाला नसता. माझ्या विरूद्ध नकारात्मक प्रचार झाल्यामुळे मी उद्धवस्त झालो असतो इतकेच.'

मग मी स्वतःला म्हणालो, 'ठीक आहे, समजा आपला बिझनेस गाळात गेला. मी हे मानसिक पातळीवर स्वीकारतो. त्यानंतर काय होईल?'

'माझा बिझनेस गाळात गेल्यामुळे मला नोकरी शोधावी लागली असती. त्यामध्ये मला काहीही अडचण आली नसती कारण ऑईलबद्दल मला चांगल्या प्रकारे माहिती होती. ....

अनेक कंपन्यांनी मला आनंदाने नोकरी दिली असती... असा विचार केल्यावर मी सुटकेचा श्वास सोडला. तीन दिवस आणि तीन रात्री घोंगावणारे निराशेचे ढग बाजूला होऊ लागले. माझ्या भावना शांत झाल्या आणि माझी विचार करण्याची क्षमता परत आल्याचे पाहून मला आश्चर्य वाटले." आता मी इतक्या स्पष्टपणे विचार करू शकत होतो की, मी लगेच तिसऱ्या टप्प्यावर आलो. वाईटातील वाईट सुधारण्यासाठी प्रयत्न करणे. मी यावर तोडगा काढण्याचा विचार करू लागलो तेव्हा एकदम नवीनच विचार माझ्या समोर आला. मी माझ्या वकिलाला सर्व स्थिती समजावून सांगितली तर तो मला आतापर्यंत न सूचलेला यातून बाहेर पडण्याचा काही मार्ग काढू शकेल. ही गोष्ट माझ्या डोक्यात आधीच का आली नाही, असे मूर्खपणाचे आपण का वागलो? पण त्यावेळी मी विचार करीत नव्हतो तर फक्त चिंता करीत होतो. मी लगेच मनात निश्चय केला की उद्या सकाळी पहिले काम वकिलांची भेट घ्यायचे करायचे. मग मी आंथरुणावर पडलो आणि शांतपणे झोपी गेलो.

याचा शेवट काय झाला? दुसऱ्या दिवशी सकाळी वकिलांनी मला सांगितले की मी लगेच डिस्ट्रिक्ट ॲटर्नीला जाऊन भेटावे आणि त्यांना सर्व सत्य परिस्थिती कथन करावी. मी तसेच केले. ॲटर्नीला जाऊन सत्य काय ते सांगितले. ब्लॅकमेलिंगचा हा काळा धंदा गेल्या अनेक महिन्यांपासून सुरू असल्याचे आणि स्वतःला सरकारी इन्सपेक्टर म्हणून सांगणारा तो व्यक्ती मूळात गुन्हेगार असल्याचे आणि पोलिस त्याच्या शोधात असल्याचे स्वतः डिस्ट्रिक्ट ॲटर्नींनी मला सांगितल्यावर मला तर आश्चर्याचा धक्काच बसला. हे ऐकल्यावर मला किती सुटल्यासारखे वाटत असेल याची तुम्ही नक्कीच कल्पना करू शकता. कारण या प्रकरणात मी तीन दिवस आणि तीन रात्री अस्वस्थपणात घालविल्या होत्या. मला त्या फसव्या बदमाशाला पाच हजार डॉलर द्यायचे होते.

या अनुभवाने मला एक अतिशय महत्त्वाचा धडा शिकविला. आता माझ्या समोर जेव्हा केव्हा एखादी आव्हानात्मक समस्या उभी राहते आणि त्यामुळे मला चिंता वाटायला लागते तेव्हा मी त्या समस्येवर विल्यस एच कॅरिअर यांचा फॉर्म्युला वापरतो.

विल्यस एच करिअरकडे आणखीन समस्या होत्या असे तुम्हाला वाटत असेल तर ऐका. तुम्ही अजून काहीच ऐकले नाही. ही आहे क्वीनस्टर, मॅसेज्युसेटस येथील अर्ल पी. हॅनी यांची कथा. ही त्यांची कथा त्यांनी मला १७ नोव्हेंबर १९४८ रोजी बोस्टन येथील स्टेटलर हॉटेलमध्ये जशी सांगितली तशीच इथे देत आहे.

'वीसच्या दशकात मी इतका अस्वस्थ राहत असे की माझ्या अमाशयाच्या थराला

अल्सर झाला होता. एके रात्री मला भयंकर रक्तस्राव होऊ लागला. मला लगेच इस्पितळात दाखल करण्यात आले. हे इस्पितळ नॉर्थ वेस्टर्न युनिर्व्हसिटी ऑफ शिकागोच्या स्कूल ऑफ मेडिसनशी जोडलेले होते. माझे वजन १७५ पौंडावरून कमी होऊन अवघे ९० पॉंड राहिले होते. मी इतका आजारी पडलो होतो की मला माझा हातही न उचलण्याचा इशारा देण्यात आला होता. एका प्रसिद्ध अल्सर तज्ज्ञासह इतर तीन डॉक्टरांनी माझा आजार उपचार न होण्यासारखा असल्याचे सांगितले. मी फक्त औषधांवर जिवंत होतो आणि मला दर एका तासाने एका चमच्यामध्ये अर्धा चमचा दूध आणि अर्धा चमचा क्रीम दिले जात होते. रोज रात्री आणि सकाळी एक नर्स माझ्या अमाशयात एक रबरी नळी टाकीत असे आणि आतील घाण बाहेर काढीत असे.'

'हे असे अनेक महिने सुरू होते. ... शेवटी मी स्वतःलाच म्हणालो, 'हे बघ अर्ल हॅनी, तुला जर भविष्यातून सरपटत येणाऱ्या मृत्यूशिवाय दुसरे काहीच दिसत नसेल तर तुझ्याकडे जो वेळ उरला आहे, त्याचा आनंद का घेऊ नये? मृत्यूपूर्वी जगाचा प्रवास करण्याची तुझी इच्छा होती. त्यामुळे तुला जर हा प्रवास करायचा असेल तर तो आताच करावा लागेल.'

'मी आता जगप्रवासाला निघणार आहे आणि मी स्वतःच दिवसातून दोन वेळा माझ्या अमाशयाला पंप करणार असल्याचे मी डॉक्टरांना सांगितले तेव्हा ते आश्चर्यचकित झाले. अशक्य! त्यांनी अशा प्रकारचे म्हणणे कधीही ऐकले नव्हते. मी जर जगाच्या प्रवासाला सुरुवात केली तर माझे शरीर समुद्रात गाडावे लागेल, असा त्यांनी मला इशारा दिला. मी त्यांना उत्तर दिले, नाही, असे होणार नाही. मी माझ्या नातेवाईकांना शब्द दिला आहे की मला ब्रोकन बाऊ, नेब्रास्का येथील कौटुंबिक स्मशानभूमीतच गाडले जाणार आहे. म्हणून माझा ताबूत माझ्या सोबत नेत आहे.'

'मी एका ताबुताची व्यवस्था केली. तो जहाजावर ठेवला. मग एका स्टीम कंपनीशी मी करार केला की वाटेत माझा मृत्यू झाला तर ते माझा मृतदेह बर्फाच्या कंपार्टमेंटमध्ये ठेवतील. जहाज जोपर्यंत माघारी परतून येणार नाही तोपर्यंत माझा मृतदेह त्या बर्फाच्या कंपार्टमेंटमध्येच राहील. माझ्या प्रवासाला सुरुवात झाली आणि माझ्यात वृद्ध उमर खय्यामचा आत्मा उसळी मारू लागला,

आपल्या समोर जे काही आहे, त्याचा आनंद घ्या...
नाही तर लवकरच आपल्याला मातीत मिसळून जावे लागेल;

माती मातीशी एकरूप होईल आणि माती खालीच दाबली जाईल,
मदिरेशिवाय, ग़ाण्याशिवाय, साकीशिवाय आणि अंताशिवाय !

लॉस एंजेलिसहून पूर्वेकडील देशांकडे जाणाऱ्या एस. एस. प्रेसिडेंट ॲडम्स जहाजावर मी ज्या क्षणी चढलो, त्याच क्षणापासून मला जरा बरे वाटायला लागले. हळूहळू मी औषधे घेणे आणि अमाशय पंप करणे बंद करून टाकले. लवकरच मी सर्व प्रकारचे जेवण करू लागलो. इतकेच नाही तर माझ्या मृत्यूची खात्री देणारे स्थानिक पक्वान्न आणि द्रवाचेही सेवन करू लागलो. अनेक आठवडे निघून गेल्यावर मी लांब काळी सिगारही ओढू लागलो. तसेच मी हायबॉल्सही ओढली. अनेक वर्षांपासून न मिळालेला आनंद मी तिथे मिळवित होतो. आमचा मोसमी वाऱ्यांशी आणि वादळांशीही सामना झाला. माझ्या मनात भीती असती तर त्यामुळे मी ताबूतमध्ये गेलो असतो. ... मला मात्र या सर्व रोमांचक प्रवासात खूप मजा येत होती.

'मी जहाजावर खेळ खेळलो. गाणी म्हटली. नवीन मित्र केले. मध्य रात्रीपर्यंत जागी राहिलो. आम्ही चीन आणि भारतात गेलो. तिथे गेल्यावर मला जाणवले की मी ज्या व्यवसायिक समस्यांशी संघर्ष करीत होतो, ते पूर्वेकडील देशातील गरिबी आणि दारिद्र्याच्या तुलनेत स्वर्गासमान होते. मी मूर्खपणे चिंता करण्याची सवय सोडून दिली आणि त्यामुळे मला चांगले वाटू लागले. अमेरिकेत परत आल्यावर माझे वजन ९० पौंडांनी वाढले होते. माझ्या अमाशयाला कधी काळी अल्सर झाला होता, याचा मला आता विसर पडला होता. माझ्या आतापर्यंतच्या जीवनात मी स्वतःला कधीही इतके निरोगी समजले नव्हते. मी पुन्हा नव्याने आपल्या बिझनेसचे काम करू लागलो आणि तेव्हापासून आतापर्यंत एखदाही मी आजारी पडलो नाही.'

अर्ल पी. हॅनी यांनी मला सांगितले की, चिंतेवर मात करण्यासाठी विल्यस एच. कॅरिअर यांनी ज्या सूत्राचा वापर केला होता, त्याच सूत्राचा मी सुद्धा अचेतन स्वरूपात वापर करीत होतो. सर्वात आधी मी स्वतःला विचारले होते, 'वाईटात वाईट काय होऊ शकेल?' त्याचे उत्तर होते- मृत्यू.'

'दुसरी बाब म्हणजे मृत्यू स्वीकारण्यासाठी मी माझी तयारी केली. मला ते करावेच लागणार होते. माझ्याकडे दुसरा काहीही पर्याय नव्हता कारण माझा आजार उपचारापलिकडचा असल्याचे डॉक्टरांचे मत होते.'

'तिसरे म्हणजे मी ती स्थिती सुारण्यासाठी प्रयत्न करायला सुरुवात केली. ज़हाजात चढल्यावरही मी जर का काळजी करीत राहिलो असतो तर परत येताना मला ताबूतमध्येच यावे लागले असते. मी मात्र आरामशीरपणे राहू लागलो. मी माझ्या सर्व अडचणी आणि समस्या विसरलो. मनाच्या या शांततेने मला नवीन ऊर्जा दिली. त्यामुळेच खरे तर माझे जीवन वाचले.'

तर मग नियम क्रमांक २ असा आहे : तुमच्या समोर चिंता करावी लागेल अशा समस्या असतील तर विल्यस एच. कॅरिअर यांच्या अदभूत सूत्रानुसार ही तीन कामे करा-

१. स्वतःला विचारा, 'वाईटात वाईट काय होऊ शकेल?'

२. आवश्यकता पडली तर त्याचा स्वीकार करण्यासाठी तयारा रहा.

३. मग शांतपणे वाईटात वाईटाला सुधारण्यासाठी प्रयत्न करा.

३

चिंतेमुळे काहीही बिघडत नाही

ज्यांना चिंतेशी दोन हात करायला येत नाहीत, ते आपल्या तरुणपणीच मृत होतात. - डॉ. ॲलेक्सिस कॅरेल

अनेक वर्षांपूर्वी माझ्या एका शेजाऱ्याने माझ्या दारावरील बेल वाजविली. मला आणि माझ्या कुटुंबियांना देवीची लस टोचून घेण्याचा आग्रह केला. न्यूयार्क शहरात अशा प्रकारे दारावरची बेल वाजवून देवीची लस टोचून घेण्यासाठी आग्रह करणाऱ्या हजारो स्वंयसेवकांपैकी एक असलेला आमचा हा शेजारी होता. घाबरलेले लोक ही लस टोचून घेण्यासाठी तासनतास रांगेत उभे राहून आपला नंबर लागण्याची वाट पाहत असत. अशा प्रकारची लसिकरण केंद्र फक्त मोठ्या आणि महत्त्वाच्या इस्पितळातच उघडण्यात आली होती असे नाही तर फायर ब्रिगेड, पोलिस स्टेशन आणि मोठ्या औद्योगिक कारखान्यामध्येही लसिकरण केंद्र सुरू करण्यात आले होते. दोन हजार डॉक्टर आणि नर्स यासाठी रात्रंदिवस राबत होते आणि लसिकरण करीत होते. असे सर्व इतक्या जोरदारपणे करण्याचे कारण काय होते? न्यूयार्क शहरामध्ये देवीचा रोग झाल्याचे काही रुग्ण आढळून आले होते. त्यांच्यापैकी दोन व्यक्तींचे निधन झाले होते. सुमारे ८० लाख लोकांपैकी अवघे दोन लोक देवीमुळे दगावले होते.

मी न्यूयार्क शहरामध्ये अनेक वर्षांपासून राहत आलो आहे आणि आतापर्यंत कोणीही अशा प्रकारे माझ्या दारावरची घंटी वाजवून मला एखाद्या भावनात्मक आजाराबद्दल चिंताजनक इशारा दिला नव्हता. चिंता - एक असा अजार, ज्याने इतक्या काळात देवीपेक्षा दहा हजार पटीने अधिक लोकांचे नुकसान केले होते. अमेरिकेत आता राहणाऱ्या

दहापैकी एकाला नर्व्हस ब्रेक डाऊन होणार असल्याचे मला कोणी अद्याप सांगितले नव्हते. ज़ो बहुतेक वेळा चिंता आणि भावनात्मक संघर्षामुळे होतो. म्हणूनच मग मी तुमच्या दारावरची बेल वाजविण्यासाठी आणि तुम्हाला इशारा देण्यासाठी हे प्रकरण लिहित आहे.

वैद्यकिय क्षेत्रात नोबेल पुरस्कार मिळविणाऱ्या डॉ. अलेक्सिस कॅरेल यांनी म्हटले होते, **'ज़्या व्यवसायिकांना चिंतेशी संघर्ष करता येत नाही, ते तारुण्यातच मृत्यू पावतात.'** हे मत गृहिणी, प्राण्यांचे डॉक्टर आणि मजूरांनाही लागू होते.

क़ाही महिन्यांपूर्वी मी माझी सुट्टी सांता फे रेल्वेमध्ये डॉक्टर असलेल्या डॉ. ओ. एफ. गोबर सोबत टेक्सास आणि न्यू मेक्सिकोचा प्रवास करीत घालवली होती. ग़ल्फ कॉलेरडी आणि सांता फे हॉस्पिटल असोशिएशनचे मुख्य डॉक्टर असे डॉक्टर गोबर यांचे पूर्ण पदनाव होते. आम्ही चिंतेच्या प्रभावाबद्दल बोलत असताना डॉ. गोबर म्हणाले, 'आपली भीती आणि चिंता दूर करू शकल्यावर त्यांना कोणत्याही औषधांची गरज भासणार नाही, अशा प्रकारचे ७० टक्के रुग्ण सर्व प्रकारच्या डॉक्टरांकडे येत असतात. एखाद्या रुग्णांच्या दाढ दुखीसारखे त्यांचे आजार खूप गंभीर आणि वास्तव नसतात असे मला म्हणायचे नाही. वास्तविक पाहता त्यांचे आजारही इतरांपेक्षा जास्त गंभीर असतात. मी प्रामुख्याने नर्व्हस इन्डायझेशन, आमाशयाचा अल्सर, हृदयरोग, अनिद्रा, अनेक प्रकारची डोकेदुखी आणि काही प्रकारचे लकवे या आजारांबद्दल बोलत आहे. '

'हे आजार वास्तव असतात. मी कशाबद्दल बोलत आहे ते मला चांगल्या प्रकारे माहीत आहे. क़ारण मी स्वतः बारा वर्षे जठराच्या अल्सरचा त्रास सहन केला आहे. '

'भीतीमुळे चिंता निर्माण होते. चिंतेमुळे तणाव निर्माण होतो आणि परिणामी तुम्ही नर्व्हस होता. त्यामुळे तुमच्या जठरातील ग्रंथी प्रभावित होतात. मग पोटामध्ये जाठररस जास्त प्रमाणात स्त्रवतो. याचा अंतिम परिणाम म्हणजे मग जठराचा अल्सर होणे.' नर्व्हस स्टमक ट्रबल पुस्तकाचे लेखक ड़ॉय जोसेफ एस. मॉटग्यूही अशाच प्रकारे सांगतात, **'तुम्ही काय खाता यामुळे जठराचा अल्सर होत नाही. ख़रं म्हणजे जी गोष्ट तुम्हाला खात असते तिच्यामुळे अल्सर होतो.'**

मेयो क्लिनिकचे डॉक्टर ड़ॉ. डब्ल्यू. सी. अल्वारेज यांच्या मतानुसार, 'अल्सरच्या बहुतेक प्रकरणांमध्ये भावनात्मक तणावाच्या तीव्रतेनुसार अल्सर कमी अधिक होत असतो.'

पोटाच्या विविध विकारांनी ग्रस्त असलेल्या १५,००० लोकांची तपासणी आणि

अभ्यास केल्यावर त्यातूनही अशाच प्रकारचा निष्कर्ष निघाला. पोटाचे विकार असलेल्या ८० टक्के लोकांमध्ये त्या आजारामागे कोणतेही शारीरिक कारण नसल्याचे आढळून आले. भीती, चिंता, द्वेष, तिरस्कार, स्वार्थ आणि जगातील वास्तवाशी ताळमेळ घालण्यात किंवा जुळवून घेण्यात आलेल्या अपयशामुळे त्यांना पोटाचे आजार झाले होते. त्यापैकी अल्सरही एक होता. .... पोटाचा अल्सर जीवघेणा ठरू शकतो. सर्वात धोकादायक किंवा प्राणघातक आजारांच्या लाईफ लाईन मासिकाने तयार केलेल्या यादीमध्ये अल्सरचे नाव दहाव्या क्रमांकावर आहे.

मेयो क्लिनिकचे डॉ. हेरॉल्ड सी. हॅबिन यांच्याशी माझा नुकताच काही पत्र व्यवहार झाला आहे. त्यांनी अमेरिकन असोशिएशन ऑफ इंडस्ट्रियल फिजिशियन आणि सर्जन मध्ये एक शोध निबंध वाचला होता. त्यामध्ये त्यांनी ४४.३ वर्षे या सरासरी वयाच्या १७६ बिझनेस एक्झिक्युटिव्हचा अभ्यास केला होता. **या एक्झिक्युटिव्हपैकी एक तृतियांशपेक्षा अधिक लोक त्या तीनपैकी एका आजाराला बळी पडले होते, जे प्रामुख्याने तणावामुळे होतात, असा त्यांनी निष्कर्ष नोंदविला होता. हृदय विकार, पोटाचा अल्सर आणि उच्च्य रक्तदाब हे ते तीन आजार होते.** आपल्याकडील एक तृतियांश बिझनेसमन वयाची ४५ वर्षे पूर्ण करायच्या आधीच हृदय विकार, पोटाचा अल्सर आणि उच्च रक्तदाब या आजारांना बळी पडतात, ही विचार करण्यासारखी गोष्ट आहे. सफलतेचे हे मूल्य? तसे तर ते सफलता खरेदीही करू शकत नाहीत. ख़रं म्हणजे जी व्यक्ती आपल्या सफलतेचे मूल्य म्हणून पोटाचा अल्सर आणि हृदय विकार, उच्च रक्तदाब स्वीकारत असेल तर अशा व्यक्तीला सफल व्यक्ती म्हणायचे का? आपले आरोग्य गमावून एखाद्या व्यक्तीने संपूर्ण जग जिंकले तरीही त्याचा काय उपयोग? तो जगाचा स्वामी असला तरीही काय फरक पडणार आहे? कारण एका वेळी तो फक्त एकाच आंथरूणावर झोपू शकतो आणि दिवसातून फक्त तीन वेळाच जेवण करू शकतो. एक नवीन कर्मचारीही हेच करीत असतो. बिझनेसमध्ये उच्च्य पदावर असलेल्या व्यक्तीच्या तुलनेत हा नवीन कर्मचारी क़दाचित जास्त चांगली झोप घेऊ शकेल आणि जास्त चांगल्या प्रकारे आपल्या जेवणाचा आनंद घेऊ शकेल. ख़रं सांगायचं झालं तर कोणत्याही प्रकारची जबाबदारी नसलेली चिंतामुक्त व्यक्ती व्हायला मला जास्त आवडेल. रेलरोड कंपनी किंवा एखादी सिगारेट कंपनी चालविण्याच्या नादापायी वयाच्या ४५ व्या वर्षीच आपले आरोग्य वाया घालविणे मला अजिबात आवडणार नाही.

ज़गातील सर्वश्रेष्ठ सिगार निर्माता कॅनडामधील जंगलामधून प्रवास करीत असताना हृदयविकाराचा झटका आल्यामुळे त्याचा मृत्यू झाला. त्याने कोट्यावधी रुपयांची संपत्ती जमा केली होती आणि तो वयाच्या अवघ्या ६१ व्या वर्षी मृत्यू पावला होता. त्याने आपल्या जीवनातील किती तरी वर्षे 'व्यापारी सफलता' मिळविण्यासाठी घालविले होते.

माझ्या दृष्टीने कोट्यावधी डॉलर्सचा मालक असलेला हा सिगारेट एक्जिक्युटिव्ह माझ्या वडिलांच्या तुलनेत अर्धाही यशस्वी नव्हता. माझे वडील मिसुरीमध्ये शेतकरी होते आणि वयाच्या ८९ व्या वर्षी एक डॉलरही मागे न ठेवता ते वारले होते.

'आमच्या इस्पितळातील निम्म्यापेक्षा जास्त बेड मानसिक आणि भावनिक प्रकारच्या रुग्णांनी व्यापलेले आहेत. तरीही पोस्ट मार्टेम करताना शक्तिशाली मायक्रोस्कोपच्या खाली आम्ही या लोकांच्या ग्रंथी आणि पेशी पाहतो तेव्हा त्यांच्या ग्रंथी ज़ॅक डेम्पीसारख्याच निरोगी असल्याचे आढळून येते. त्यांचा भावनिक आजार पेशी किंवा ग्रंथी कमकुवत झाल्यामुळे निर्माण होत नाही, तर कुंठा, व्यस्तता, भीती, चिंता, पराभव, निराशा, हताशा, उद्धवस्तपणा यामुळे निर्माण होते.' अशी प्रसिद्ध मेयो बंधुंनी घोषणा केली होती. **'मेंदूवर उपचार न करताच रोग्याच्या शरीरावर उपचार करण्याची डॉक्टर सर्वात मोठी चूक करतात. ख़रं तर मेंदु आणि शरीर परस्परांशी जोडलेले असतात आणि त्यांच्यावर वेगवेगळा उपचार करू नये.'** असे प्लेटोने म्हटले होते.

हे महान सत्य उमजण्यासाठी वैद्यकशास्त्राला दोन हजार तीनशे वर्षे लागली. विसाव्या शतकामध्ये आपण एक नवीन उपचार पद्धती 'सायकोसोमॅटिक' (मनोदैहिक) विकसित करीत आहोत. ही एक अशी उपचार पद्धत आहे ज्यामध्ये मेंदू आणि शरीरावर एकाच वेळी उपचार केले जातात. ख़रं तर आपण अतिशय योग्य वेळी हे सर्व करीत आहोत कारण वैद्यकशास्त्राने त्या सर्व गंभीर आजारांवर मात केली आहे, ज़े शारीरिक विषाणूमुळे पसरतात. ज़से, देवी, कॉलरा, पिवळा ताप आणि इतर असेच अनेक डझनावारी आजार. क़ाही वर्षांपूर्वी पर्यंत हेच सर्व आजार जगभर लाखो करोडो लोकांना अवेळी स्मशानात पोहचविण्याचे काम करीत होते. अशा प्रकारच्या विषाणूमुळे न होता भीती, चिंता, निराशा, हताशा, द्वेष, तिरस्कार, तणाव यामुळे होणाऱ्या मानसिक आणि शारीरिक आजारांवर मात्र वैद्यकशास्त्र यशस्वीपणे उपचार करू शकले नाही. अशा प्रकारच्या भावनात्मक आजारांना बळी पडणाऱ्या लोकांची संख्या जगभरात अतिशय वेगाने वाढत आहे. दुसऱ्या महायुद्धाच्या वेळी सैन्यात भरती करताना सहापैकी फक्त एका युवकाला मानसशास्त्रीय कारणामुळे

नाकारले जात होते.

वेडेपणाचे कारण काय आहे? याचे योग्य उत्तर कोणालाही माहीत नाही, पण भीती आणि चिंता याचे या आजारासाठी खूप मोठे योगदान असल्याचे कोणी नाकारू शकत नाही. हैराण आणि अस्वस्थ असलेली अशी व्यक्ती या जगातील कठोरपणा सहन करू शकत नाही आणि मग ती आपल्या भोवतालच्या वातावरणाशी आपला संपर्क तोडून टाकते. स्वतः निर्माण केलेल्या कल्पनेच्या आणि स्वप्नाच्या जगात रममान होते. अशा प्रकारे तो आपल्या चिंतेच्या समस्या सोडवून टाकतो. आपण त्यालाच वेडेपणा म्हणतो.

माझ्या टेबलावर डॉ. एडवर्ड पॉडोलस्की यांचे एक पुस्तक **'स्टॉप वरिंग अँड गेट वेल'** ठेवलेले आहे. या पुस्तकातील काही प्रकरणे अशी आहेत-

चिंता तुमच्या हृदयाला काय करते?

उच्च रक्तदाबाचे कारण चिंता आहे.

यामुळे सांधेदुखी होऊ शकते.

पोट व्यवस्थित ठेवण्यासाठी चिंता कमी करा

चिंतेमुळे सर्दी कशा प्रकारे होऊ शकते

थायराईडचा आजार आणि चिंता

चिंतेमध्ये डायबेटीसचा रुग्ण

चिंतेविषयी असलेले आणखी एक चांगले पुस्तक म्हणजे, 'मॅन अगेन्स्ट हिमसेल्फ'. या पुस्तकाचे लेखक असलेले डॉ. कार्ल मेनिंजर हे 'मनोविश्लेषण करणाऱ्या मेयो बंधु' पैकी एक आहेत. तुम्ही चिंतामुक्त कसे होऊ शकता याचे नियम काही डॉ. मेनिंजर यांचे हे पुस्तक सांगत नाही; पण चिंता, काळजी, तिरस्कार, द्वेष, भीती यामुळे आपण आपल्या मनाचे आणि शरीराचे कशा प्रकारे नुकसान करीत असतो, याची हे पुस्तक आश्चर्यकारक माहिती देते. तुमच्या सभोवतालच्या एखाद्या सार्वजनिक वाचनालयात तुम्हाला हे पुस्तक मिळू शकेल.

चांगल्यात चांगल्या व्यक्तीला आजारी करण्याचे काम चिंता करते. गृहयुद्ध संपल्यानंतर ज़नरल ग्रँट यांना हे रहस्य उलगडले. घटना काहीशी अशी घडली की जनरल ग्रँट रेकमंडवर नऊ महिन्यापासून घेराव घालून बसले होते. ज़नरल ली यांचे कंगाल आणि उपाशी सैनिक पराभूत झाले होते. संपूर्ण रेजिमेंट एकेक करून सोबत सोडून चालली होती. उरलेले सैनिक आपल्या तंबूमध्ये प्रार्थना सभा आयोजित करीत होते. त्यामध्ये ते

रडून, ओरडून, दैवी झलक पाहून प्रार्थना करीत होते. अंत जवळ आला होता. लीच्या माणसांनी रेकमंडमधील कापूस आणि तंबाखूच्या गोदामांना आगी लावल्या. सर्व दारु गोळा नष्ट करून टाकला. अंधारामध्ये त्याच्या उंच उंच ज्वाला उसळत होत्या. रात्रीच्या अंधारात ली ची माणसे शहर सोडून पळून जाऊ लागली. ग्रांटने त्यांचा दोन्ही बाजूने पाठलाग केला. मागच्या बाजूने त्याने रस्ता अडविला तर समोरच्या बाजूने शेरडिनच्या घोडदळाने त्यांना अडविले होते. ते रेल्वे लाईनपर्यंतही पोहचू शकत नव्हते कारण शेरडिनच्या घोडदळाने तेथिल रस्ता अडवून रेल्वेद्वारे मिळणारी मदतही थांबवली होती.

ग्रांटचे डोके इतक्या तीव्रपणे दुखू लागले की, त्याला काहीही दिसत नव्हते. ते आपल्या सैन्याच्या मागे राहिले आणि एका फार्म हाऊसमध्ये थांबले. त्याने आपल्या डायरीमध्ये लिहिले आहे, 'मी रात्रभर गरम पाणी सरसोच्या तेलाने माझे पाय शेकले. मनगटावर आणि मानेच्या मागील भागावर सरसोच्या पट्ट्या बांधल्या. उद्या सकाळपर्यंत तरी माझी डोकेदुखी थांबावी, अशी माझी इच्छा होती.'

दुसऱ्या दिवशी सकाळी त्यांची डोकेदुखी थांबली. गमतीची गोष्ट अशी की, त्यांची डोकेदुखी सरसोच्या पट्ट्या बांधल्यामुळे नाही तर एक घोडेस्वार घेऊन आलेल्या एका पत्रामुळे थांबली. आपण समर्पण करायला तयार असल्याचे त्यामध्ये ली ने लिहिले होते.

याबद्दल ग्रांटने लिहिले आहे, 'तो दूत माझ्याकडे पत्र घेऊन आला तेव्हा ड़ोके दुखीने मी अर्धमेला झालो होतो, पण ते पत्र वाचताच माझी डोकेदुखी गायब झाली.'

हे उघडच आहे की ग्रान्टच्या आजाराचे कारण त्याचे चिंता, त्याचा तणाव आणि त्याच्या भावना हेच होते. आत्मविश्वास, यश आणि विजय यामध्ये त्याच्या भावनांचे रुपांतर होताच तो बरा झाला.

सत्तर वर्षानंतर फ्रँकलिन डी रुझवेल्ट यांच्या मंत्रिमंडळात अर्थमंत्री असलेले हेन्री मॅग्रेन्था (ज्युनिअर) यांनाही फक्त चिंतेमुळे आपल्याला चकरा येत असल्याचे जाणवले होते. ते आपल्या डायरीत लिहितात की राष्ट्राध्यक्षांनी गव्हाच्या किमती वाढविण्यासाठी एकाच दिवशी ४,४०००,०००बुशेल खरेदी केले तेव्हा त्यांची काळजी खूप वाढली. त्यांनी लिहिले आहे, 'ही घटना प्रत्यक्षात घडत होती तेव्हा मला खरोखरच चकरा येत होत्या. मी घरी परत आलो आणि लंच नंतर दोन तास आंथरुणावर पडून राहिलो.'

चिंता लोकांच्या बाबतीत काय काय करते, हे पाहण्यासाठी मला एखाद्या वाचनालयात किंवा डॉक्टरांकडे जाण्याची आवश्यकता नाही. जिथे मी हे पुस्तक लिहित आहे त्या

माझ्या घराच्या खिडकीतून मी हे पाहू शकतो. जिथे चिंतेमुळे नर्व्हस ब्रेक डाऊन झाले ते घर मी पाहू शकतो. त्याच ब्लॉकमधील दुसऱ्या एका घरात एका व्यक्तीला सतत चिंता करून डायबेटिस झाला होता. स्टॉक मार्केट खाली उतरले तेव्हा त्याच्या लघवी आणि रक्तामध्ये साखरेचे प्रमाण वाढल्याचे आढळून आले.

फ्रान्सचा प्रसिद्ध तत्त्वज्ञ मॉन्टेनला ब्रॉडयुक्त या आपल्या शहराचा मेअर म्हणून निवडण्यात आले तेव्हा तो आपल्या सोबतच्या नागरिकांना म्हणाला, 'मी तुमची प्रकरणे माझ्या हातात घेण्यासाठी तयार तर आहे, पण माझ्या लिव्हर आणि फुफ्फुसांमध्ये घ्यायला मात्र अजिबात तयार नाही.' माझ्या शेजाऱ्याने स्टॉक एक्सचेंजचे मार्केट इतके गंभीरपणे घेतले की, ज़णू काही त्याने स्वतःचा जीव घेणेच चालविले होते.

चिंता लोकांसोबत काय करते याची माझी मलाच आठवण करून द्यायची असेल तर मला शेजाऱ्यांच्या घरात डोकावण्याचीही आवश्यकता नाही. ज़्या रूममध्ये मी आता लिहित आहे, तिथेच या पूर्वीच्या या घर मालकाने कशा प्रकारे चिंता करून स्वतःला अवेळी स्मशानात पोहचविले हे, मी पाहू शकतो.

चिंता तुम्हाला सांधेदुखी आणि आर्थरायटीस आजारांना बळी पडायला भाग पाडू शकते आणि चाकांच्या खुर्चीवर बसवू शकते. आर्थराईटसचे जगप्रसिद्ध तज्ज्ञ डॉ. एल. सोशील आर्थरायटीस होण्याची चार मुख्ये कारणे सांगतात.

१. सफल विवाह २. आर्थिक नुकसान किंवा दुःख

३. एकाकीपणा आणि चिंता ४. दीर्घकाळ वाटणारा तिरस्कार.

अर्थात फक्त या चार भावनात्मक अवस्थाच आर्थराईटस होण्याचे कारण नाहीत. तरीही मी असे म्हणेल की डॉ. एस. सोशील यांनी दिलेली वरील चार कारणे हीच आर्थराईटस होण्याची मुख्य कारणे आहेत. उदाहरणार्थ माझा एक मित्र मंदीच्या काळात इतक्या मोठ्या प्रमाणात प्रभावित झाला की, ग़ॅस कंपनीने त्याचे गॅस कनेक्शन कापले आणि बँकेने त्याने गहाण ठेवलेल्या घरावर ताबा मिळविला. त्याच्या पत्नीला अचानकपणे आर्थराईटीसचा तीव्र झटका आला. उपचार आणि योग्य आहार सुरू होता तरीही हा आजार त्यांची आर्थिक स्थिती चांगल्या प्रकारे सुधारेपर्यंत बरा झाला नाही.

चिंतेमुळे दातांचे विकारही होऊ शकतात. ड़ॉ. विल्यम आय. एल. मॅकगानिगेल यांनी अमेरिकन डेंटल असोशिएशन समोर दिलेल्या एका भाषणात स्पष्टपणे म्हटले होते, **'चिंता, भीती, आणि सतत कोंडमारा करणाऱ्या भावना, यामुळे शरीरातील**

कॅल्शियमचे संतुलन बिघडू शकते. त्यामुळे दातांचा क्षय होऊ शकतो.' डॉ. मॅकगिनेगल यांनी आपल्या एका रुग्णांबद्दल माहिती देताना सांगितले की त्याचे दात अतिशय चांगले होते, पण आपल्या पत्नीच्या आजारपणामुळे तो काळजी करू लागला. ती तीन आठवडे हॉस्पिटलमध्ये ॲडमिट राहिली आणि या दरम्यान तिच्या पतीच्या दातांमध्ये नऊ कॅव्हेटी झाल्या. ही कॅव्हेटी फक्त चिंतेमुळे झाली होती. अति सक्रिय थायराईडमुळे पीडित असलेली एखादी व्यक्ती तुमच्या माहितीतली आहे? मी पाहिले आहे आणि मी तुम्हाला सांगतो की अशा व्यक्ती अतिशय वाईट प्रकारे चळचळ कापतात, थरथरतात, असे दिसतात जणू काही मृत्यूच्या भीतीने अर्धमेले झाले आहेत. ख़रोखरच त्यांची अवस्था अशीच असते. थायराईड ग्लॅंड ज्या शरीराला व्यवस्थित ठेवण्याचे काम करीत असतात, त्यामध्ये काही गडबड निर्माण झाल्यावर हृदयाची गती वाढते. पूर्ण शरीर भात्यासारखे हालचाल करते. ऑपरेशन किंवा उपचार करून हे थांबविले नाही तर रूग्णाचा मृत्यूही होऊ शकतो.

क़ाही दिवसांपूर्वी या आजाराला बळी पडलेल्या माझ्या एका मित्रासमवेत मी फिलाडेल्फियाला गेलो होतो. डॉ. इस्राईल बेम नावाच्या एका प्रसिद्ध विशेषज्ञांचा या बाबतीत आम्ही सल्ला घेतला. ते गेल्या ३८ वर्षांपासून अशा प्रकारच्या आजारांवर उपचार करीत होते. त्यांनी आपल्या वेटिंग रुमच्या भिंतीवर लाकडाच्या मोठ्या साईनबोर्डावर पेंट करून लावलेल्या सल्ल्यांबद्दल मी बोलत आहे. त्यांची वाट पाहत थांबल्यावर मी तो एका पाकिटाच्या मागच्या बाजूवर लिहून घेतला होता,

मनोरंजन आणि विश्रांती

सर्वाधिक विश्रांती देणाऱ्या मनोरंजक शक्ती आहेत,
आरोग्य, धर्म, झोप, संगीत आणि हास्य.
देवावर श्रद्धा ठेवा. चांगल्या प्रकारे झोपायला शिका.
चांगल्या संगीताचा अस्वाद घ्या, ज़ीवनातील गमतीदार बाबी पहा.
यामुळे तुम्ही निरोगीही रहाल आणि समाधानीही.

त्यांनी सर्वात आधी पहिला प्रश्न मला असा विचारला, 'क़ोणत्या भावनात्मक गोंधळामुळे अशी अवस्था निर्माण झाली आहे?' मित्राला जोरदार इशारा देताना ते म्हणाले की तू जर चिंता करणे सोडले नाहीस तर अनेक गंभीर आजार तुला होऊ शकतात, जसे- हृदय

विकार, जठराचा अल्सर, डायबेटीस, इ. त्या डॉक्टराने सांगितले, **'हे सर्व आजार म्हणजे भावंडे आहेत. एक दुसऱ्याला सोडून न राहणारी.'**

मी फिल्मस्टार मर्ले ओबेरानची मुलाखत घेतली तेव्हा तिने मला मी अजिबात चिंता करीत नसल्याचे सांगितले. क़ारण आपण जर चिंता केली तर चित्रपटाच्या स्क्रिनवर तिची सर्वात मौल्यवान असलेली संपत्ती, तिचे सौंदर्य नष्ट होईल.

ती म्हणाली, 'मी चित्रपटसृष्टीत येण्यासाठी प्रयत्न करीत होते तेव्हा मला चिंता होती आणि मी घाबरलेले होते. क़ामाच्या शोधात मी भारतातून परतले होते आणि लंडनमध्ये माझ्या ओळखीचे कोणीही नव्हते. मी काही निर्मात्यांना भेटले, पण मला कोणीही संधी दिली नाही आणि माझ्या जवळ असलेले थोडेसे पैसे संपून गेले. दोन आठवडे मी फक्त बिस्किटे आणि पाणी पिऊन राहिले. मी फक्त चिंतितच होते असे नाही, तर उपाशीही होते.' मी स्वतःला म्हणाले, 'तू मूर्ख आहेस. क़दाचित तू चित्रपटात कधीच येणार नाहीस. शेवटी तुला काही अनुभव नाही. तू कधीही अभिनय केला नाहीस. तुझ्याकडे थोड्याशा सुंदर चेहऱ्याशिवाय दुसरे आहेच काय?'

'मी आरशासमोर जाऊन उभी राहिले. माझी चिंता माझ्या चेहऱ्याचे काय करीत होती, ते मी पाहिले. माझ्या चेहऱ्यावर रेषा उमटल्या आहेत आणि अस्वस्थपणाचे भावही निर्माण झाले आहेत. म्हणून मी लगेच स्वतःला म्हणाले, 'तुला हे सर्व ताबडतोब बंद करायला हवे. तू चिंतेचा छंद बाळगू शकत नाहीस. तुला चित्रपटात स्थान मिळवून देऊ शकणारी तुझ्याकडे असलेली एकमेव गोष्ट म्हणजे तुझे सौंदर्य आणि चिंता तेच नष्ट करायला निघाली आहे.'

ख़ूप कमी बाबी एखाद्या महिलेचे वय अशा प्रकारे वाढवू शकतात. तसेच तिचे सौंदर्यही इतक्या वेगाने कमी करू शकतात. चिंता मात्र हे सर्व काम अतिशय वेगाने करते. ती आपला जबडा संकुचित करते आणि त्यामुळे चेहऱ्यावर रेषा पडतात. भूवया कायमस्वरुपी वर चढलेल्या राहतात. आपल्या रंग रुपावरही वाईट परिणाम होतो. यामुळे त्वचेवर अनेक प्रकारचे फोड येऊ शकतात. चेहऱ्यावर डाग आणि फुनशा येऊ शकतात.

अमेरिकेमध्ये हृदय विकार हा पहिल्या क्रमांकाचा बळी घेणारा विकार आहे. दुसऱ्या महायुद्धाच्या वेळी सुमारे तीन लाख तेहतीस हजार लोक ठार झाले. दुसऱ्या बाजूला याच काळात हृदय विकारामुळे वीस लाख लोकांना मृत्यू आला. त्यापैकी दहा लाख लोकांना चिंता आणि तणावाच्या जीवनशैलीमुळे हृदयविकार झाला होता. हृदय विकार हे सुद्धा

याचे मुख्य कारण आहे. त्या बद्दल डॉ. अलेक्सिस कॅरेल यांचे म्हणणे आहे, **‘ज़्या व्यवसायिकांना चिंतेशी संघर्ष करता येत नाही, ते तरूणपणीच मृत्यूला कवटाळतात.’**

विल्यम झोन्सने म्हटले होते, ‘आपल्या पापांना देव एखादेवेळी माफ करू शकतो, पण आपली नर्व्हस सिस्टिम (चेत्ता संस्था) क़धीही क्षमा करीत नाही.’

इथे एक अतिशय आश्चर्यकारक आणि जवळपास अविश्वसनीय असे सत्य मी सांगणार आहेः सर्वाधिक मोठ्या पाच संसर्गजन्य आजारांमुळे अमेरिकेमध्ये जितके लोक मृत्यू पावतात त्यापेक्षा किती तरी अधिक लोक तिथे दर वर्षी आत्महत्त्या करतात.

क़ा? याचे अतिशय सोपे आणि साधे उत्तर आहे, ‘चिंता.’

क्रुर चीनी सैनिकांना आपल्या कैद्यांना टॉर्चर करायचे असते तेव्हा ते त्यांचे हात पाय बांधतात आणि त्यांना पाण्याच्या एका पिशवीखाली ठेवतात. त्या पिशवीतून रात्रंदिवस सतत टप.. टप... असे पाणी टपकत असते. ड़ोक्यावर सतत टपकणारे हे पाण्याचे थेंब हातोड्यासारखे काम करतात. त्यामुळे व्यक्ती वेडी होते. टॉर्चर करण्याची हीच पद्धत ‘स्पॅनिश इनिक्वझिशन’ तसेच हिटलरच्या ‘जर्मन कॉन्सटरेशन’ क़ॅंप मध्ये वापरण्यात येत होती.

या पाण्याच्या टीप टीप टीप सारखीच चिंता असते. चिंतेच्या अशा प्रकारच्या टप टप मुळे माणसे वेडी होतात. इतकेच नाही तर आत्महत्या देखील करतात.

मी मिसुरीमध्ये एक खेडवळ मुलगा होतो आणि बिली संडे माझ्या समोर येणाऱ्या ज़गातील नरकाच्या आगीचे वर्णन करीत असत तेव्हा भीतीने मी अर्धमेला होत असे. अर्थात चिंता करणाऱ्या व्यक्तीला या जगामध्ये ज़्या प्रकारच्या शारीरिक वेदनेचा सामना करावा लागतो, त्याबद्दल मात्र ते कधीही बोलले नाहीत. म्हणजे उदाहरणार्थ तुम्ही जर सातत्याने चिंता करण्याची सवय असणाऱ्यांपैकी एक असाल तर मग तुम्हाला एखाद्या दिवशी माणसाला सर्वाधिक वेदना आणि त्रास देणाऱ्या ‘एन्झायना पेक्टोरिस’ ला सामोरे जावे लागू शकते.

तुम्ही आपल्या जीवनावर प्रेम करता? तुम्हाला दीर्घकाळ जीवन जगायचे आहे? निरोगी जीवनाचा आनंद लुटायचा आहे? या प्रश्नांच्या उत्तरांसाठी मी पुन्हा एकदा डॉ. ॲलेक्सिस कैरोचे शब्द सांगावेसे वाटतात, **‘ज़े लोक आधुनिक शहरातील कोलाहलात आपल्या अंतर्मनातील शांतता कायम ठेवू शकतात, ते नर्व्हस आजारांपासून**

आपला बचाव करतात.'

तुम्ही खरोखरच आधुनिक शहरातील कोलाहलात आपल्या अंतर्मनाची शांतता कायम ठेवू शकता का? तुम्ही सामान्य व्यक्ती असाल तर या प्रश्नाचे उत्तर 'होय' असेल. 'जबरदस्त होय.' आपल्यापैकी बहुतेक जण आपण समजत असतो त्यापेक्षा किती तरी अधिक मजबूत असतो. आपल्यात अशा प्रकारच्या अंतरिक शक्ती आहेत की, ज़्यांची आपल्याला कधी ओळखच पटली नाही. ज़से थोरोने आपले प्रसिद्ध पुस्तक वाल्डन मध्ये वर्णन केले आहे, **'माणसामध्ये सचेतन प्रयत्न करून आपले जीवन उंचावण्याची असंदिग्ध क्षमता असते, या तथ्यापेक्षा दुसरे कोणतेही अतिशय उत्साहवर्धक तथ्य मला तरी आढळून येत नाही. एखादा कोणी जर आपल्या स्वप्नांच्या पूर्ततेच्या दिशेने ठामपणे निघाला असेल आणि ज़्याची त्याने कल्पना केला आहे त्या प्रकारचे जीवन जगण्याचा प्रयत्न करीत असेल, तर त्याला अशा प्रकारची सफलता मिळते, ज्याची त्याने कधी कल्पनाही केली नव्हती.'**

निश्चित स्वरुपात या पुस्तकाच्या वाचकांमध्ये तितकी इच्छाशक्ती आणि अतिरिक्त शक्ती असते, जितकी क्रुरडेलिन आयडेहो येथील ओल्गा जार्वेकडे होती. सर्वात दुःखद परिस्थितीतही चिंतेला आपण दूर पळवू शकत असल्याचे या महिलेला आढळून आले. या पुस्तकात सांगितलेले जुने आणि आबाधित सत्य स्वीकारून त्याचा आपल्या जीवनात वापर केला तर तुम्ही आणि मी सुद्धा असे करू शकतो, असा मला ठाम विश्वास आहे. ओलघ येथील के. जावे यांची गोष्ट सुद्धा अशीच आहे. त्यांनी मला लिहिले होते, 'साडे आठ वर्षांपूर्वी मला मृत्यूदंडाची शिक्षा सुनावण्यात आली होती. क़ॅंसरमुळे येणारा एक मंद गतीचा वेदनादायी मृत्यू. देशातील सर्वोत्कृष्ट डटक्टर मेयो बंधुनीही या शिक्षेवर शिक्का मोर्तब केले होते. मी एका बंद दाराआड उभी होते आणि माझ्या समोर मृत्यू होता. मी तरुण होते आणि मला इतक्यातच मरायचे नव्हते. निराश अवस्थेत मी केलागमध्ये माझ्या डॉक्टरांना फोन केला. त्यांना आपल्या मनाची व्यथा सांगता सांगता मी रडू लागले. थोडे अस्वस्थ होऊन त्यांनी मला फटकारले, 'काय झाले आहे, व्होल्गा? तू अशा प्रकारे रडत राहीलिस तर मरशील हे तर नक्की ठरलेले आहे. होय, तुझ्या बाबतीत खूप वाईट झाले आहे, पण तू वास्तवाचा स्वीकार कर. चिंता करणे सोडून दे आणि मग या बद्दल काही करण्याचा विचार कर.' त्याच वेळी मी मनापासून एक शपथ घेतली. शपथ इतकी मनापासून आणि खोलवरून घेतली होती की माझी नखे माझ्या रुतून बसली. माझ्या पाठीच्या

मणक्यात त्यामुळे गार शहारा भरला. 'मी आता कधीही रडणार नाही. मी आता क़धीही चिंता करणार नाही. मेंदूच्या माध्यामातून भौतिक पदार्थांवर मात मिळविण्याचा सिद्धांत खरा असेल, तर मी जिंकून दाखवीन. मी जिवंत राहील?'

'अशा प्रकारच्या गंभीर प्रकरणात त्या काळात एक्स रे ची मर्यादा ३० दिवसांपर्यंत साडे दहा मिनिटे होती. ' त्याने मला रोज साडे चोदा मिनिट या प्रमाणे ४९ दिवस एक्स रे चा डोस दिला. एखाद्या उजाड डोंगरावर उघड्े बोडखे खडक दिसावेत त्याप्रमाणे माझ्या शरीरात माझी हाडे दिसत होती. माझे पाय शिसे भरल्याप्रमाणे जड झाले होते तरीही मी त्याची चिंता केली नाही. मी एकदाही रडले नाही. मी सतत हासत होते. होय, मी खरोखरच स्वतःला हासण्यासाठी भाग पाडीत होते.

'फक्त हासत राहिल्यामुळे कॅंसरवर उपचार होऊ शकेल, असे समजण्याइतकी मी मूर्ख नक्कीच नव्हते. तरीही आनंदी राहिल्यामुळे शरीराला आजाराशी संघर्ष करण्यासाठी सामर्थ्य मिळते इतके मला माहीत होते. ज़े काही व्हायचे ते होवो, मी कॅंसरच्या त्या आश्चर्यकारक उपचाराचा अनुभव घेतला. मागील काही वर्षांमध्ये मी इतकी निरोगी राहिले की इतकी निरोगी मी कधीही नव्हते. त्याचे कारण फक्त ते आव्हानात्मक आणि संघर्षपूर्ण शब्द होते, 'वास्तवाचा सामना कर. चिंता करणे सोडून दे. मग या बाबतीत काही तरी कर.'

मी या प्रकरणाचा शेवट डॉ. ॲलेक्सीस कैरोलचे शब्द, जे या प्रकरणाचे शिर्षकही आहेत, त्याची पुन्हा एकदा उजळणी करीत करतो, 'ज़्यांना चिंतेशी संघर्ष करता येत नाही, ते तारूण्यातच मृत्यू स्वीकारतात.' पैगंबर मोहम्मदाचे अनुयायी कुराणातील आयते आपल्या छातीवर गोंदवून घेत असत. या पुस्तकाच्या प्रत्येक वाचकाला माझी अशी विनंती आहे की त्याने या पुस्तकाचे शिर्षक आपल्या छातीवर गोंदवून घ्यावे, 'ज़्यांना चिंतेशी संघर्ष करता येत नाही, ते तारूण्यातच मृत्यू स्वीकारतात.'

ड़ॉ. कॅरोल यांनी हे तुमच्याबाबतीत म्हटले आहे का?

क़दाचित असू शकेल.

थोडक्यात

पुस्तकाचा फायदा घेण्याच्या नऊ पद्धती

१. तुम्हला चिंतेपासून बचाव करायचा असेल तर सर विल्यम स्तर यांनी केले होते तसच करा, 'वर्तमानात एकेक दिवस म्हणजे 'डे टाईट कम्पार्टमेंटमध्ये जगा.''भविष्याच्या काळजीमध्ये गुंतू नका. रोज फक्त झोपेपर्यंत जगा.'

२. पुढच्या वेळी तुमच्या समोर एखादी समस्या असेल, मोठ्या समस्या असतील, तर विल्यम्स एस. कॅरिअर यांचा चमत्कारी फॉर्म्युला वापरा :

i. स्वतःला विचारा, 'मी माझी समस्या सोडवू शकलो नाही तर माझ्या बाबतीत वाईटात वाईट काय होऊ शकेल?'

ii. ग़रज पडल्यावर वाईटात वाईट परिणाम स्वीकारण्यासाठी मनाची तयारी करून ठेवा.

iii. मग शांत डोक्याने विचार करा आणि वाईटात वाईट परिणाम सुधारण्यासाठी प्रयत्न करा. जे स्वीकारण्याची तुम्ही आधीच पूर्णपणे मानसिक तयारी केली आहे.

३. आरोग्याच्या संदर्भात तुम्ही चिंतेची किती मोठी किमत चुकवित आहात याची स्वतःलाच एकदा आठवण करून द्या. ज़्यांना चिंतेशी संघर्ष करायला जमत नाही ते आपल्या तारूण्यातच मृत्यूला कवटाळतात.

भाग - २

चिंतेच्या
विश्लेषणाची
मुलभूत तंत्रे

४

चिंतेचे विश्लेषण आणि तोडगा

माझे सहा प्रामाणिक नोकर आहेत.
(मला जे माहीत आहे, ते त्यांनीच मला शिकविले आहे.)
त्यांची नावे आहेत - क्राय, का आणि कधी?
क्रसे, कुठे आणि कोणी? **- रुडयार्ड किपलिंग**

पहिल्या भागातील दुसऱ्या प्रकरणात विल्यम्स एच. कॅरिअर यांचे चमत्कारी सूत्र सांगितले होते, त्यामुळे तुमच्या चिंतेच्या सर्व समस्या दूर होतील? अजिबात नाही. तर मग त्यावर उपाय काय आहे? आपण वेगवेगळ्या प्रकारच्या चिंतांवर मात करण्यासाठी आपल्याला चिंतेचे विश्लेषण करण्याच्या तीन मूलभूत पायऱ्या शिकाव्या लागतील, हाच त्यावर उपाय आहे.

या तीन पायऱ्या अशा :

१. सर्व तथ्ये एकत्रित करा.

२. त्या तथ्यांचे विश्लेषण करा.

३. निर्णयावर पोहचा किंवा निर्णयाच्या दृष्टीने काम करा.

अगदीच बरोबर वाटते. होय, हे आरस्तुने शिकविले होते. त्याने प्रयोगही केला होता.

आपल्याला रात्रंदिवस परेशान करणाऱ्या आणि आपल्या जीवनाचा, जगण्याचा नरक करून टाकणाऱ्या त्या सर्व समस्या सोडवायच्या असतील, तर तुम्हाला आणि मला एक प्रयोग करावा लागेल.

चला, पहिल्या नियमाकडे वळू : **सर्व तथ्ये एकत्रित करा.** अशा प्रकारे तथ्ये एकत्रित करणे कशासाठी महत्त्वाचे आहे? कारण आपल्याकडे तथ्ये असणार नाहीत तोपर्यंत

समस्या सोडविण्याचा बुद्धिमत्तापूर्ण प्रयत्न करणे शक्य होणार नाही. तथ्ये नसतील तर आपण आंधारात तीर मारत राहूत. तसेच द्विधा स्थितीत भटकत राहूत. हा विचार आहे हॉर्बट ई. हॉक्स यांचा. ते कोलंबिया विद्यापीठातील कोलंबिया महाविद्यालयाचे बावीस वर्षे डीन होते. या दरम्यान त्यांनी समस्या सोडविण्यासाठी आणि चिंता दूर करण्यासाठी सुमारे दोन लाख विद्यार्थ्यांना मदत केली. त्यांनी मला सांगितले, **'द्विधा हेच चिंतेचे मुख्य कारण आहे.'** त्यांच्या म्हणणे अशा प्रकारचे आहे, 'तुम्ही निर्णय घेण्याचा प्रयत्न करता, पण ज़्याच्या आधारे निर्णय घेता येईल अशी आवश्यक माहिती योग्य प्रमाणात तुमच्याकडे नसते, त्यामुळेच जगातील अध्यपिक्षा जास्त चिंता निर्माण होतात. उदाहरणार्थ, समजा मला एखादी समस्या पुढील मंगळवारी तीन वाजता सोडवायची असेल तर पुढचा मंगळवार प्रत्यक्षात येत नाही तोपर्यंत मी निर्णय घेण्याच्या बाबतीत काहीही विचार करीत नाही. या दरम्यान या समस्येशी संबंधित सर्व तथ्ये एकत्रित करण्यावर मी माझे लक्ष केंद्रित केलेले असते. मी चिंता करीत नाही आणि समस्येमुळे दुःखी होत नाही. माझी झोपही उडत नाही. मी फक्त तथ्ये एकत्रित करण्यावरच लक्ष देतो. मंगळवार प्रत्यक्षात आल्यावर तोपर्यंत माझ्याकडे सर्व तथ्ये एकत्रित झालेली असतील तर, समस्या आपोआपच सुटते.'

मी डीन हॉक्स यांना विचारले की, तुम्ही चिंतेवर पूर्णपणे मात मिळविली आहे, असा याचा अर्थ होतो? त्यावर त्यांचे उत्तर होते, 'होय, मी असाच विचार करतो. माझे जीवन आता पूर्णपणे चिंतामुक्त असल्याचे मी प्रामाणिकपणे सांगू शकतो. एखादी व्यक्ती निरपेक्षपणे आणि निपक्षपातीपणे तथ्ये एकत्रित करण्यासाठी आपल्या वेळेचा सदुपयोग करीत असेल तर त्या तथ्याच्या ज्ञान प्रकाशात त्याची समस्या आपोआपच गायब होत असल्याचे मला आढळून आले आहे.'

मला पुन्हा सांगू द्या, **'एखादी व्यक्ती निरपेक्षपणे आणि निपक्षपातीपणे तथ्ये एकत्रित करण्यासाठी आपल्या वेळेचा सदुपयोग करीत असेल तर त्या तथ्याच्या ज्ञान प्रकाशात त्याची समस्या आपोआपच गायब होत असल्याचे मला आढळून आले आहे.'**

आपल्यापैकी बुहतेक लोक काय करीत असतात? थॉमस एडिसन यांनी एकदा अतिशय गंभीरपणे म्हटले होते, 'विचार करण्याच्या परिणामापासून बचाव करण्यासाठी माणूस ज्याचा वापर करीत नाही, असा कोणताही उपाय असत नाही.' आपण तथ्ये शोधण्याचा प्रयत्नच करीत नाही. आणि समजा प्रयत्न केलाच तर एखाद्या शिकारी कुत्र्याप्रमाणे ज्याचा

आपण आधीपासून विचार केला आहे, त्याला आधार देणारी फक्त तिच तथ्ये शोधण्याचा प्रयत्न करीत असतो. बाकीच्या सर्व तथ्यांकडे आपण दुर्लक्ष करतो. आपले कार्य बरोबर ठरविणारी तथ्येच फक्त आपल्याला हवी असतात. आपल्या इच्छांच्या साच्यामध्ये अलगद बसणारी आणि आपले पूर्वग्रह योग्य ठरविणारी तथ्येच आपल्याला हवी असतात.

ज़से अँद्रे मॉरॅय यांनी म्हटले आहे, **'आपल्या वैयक्तिक इच्छांशी अनुरूप असणारी प्रत्येक गोष्ट आपल्याला योग्य वाटते. तसेच अशा प्रकारची नसलेली प्रत्येक गोष्ट आपल्याला संतप्त करीत असते.'**

मग आपल्या समस्येचे समाधान शोधण्यासाठी, त्यावर तोडगा काढण्यासाठी आपल्याला इतक्या अडचणी येत असतील तर त्यात नवल कसले? दुसऱ्या इयत्तेतील गणित सोडविण्यासाठीही आपल्याला अशाच अडचणी येतात का? दोन अधिक दोन मिळून पाच होतात, या समजानुसार आपण गणित सोडवायला लागलो तर? ख़रं तर या जगात अशा प्रकारचे अनेक लोक आहेत, जे आपले आणि आपल्या सोबत इतरांचे जीवनही नरक करीत असतात. क़ारण दोन अधिक दोन पाच होतात क़ी पाचशे होतात, असेच त्यांचे ठाम मत असते.

या बाबतीत आपण तरी काय करणार? विचार करीत असताना आपल्याला आपल्या भावना बाजूला ठेवाव्या लागतील आणि डीन हॉक्स यांनी सांगितले होते त्याप्रमाणे आपल्याला सर्व तथ्ये 'निरपेक्ष आणि निःपक्षपातीपणे' एकत्रित करावी लागतील.

आपण चिंतित असतो तेव्हा असे करणे सोपे असत नाही. आपण चिंतित असतो तेव्हा आपल्या भावनांना उधान आलेले असते. मी माझ्या समस्येपासून दूर जाण्याचा प्रयत्न करतो तेव्हा मला असे आढळून येते की, हे दोन विचार माझी खूप मदत करतात. त्यामुळे मी तथ्यांना अधिक स्पष्टपणे आणि निरपेक्षपणे पाहू शकतो.

१. **तथ्ये एकत्रित करीत असताना मी अशी कल्पना करतो की ही माहिती मी माझ्यासाठी नाही तर दुसऱ्या एखाद्या व्यक्तिसाठी एकत्रित करीत आहे. त्यामुळे मी भावनिक पातळीवर जास्त न गुंतता, जास्त निरपेक्षपणे माहिती मिळवू शकतो. त्यामुळे भावनांपासून मुक्तता मिळायलाही मदत होते.**
२. **ज्या समस्येमुळे मी चिंतीत असतो, त्या समस्येबद्दल माहिती एकत्रित करीत असताना मी असा विचार करतो की मी एक वकील असून दुसऱ्या बाजूने खटला लढविण्याची तयारी करीत आहे. दुसऱ्या बाजूला मी स्वतःच्याच विरूद्ध सर्व तथ्ये एकत्रित करतो. माझ्या इच्छेच्या विरूद्ध असलेली सर्व तथ्ये. ज़्या**

तथ्यांना सामोरे जायला मला आवडत नाही.

मग मी दोन्ही बाजू लिहून काढतो. माझी बाजू आणि माझ्या विरोधकाची बाजू. सत्य या दोघांच्या मध्येच असल्याचे मला अनेक वेळा आढळून आले आहे.

मला फक्त इतकेच म्हणायचे आहे की, तुम्ही किंवा मी, आईन्स्टाईन किंवा अमेरिकेच्या सुप्रिम कोर्टाचे न्यायधिश असे कोणीही इतके बुद्धिमान किंवा विद्वान असत नाहीत की तथ्ये एकत्रित न करताच एखाद्या समस्येवर समजूतदारपणे निर्णय घेऊ शकतील. थॉमस एडिसन ही गोष्ट ओळखून होते. त्यांच्या मृत्यूसमयी त्यांच्या जवळ अडिच हजार वह्या होत्या. त्या मध्ये ते ज्या समस्यांचा सामना करीत होते, त्यांच्या बद्दलची सर्व तथ्ये लिहून ठेवण्यात आली होती.

तर मग आपली समस्या सोडविण्यासाठीचा पहिला नियम असा आहेः आधी सर्व तथ्ये एकत्रित करा. ड़ीन हॉक्स करीत होते तेच आपणही करूया. आपल्या समस्येबद्दलची सर्व तथ्ये आपण निपक्षपातीपणा एकत्रित करणार नाहीत तोपर्यंत आपली समस्या सोडविण्याचा जराही प्रयत्न करू नका.

अर्थात जगभरातील सर्व तथ्ये एकत्रित केल्यानंतर आपण त्यांचे विश्लेषण करणार नाहीत, त्यावर विचार करणार नाहीत तोपर्यंत आपला काहीही लाभ होणार नाही.

मी खूप मोठ्या अनुभवातून हे शिकलो आहे की, तथ्ये लिहून काढल्यावर त्यांचे विश्लेषण करणे जास्त सोपे होते. वास्तविक पाहता आपण जमा केलेली तथ्ये कागदावर लिहून काढल्यामुळे आपली समस्या स्पष्टपणे मांडण्यात आपण खूप मोठ्या प्रमाणात यशस्वी होतो. त्यामुळे आपण खूप लवकर समजूतदारपणे घ्यायच्या निर्णयापर्यंत पोहचतो. चार्ल्स कॅटरिंगने असेच म्हटले आहे, **'योग्य प्रकारे सांगितलेली समस्या आपोआपच निम्मी सोडविली जाते.'**

हे आपल्या जीवनात कशा प्रकारे घडून येते ते मी तुम्हाला सांगतो. चीन मध्ये एक म्हण आहे की एक चित्र दहा हजार शब्दांच्या बरोबर असते. त्यामुळे मी तुम्हाला अशी एक प्रतिमा दाखवितो की एका व्यक्तीने कशा प्रकारे ही पद्धत आपल्या जीवनात लागू केली.

आपण गॅलन लीचफिल्डचे उदाहरण घेऊ. त्यांना मी अनेक वर्षांपासून ओळखतो. ते अमेरिकेपासून खूप दूर पूर्वेला एक यशस्वी अमेरिकन उद्योजक आहेत. श्रीयुत लीचफिल्ड १९०२ मध्ये चीनमध्ये होते? जेव्हा जापानी सैन्य शांघायमध्ये शिरले होते. अशी आहे त्यांची गोष्ट जी नंतर त्यांनी माझ्या घरी येऊन मला सांगितली होतीः

'ज़पानींच्या पर्लवर मोठ्या प्रमाणात बॉम्ब वर्षाव केल्यानंतर एखाद्या टोळधाडीप्रमाणे

जपानी सैनिक शांघायमध्ये घुसले. मी शांघायमध्ये अशिया लाईफ इन्शूरन्स कंपनीचा मॅनेजर होतो. त्यांनी माझ्या कंपनीमध्ये एक 'आर्मी लिक्विडेटर' पाठविला. जो वास्तवात ॲडमिरल होता. आपल्या संपत्तीचा हिशोब तयार करण्यात मी त्याला मदत करावी, असा त्याने मला आदेश दिला. माझ्याकडे तिसरा कोणताही पर्याय नव्हता. एक तर त्याला मदत करणे किंवा मग...? इथे किंवा मग म्हणजे थेट मृत्यूच होता.

'मला सांगण्यात आले होते ते मी मन मारून करीत होतो. क़ारण माझ्याकडे दुसरा काहीही पर्याय शिल्लक नव्हता. अर्थात त्या ॲडमिरलला मी जी यादी दिली त्यामध्ये ७५०००० डॉलरच्या सेक्युरिटीचा काहीही तपशील दिला नाही. मी त्या सेक्युरिटजचा समावेश त्या यादीमध्ये केला नाही कारण त्या आमच्या हाँगकाँगमधील ऑफिसची होती आणि आमच्या शांघाय ऑफिसचा त्याच्याशी काहीही संबंध नव्हता. ज़पानी लोकांना माझ्या या वागण्याची माहिती कळली तर मी अडचणीत येऊ शकतो, याची मला भीती वाटत होती. त्यांना लवकरच सर्व काही कळले.'

'त्यांना हे कळले तेव्हा मी ऑफिसमध्ये नव्हतो, पण माझा मुख्य अकाउंटंट तिथेच होता. त्यांने मला सांगितले की जपानी ॲडमिरल संतापाने लालेलाल झाला होता आणि मला धोकेबाज तसेच चोर म्हणत जोर जोराने हात-पाय आपटत होता. मी जपानी सैन्याचा आदेश पाळला नव्हता. त्याचा अर्थ काय होणार होता हे मला माहीत होते. मला ब्रीज हाऊसमध्ये फेकून देण्यात येणार होते.

'ब्रीज हाऊस म्हणजे जपानी कैद्यांचे टॉर्चर कक्ष. माझे इतर काही मित्र होते. त्यांनी या तुरुंगात जाण्याऐवजी आत्महत्या करण्याचा मार्ग स्वीकारला होता. माझे काही मित्र त्या ठिकाणी दहा दिवस प्रश्न विचारल्यानंतर आणि टॉर्चर झाल्यानंतर मृत्यू पावले होते. आता ब्रीजहाऊसमध्ये जाण्याची माझी वेळ आली होती.

'मी काय केले? रविवारी दुपारी मला ही बातमी कळली. मी भयभीत व्हायला हवे होते असे मला वाटते आणि माझ्याकडे जर माझी समस्या सोडविण्याचे तंत्र नसते तर मी नक्कीच भयभीत झालो असतो. मी चिंतीत झाल्यावर माझ्या टाईपरायटरकडे जात असे ग़ेल्या अनेक वर्षांपासून माझी ही सवय होती. तिथे मी दोन प्रश्न टाईप करीत असे आणि सोबत त्यांची उत्तरेही देत असे-

१. मी कशाची चिंता करीत आहे?

२. या बाबतीत मी काय करू शकतो?

'मी सुरुवातीला न लिहिता या प्रश्नांचे उत्तर देण्याचा प्रयत्न केला, पण अनेक वर्षांपासून मी असे करणे सोडून दिले होते. हे दोन प्रश्न आणि त्यांची उत्तरे लिहिल्यामुळे मी जास्त चांगल्या प्रकारे विचार करू शकत असल्याचे मला आढळून आले होते. म्हणून मग त्या रविवारी मी शांघाय येथील वायएमसीए मधील माझ्या रूममध्ये गेलो आणि टाईपराईटवर लिहिले-

१. मी कशाची चिंता करीत आहे?

उद्या सकाळी मला ब्रीजहाऊसमध्ये टाकण्यात येईल, अशी मला भीती वाटते.

मग मी दुसरा प्रश्न टाईप केला-

२. या बाबतीत मी काय करू शकतो?

मी अनेक तास विचार केला. मग मी ते चार पर्याय तिथे नमूद केले जे त्या वेळी माझ्या डोक्यात आले होते.

मग मी प्रत्येक कामाचे संभाव्य परिणामही लिहून काढले-

१. मी जपानीॲडमिरलला आपले म्हणणे स्पष्टपणे समजावून सांगण्याचा प्रयत्न करू शकतो; पण त्याला इंग्रजी येत नाही. अर्थात एखाद्या दुभाषाच्या मदतीने मी त्याला समजावून सांगण्याचा प्रयत्न केला तर त्यामुळे तो पुन्हा भडकू शकतो. त्याचा अर्थ मग मृत्यू होईल कारण तो अतिशय क्रुर आहे. त्यामुळे तो माझ्याशी बोलण्याऐवजी मला ब्रीजहाऊसमध्ये फेकून देऊ शकतो.

२. मी पळून जाण्याचा प्रयत्न करू शकतो. अर्थात हेही शक्य नव्हते कारण माझ्यावर पूर्ण लक्ष ठेवले जात होते. मला वायसीएमए मधील माझ्या खोलीत जाताना आणि बाहेर पडताना स्वाक्षरी करावी लागत होती. मी पळून जाण्याचा प्रयत्न केला तर मी पकडला जाऊ शकतो आणि मग मला गोळीच मारली जाऊ शकते.

३. मी माझ्या याच खोलीत राहू शकतो आणि पुन्हा ऑफिसच्या जवळपासही फिरकू शकलो नसतो. अर्थात मी असे काही केले तर जपानी ॲडमिरलाचा संशय आणखी बळकट होईल. त्यामुळे तो मला पकडण्यासाठी शिपाई पाठवू शकतो किंवा माझे म्हणणे मांडण्याची संधी न देताच तो मला ब्रीजहाऊसमध्ये फेकू शकतो.

४. मी सामान्य दिवसाप्रमाणे सोमवारी ऑफिसला जाऊ शकतो. मी असे केले तर कदाचित जपानी ॲडमिरल इतका व्यस्त असेल की मी काय केले होते ते त्याच्या लक्षातही असणार नाही. समजा त्याला ते आठवले तरीही त्याचा राग आता खूप

शांत झाला असेल. त्यामुळे तो मला जास्त त्रास देणार नाही. असे झाले तर सर्व काही व्यवस्थित होईल, पण समजा त्याने मला त्रास दिला तर त्याच्यासमोर आपली बाजू मांडण्याची मला किमान एक संधी तरी मिळेल. त्यामुळे सोमवारी सकाळी नेहमीसारखे ऑफिसला जाणे आणि नेहमीसारखेच वागणे. त्यामुळे मला ब्रीजहाऊसपासून बचाव करण्याच्या दोन संधी मिळणार होत्या.

मी अशा प्रकारे विचार केल्यावर सोमवारी सकाळी नेहमीसारखे ऑफिसला जाण्याचा निर्णय घेतला. त्यामुळे मला खूप सुटल्यासारखे वाटले.

'सोमवारी सकाळी मी ऑफिसमध्ये गेलो तेव्हा जपानी ॲडमिरल तिथेच बसलेला होता. त्याच्या तोंडात एक सिगारेट लटकत होती. त्याने नेहमी प्रमाणे माझ्याकडे रोखून पाहिले, पण काहीच बोलला नाही. परमेश्वराची कृपा सहा आठवड्यानंतर तो परत गेला आणि माझ्या सर्व चिंता समाप्त झाल्या.'

'मी तुम्हाला आधीच सांगितल्याप्रमाणे रविवारी दुपारी टाईपरायटरसमोर बसून मी माझा जीव वाचविला होता. मी माझ्या वतीने उचलले जाऊ शकणारे सर्व शक्य पाऊले आणि त्यांचे संभाव्य परिणाम लिहून काढले आणि त्यानंतर शांतपणे एका निर्णयावर पोहचलो होतो. त्यामुळे मी खरोखरच स्वतःला वाचविले होते. मी असे केले नसते तर मी गोंधळून गेलो असतो आणि अडखळलो असतो तसेच संधी मिळाल्यावर काही तरी चुकीचे वागलो असतो. मी माझ्या समस्येबद्दल चांगल्या प्रकारे विचार केला नसता आणि एखाद्या ठाम निर्णयावर पोहचलो नसतो तर रविवारी दुपारी मी वेडा झालो असतो. मी त्या रात्री शांतपणे झोपू शकलो नसतो आणि सोमवारी सकाळी काळजीयुक्त चेहऱ्याने ऑफिसला गेलो असतो. माझा चेहरा पाहूनच जपानी ॲडमिरलला माझा संशय आला असता आणि त्याने माझ्या विरूद्ध कठोर पाऊले उचलली असती.'

अशा अनुभवांनी माझ्या समोर वारंवार हेच सिद्ध केले की कोणत्याही एका निर्णयावर पोहचणे ख़ूपच महत्त्वाचे असते. क़ोणत्याही एखाद्या ठोस निर्णयावर पोहचण्याची तसेच चिंतेच्या भोवऱ्यात गोल गोल फिरत राहणे बंद करण्याची अक्षमता यामुळेच लोक नर्व्हस ब्रेक डाऊनला बळी पडतात. मग ते आपल्या हाताने आपले जीवन नरक करतात. मी एखाद्या स्पष्ट आणि ठाम निर्णयावर पोहचतो तेव्हा माझी पन्नास टक्के चिंता संपली असल्याचे मला आढळून आले आहे. उरलेली चाळीस टक्के समस्या तर मी निर्णयानुसार काम सुरू करतो तेव्हाच संपते.

अशा प्रकारे मी ही चार पाऊले टाकून माझ्या नव्वद टक्के चिंता समाप्त करतो.

१. तुम्ही कोणत्या बाबतीत चिंता करीत आहात ते स्पष्टपणे लिहा.
२. या बद्दल तुम्ही काय काय करू शकता ते सर्व लिहून काढा.
३. क़ाय करायचे आहे, याचा निर्णय घ्या.
४. मग लगेच त्या निर्णयानुसार काम करायला सुरुवात करा.

ग़ॅलेन लीचफिल्ड नंतर वीमा आणि आर्थिक बाबतीत काम करणारी कंपनी स्टार, पार्क अँड फ्रीमॅन इन्कचे दूरवरच्या पूर्व भागातील संचालक झाले. अशा प्रकारे ते अशियामध्ये अमेरिकेतील अतिशय महत्त्वाचे उद्योजक झाले. त्यानी आपल्या या सफलतेचे श्रेय जिचे ते नेहमीसाठी वापर करीत आले आहेत. त्या चिंतेचे विश्लेषण करण्याच्या या पद्धतीला खूप मोठ्या प्रमाणात जाते. त्यांनी माझ्या समोर ही गोष्ट मान्य केली.

ही पद्धत इतकी चांगली का आहे? क़ारण हा प्रभावी आहे, स्पष्ट आहे. तसेच तो थेट समस्येच्या मुळाशी जातो. यापेक्षा महत्त्वाची बाब अशी आहे की याच्या शेवटी तिसरा आणि अखेरचा नियम येतो : या बाबतीत काही तरी करा. आपण निर्णयानुसार काम करायला सुरूवात करीत नाही तोपर्यंत तथ्ये एकत्रित करणे आणि त्याचे विश्लेषण करणे याचा तीळभरही आपल्याला फायदा होणार नाही.

हे सर्व करणे म्हणजे ऊर्जा वाया घालविणे होय.

विल्यम जेम्सने म्हटले होते, **'एकदा एखाद्या निर्णयावर पोहचल्यानंतर आणि क़ाम करण्याची वेळ आल्यावर परिणामांची जबाबदारी किंवा सावधगिरी पूर्णपणे सोडून द्यायला हवी.'** (या बाबतीत विल्यम जेम्स 'सावधानी' या शब्दाचा वापर 'चिंते' ला पर्यायी शब्द म्हणून करतात.) त्यांच्या म्हणण्याचा अर्थ इतकाच आहे की एकदा तथ्यांच्या आधारे विचार पूर्वक निर्णय घ्या. मग काम करायला लागा. मग पुन्हा विचार करण्यासाठी थांबू नका. लाजणे, चिंता करणे आणि आपले पाऊल मागे फिरविणे यापासून दूर रहा. आत्मशंकेमध्ये बुडाल्यामुळे इतर अनेक शंका निर्माण होतात. आपल्या खांद्यावरून मागे वळून वळून पाहणे थांबवा.

मी एकदा ओक्लाहोमामधील प्रसिद्ध तेल विशेषज्ञ व्हाईट फिलिप्स यांना विचारले होते की, ते आपल्या निर्णयावर कशा प्रकारे काम करतात? त्यांनी दिलेले उत्तर असे होते, 'आपल्या समस्येबद्दल एका ठराविक मुद्याच्या समोर विचार केल्यामुळे द्विधा स्थिती आणि चिंता अधिक वाढत असल्याचे मला आढळून आले आहे. ज़ास्त चौकशी केल्यामुळे आणि विचार केल्यामुळे नुकसानच होते, अशी एक वेळ येते. अर्थात आपण निर्णय घ्यायला हवा, काम करायला हवे आणि मागे वळून पहायला नको अशीही एक वेळ येत असते.'

मग तुम्ही त्याच वेळी कोणत्याही समस्येवर गॅलन लीचफिल्ड यांच्या तंत्राचा वापर का करीत नाहीत?

प्रश्न १ : मी कशाची चिंता करीत आहे? (खाली दिलेल्या रिकाम्या जागेत याबद्दल पेन्सिलने लिहा.)

....

....

....

....

प्रश्न २ : या बाबतीत मी आता काय करू शकतो? (खाली दिलेल्या रिकाम्या जागेत याबद्दल पेन्सिलने लिहा.)

....

....

....

....

प्रश्न ३ : या बाबतीत मी हे करणार आहे. (खाली दिलेल्या रिकाम्या जागेत याबद्दल पेन्सिलने लिहा.)

....

....

....

....

प्रश्न ४ : मी हे काम कधी सुरू करणार आहे? (खाली दिलेल्या रिकाम्या जागेत याबद्दल पेन्सिलने लिहा.)

....

....

....

....

५

व्यवसायातील चिंता कशा दूर कराव्यात

ज़्यांना चिंतेशी दोन हात करायला येत नाहीत, ते आपल्या तरुणपणीच मृत होतात. - डॉ. ॲलेक्सिस कॅरेल

तुम्ही एखाद्या व्यवसायात असाल तर यावेळी हे शिर्षक वाचून तुम्ही असा विचार करीत असाल की, 'या प्रकरणाचे शिर्षक मूर्खपणाने भरलेले आहे. मी गेल्या एकोणवीस वर्षांपासून व्यवसाय करीत आहे आणि मला व्यवसायाची बऱ्यापैकी माहिती आहे. विनोद तर पहा की माझ्या व्यवसायातील अर्ध्या चिंता एका झटक्यात दूर होऊ शकतात, हे मला कोणी तरी सांगत आहे. हा फालतूपणा आहे.'

तुम्ही अगदी योग्य प्रकारे विचार केला आहे. क़ाही वर्षांपूर्वी मी सुद्धा अशा शिर्षकाचे एखादे प्रकरण पाहिले असते तर मीही असेच मत व्यक्त केले असते. हे खूप मोठे वचन आहे आणि बहुतेक वचने पोकळ असतात.

आपण या बद्दल जरा मोकळेपणाने बोलू. तुमच्या व्यवसायातील पन्नास टक्के चिंता दूर करण्यासाठी कदाचित मी तुम्हाला काहीच मदत करू शकणार नाही. अखेरच्या विश्लेषणात हे काम फक्त तुम्हीच करू शकता. दुसरे कोणीही करू शकणार नाही. दुसऱ्या लोकांनी असे काम कशा प्रकारे केले आहे ते मी तुम्हाला सांगू शकतो आणि बाकीचा निर्णय मी तुमच्यावरच सोपवितो.

तुम्हाला डॉ. अलेक्सिस कॅरोल यांचे ते म्हणणे आठवतच असेल, जे मी या पुस्तकाच्या सुरूवातीला दिले होते, 'जे चिंतेशी संघर्ष करू शकत नाहीत ते तारूण्यातच मृत्यूला कवटाळतात.'

क़ारण चिंता खूपच भयंकर असते. त्यामुळे मी तुमच्या दहा टक्के चिंता कमी

क़रण्यासाठी तुमची मदत करू शकलो तरीही तुम्ही समाधानी होणार नाहीत? ... मी तुम्हाला एका बिझनेस एक्झिक्युटिव्हचे उदाहरण देत आहे. ज़ो आपल्या पन्नास टक्के चिंता तर कमी करू शकला नाही, पण बिझनेस मिटिंगमध्ये आपल्या समस्या सोडविण्यासाठी लागणारा वेळ त्याने पंचाहत्तर टक्के कमी केला.

लक्षात घ्या, मी तुम्हाला एखाद्या 'मिस्टर ज़ोन्स,' 'मिस्टर एक्स' किंवा 'ओहीयो मधील माझ्या एखाद्या ओळखीच्या व्यक्तीची' गोष्ट सांगत नाही. अशी अस्पष्ट कथा सांगणार नाही, ज्याची तुम्ही परत चौकशी करू शकणार नाहीत. ही एका जित्या जागत्या व्यक्तीची सत्यकथा आहे. ज़्यांचे नाव आहे लियॉन शिमकिन. अमेरिकेतील प्रसिद्ध प्रकाशक समूह सायमन अँड शस्टर, रॉकफेलस सेंटर, न्यूयार्कचे माजी जनरल मॅनेजर आणि पार्टनर आहेत.

त्यांचा अनुभव त्यांच्याच शब्दात ऐका-

'पंधरा वर्षे मी माझ्या कामातील निम्मा वेळ फक्त मिटिंग घेण्यामध्ये घालविला. या मिटिंगमध्ये फक्त समस्यांवर वेळ घालवला जात असे. आपण असे करायला हवे, आपण तसे करायला हवे किंवा मग आपण काहीच करू नये? अशा प्रकारे चर्चा करीत असताना आम्ही तणावात येत असू. आपल्या खुर्चीवर बसल्या बसल्या बाजू बदलत असू. ज़मिनीवर फिरत असू. वाद घालत असूत किंवा उगीच गोल गोल फिरत असत. त्यामुळे रात्री मी खूप वाईट प्रकारे थकून जात असे. आता उर्वरित आयुष्यही असेच घालवावे लागेल की काय असे मला वाटत होते. गेल्या पंधरा वर्षांपासून मी असेच करीत आलो होतो आणि यापेक्षा चांगल्या पद्धतीने काही करता येऊ शकेल असे मला अजिबात वाटत नव्हते. या चिंतादायी मिटिंगसाठी लागणारा वेळ पंचाहत्तर टक्के कमी केला जाऊ शकतो तसेच पंचाहत्तर टक्के मानसिक तणावही कमी केला जाऊ शकतो, असे मला कोणी म्हणाले असते तर मला तो कोरा आशावाद वाटला असता, स्वप्नाळू तसेच आराम खुर्चीत बसून फुकटचे सल्ले देणारा वाटला असता. अर्थात मी अशी एक योजना तयार केली की त्यामुळे खरोखरच हे शक्य झाले. मी या योजनेचा वापर मागील आठ वर्षांपासून करीत आहे. यामुळे माझी कार्यकुशलता, आरोग्य आणि सुखाच्या बाबतीत चमत्कारच झाला आहे.

'ही एखादी जादू असल्यासारखे वाटते. अर्थात जादूच्या कांडीसारखे ते साधे सोपेही आहे. फक्त असे कशा प्रकारे केल्या जाऊ शकते ते तुम्ही माहीत करून घ्या.'

हे आहे रहस्य : आधी तर मी ग़ेल्या पंधरा वर्षांपासून मिटिंगमध्ये वापरले जाणारे जुने तंत्र बाद केले. अशी पद्धत ज्यामध्ये माझी सहकारी आपली समस्या विस्ताराने सांगण्यासाठी

आधी खूप वेळ वाया घालवित असत. मग शेवटी विचारत असत, 'आता आपण काय करायला हवे?' दुसरी गोष्ट अशी की मी एक नवीन नियम बनविला. माझ्याकडे समस्या घेऊन येणाऱ्या प्रत्येक व्यक्तीने आधी एक तपशील पत्र भरावे. ज़्यामध्ये त्यांने खालील चार प्रश्नांची उत्तरे दिलेली असावीत-

'१. पहिला प्रश्न : समस्या काय आहे?'

'जुन्या काळी चिंताजनक मिटिंगीमध्ये आम्ही एक दोन तास यासाठीच वाया घालवित असूत आणि तरीही नेमकी समस्या काय आहे हे काही स्पष्ट होत नसायचे. आपल्या अडचणींबद्दल चर्चा करताना आपण स्वतःलाच फुग्यासारखे फुगवत असूत. त्यामुळे आपली नेमकी समस्या काय आहे, ते स्पष्टपणे नमूदच करीत नसूत.'

'२. दुसरा प्रश्न : समस्येचे कारण काय आहे?'

'मी मागे वळून माझ्या करिअरकडे पाहतो तेव्हा मिटिंगमध्ये फालतू चर्चा करून आपला किती तासांचा वेळ वाया घालविला याचा विचार करतो. तसेच या सर्वाच्या मुळाशी कोणती स्थिती आहे , हे माहीत करून घेण्याचा कधी प्रयत्नच केला नाही. असा विचार करून मी अतिशय त्रस्त होतो.'

'तिसरा प्रश्न : सदर समस्या किती पद्धतीने सोडविली जाऊ शकते?'

'पूर्वी मिटिंगमध्ये साधारणपणे असे व्हायचे की एखादी व्यक्ती एखाद्या समस्येवर काही तरी उपाय सूचवायची आणि दुसरी व्यक्ती लगेच त्याला विरोध करायची. त्यामुळे जोरदार चर्चा होत असे. त्यामुळे बहुतेक वेळा आम्ही मूळ मुद्द्यापासून भटकत असूत आणि मिटिंगच्या अखेरपर्यंत क़ोणीही सर्व गोष्टी लिहित नसे. ख़रं तर समस्या सोडविण्यासाठी अशा प्रकारे लिहिणे आवश्यक होते.'

'चौथा प्रश्न : तुम्ही कोणता उपाय स्वीकारण्याचा सल्ला देता?'

'मी मिटिंगमध्ये अशा एका व्यक्तीसोबत जात असे, ज्याने क़ोणत्याही स्थितीबद्दल चिंता करण्यात तसेच अस्वस्थ-त्रस्त होण्यात अनेक तास वाया घालविले होते. त्यांने कधीही संपूर्ण समाधान शोधण्याचा विचार केला नव्हता. तसेच 'मी हे समाधान काढण्याचा सल्ला देतो,' असे कधी लिहिले नव्हते.'

'आता माझे सहकारी माझ्याकडे आपली समस्या घेऊन खूप कमी प्रमाणात येतात. का? क़ारण या चार प्रश्नांची उत्तरे देण्यासाठी त्यांनी सर्व तथ्ये एकत्रित करावी लागतात. तसेच आपल्या समस्येबद्दल चांगल्या प्रकारे विचार करावा लागतो. ते स्वतः हे सर्व करतात तेव्हा तीन चतुर्थांश प्रकरणात त्यांना माझा सल्ला घेण्याची काही आवश्यकताच

वाटत नाही. क़ारण योग्य तोडगा कागदावर त्याच प्रमाणे उमटतो, ज्याप्रमाणे इलेकिट्रक टोस्टरमधून भाजलेला ब्रेडचा तुकडा बाहेर येतो. ज़्या प्रकरणात माझ्या सल्ल्याची आवश्यकता भासते, त्या प्रकरणात चर्चा करण्यासाठी पूर्वीच्या तुलनेत एक तृतियांशच वेळ लागतो. क़ारण चर्चा तार्किक पद्धतीने आणि क्रमशः होते. त्यामुळे तथ्याच्या आधारे लगेच निष्कर्ष काढला जातो.'

'सायमन अँड शस्टर ग्रुपमध्ये आता चूक काय झाले आहे, याबद्दल चर्चा करण्यासाठी चिंता करण्यासाठी आता पूर्वीपेक्षा ख़ूप कमी वेळ लागतो. ज़्या गोष्टी चुकल्या त्या दुरूस्त करण्यासाठी ज़ास्त सक्रियपणे पाऊले उचलली जातात.'

अमेरिकेतील टॉपचे वीमा एजंट आणि माझे मित्र फ्रँक बेटगर यांनी मला सांगितले की, अशाच प्रकारच्या तंत्राचा वापर करून त्यांनी आपल्या व्यवसायातील चिंता कमी केल्या असे नाही तर आपले उत्पन्नही दुप्पट केले.

फ्रँक बेटगर यांनी सांगितले, 'अनेक वर्षांपूर्वी मी वीमा काढायला सुरुवात केली होती तेव्हा मला माझ्या कामाबद्दल अमाप उत्साह आणि प्रेम वाटत होते. नंतर मात्र हे सर्व कमी झाले. मी हताश झालो. निराश झालो. त्यामुळे आपल्या कामाचा मला तीटकारा वाटू लागला आणि मी ते सोडण्याचा विचार करू लागलो. एका शनिवारच्या सकाळी माझ्या डोक्यात आपण शांतपणे बसून चिंताच्या मुळाशी जाण्याचा प्रयत्न करावा, हा विचार आला नसता तर मी नक्कीच हा व्यवसाय सोडला असता.

१. मी आधी स्वतःला विचारले, 'खरोखरच नेमकी समस्या काय आहे?' समस्या अशी होती : मी खूप जास्त प्रमाणात संभाव्य ग्राहकांना भेटत होतो. त्या प्रमाणात माझे उत्पन्न काही होत नव्हते. ज़ोपर्यंत सेल क्लोज करण्याची वेळ येत नसे तोपर्यंत मी फक्त वीमा प्रॉसपेक्ट विकण्यातच यशस्वी होत असल्याचे मला वाटत होते. त्यावेळी ग्राहक मला म्हणत असे, 'मि. बेटगर याब्दल मी विचार करील. तुम्ही मला पुन्हा भेटा.' दुसऱ्यांदा आणि तिसऱ्यांदा भेटण्यासाठी मी माझा इतका वेळ वाया घालवित होतो की तेच माझ्या निराशेचे कारण झाले होते.

२. मी स्वतःला विचारले, 'यावर काय काय तोडगा काढणे शक्य आहे?' या प्रश्नाचे उत्तर देण्यासाठी मला तथ्यांचे आकलन करण्याची आवश्यकता होती. मी मागील एक वर्षाची माझी नोंदवही काढली आणि त्यातील आकडेवारी वाचायला सुरुवात केली.

'त्यातून मला एक आश्चर्यकारक गोष्ट कळली. आकडेवारीचे विश्लेषण केल्यावर मला असे कळले की मी ७० टक्के वीमे पहिल्या भेटीतच विकले होते. २३ टक्के यश मला दुसऱ्या भेटीत मिळाले होते. त्यानंतर तिसऱ्या, चौथ्या आणि पाचव्या भेटीच्या वेळी

विमी विक्रीचे प्रमाण अवघे ७ टक्के होते. त्यांचीच चिंता माझा वेळ वाया घालवित होती आणि माझ्या निराशेचे कारण झाले होती. दुसऱ्या शब्दात सांगायचे झाले तर माझ्या बिझनेसमधील सुमारे निम्मा वेळ मी अशा कामासाठी वापरत होतो ज्यामध्ये माझी विक्री फक्त ७ टक्के होत होती.

३. 'उत्तर काय होते?' ते तर अगदीच स्पष्ट होते. दुसरी भेट झाल्यावर त्या ग्राहकाला भेटणे मी पूर्णपणे बंद केले. आता त्या उरलेल्या वेळेत मी नवीन ग्राहकांना भेटू लागलो. त्याचे परिणाम अविश्वसनिय वाटावे असेच होते. क़ाही वेळेनंतर माझ्या प्रत्येक कॉलची किमत दुप्पट झाली.

मी आधी सांगितल्याप्रमाणे फ्रँक़ बेटगर देशातील टॉपचे विमा प्रतिनिधी झाले, पण एक वेळ अशी आली होती की तेही मैदान सोडून पळायच्या मागे लागले होते. समस्येच्या विश्लेषणाने त्यांना सफलतेच्या मार्गावरून वेगाने पुढे पाठविले नसते तर तेही पराभव मान्य करायच्या मागे लागले होते.

तुमच्या बिझनेसमधील समस्यांसाठी तुम्ही हे प्रश्न लागू करू शकता? मी माझे आव्हान पुन्हा एकदा करतो - हे प्रश्न तुमच्या चिंता पन्नास टक्के कमी करू शकतात. हेच प्रश्न पुन्हा एकदा खाली देत आहे :-

भाग-२, थोडक्यात

चिंतेच्या विश्लेषणाची मुलभूत तंत्रे

१. तथ्ये एकत्रित करा. लक्षात ठेवा, कोलंबिया विद्यापीठातील डीन हॉक्स यांनी म्हटले होते, 'तुम्ही निर्णय घेण्याचा प्रयत्न करता, पण ज्याच्या आधारे निर्णय घेतला जाऊ शकेल, अशी माहिती पुरेशा प्रमाणात तुमच्याकडे असत नाही. यामुळेच जगातील निम्म्या चिंता निर्माण होतात.'

२. सर्व तथ्यांचे काळजीपूर्वक विश्लेषण करून एखाद्या ठाम निर्णयावर पोहचा.

३. एकदा काळजीपूर्वक एखादा निर्णय घेतल्यावर मग काम सुरू करा. आपल्या निर्णयानुसार क़ाम करायला सुरुवात करा आणि परिणामाची काळजी करू नका.

४. तुम्ही किंवां तुमचे सहकारी एखाद्या समस्येबद्दल चिंता करण्याच्या मूडमध्ये असता तेव्हा खाली दिलेले प्रश्न आणि त्यांची उत्तरे लिहा-

i समस्या काय आहे?

ii. समस्येचे कारण काय आहे?

iii. ती किती पद्धतीने सोडविली जाऊ शकते?

iv. ती सोडविण्याचा सर्वात चांगला तोडगा काय आहे?

भाग - ३

चिंतेने
संपविण्यापूर्वी
तुम्ही
चिंतेला संपवा

६

चिंता दूर कशी करावी?

व्यस्त रहा. चिंता असणाऱ्या व्यक्तीने स्वतःला कामामध्ये बुडवून घ्यायला हवे. नाही तर तो निराशेने कोमेजून जाईल.

मॅरियल डगलस आमच्या क्लासचा विद्यार्थी होता, ती रात्र मी कधीही विसरू शकत नाही. (मी त्याच्या खऱ्या नावाचा उल्लेख करणे इथे टाळले आहे. त्याने मला काही वैयक्तिक कारणांसाठी त्याचा खरा उल्लेख न करण्याविषयी विनंती केली आहे.) अर्थात त्याने वर्गात सर्वांसमोर सांगितलेली ही गोष्ट मात्र सत्य आहे. आपल्या घरात दोन दुर्दैवी जबरदस्त घटना कशा प्रकारे घडल्या ते त्यांने आम्हाला सांगितले. एकदाच नाही तर दोन वेळा असे घडले. पहिल्यांदा जिच्यावर त्याचे खूप प्रेम होते ती त्याची पाच वर्षांची मुलगी वारली. आपण हे दुःख सहन करू शकणार नाही, असे त्याला आणि त्याच्या पत्नीला वाटत होते; पण काही दिवसातच म्हणजे दहा महिन्यानंतर देवाने त्यांचे म्हणणे ऐकले. त्याच्या घरी दुसरी एक मुलगी जन्माला आली. दुर्दैवाने तीही पाच दिवसांची असतानाच निधन पावली.

अशा प्रकारे दुहेरी आघात सहन करणे जवळपास असह्य होते. मॅरियल म्हणाला, ''मी हे सहन करू शकलो नाही. मी झोपू शकत नव्हतो की व्यवस्थित जेवण खाणे करू शकत होतो. मी स्वस्थपणे बसू शकत नव्हतो की विश्रांती घेऊ शकत नव्हतो. माझी हिंमत संपली होती आणि मी आत्मविश्वास हरवून बसलो होतो.'' शेवटी तो डॉक्टरांकडे गेला. एकाने त्याला झोपेच्या गोळ्या दिल्या तर दुसऱ्याने त्याला बाहेर कुठे तरी फिरायला जाण्याचा सल्ला दिला. त्याने दोन्ही पद्धती वापरल्या, पण एकाचाही उपयोग झाला

नाही. 'माझे शरीर जणू काही एखाद्या पंजामध्ये अडकले आहे, तो मला सतत आवळत आहे, असे वाटत होते.' दुःखाचा तणाव (तुमच्यावर कधी दुःख कोसळले असेल तर) तुम्ही समजू शकता की त्याच्या म्हणण्याचा अर्थ काय होता.

'देवाच्या दयेने माझा एक मुलगा जिवंत होता. तो चार वर्षांचा होता. त्याने माझी समस्या सोडविली. एके दुपारी मी असाच दुःखामध्ये बुडालेला असताना तो मला म्हणाला, 'डॅडी, मला एक बोट बनवून द्या.' ख़रं तर बोट तयार करण्याचा माझा अजिबात मूड नव्हता. तसे तर त्या क्षणी काहीही करण्याचा माझा मूड नव्हता. अर्थात माझा मुलगा खूपच हट्टी स्वभावाचा असल्यामुळे मला त्याचे म्हणणे ऐकावेच लागले.

'त्याच्यासाठी खेळण्याची बोट तयार करायला मला तीन तास लागले. मी बोट पूर्णपणे तयार केली तेव्हा मला पहिल्यांदाच असे जाणवले की, अनेक महिन्याच्या काळजीपासून या तीन तासात मला मानसिक शांतता मिळाली होती.

'या विचाराने मला झोपेतून जागे केले आणि विचार करायला भाग पाडले. कित्येक महिन्यांमध्ये पहिल्यांदाच मी विचार करीत होतो. आपण एखादे काम करण्याच्या बाबतीत किंवा त्याची योजना आखण्याच्या बाबतीत विचार करण्यात व्यस्त असतो तेव्हा आपण कशाचीही चिंता करू शकत नाही, हे त्यावेळी मला पहिल्यांदा जाणवले. माझ्या बाबतीत बोट तयार करण्याच्या माझ्या कामाने माझी चिंता पूर्णतः पराभूत केली होती. म्हणून मी स्वतःला सतत व्यस्त ठेवण्याचा निर्णय घेतला.

दुसऱ्या रात्री मी घराच्या या कोपऱ्यापासून त्या कोपऱ्यापर्यंत आणि या खोलीपासून त्या खोलीपर्यंत फिरलो. ज़ी कामे आतापर्यंत करायला हवी होती, अशा कामांची यादी तयार केली. घरातील अनेक वस्तुंच्या दुरूस्तीची आवश्यकता होती. बुक्केम शिडी, खिडक्या, खिडक्यांचे पडदे, दरवाजांचे हँडल, क़ड्या, कोयंडे. ज़्यांच्याकडे पूर्वीच लक्ष द्यायला हवे होते, अशा २४२ कामाची मी दोन आठवड्यात यादी तयार केली, हे कळल्यावर कोणालाही आश्चर्य वाटेल.

'मागील दोन वर्षांत मी त्यापैकी बहुतेक कामे पूर्ण केली आहेत. त्याशिवाय मी माझे जीवन प्रेरणादायी हालचालींनी भारून टाकले आहे. आठवड्याला दोन रात्री मी न्यूयार्कमध्ये प्रौढ शिक्षणाच्या वर्गाला जातो. माझे मूळ शहर असलेल्या ठिकाणी अनेक कार्यक्रमांमध्ये सहभागी होतो तसेच आता तर मी स्कूल बोर्डाचा अध्यक्ष झालो आहे. मी अनेक बैठकांमध्ये सहभागी होतो. रेडक्रॉससाठी मी निधीही जमा केले आहे. याशिवाय इतरही अनेक

कार्यक्रमांमध्ये मी सतत सहभागी होत असतो. मी स्वतःला इतके व्यस्त ठेवले आहे की, मला चिंता, काळजी करण्यासाठी वेळच मिळत नाही.

'चिंता करण्यासाठी वेळच मिळत नाही,' विन्स्टन चर्चील यांचेही असेच मत होते. क़ारण युद्धाच्या काळात ते दिवसाला १८-१८ तास काम करीत होते. तुमच्यावर इतक्या मोठ्या जबाबदाऱ्या आहेत की त्यामुळे तुम्ही त्यांची सतत काळजी करीत असाल. त्यावर त्यांचे उत्तर होते, 'मी अतिशय व्यस्त आहे. माझ्याकडे चिंता करण्यासाठई अजिबात वेळ नाही.'

वाहनांसाठी सेल्फ स्टार्टरचा शोध लावला तेव्हा चार्ल्स केटरिंग यांची अवस्थाही अशीच होती. आपल्या निवृत्तीच्या वेळी केटरिंग जगप्रसिद्ध मोटार कंपनी ज़नरल मोटर्स रिसर्च कॉर्पोरेशनचे प्रभारी आणि व्हाईस चेअरमन होते. अर्थात पूर्वी ते इतके गरीब होते की त्यांना प्रयोगशाळा म्हणून शेतात गवत ठेवण्याच्या जागेचा वापर करावा लागत असे. त्यांच्या पत्नीने पियानो शिकवून मिळविलेल्या पंधराशे डॉलरचा वापर करून ते आपल्या घरासाठी लागणारे किराणा सामान खरेदी करीत असत. नंतर त्यांना आपल्या जीवन विम्यावर पाचशे डॉलरचे कर्ज काढावे लागले. इतकी विरूद्ध आणि प्रतिकूल परिस्थिती असताना ते कधी चिंता करीत नसत का, असे मी त्यांच्या पत्नीला विचारले. तिने उत्तर दिले, 'होय, मी इतकी चिंता करीत असे की त्यामुळे मला रात्री झोप येत नसे. केटरिंग मात्र ज़राही चिंता करीत नसत. ते आपल्या कामात इतके व्यस्त असायचे की, त्यांच्याकडे चिंता करण्यासाठी वेळच नसायचा.'

थोर संशोधक शास्त्रज्ञ पाश्चरने म्हटले आहे, 'वाचनालये आणि प्रयोगशाळांमध्ये आढळून येणारी शांतता इतरत्र का आढळून येत नाही? कारण तिथे येणारी माणसे आपल्या कामात इतकी बुडालेली असतात की, त्यांच्याकडे स्वतःबद्दल चिंता करायलाही वेळ असत नाही.' संशोधन करणाऱ्या व्यक्तीला अगदीच क्वचितपणे नर्व्हस ब्रेकडाऊन होत असेल. त्यांच्याकडे अशा प्रकारचा विलासीपणा करण्यासाठीही वेळ असत नाही.

व्यस्त राहण्यासारख्या सामान्य कामामुळे आपली चिंता कशी काय दूर होते? असे एका नियमामुळे होते आणि हा नियम मानसशास्त्राच्या वतीने सांगण्यात येणाऱ्या मुलभूत नियमांपैकी एक आहे. हा नियम असा आहे : कोणताही मानवी मेंदू कितीही प्रभावी असला तरीही तो एका वेळी एकापेक्षा जास्त गोष्टींचा विचार करू शकत नाही.' तुमचा विश्वास बसत नाही? ठीक आहे, तर मग एक प्रयोग करून पहा.

तुम्ही आता या क्षणी पाठ टेकवून बसा. डोळे मिटून घ्या. आता एकाच वेळी स्टॅच्यू ऑफ लिबर्टीचा आणि तुम्हाला उद्या सकाळी कराव्या लागणाऱ्या कामांचा विचार करायला लागा. (पुढे या आणि प्रयत्न करा.)

आता तुमच्या लक्षात आले असेल की तुम्ही आळी पाळीने दोन्ही विषयांचा विचार करू शकता, पण दोन्हींच्या बाबतीत एकाच वेळी विचार करू शकत नाहीत. भावनांच्या बाबतीतही हेच सत्य आहे. एखादे रोमांचित काम करीत असताना आपण उत्साहित होत असतो तसेच व्यस्तही असतो. अशा वेळी तुम्ही चिंतेच्या गर्तेत पडून राहू शकत नाहीत. एका प्रकारची भावना दुसऱ्या प्रकारच्या भावनेला बाहेर काढून लावते आणि आपण तिची जागा घेते. याच सोप्या संशोधनाच्या सहाय्याने दुसऱ्या महायुद्धाच्या वेळी मानसशास्त्रज्ञांनी सैनिकांच्या बाबतीत अनेक चमत्कार घडवून आणले.

युद्धाच्या मैदानावर वाईट प्रकारे घाबरून सैनिक बाहेर पळून जात असत की, त्यामुळे ते 'न्युरॅटिक' होत असत. अशा वेळी सैन्यातील डॉक्टर त्यांच्यावर उपचार करताना त्यांना 'व्यस्त ठेवण्याचे' औषध देत असत.

अशा प्रकारे न्युरॅटिक झालेल्या या सैनिकांचा प्रत्येक क्षण कोणत्या ना कोणत्या कामाने भरलेला असायचा. ज़्यामध्ये मासे पकडणे, शिकार करणे, फूटबॉल खेळणे, ग़ोल्फ खेळणे, फोटो काढणे, बागकाम करणे आणि नृत्य करणे इ. कामांचा समावेश होता. त्यांना आपल्या दुःखद अनुभवाबद्दल विचार करायला वेळच दिला जात नसायचा.

एखादे काम उपचार म्हणून केले जाते तेव्हा मानसोपचार डॉक्टर त्या कामाला 'ऑक्युपेशनल थेरपी' म्हणतात. हा काही नवीन शोध नाही. येशु ख्रिस्ताच्या जन्माच्या आधी पाचशे वर्षांपूर्वी जुने युनानी डॉक्टर अशाच प्रकारचा सल्ला देत असत.

फिलाडेल्फियामध्ये क्वेकर्स याचा वापर बेन फ्रँकलिनच्या काळापासून करीत होते. इ.स. १७७४ मध्ये एका व्यक्तीने फिलाडेल्फियाचया क्वेकर सेनिटेरियमला भेट दिली होती. मनोरुग्ण तिथे सूत कताई करीत असलेले पाहून तो अस्वस्थ झाला होता. बिचाऱ्या गरीब, आजारी माणसांचे शोषण केले जात असावे, असे त्याला ते पाहून वाटले. नंतर त्याला क्वेकर्सने सांगितले की अशा प्रकारचे रुग्ण थोडे फार काम करीत नाहीत तोपर्यंत त्यांच्यामध्ये सुधारणा होत नाही. यामुळे त्यांना मानसिक शांतता मिळते.

क़ोणत्या तरी कामात व्यस्त ठेवणे हा आजारी व्यक्तीसाठी सर्वात मोठा अनेस्थेशिया आहे, हे कोणीही मानसोपचारतज्ज्ञ तुम्हाला सांगेल. हेन्री डब्ल्यु लॉंगफेलो यांनी आपली

तरुण पत्नी गमावली तेव्हा त्यांनाही असाच अनुभव आला. त्यांची पत्नी एके दिवशी मेणबत्तीचे मेण वितळवीत असताना तिच्या कपड्यांनी पेट घेतला. लांगफेलो यांनी तिची किंकाळी ऐकली आणि वेळ असतानाच तिला वाचविण्यासाठी प्रयत्न केले. तरीही जळाल्यामुळे तिचा मृत्यू झाला. काही काळापर्यंत लाँगफेलो तो भयंकर अनुभव आठवीत इतके दुःखी झाले की ते वेडे होण्याच्या मागे लागले होते. सुदैवाने त्यांना आपल्या तीन लहान मुलांचाही सांभाळ करायचा होता. आपले दुःख थोडे बाजूला ठेवून लाँगफेलो यांना आपल्या मुलांसाठी आई-वडील दोन्हीही व्हावे लागले. ते त्यांना फिरायला घेऊन गेले. त्यांना गोष्टी सांगितल्या. त्यांच्यासोबत विविध प्रकारचे खेळ खेळले. त्यांनी आपली कविता **'चिल्ड्रन्स आवर'** मध्ये त्यांनी आपले हे मुलांसोबतचे वागणे अजरामर केले. त्याच वेळी त्यांनी दातेच अनुवादही केला. ही सर्व कामे करीत असताना ते इतके व्यस्त राहिले की, ते स्वतःला पूर्णपणे विसरून गेले आणि त्यांनी पुन्हा एकदा मानसिक शांतता मिळविली. टेनिसनने आपला सर्वात जवळचा मित्र आर्थर हल्लामला गमावल्यावर म्हटले होते, **'मला स्वतःला कोणत्या तरी कामात झोकून द्यावे लागेल नाही तर मी निराशेने होरपळून जाईल.'**

आपल्यापैकी बहुतेकांना स्वतःला एखाद्या कामासाठी झोकून देण्यामध्ये दिवसाच्या वेळी आपण काम करत असतो. तेव्हाच सर्वात कमी अडचणी येतात. क़ाम संपल्यानंतरचा वेळ मात्र खरोखरच अतिशय धोकादायक असतो. रिकाम्या वेळेचा आनंद घेण्यासाठी आपण स्वतंत्र असतो किंवा मोकळे असतो. खरं तर ज्या वेळी आपण सर्वाधिक रिलॅक्सड आणि सुखी असायला हवे, तेव्हाच चिंतेचे राक्षस आपल्याला छळत असतात. आपण घाण्याच्या बैलासारखे काम तर करीत नाहीत ना? जीवनात आपण योग्य दिशेने चाललो आहोत की नाही? आपल्यातील सेक्स अपिल कमी होत आहे, असा तर बॉसच्या बोलण्याचा उद्देश नव्हता? अशा अनेक विषयांवर आपण याच रिकाम्या वेळी विचार करायला सुरुवात करतो.

आपण कोणत्याही कामात व्यस्त नसतो तेव्हा आपल्या मेंदूची अवस्था निर्वात पोकळीसारखी होते. 'निसर्गाला अशी निर्वात पोकळी नको असते,' हे भौतिकशास्त्राच्या प्रत्येक विद्यार्थ्याला माहीत असते. तुम्हाला आणि मला माहीत असलेली सर्वात जवळची निर्वात पोकळी म्हणजे विद्युत दिव्यामधील (बल्ब) ज़ागा. तो बल्ब फोडून टाका. लगेच ती निर्वात पोकळी भरून काढण्यासाठी निसर्ग आपली हवा तिथे पाठवून देतो.

आपले रिकामे डोके भरून काढण्यासाठीही निसर्ग अशाच प्रकारची योजना करीत

असतो. मग तो आपल्या डोक्यात काय भरतो? साधारणपणे विविध प्रकारच्या भावना. क़ा? कारण चिंता, भीती, तिरस्कार, मत्सर, द्वेष या भावना अनादिकालापासून चालत आलेल्या तीव्र भावना आहेत. त्या जोरदार आणि ऊर्जायुक्त भावना आहेत. या भावना इतक्या सामर्थ्यशाली असतात की आपल्या डोक्यातून त्या शांतता, सुखद विचार आणि भावनांना बाहेर पळवून लावतात.

टीचर्स कॉलेज, कोलंबियामधील शिक्षणशास्त्राचे प्राध्यापक ज़ेम्स एल मसेल यांनी अतिशय चांगल्या प्रकारे हे सांगितले आहे, 'तुम्ही एखाद्या कामात गुंतलेले असता तेव्हा कोणतीही चिंता तुमच्यावर स्वार होण्याची शक्यता खूपच कमी असते. या उलट दिवसाचे काम संपते त्या वेळी ही शक्यता खूपच अधिक असते. कारण तेव्हा तुमची कल्पनाशक्ती सुसाट धावत असते. अनेक प्रकारच्या मूर्खतायुक्त शक्यता तुमच्या समोर आणते. प्रत्येक लहान चूक खूप मोठी करून तुमच्यासमोर सादर करते. अशा वेळी तुमचा मेंदू रिकाम्या धावणाऱ्या मोटारीसारखा असतो. ती अशा प्रकारे बिनकामाची धावत असते तेव्हा तिचे बेअरिंग जळण्याची खूप जास्त शक्यता असते. तसेच तिचे तुकडे तुकडे होण्याचीही शक्यता असते. चिंतेवर एकच उपाय आहे-कोणत्या तरी सृजनात्मक कामात स्वतःला पूर्णपणे गुंतवून ठेवणे.'

हे सत्य समजून घेण्यासाठी आणि त्यावर अमंलबजावणी करण्यासाठी तुम्हाला एखाद्या कॉलेजात प्राध्यापक असण्याची काहीच आवश्यकता असत नाही. दुसऱ्या महायुद्धाच्या वेळी मी शिकागोमध्ये एका गृहिणीला भेटलो होतो तेव्हा ती मला म्हणाली होती, 'मला हे सत्य चांगल्या प्रकारे कळले आहे की, **क्रोणत्या तरी सृजनात्मक कामात स्वतःला गुंतवून ठेवणे हाच चिंतेवर उपाय आहे.**' मी या महिलेला आणि तिच्या पतीला डायनिंग कारमध्ये भेटलो होतो. तेव्हा मी न्यूयार्कवरून मिसुरी येथील आपल्या फार्म हाऊसवर जाण्यासाठी प्रवास करीत होतो. पल्न हार्बर घटनेच्या दुसऱ्या दिवशीच त्यांचा मुलगा सैन्यात गेला असल्याचे या जोडप्याने मला सांगितले. आपल्या एकुलत्या एका मुलाची काळजी करता करता आपले आरोग्य जवळपास मी बिघडवून टाकले असल्याचे त्या महिलने मला सांगितले. तो कुठे असेल? तो सुरक्षित असेल का? तो युद्धाच्या मैदानावर तर नसेल ना? तो जखमी तर झाला नसेल ना? किंवा मग त्याला वीर मरण तर आले नसेल ना? ... चिंताच चिंता.

तुम्ही आपल्या या चिंतेवर कशा प्रकारे मात केली, असे मी त्या महिलेला विचारल्यावर

तिचे उत्तर होते, 'मी व्यस्त झाले.' तिने मला सांगितले की आधी तिने आपल्या घरातून मोलकरणीला काढून टाकले आणि घरातील सर्व काम ती स्वतः करू लागली, पण त्यामुळे तिला आवश्यक ती मदत झाली नाही. ती म्हणते, 'मी घरातील सर्व कामे यंत्रवत करीत होते, हीच खरी समस्या होती. त्यासाठी मला माझ्या डोक्याचा वापर करावा लागत नव्हता. त्यामुळे मी धुणी-भांडी करताना आणि आंथरुणे घालतानाही चिंता करीत होते. चोवीस तास स्वतःला शारीरिक आणि मानसिकरित्या व्यस्त ठेवण्यासाठी मला एखादे नवीन काम करण्याची आवश्यकता असल्याचे जाणवू लागले. त्यासाठी मग मी एका मोठ्या डिपार्टमेंटल स्टोअर्समध्ये सेल्स वूमनची नोकरी शोधली.'

'यामुळे काम झाले,' ती सांगू लागली, 'मी लगेच स्वतःला विविध प्रकारच्या हालचालीमध्ये हरवून बसले. ग्राहक माझ्या चारी बाजूला जमा झालेले असत. मला किमती, रंग, आकार याबद्दल विचारत असत. माझ्या समोर असलेल्या कामाशिवाय दुसऱ्या कशाचाही विचार करण्यासाठी मला एका सेकंदाचाही वेळ मिळत नसे. रात्र झाल्यावर माझ्या दुखणाऱ्या पायांना विश्रांती देण्याशिवाय दुसऱ्या कशाचाही मी विचार करू शकत नसे. रात्रीचे जेवण घेतल्यावर मी आंथरुणावर जाऊन पडत असे आणि पडल्या पडल्याच मला लगेच झोप लागत असे. माझ्याकडे आता चिंता करण्यासाठी वेळ नव्हता की शक्ती नव्हती.'

या महिलेने स्वतःच्या अनुभवातून हे सर्व शिकले होते, जे जॉन क़ाउपर पॉईज यांनी **'दि आर्ट ऑफ फॉरगेटिंग द अनप्लेझेंट'** मध्ये सांगितले होते, 'एक ठराविक आरामदायक सुरक्षितता एक ठराविक गाढ अतिरिक्त शांतता, एक सुखद जाणीव माणूस नावाच्या प्राण्याच्या चेत्तासंस्थेला शांत ठेवते, जेव्हा तो स्वतःला सोपविलेल्या कामात हरवून जातो.'

असं घडते, हे आपल्यासाठी किती मोठे वरदान आहे. ज़गातील प्रसिद्ध महिला संशोधक ओसा जॉन्सनने मला तिने कशा प्रकारे दुःख आणि चिंतापासून आपली सुटका करून घेतली, हे सांगितले. क़दाचित तुम्ही त्यांचे चरित्र वाचले असेल. त्याचे नाव आहे, **'आय मॅरिड ॲडव्हेंचर'**. एखाद्या महिलेने रोमांचाशी विवाह केला असेल तर ती नक्कीच हीच होती. मार्टिन जॉन्सन यांनी ओसाशी विवाह केला तेव्हा ती अवघी सोळा वर्षाची होती. तो तिला कानूस, कॅन्सॉमधून उचलून बोरासच्या जंगलात घेऊन आला. क़ान्ससमधील हे जोडपे पन्नास वर्षे जगाचा प्रवास करीत राहिले. अशिया आणि अफ्रिकेतील लुप्त होत चाललेल्या वाईल्ड लाईफवर त्यांनी चित्रपट तयार केले. क़ाही वर्षानंतर चित्रपट निर्मिती करीत असताना ते लेक्चर टूर करीत होते. ते डेनवरवरून कोस्टला जाणाऱ्या विमानातून

प्रवास करीत होते. ते विमान डोंगराला धडकले. या अपघातात मार्टिन ज़ॉनसन लगेच ठार झाले. ओसा आपल्या आंथरूणावरून पुन्हा उठू शकणार नाही, असे डॉक्टरांचे मत होते. अर्थात हे डॉक्टर ओसा जॉन्सनला पुरते ओळखत नव्हते. तीन महिन्यातच ती व्हील चेअरवर आली आणि खूप मोठ्या जनसमुदायासमोर व्याख्यान देऊ लागली. ख़रं तर त्या सत्रात त्यांनी शंभरपेक्षा अधिक मोठ्या सभांमध्ये व्हील चेअरवर बसल्या बसल्याच व्याख्याने दिली. तू असे का केलेस असे मी तिला विचारल्यावर ती उत्तरादाखल मला म्हणाली, 'माझ्याकडे दुःख आणि चिंता करण्यासाठी वेळ राहू नये म्हणून मी असे करीत होते.'

टेनिसनने एका शतकापूर्वी सांगितलेले सत्य ओसा जॉन्सनने माहीत करून घेतले होते, **'मला स्वतःला एखाद्या कामात पूर्णपणे झोकून द्यावे लागेल, नाही तर मी निराशेने होरपळून जाईल.'**

ॲडमिरल बर्ड यांनीही हेच सत्य जाणून घेतले. ज़ेव्हा ते विशाल ग्लोशियारा आणि बर्फाने झाकलेल्या एका झोपडीमध्ये पाच महिने दक्षिण ध्रुवावर एकटेच गाडले गेले होते. दक्षिण ध्रुव अशा प्रकारचा बर्फाळ ध्रुव आहे, जो निसर्गातील अनेक रहस्य आपल्यामध्ये दडवून बसला आहे. असा बर्फाळ ध्रुव ज्याचे क्षेत्रफळ अमेरिका आणि रशिया या दोन्हीपेक्षांही मोठे आहे. ॲडमिरल बर्ड यांनी तिथे पाच महिने एकट्याने घालविले. भोवतालच्या शंभर मीटर परिसरात एकाही जिवंत प्राण्याचा माममूस नव्हता. थंडी इतकी प्रचंड होती की आपला श्वास जमा होताना ते ऐकू शकत होते. हवा त्यांच्या कानाजवळ जायची तेव्हा ते हवेचा बर्फ होताना पाहू शकत असत. 'अलोन' या आपल्या पुस्तकात या पाच महिन्यांचा अनुभव सांगतात. ज़े त्यांनी भयंकर आणि आत्म्याला हेलावून टाकणाऱ्या अंधारात काढले. दिवसही रात्रीसारखे काळेकुट्ट असायचे. या वेडापासून स्वतःला वाचविण्यासाठी त्यांनी स्वतःला व्यस्त ठेवले.

ते म्हणतात, 'रात्री कंदिल लावण्यापूर्वी उद्या करायच्या कामासाठी स्वतःला तयार करण्याची मी सवय लाऊन घेतली. उदाहरणार्थ मी स्वतःला एका तासासाठी बचावाच्या सुरुंगाचे काम करायला ठेवीत असे. आर्धा तास बर्फ समपातळीत आणण्यासाठी, एक तास इंधनाचे ड्रम सरळ करण्यासाठी, जेवणासाठी असलेल्या सुरुंगाच्या भिंतीला बुकसेल्फ तयार करण्यासाठी एक तास, माणसाला वाहून नेणाऱ्या स्लेजमध्ये एक तुटलेला पूल नव्याने तयार करण्यासाठी एक तास.

'अशा प्रकारे वेळ घालविण्यासाठी योजना आखणे अतिशय आश्चर्यकारक होते. त्यामुळे

मला स्वतःला शिस्त लावण्यासाठी खूप मोठ्या प्रमाणात मदत झाली. हे किंवा अशा प्रकारचे कोणतेही उपाय केले नसते तर माझे दिवस कोणत्याही ध्येयाशिवाय गेले असते. मग ध्येयाशिवाय त्या दिवसांचाही तसाच अंत झाला असता, जो अशा प्रकारच्या दिवसांचा होत असतो- विघटन.

यातील शेवटचे वाक्य पुन्हा एकदा वाचा, **ध्येयाशिवाय त्या दिवसांचाही तसाच अंत झाला असता, जो अशा प्रकारच्या दिवसांचा होत असतो- विघटन.**

तुम्ही किंवा मी कोणीही चिंतीत असेल तर अशा प्रकारे कामाचा वापर एखाद्या औषधासारखा करू शकतो. असे म्हणणारी व्यक्ती कोणी सामान्य व्यक्ती नव्हती तर कै. रिचर्ड सी. केबार्ट यांनी असे म्हटले होते. ते हॉवर्ड विद्यापीठात क्लिनिकल मेडिसनचे माजी प्रोफेसर होते. **'व्हाट मॅन लिव्ह बाय'** या आपल्या पुस्तकात त्यांनी अशा प्रकारच्या अनेक रुग्णांवर उपचार केले आहेत. त्यांना आत्म्याच्या घाबरण्याचा विकार जडला होता आणि ते शंका, लाज, डळमळीतपणा, भीती यावर मात मिळवू शकल्यामुळेच आजारातून मुक्त होऊ शकले. .... आपल्या कामातून आपल्याला मिळणारी हिमंत एक प्रकारच्या सेल्फरिलायन्स सारखी असते, जी इमर्सन यांनी अमर करून सोडली आहे.

तुम्ही आणि मी स्वतःला व्यस्त ठेवू शकत नसत. उगीच रिकामे बसून चिंता करीत असत, तर चार्ल्स डार्विनच्या शब्दात आपण खूप साऱ्या 'विबर्स गिबर्स' ला जन्म देत असतो. 'विबस गिबर्स" दुसरे तिसरे काहीही नसून कीडे-कीटक आहेत. ज़े आपल्याला पोखरून टाकतात आणि आपली कार्य करण्याची शक्ती तसेच इच्छाशक्ती नष्ट करून टाकतात.

मला न्यूयार्कमधील एक व्यवसायिक माहीत आहे. ज़्याने स्वतःला इतके व्यस्त ठेवून विबर्स गिबर्सशी संघर्ष केला की त्यामुळे त्याच्याकडे चिंता करण्यासाठी किंवा डोके पिकवून घेण्यासाठी वेळच नव्हता. टेम्पर लांगमेन असे त्याचे नाव होते. ते ममाझ्या वर्गातील विद्यार्थी होते आणि चिंतेवर मात करण्याची त्यांची चर्चा इतकी आश्चर्यकारक आणि प्रभावित करणारी होती की, मी वर्ग संपल्यानंतर त्यांना रात्रीच्या जेवणासाठी माझ्याकडे निमंत्रित केले. अर्धी रात्र उलटून जाईपर्यंत आम्ही एका रेस्टॉरंटमध्ये बसलो होतो. त्यावेळी त्यांच्या अनुभवांवर चर्चा करीत होतो. त्यांच्याच शब्दात त्यांचीच कथाः 'अठरा वर्षांपूर्वी मी इतकी चिंता करीत असे की त्यामुळे मला अनिद्रेचा विकार जडला. मी तणावग्रस्त, चिडचिडा आणि अस्वस्थ राहत असे. मी लवकरच नर्व्हस ब्रेकडाऊनला बळी पडेल, असे मला वाटायला लागले होते.

'चिंता करण्यासाठी माझ्याकडे पुरेशा प्रमाणात कारणे होती. मी क्राऊन फ्रूट अँड एक्स्ट्रॅक्ट कंपनीमध्ये खजिनदार होतो. आम्ही स्ट्रॉबेरीच्या गॅलन टीनमध्ये सुमारे पाच लाख डॉलर गुंतविले होते. वीस वर्षांपासून आम्ही आईस्क्रीम निर्मात्यांना स्ट्रॉबेरीची गॅलनट टिन विकत होतो. अचानक आमची विक्री बंद झाली कारण नॅशनल डेअरी आणि बोर्डन्स सारख्या मोठ्या आईस्क्रिम उत्पादक कंपन्यांनी आपले उत्पादन वेगाने वाढविले होते आणि बॅरलमध्ये साठवली जाणारी स्ट्रॉबेरी विकत घेऊन आपला पैसा आणि वेळ दोन्ही वाचवायला सुरूवात केली होती.

'त्या स्ट्रॉबेरीमध्ये फक्त आमचेच पाच लाख डॉलर गुंतले होते असे नाही, तर पुढील बारा महिन्यांमध्ये दहा लाख डॉलरची स्ट्रॉबेरी खरेदी करण्याचा आम्ही करारही केला होता. आम्ही आधीच बँकेकडून साडेतीन लखा डॉलर कर्ज घेतले होते. आम्ही या कर्जाची परतफेड करू शकलो नाहीत की त्याचे नूतनीकरण करू शकलो नाहीत. यामुळे मी चिंतीत होतो, तसे यामध्ये फारसे अस्वस्थ होण्यासारखे काहीही नव्हते.

'मी धावतच आमच्या कारखान्याकडे गेलो. जो वाटसनविल्ले, कॅलिफोर्नियामध्ये होता. परिस्थिती खूप बदलली आहे आणि आपण विनाशाच्या उंबरठ्यावर आहोत, हे मी आमच्या प्रेसिडेंटला समजावून सांगण्याचा प्रयत्न केला. त्यानी हे स्वीकारण्यास नकार दिला आणि वाईट प्रकारची सेल्समनशीप म्हणून त्यांनी आमच्या न्यूयार्क ऑफिसलाच सर्व दोष दिला.

'अनेक दिवस आग्रह केल्यानंतर त्यांनी ही गोष्ट मान्य केली. त्यांनी आता स्ट्रॉबेरी पॅक करणे बंद करून टाकले आणि आमचा नवीन माल सेनफ्रान्सिस्कोच्या बाजारात विकण्याची तयारी दाखविली. यामुळे आमची समस्या जवळपास सुटत आली. ख़रं तर आता मी चिंता करणे सोडून द्यायला हवे होते, पण मी असे करू शकलो नाही. चिंता एक सवय असते आणि मला तिचे व्यसन लागले होते.

'न्यूयार्कला परत आल्यावर मी प्रत्येक गोष्टीबाबत चिंता करायला सुरूवात केली. इटलीमध्ये आम्ही खरेदी करीत असलेली चेरी, हवाईमध्ये खरेदी करण्यात येणारे पाईनॅपल, आणि इतरही अनेक प्रकारच्या चिंता. मी तणावात होतो, अस्वस्थ होतो. माझी झोप उडाली होती आणि पूर्वी सांगितल्या प्रमाणे मी नर्व्हस ब्रेकडाऊनच्या दिशेने निघालो होतो.

'हताशेपोटी मी जगण्याची अशी पद्धत स्वीकारली त्यामुळे माझी अनिद्रा दूर झाली. सर्व चिंताही जवळपास संपल्या. मी व्यस्त झालो. समस्यावर तोडगा काढण्यामध्ये मी

व्यस्त झालो. त्यासाठी एकाग्रतेची आवश्यकता होती. त्यामध्ये इतक्या मोठ्या प्रमाणात व्यस्त झालो की माझ्याकडे चिंता करण्यासाठी वेळच उरला नाही. पूर्वी मी दिवसाला ७ तास काम करीत असे, आता मी १५-१६ तास काम करू लागलो. मी रोज सकाळीच आठ वाजता ऑफिसला जात असे आणि मध्यरात्र होईपर्यंत तिथे काम करीत थांबत असे. मी नवीन कामे, नवीन जबाबदाऱ्या स्वीकारल्या. आता मी मध्यरात्री घरी परतल्यावर इतका थकलेला असायचो की आंथरूणावर पडल्या पडल्याच झोप लागायची.

'मी असे सातत्याने तीन महिने सुरू ठेवले. तोपर्यंत माझी चिंतेची सवय सुटली. त्यामुळे मग मी पुन्हा एकदा माझ्या रोज सात-आठ तास काम करण्याच्या सवयीवर परतलो. ही घटना अठरा वर्षांपूर्वी घडली होती. तेव्हापासून आतापर्यंत कधीही मला अनिद्रेचा त्रास जाणवला नाही.'

ज़ॉर्ज बर्नाड शॉ योग्य होते. त्यांनी आपल्या एका वाक्यात ह्या सर्व घटनेचे सार सांगितले होते, **'दुःखी होण्याचे रहस्यच हे आहे की आपण सुखी आहोत की नाहीत याची चिंता करण्यासाठी तुमच्याकडे वेळ आहे.'** त्यामुळे या बाबतीत विचार करण्याची गरजच नाही. आपले हात चोळा, कंबर बांधा आणि व्यस्त रहा. तुमचे रक्त वेगाने वाहू लागते. तुमचा मेंदू वेगाने काम करायला लागतो. तुमच्या जीवनात आलेला हा सकारात्मक प्रवाह तुमच्या शरीरातून मेंदूपर्यंत जातो आणि मेंदूतील सर्व प्रकारच्या चिंता बाहेर काढतो. व्यस्त व्हा, व्यस्त रहा. चिंतेवर उपचार करण्यासाठी या जागामध्ये यापेक्षा स्वस्त आणि प्रभावी असे दुसरे कोणतेही औषध नाही.

चिंतेची सवय दूर करण्याचा पहिला नियम आहे :

'व्यस्त रहा. चिंतीत असलेल्या व्यक्तीने क़ामामध्ये पूर्णपणे बुडून जायला हवे. नाही तर तो निराशेने कोमेजून जाईल.'

७

चिंतेस तुम्हाला पोखरू देऊ नका

आपण आपले जीवन महत्त्वाचे कार्य आणि भावनांसाठी वापरावे. महान विचार, खरे प्रेम आणि स्थायी मोहिमांसाठी वापरावे. कारण जीवन इतके लहान आहे की ते अजिबात वाईट होता कामा नये.

ही एक नाट्यमय कथा आहे. ती विसरणे शक्य नाही. मला ही गोष्ट मेपलवूड, नूय जर्सी येथील रॉबर्ट मूरने ऐकविली होती.

मी माझ्या जीवनातील सर्वात मोठा धडा मार्च १९४५ मध्ये भारत-चीने सीमेपासून दूर २७६ फूट खोल पाण्यात घेतला. वाय.एस.एस. ३१८ पाणबुडीमध्ये स्वार झालेल्या अठ्याएंशी लोकांपैकी मी एक होतो. एक लहान जपानी दल आमच्याकडे येत असल्याची माहिती आम्हाला रडारवरून मिळाली. सकाळ होऊ लागल्यावर हल्ला करण्यासाठी आम्ही पाण्यात खोल खोल जाऊ लागलो. जापनी सैन्याचे एक बॉम्ब वर्षाव मार्गदर्शक पथक, एक टँकर आणि सुरुंगपोत आमच्याकडेच येत असल्याचे मी पेरिस्कोपमधून पाहिले. आम्ही पथप्रदर्शकावर तीन टोरपॅडो सोडले, पण आमचा नेम चुकला. प्रत्येक टॉरपोड़ीच्या यांत्रिक संरचनेमध्ये काही तरी गडबड झाली होती. आपल्यावर हल्ला करण्यात आला आहे, हे पथप्रदर्शकाला कळले नाही त्यामुळे ते वेगाने पुढे येत होते. आम्ही शेवटचे जहाज म्हणजे सुरुंगपोतावर हल्ला करण्याची तयारी करू लागलो. तोच त्याने एकदम वळण घेतले आणि ते आमच्या दिशेने येऊ लागले. (एका जपानी विमानाने आम्हाला साठ फूट खोल पाण्यात पाहिले होते. त्याने आमच्या स्थितीबद्दल जपानी सुरुंगपोताला रेडिओ

लहरीद्वारे संदेश पाठविला होता.) आम्ही लपून राहण्यासाठी १५० फूट खोलीवर गेलो. आम्ही दरवाजावर कुलुपे लावली आणि आमची पाणबुडी पूर्णपणे शांत ठेवण्यासाठी पंखे, कुलिंग सिस्टिम आणि विजेची सर्व उपकरणे बंद केली.

तीन मिनिटानंतर जणू काही आमच्यावर संकट कोसळले. आमच्या चहुबाजूला चार बॉम्ब फुटले आणि त्यांनी आम्हाला सागराच्या तळाशी नेले. आम्ही त्यावेळी २७६ फूट खोल पाण्यात होतो. आम्ही वाईट प्रकारे घाबरलो होतो. एक हजार फुटांपेक्षा कमी खोलीवर हल्ला होणे घातक असते. पाचशे फुटापेक्षा कमी खोलीच्या पाण्यात हल्ला झाला तर जीव वाचणे अवघड असते. आम्ही तर त्यापेक्षाही निम्म्याच खोलीवर होतो. सुरक्षेच्या दृष्टीने विचार केला तर आम्ही अक्षरशः गुढघाभर पाण्यात होतो. पंधरा तास ती जपानी युद्धनौका आमच्यावर बॉम्ब वर्षाव करीत होती. एखाद्या पाणबुडीपासून १७ फूट परिसरात एखादा बॉम्ब फुटला तर त्यामुळे त्या पाणबुडीला छिद्र पडू शकते. आमच्या पाणबुडीच्या पन्नास फूट परिसरात हजारो बॉम्ब फुटले होते. आम्हाला पूर्णपणे सुरक्षित राहण्याचा आदेश देण्यात आला होता. म्हणजे आम्ही आपल्या बंकरमध्ये शांतपणे पडून रहायचे होते.

मी इतका दहशतीखाली होतो की मला श्वास घेणेही अवघड झाले होते. 'हा मृत्यू आहे.' मी स्वतःला वारंवार हेच सांगत होतो, 'हा मृत्यू आहे, हा मृत्यू आहे...' पंखे आणि कंलिंग सिस्टिम बंद केल्यामुळे पाणबुडीतील तापमान शंभर अंश सेल्सियस तरी झाले होते. तरीही मी भीतीने इतका थंडा पडलो होतो की मी फरचे जॅकेट आणि फरची टोपी घातली होती. तरीही मला थंडीने हुडहुडी भरली होती. माझे दात कडकडत होते आणि सर्व शरीरावर थंड आणि चिकट घाम आला होता. हा हल्ला पंधरा तास चालला. मग अचानक थांबला. ज़पानी युद्धनौकेवरील दारुगोळा संपला होता आणि त्यामुळे तू दूर निघून गेली होती, हे आता उघडच होते. हल्ल्याचे ते पंधरा तास लाखो वर्षांसारखे वाटले. सर्व जीवनाचा पट डोळयासमोरून फिरत होता. मला माझी सर्व वाईट कर्मे आठवली. मी ज्यांची काळजी करीत असे अशा सर्व बारीक सारीक गोष्टी आठवल्या. नेव्हीमध्ये यायच्या आधी मी एका बँकेत कारकून होतो. ज़ास्त तास काम करणे, कमी वेतन मिळणे, प्रमोशनच्या कमी संधी असल्याच्या गोष्टी माझ्या चिंतेचे कारण होत्या. माझे स्वतःचे घर नव्हते. मी माझी कार खरेदी करू शकत नव्हतो, माझ्या पत्नीसाठी चांगले कपडे घेऊ

शकत नाही, म्हणूनही मी चिंतीत असायचो. माझ्या जुन्या बॉसवर तर मी खूप चिडायचो. तो माझ्यावर सतत रागे भरत असायचा. रोज संध्याकाळी मी इतक्या वैतागलेल्या स्थितीत घरी परत यायचो की मी माझ्या पत्नीशी बारीक सारीक बाबीवरून भांडणे करायचो, हे सर्व मला चांगल्या प्रकारे आठवते. माझ्या चेहऱ्यावर असलेल्या एका डागामुळेही मी खूप चिंतित असे. एका कार अपघातात झालेल्या जखमेमुळे हा डाग पडला होता.

'अनेक वर्षांपूर्वी मला या सर्व चिंता खूप मोठ्या वाटत असत. शत्रूची पाणबुडी आमच्यावर बॉम्ब वर्षाव करीत होती तेव्हा मात्र या सर्व चिंता अतिशय तुच्छ भासत होत्या. मूर्खपणाच्या वाटत होत्या. पुन्हा कधी आपल्याला चंद्र-सूर्य दिसले तर पुन्हा कधीही कशाचीही चिंता करायची नाही. कधीच नाही. नाही! अजिबात नाही !! पुन्हा कधीही नाही!!! मी त्याच वेळी माझ्या मनात ठाम संकल्प केला. पाणबुडीवरील त्या अतिशय भयंकर अशा पंधरा तासात मी जीवनाबद्दल इतके काही शिकलो की, सिरेकस विद्यापीठात चार वर्षे घालवूनही मला तितके शिकता आले नाही.'

जीवनातील मोठ मोठ्या संकटांचा सामना तर आपण बहुतेक वेळा शौर्याने करीत असतो, पण बारीक सारीक गोष्टी मात्र आपल्या **घशात माशाच्या काट्यासारख्या अडकतात** आणि त्यापुढे आपण पराभूत होतो. उदाहरणादाखल सॅम्युअल पीप्स आपल्या डायरीमध्ये लिहितात, क़ी आपण लंडनमध्ये सर हॅरी वेन यांचे मुंडके छाटताना पाहिले होते. सर हॅरी वॅन मृत्यूदंडाची शिक्षा भोगण्यासाठी प्लॅटफॉर्मवर चढले तेव्हा ते आपल्या ज़गण्याची भीक मागीत नव्हते, तर उलट त्या जल्लादाला ग़ळयातील वेदनादायी फोड बाजूला सारून वार करण्याची विनंती करीत होते.

ॲडमिरल बर्ड यांनी कडाक्याच्या थंडीत आणि रात्रीच्या मिट्ट काळोखात दक्षिण ध्रुवावर आणखी एक गोष्ट शोधली की, माणूस मोठ्या गोष्टी ऐवजी बारीक सारीक गोष्टींचीच जास्त चिंता करतो. त्यांनी कोणत्याही प्रकारची तक्रार न करता अनेक अडचणी, संकटे तसेच शून्याच्या खाली ऐंशी अंश सेल्सियस तापमान सहन केले. ॲडमिरल बोर्ड लिहितात, 'मला बंकरमध्ये राहणारी अशी अनेक माणसे माहीत आहेत, ज्यांनी आपसात बोलणे बंद केले होते. क़ारण दुसऱ्याने आपले सामान आपल्या जागेत एक इचंभर जास्त सरकविल्याचा ते परस्परांवर संशय घेत असत. मला असाही एक माणूस माहीत आहे, ज्याला जेवणाच्यावेळी

जिथून फ्लेचिरिस्ट दिसेल, अशी जागा मिळत नसे, तोपर्यंत तो जेवत नसे. तसेच तो अतिशय प्रामाणिकपणे प्रत्येक घास अठ्ठावीस वेळा चाऊन खात असे.

'ध्रुवीय कँपमध्ये अशा प्रकारच्या बारीक सारीक गोष्टी शिस्तबद्ध व्यक्तींनाही वेडेपणाच्या सीमारेषेवर नेऊन पोहचवित असत.'

ॲडमिरल बर्ड यामध्ये तुम्ही याचाही समावेश करू शकता की, लोक विवाह प्रसंगी लहान सहान गोष्टींमुळे वेडेपणाच्या सीमारेषेवर पोहचतात. इतकेच नाही तर अशाच गोष्टी जगातील निम्म्याहून अधिक हृदयाच्या वेदनेचे कारण होतात.

किमानपक्षी या क्षेत्रातील तज्ज्ञांचे मत तरी असेच आहे. उदाहरणार्थ चाळीस हजारांपेक्षा जास्त दुःखी विवाहाच्या प्रकरणात निकाल देणारे शिकागो येथील न्यायमूर्ती ज़ोसेफ सबाथ. ते म्हणतात, 'बहुतेक वैवाहिक दुःखाचे कारण बारीक सारीक गोष्टी असतात.' न्यूयार्क काउंट्रीचे माजी डिस्ट्रिक्ट ॲटर्नी फ्रँक एस. हॉगन यांचेही म्हणणे असेच आहे, 'आमच्या न्यायालयात येणारी आर्धीअधिक प्रकरणे बारीक सारीक गोष्टीवरून सुरू झालेली असतात. मदिरालयातील शौर्य, घरगुती तिरकस बोलणे, एखादी अपमानास्पद टीका, एखादा बोचणारा शब्द, क़ोरडेपणाचे वागणे,.... याच त्या बारीक सारीक गोष्टी होत. ज्यामुळे हल्ले होतात आणि हत्याही होतात. आपल्यापैकी खूप कमी जणावर वाईट पद्धतीने हल्लेहोतात किंवा क्रुरपणे वागले जाते. आपल्या स्वाभिमानाला ठेच पोहचविणारा छोटासा झटका, वार, अपमानः अहंकाराला होणारी लहानशी इजा, यामुळेच जगातील निम्म्याहून अधिक हृदयाच्या वेदनांसाठी कारण होतात.

एलीनेर रुझवेल्ट यांचे लग्न झाल्यावर त्यांच्या कूकने एखाद्या दिवशी चांगले जेवण बनविले नाही तर त्या नंतर अनेक दिवस त्याची काळजी करीत असत. मिसेस रुझवेल्ट आता मात्र या बद्दल असे म्हणतात, 'आता जर असे झाले तर मी माझे खंदे उडविते आणि ते सर्व विसरून जाते.' अतिशय चांगले. ही भावनात्मकरित्या प्रौढ व्यक्तीची वागण्याची पद्धत आहे. क़ॅथरिन द ग्रेट सारखी थोर सम्राज्ञीही कूकने बनविलेले वाईट जेवण हासत हासत घेत असे.

माझी पत्नी आणि मी एकदा शिकागो मधील माझ्या एका मित्राच्या घरी डीनरसाठी गेलो. मांस वाढत असताना त्यांच्याकडून काही तरी चूक झाली. अर्थात माझे काही

त्याकडे लक्ष नव्हते आणि समजा असते तरीही मी गंभीरपणे घेतले नसते.

त्याच्या पत्नीने मात्र त्याची चूक पकडली आणि सर्वांसमोर त्याला काही बाही बोलली, 'जॉन, जरा समोर बघून काम करावे. तुला तर एकही काम नीटपणे करता येत नाही.'

मग ती आम्हाला म्हणाली, 'हा नेहमीच अशा प्रकारच्या चुका करीत राहतो. त्यापासून काहीही धडा घेत नाही. ' कदाचित त्याला योग्य प्रकारे मटन वाढता येत नसेल, पण तरीही तिच्यासारख्या भांडखोर पत्नीसोबत तो वीस वर्षे राहिला याबद्दल मात्र मी त्याचे मानापासून अभिनंदनच करतो. ख़रं सांगायचं तर शांततापूर्ण वातावरणात सरसोसोबत मला दोन हॉट डॉग खायला आवडले असते. या उलट तिच्या बोलण्यासोबत मला पिकिंग बदक आणि शार्कच्या फिन्सचे डीनरही आवडले नसते.

या अनुभवानंतर माझे काही मित्र डीनरसाठी माझ्या घरी आले. ते यायच्या आधीच माझ्या पत्नीच्या असे लक्षात आले की त्यांच्याकडील तीन नॅपकिन टेबल क्लॉथसोबत मॅच होत नाहीत.

तिने मला नंतर सांगितले, 'मी धावत पळत कूककडे गेले तेव्हा त्याने बाकीचे तीन नॅपकिन धुण्यासाठी लॉंड्रीत गेल्याचे सांगितले. पाहुणे दारात होते आणि नॅपकिन बदलण्यासाठी वेळ नव्हता. माझ्या डोळ्यात आसवे आली होती. माझ्या डोक्यात मात्र त्यावेळी हाच विचार सुरू होता, 'अशा मूर्खपणाच्या चुकीसाठी आपली सर्व संध्याकाळ का वाया घालवावी? " मग मी विचार केला. खरी गोष्ट आहे. या कारणामुळे संध्याकाळ का वाया घालवावी? मी डिनरसोबत गेले आणि माझा उर्वरित वेळ चांगला राहील. अशी आशा व्यक्त केली. तसेच झाले. माझ्या मित्रांनी मला नर्व्हस, गर्विष्ठ गृहिणी समजावे. मला माहीत आहे तिथपर्यंत कोणाचेही त्या मॅच नसलेल्या नॅपकिनकडे लक्ष दिले नाही.'

एक प्रसिद्ध कायदेशीर म्हण आहे, 'क़ायद्याचा संबंध तुच्छ ग़ोष्टींशी असत नाही.' मानसिक शांतता हवी असणाऱ्यानीही चिंता करणाऱ्यांचाही असता कामा नये.

तुच्छ गोष्टीमुळे निर्माण होणारा राग जिंकण्यासाठी बहुतेक वेळा आपला दृष्टिकोन बदलण्याची फक्त आवश्यकता असते. एक नवीन आणि सुखद दृष्टीकोन आपल्या डोक्यात आणावा लागतो. **'द हॅंड टू सी पॅरीस'** सारखे अनेक डझन पुस्तके लिहिणारी माझी मित्र होमर क्राय असे कशा प्रकारे केले जाऊ शकते, हे सांगण्यासाठी एक आश्चर्यकारक

उदाहरण देतात. आपल्या कोणत्या तरी एका पुस्तकाचे काम करीत असताना न्यूयार्कमधील आपल्या अपार्टमेंटमध्ये ते रेडियटरच्या आवाजाने वेडे व्हायला येत असत. क़धी वाफ उकळल्याची किंवा आपसात धडकल्याचे आवाज त्यांना येत असत आणि आपल्या टेबलावर बसल्या बसल्या ते रागाने उफाळत असत.

होमर क्राय पुढे म्हणतात, 'मग मी एकदा माझ्या काही मित्रांसमवेत क़ेपिंग मोहिमेवर गेलो. भडकलेल्या आगीत तडकणाऱ्या लाकडांचा आवाज ऐकल्यावर मला असे वाटले की त्यांचा आवाज रेडिएटरच्या आवाजाशी किती मिळता जुळता आहे. त्यापैकी एक आवाज मलाआवडतो तर मग मी दुसऱ्या आवाजावर का चिडतो? घरी परत आल्यावर मी स्वतःशी म्हणालो, 'आगीमध्ये जळणाऱ्या लाकडांचा आवाज सुखद असेल तर रेडिएटरचा आवाजही सुखद आहे. मी आता झोपायला जाईल आणि या आवाजाची अजिबात चिंता करणार नाही.' नंतर असेच झाले. काही दिवस रेडिएटरच्या आवाजाकडे माझे लक्ष जात राहिले, पण लवकरच मी तो आवाज पूर्णपणे विसरून गेलो.

'अनेक बारीक चिंतांच्या बाबतीत असेच होत असते. आपल्याला त्या आवडत नाहीत आणि आपण त्यांच्यावर चिडतो, संतप्त होतो. यामागचे खरे कारण असे की आपण त्यांना अनेक पटीने जास्त महत्त्व देत असतो.'

डिजरायलीने म्हटले होते, 'हे जीवन इतके लहान आहे की ते अजिबात तुच्छ असता कामा नये.' आंद्रे मॅरायने **धीस वीक** मासिकात लिहिले होते, 'आपण लहान सहान गोष्टीमुळे विचलित होत असतो. ख़रं तर ज्यांच्याकडे आपण दुर्लक्ष करायला हवे किंवा त्यांना विसरून जायला हवे, या शब्दांनी मला अनेक वेदनादायी अनुभव सहन करण्यासाठी मदत केली आहे. ख़रं तर या पृथ्वीवर आपले आयुष्य काही दशकांचे असते. तरीही त्यातील किती तरी महत्त्वाचे आणि पुन्हा परत येणारेअनेक तास आपण अशा गोष्टींची चिंता करण्यासाठी वापरीत असतो, ज्या चिंता आपण एक वर्षा नंतर विसरणार असतो आणि इतर लोकही तसेच ते विसरून जातात. त्यामुळे आपण आपले जीवन महान कार्य आणि विचारांसाठी, भावनांसाठी वापरावे हेच उत्तम असते. थोर विचार, खरे प्रेम आणि स्थायी मोहिमा यांच्यासाठी आपले जीवन वापरावे. क़ारण जीवन इतके लहान आहे की ते व्यर्थ जाऊ नये.'

रुडयार्ड किपलिंगसारख्या प्रसिद्ध व्यक्तींनाही काही वेळा याचा विसर पडला आहे की, 'जीवन खूप लहान आहे, ते व्यर्थ जाता कामा नये.' परिणाम? त्यांनी आपल्या मेहुण्यासोबत वरमॉन्टच्या इतिहासात प्रसिद्ध असलेले कायदेशीर युद्ध लढले. हा लढा इथका प्रसिद्ध झाला की या बद्दल एक पुस्तक लिहिण्यात आले, **रूडयार्ड किपलिंग्ज वरमॉंट फ्युड.**

ग़ोष्ट थोडीशी अशी आहेः किपलिंग यांनी वरमॉंट येथील एक मुलगी क़ेरोलिन बॅलेस्टियर हिच्याशी विवाह केला. त्यांनी ब्रॅटलबेरो, वरमॉंट इथे एक सुंदर घर बनविले. ती तिथेच स्थायिक झाले आणि आपले उर्वरित जीवन तिथेच काढण्याचे त्यांनी ठरविले. त्यांच्या पत्नीचा भाऊ बिट्टी बॅलेस्टियर किपलिंग यांचा सर्वात चांगला मित्र झाला. दोघे एकत्र काम करीत असत आणि खेळतही असत.

मग किपलिंग यांनी बॅलेस्टियर याच्याकडून काही जमिन खरेदी केली.त्या जमिनीमध्ये गवत कापण्याची बॅलेस्टियरला दर वर्षी परवानगी असेल, असे त्यांच्यामध्ये ठरले. त्या गवताच्या मैदानावर किपलिंग फुलांची बाग लावत असल्याचे बॅलेस्टियरने पाहिले. त्याचे रक्त गरम झाले. त्याने आकाश डोक्यावर घेतले. किपलिंग यांनीही जशास तसे उत्तर दिले. वरमॉंटच्या हिरव्या गार डोंगरी भागातील हवा अचानक निळसर झाली.

क़ाही दिवसानंतर किपलिंग आपल्या सायकलवरून जात असताना त्यांचा मेहुणा अचानक वॅगन आणि घोड्यांसह रस्त्यावर आला. त्याने किपलिंगला खाली पाडले. 'ज़ेव्हा इतर लोक आपले नियंत्रण गमावून बसतात आणि तुम्हाला दोष देऊ लागतात तेव्हा अशा वेळी तुम्ही आपले संतुलन कायम ठेवायला हवे,' अशा प्रकारचा इतरांना सल्ला देणारे किपलिंग यावेळी मात्र आपले संतुलन गमावून बसले. त्यांनी बॅलेस्टियरच्या अटकेचे वारंट काढले. एक जबरदस्त खटला सुरू झाला. मोठ्या शहरांमधील वार्ताहर छोट्या खेड्यामध्ये आले. ज़गात सर्वत्र ही बातमी पसरली. निकाल काहीही लागला नाही. या खटल्यामुळे किपलिंग आणि त्याच्या पत्नीला मात्र आपले उर्वरित आयुष्य आपल्या अमेरिकेतील घरापासून दूर व्यतित करावे लागले. इतकी सर्व चिंता आणि कडवटपणा एका बारीकशा गोष्टीसाठी! ग़वताला येणाऱ्या फुलांसाठी?

पेरिक्लिजने चोवीस शतकांपूर्वी सांगितले होते, **'सज्जनो, आपण बारीक सारीक गोष्टींसाठी अनेक तास बसून राहत असतो.'** ख़रोखरच.

इथे डॉ. हेरि इमर्सन फास्टिक यांनी सांगितलेली एक मजेदार गोष्ट सांगितली आहे. ही जंगलातील विशालकाय वृक्षांच्या विजयाची आणि पराभवाची गोष्ट आहे :

क्रॉलोरेडोमध्ये लाँग पिक्सच्या ढालीवर एका अति विशाल वृक्षाचे काही अवशेष शिल्लक आहेत. तो वृक्ष सुमारे चारशे वर्षे उभा असावा, असे निसर्ग विज्ञान सांगते. क्रोलबंसने जेव्हा सॅन सॅल्वाडोरमध्ये पाऊल ठेवले होते तेव्हा हा वृक्ष म्हणजे इवलेसे रोपटे होता आणि ज़ेव्हा तीर्थयात्रा करणारे फ्लायमाऊथमध्ये बसले तेव्हा हा वृक्ष अर्धा झाला होता. याच्या अतिशय दीर्घ आयुष्यात त्याच्यावर चौदा वेळ वीज कोसळली. चार शतकांत शेकडो वेळा वादळे आली. पण कोणी त्याच्या केसालाही धक्का लाऊ शकले नाही. शेवटी वाळवीच्या सैन्याने त्याच्यावर हल्ला केला आणि त्याला जमिनदोस्त केले. वाळवी त्याच्या सालीच्या आत घुसली आणि लहान लहान पण सतत हल्ले करीत तिने त्याला पोखरून टाकले. ज़ंगलातील विशालकाय वृक्ष ज्याचे काळ काही बिघडवू शकला नाही, ज़्याच्यावर वीजेचा किंवा वादळी वाऱ्याचा काही परिणाम झाला नाही, असा वृक्ष अशा बारीक सारीक कीटकांपुढे पराभूत झाला ज्याला माणूस चिमटीत धरून ठार मारू शकतो.

आपण सर्व जण जंगलातील त्या विशालकाय वृक्षासारखे नाहीत का? आपल्या जीवनातील वीजेचा किंवा वादळी वाऱ्याचा आपण कसा तरी सामना करतोच की नाही? या उलट चिंतेची बारीक सारीक वाळवी आपल्या मनात घर करून आपली अंतर्गत शक्ती पोखरून टाकते. छोटी वाळवी, जिला आपण चुटकीमध्ये धरून कुस्करून टाकू शकतो.

मी व्यामिंग राज्याचे हायवे सुपरिंटेंडट चार्ल्स सीफ्रेड आणि त्यांच्या काही मित्रांसोबत व्यॉमिंगच्या टेटन नॅशनल पार्कला भेट दिली. आम्ही पार्कमध्ये जॉन डी. रॉकफेलर इस्टेट फिरण्यासाठी जात होतो. अर्थात मी ज्या कारमध्ये बसलो होतो ती चुकीच्या वळणावर वळली आणि त्यामुळे रस्ता चुकलो. परिणामी इस्टेटच्या मुख्य गेटवर आम्ही इतर लोकांपेक्षा एक तास उशिराने पोहचलो. ज़्या चाबीचा वापर करून ते प्रायव्हेट गेट उघडले जाणार

होते ती चाबी सीफ्रेड यांच्याकडे होती. आम्ही रस्ता चुकल्यामुळे त्यांना त्या जंगलातील मच्छर आणि भंयकर उकाड्यामध्ये आमची वाट पाहत थांबावे लागले. तिथे डास इतके भयानक होते की एखादा संतही चिडला असता, पण सीफ्रेड यांचे मात्र ते काहीही बिघडवू शकले नाहीत. आमची वाट पाहत असताना त्यांनी एका झाडाची एक फांदी तोडली. त्यांनी तिची शिटी तयार केली. आम्ही तिथे पोहचलो तेव्हा ते डासांना शिव्या देत होते? नाही, ते आपली शिटी वाजवित होते. अशा प्रकारच्या बारीक सारीक गोष्टी जिथल्या तिथे ठेवाव्यात ही गोष्ट ज्याला चांगल्या प्रकारे माहीत होती, त्या माणसाची आठवण म्हणून मी ती शिटी अजूनही जपून ठेवली आहे.

चिंतने तुम्हाला संपवून टाकायच्या आधी तुम्ही चिंतेला संपवून टाकण्याचा दुसरा नियम आहे :

तुम्ही स्वतःला अशा प्रकारच्या बारीक सारीक गोष्टीमुळे विचलित होऊ देऊ नका, ज़्यांच्याकडे खरं तर दुर्लक्ष करायला हवे किंवा ज्यांना विसरून जायला हवे. लक्षात ठेवा, 'हे जीवन इतके लहान आहे की ते व्यर्थ वाया जाता कामा नये.'

८

चिंता मिटविणारा नियम

आपण सरासरीच्या नियमाची तपासणी करावी आणि तो असण्याची किती शक्यता आहे, हे आपण एकदा पाहून घ्यावे.

माझे लहानपण मिसुरी फार्मवर गेले. एके दिवशी खड्ड्यामध्ये चेरी ठेवण्यासाठी आईला मदत करीत असताना मी रडायला लागलो. आईने मला विचारले, 'डेल, असे काय झाले आहे? तू कशामुळे रडायला लागला आहेस?' मी स्फुंदत स्फुंदत म्हणालो, 'या खड्ड्यामध्ये मींही जिवंत गाडला जाईल, अशी मला भीती वाटायला लागली आहे.'

त्यावेळी मला अनेक प्रकारच्या चिंता सतावत असत. वादळ सुटल्यावर अंगावर वीज पडून मी मरून जाईल म्हणून मला भीती वाटायची. पैशांची चणचण असायची त्यामुळे आमच्याकडे खाण्यासाठी काहीही असणार नाही, अशी मला भीती वाटायची. मेल्यानंतर मी नरकात जाईल, अशीही मला भीती वाटायची. सॅम व्हाईट नावाचा मोठा मुलगा माझे मोठे कान कापील अशीही मला भीती वाटायची. तशी त्याने मला अनेक वेळा धमकी दिली होती. मी माझ्या डोक्यावरची हॅट काढून मुलींना अभिवादन करील तेव्हा त्या मला हासतील, अशीही मला भीतीमुळे चिंता वाटत असायची. माझ्यासोबत लग्न करण्यासाठी कोणीही मुलगी तयार होणार नाही, अशीही मला भीतीमुळे चिंता वाटायची. लग्नानंतर लगेच आपल्या पत्नीशी काय बोलायचे, ही चिंताही मला त्रास द्यायची. आमचे लग्न एखाद्या खेड्यातील चर्चमध्ये संपन्न होईल आणि तिथून मग आम्ही एखाद्या बग्गीत बसून फार्मपर्यंत प्रवास करीत येऊ, असे मला वाटायचे. फार्म पर्यंत परत येण्याचा हा प्रवास मी

कशा प्रकारे सुरू ठेवू शकेल? कसा? कसा?? कसा??? नांगरामागे चालताना पृथ्वी हेलावून सोडणाऱ्या अशा सर्व चिंतांचा मी विचार करीत असे.

ज़सा काळ जात राहिला तसे मला हे पटत गेले की मी उगीच अशा गोष्टींची चिंता करण्यात वेळ घालवित होतो, ज्यापैकी ९ ९ टक्के गोष्टी कधीच घडल्या नाहीत.

उदाहरणादाखल, मी आधी सांगितले आहे त्याप्रमाणे, वीज पडल्यावर मी घाबरत असे.पण आता मला हे माहीत आहे की एका वर्षात वीज पडल्यामुळे माझ्या मरण्याची शक्यता अवघी तीन लाख पन्नास हजारात एक आहे. (ही आकडेवारी मला नॅशनल सेफ्टी काउंसिलकडून मिळाली आहे.)

जिवंत गाडले जाण्याची मला वाटणारी भीती तर मूर्खपणाचा कळसच होती. मला नाही वाटत की त्या काळी पार्थिवाला मम्मीमध्ये ठेवीत असत तेव्हा सुद्धा एक कोटीमध्ये एखाद्याला जिवंत गाडले जात असेल म्हणून. तरीही या भीतीमुळे मी कधी तरी रडलो होतो.

दर आठपैकी एक व्यक्ती कॅंसरमुळे मृत्यू पावते. त्यामुळे मला जर कशाची चिंताच करायची असती तर मी ती कॅंसरची करायला हवी होती. पण मी मात्र वीज पडून मरण्याची किंवा जिवंत गाडले जाण्याची चिंता करीत होतो.

अर्थातच मी हे सर्व माझ्या लहानपणीचे आणि बाल्यावस्थेतील सांगत आहे. अर्थात प्रौढ आयुष्यातही आपल्या चिंता इतक्याच मूर्खपणाच्या असतात. तुम्ही आणि मी आपल्या चिंता ९ ० टक्के कमी करू शकतो. अट फक्त इतकीच की आपण दीर्घ काळ चिंता करीत राहण्याऐवजी 'सरासरी' च्या नियमानुसार आपल्या चिंतांना खरोखरच काही आधार आहे का, ते पहावे.

ज़गातील सर्वात प्रसिद्ध वीमा कंपनी म्हणजे लंडनमधील लॉयडस कंपनीने अगणीत करोडो डॉलर कमविले आहेत. याच्या मुळाशी माणसाची अशा गोष्टीबद्दल चिंता करण्याची प्रवृत्ती आहे, ज़्या कधी मधीच होत असतात. ही कंपनी लोकांशी पैज लावत असे की ज्या गोष्टीची तुम्ही चिंता करीत आहात, ती प्रत्यक्षात येणारच नाही. अर्थात **ते याला अशी पैज लावणे म्हणत नाहीत. ते त्याला विमा म्हणतात. पण वास्तविक पाहता सरासरीच्या नियमानुसार ते एक प्रकारे पैज लावणेच असते.** हा विशाल वीमा बदलत नाही. तो पन्नास शतकापर्यंत प्रगतीच करीत राहील. तसेच बुटापासून जहाजापर्यंत

आणि सिलिंग वॅगनपर्यंत प्रत्येक गोष्टीचा विमा काढला जाईल. ज़ो 'सरासरी' च्या नियमानुसार तितक्या वेळा होत नाही, जितक्या वेळा लोक त्याची कल्पना करीत असतात.

आपण सरासरीच्या नियमाची तपासणी केली तर त्यातून हाताला लागणारी तथ्ये पाहून आपण अस्वस्थ होऊ शकतो. उदाहरणार्थ, मला ही गोष्ट कळली की पुढील पाच वर्षांमध्ये मला ग़ेटिसबर्गच्या युद्धासारखे घनघोर युद्ध करावे लागणार आहे. त्यामुळे मी भयभीत होईल. अशा वेळी मला जितका म्हणून जीवन वीमा काढता येईल तितका मी काढेल. मी माझे मृत्यूपत्र तयार करील आणि जगातील सर्व महत्त्वाची कामे उरकून टाकील. मी म्हणेल, 'या युद्धातून मी कदाचित जिवंत परत येऊ शकणार नाही. त्यामुळे उरलेली वर्षे चांगल्या प्रकारे जगणे हेच माझ्यासाठी उत्तम असेल.' अर्थात वास्तव हे आहे की, सरासरीच्या नियमानुसार शांततेच्या काळात म्हणजे वयाच्या ५०-५५ व्या वर्षीही ज़गण्यासाठी प्रयत्न करणे गिटसबर्गसारख्या भयानक युद्धात सहभागी झाल्यासारखेच धोकादायक असते. मला असे म्हणायचे आहे की वयाच्या ५०-५५ वर्षात असलेले लोकांच्या मृत्यूंचे प्रमाण तितकेच शक्य आहे, जितके १,६३,००० सैनिकांच्या मृत्यूची होती. जे गिटसबर्गच्या युद्धात मारले गेले.

मी या पुस्तकातील अनेक प्रकरणे केनेडियन रॉकीजमध्ये बाऊ लेकच्या किनाऱ्यावरील ज़ेम्स सिम्पसनच्या नम-टी-गाह नावाच्या लॉजमध्ये लिहिली आहेत. तिथे उन्हाळयाच्या दिवसात थांबलो असताना मी सॅन फ्रान्सिस्को येथील मिस्टर अँड मिसेस हरबर्ट एच सॅलिंजर या जोडप्याला भेटलो. मिसेल सॅलेंजर एक संतुलित आणि शांत स्त्री होत्या. त्यांनी कधीच चिंता केली नसावी, असे मला त्यांना पाहून वाटले. एका संध्याकाळी चांगल्याच पेटलेल्या शेकोटी समोर बसल्यावर मी त्यांना विचारले की तुम्हाला कधी एखाद्या चिंतेने सतावले आहे का? सतावले आहे? त्यांनी मलाच उलट विचारले. या चिंतेने तर माझे सर्व आयुष्य जवळपास व्यर्थ घालविले होते. चिंतेवर मात करायला शिकायच्या आधी मी ११ वर्षे स्वतःच बनविलेल्या नरकामध्ये खितपत पडले होते. मी चिडचिड्या आणि संतापी स्वभावाची होते. ख़ूप जास्त तणावात राहत असे. मी दर आठवड्याला सॅन मॅटियोमधील घरातून मी सॅन फ्रान्सिसकोला बसने शॉपिंग करण्यासाठी जात असे. शॉपिंग करतानाही मी भीतीमुळे इतकी घाबरलेली असायची की, ज़णू काही

मी विजेवर चालणारी इस्त्री सुरूच ठेवली आहे. क़दाचित घराला आग लागली असेल किंवा मोलकरीण मुलांना एकटे सोडून पळून गेली असेल. मुले घराबाहेर पडून सायकल चालवायला लागली असतील आणि एखाद्या कारला धडकून ठार झाली असतील. शॉपिंग करीत असताना अशा प्रकारच्या चिंतेमुळे मला सर्द घाम येत असे. त्यामुळे मी धावत जाऊन बस पकडत असे घरी सर्व काही ठीक आहे ना, हे पाहण्यासाठी घराकडे जात असे. माझ्या पहिल्या लग्नाचा शेवट दुःखद झाला होता, याची मला काहीही परेशानी नव्हती.

'माझे दुसरे पती वकील आहेत. शांत आणि विश्लेषण करणारे. ज़े कधीही कशाचीही चिंता करीत नाहीत. मी तणावात असते आणि कशाची तरी चिंता करते तेव्हा ते मला म्हणतात, 'विश्रांती घे. जरा दुसऱ्या कशाचा तरी विचार कर. ... तुला खरोखरच कोणत्या गोष्टीची चिंता आहे? आपण सरासरीच्या नियमाची तपासणी करू आणि हे होण्याची किती शक्यता आहे ते पाहू. ' 'एक उदाहरण म्हणून मला आठवते की आम्ही अल्बुकर्क, न्यू मेक्सिकोवरून क़ार्ल्सबेड केव्हन्सला जात होतो. क़च्च्या रस्त्यावरून गाडी चालवित असताना आम्ही पाऊसाच्या वादळात सापडलो.

'कार घसरत होती आणि असंतुलित होत होती. आम्ही तिच्यावर नियंत्रण ठेवू शकत नव्हतो. आम्ही घसरून सडकेच्या बाजूला असलेल्या एखाद्या खड्ड्यात पडूत अशी मला खात्री वाटत होती. माझे पती मला वारंवार हेच सांगत होते, 'मी खूप हळूवार कार चालवित आहे. गंभीर अपघात होण्याची थोडीशीही शक्यता नाही. क़ार समजा घसरून एखाद्या खड्ड्यात पडली तरीही सरासरीच्या नियमानुसार आपल्याला काहीही जखम होणार नाही. ' त्यांची शांतता आणि आत्मविश्वास पाहून मी शांत झाले.

'एकदा उन्हाळयाच्या सुट्ट्यामध्ये आम्ही क़ॅनेडियन रॉकीजमध्ये टुकिन व्हॅलीमध्ये क़ेंपिंगला सहलीसाठी गेलो होतो. एके रात्री आम्ही समुद्र सपाटीपासून सात हजार फूट उंचीवर कँप लावला. तोच जोरदार वादळ आले आणि आमच्या तंबूचे तुकडे तुकडे होतील असे आम्हाला वाटू लागले. लाकडी प्लॅटफार्मला तंबू दोऱ्यांनी बांधलेला होता. तंबूचा बाह्य भाग हालत होता, उडत होता, आवाज करीत होता. वादळी हवाही सोसाट्याचा आवाज करीत होती. तंबू सैल होईल आणि आकाशात उडेल, अशी मला सतत भीती वाटत होती. मी अतिशय घाबरले होते आणि माझे पती मला वारंवार सांगत होते, 'हे बघ

प्रिये, आपण बुस्टर येथील गाईडसोबत प्रवास करीत आहोत. आपण काय करीत आहोत ते त्यांना चांगल्या प्रकारे माहीत असते. ग़ेल्या साठ वर्षांपासून ते या डोंगरात तंबू लावत आले आहेत. हा टेंट इथे अनेक वर्षांपासून लागलेला आहे आणि आतापर्यंत कधीही तो पडलेला नाही. सरासरीच्या नियमानुसार तो आजही अजिबात पडणार नाही. शिवाय समजा तो पडलाच तर आपण दुसऱ्या एखाद्या टेंटमध्ये आश्रयाला जाऊ शकतो. त्यामुळे तू चिंता करू नको...' मी चिंता करणे थांबवले आणि उरलेली रात्र मी शांत झोपेत घालवली.

'काही वर्षांपूर्वी कॅलिफोर्नियामध्ये आमच्या भागात लकवा मारण्याची महामारी पसरली होती. जुन्या काळानुसार मी अतिशय काळजीत पडले असते, पण माझ्या पतीने मला शांत रहायला सांगितले. आम्ही सर्व प्रकारची सावधानता बाळगली. आम्ही आमच्या मुलांना इथर मुलांपासून दूर ठेवले. शाळा आणि चित्रपटगृहे यापासून दूर ठेवले. आरोग्य विभागाचा सल्ला घेतल्यावर आम्हाला असे कळले की कॅलिफोर्नियामधील सर्वात मोठ्या लकव्याच्या महामारीचे वर्ष ठरलेल्या या काळात संपूर्ण कॅलिफोर्नियामध्ये फक्त १ ८ ३ ५ मुले आजारी पडली होती. सामान्यपणे ही संख्या दोनशे किंवा तीनशे असते. अर्थात हा काळ खूपच दुःखद होता, पण सरासरीच्या नियमानुसार आमच्या हे लक्षात आले की, क़ोणत्याही मुलांची या आजारामुळे बिमार होण्याची शक्यता खूपच कमी होती.

'सरासरीच्या नियमानुसार हे होणार नाही.' या वाक्याने माझ्या ९ ० टक्के चिंता कमी झाल्या होत्या. या वाक्याने माझ्या आयुष्यातील मागील वीस वर्षे माझ्या अपेक्षेपेक्षा किती तरी जास्त सुखद आणि शांततामय बनविली होती.'

आपली बहुतेक सर्व दुःखे आणि चिंता या आपल्या कल्पनेतून निर्माण होत असतात, वास्तावातून नाही, असे इथे म्हणण्यात आले आहे. मागील दहा वर्षांकडे मी वळून पाहते तेव्हा मला असे आढळून येते की माझ्या बहुतेक सर्व चिंता या कल्पनेतूनच निर्माण झाल्या होत्या. आपलाही अनुभव असाच असल्याचे जीम ग्रांटचे म्हणणे आहे. ते न्यूयार्क शहरामध्ये जिम्स ए. ग्रांट डिस्ट्रिब्युशन कंपनीचे मालक होते. ते फ्लोरिडामध्ये एका वेळी संत्री आणि ग्रेपफ्रुटच्या एका वेळी १ ०-१ २ गाड्यांची ऑर्डर देत असत. ही फळे ज्या ट्रेनने येत आहेत त्या ट्रेनचा अपघात झाला तर काय होईल? सर्व फळे जमिनीवर

विखुरली गेली तर काय होईल? माझी फळांची गाडी ज्या पुलावरून जात आहे, तो पूल मोडला तर काय होईल? अशा प्रकारच्या कल्पना मला त्रास देत असल्याचे त्यांनी मला सांगितले. ख़रं तर त्यांच्या मालाचा विमा उतरवलेला होता, पण तरीही त्यांना अशी भीती वाटायची की माल जर वेळेवर पोहचला नाही तर आपले ग्राहक आपल्याकडून माल घेणे बंद करतील. या सर्व गोष्टीमुळे ते इतके चिंतित राहू लागले की आपल्या पोटात अल्सर झाला आहे की काय अशीही एक शंका त्यांच्या मनात निर्माण झाली. ते डॉक्टरांकडे गेले. डॉक्टरांनी त्यांना अल्सर नसल्याचे तसेच फक्त चिंता आणि तणाव यामुळे त्यांना तसे वाटत असल्याचे सांगितले. तोच माझ्या डोक्यातील ट्युब पेटली. मी स्वतःलाच काही प्रश्न विचारू लागलो. मी स्वतःला विचारले, 'हे बघ ग्रांट, आतापर्यंत तू फळांच्या किती खेपा पोहचविल्या आहेस?' उत्तर होते, 'सुमारे पन्नास हजार.' मग मी पुन्हा विचारले, 'यापैकी किती वेळा तुझ्या गाडीला अपघात झाला होता?' मीच उत्तर दिले, 'जास्तीत जास्त पाच वेळा.' मग मी पुन्हा स्वतःला विचारले, 'पन्नास हजार वेळापैकी फक्त पाच वेळा अपघात झाला आहे. याचा काय अर्थ होतो तो तुला माहीत आहे? म्हणजे पाच हजार खेपांमध्ये फक्त एक वेळा. दुसऱ्या शब्दात सरासरीच्या नियमानुसार आणि अनुभवाच्या आधारे तू जर पाच हजार खेपा पाठविल्या तर त्यापैकी अवघी एक खेप अपघातग्रस्त होऊ शकते. मग यामध्ये चिंता करण्यासारखे काय आहे?'

'मग मी स्वतःलाचा म्हणालो, 'पण पूलही तुटू शकतात.' तेव्हा मग मीच मला विचारले की 'पुलामुळे तुझ्या किती गाड्यांना अपघात झाला आहे?' याचे उत्तर होते, 'एकही नाही.' मग मी पुन्हा स्वतःलाच विचारले, 'ज़ो आजपर्यंत कधीही पडला नाही, असा पूल पडेल म्हणून चिंता करणारा आणि त्यामुळे पोटात अल्सर निर्माण करून घेणारा तू एक मूर्ख नाहीस का? खरं तर अशा प्रकारचा रेल्वे अपघात पाच हजार रेल्वे अपघातात एखाद्याच वेळी होऊ शकतो.'

जिम ग्रांटने मला सांगितले की मी या सर्व प्रकरणाकडे अशा प्रकारे पाहिल्यावर मला ते सर्व मूर्ख पणाचे वाटले. त्याच वेळी मी निर्णय केला की माझ्या सर्व चिंता मी सरासरीच्या नियमावर सोडून देणार आहे. तेव्हापासून आतापर्यंत मला माझ्या पोटातील अल्सरची चिंता कधीही सतावत नाही.'

अल स्मिथ न्यूयार्कचे गव्हर्नर होते तेव्हा आपल्या राजकीय विरोधकांना अशा प्रकारचे उत्तर देताना मी त्यांना वारंवार ऐकले की, **'चला, आपण रेकॉर्ड तपासून पाहू. आपण रेकर्ड तपासून पाहू...'** मग ते तथ्य सांगत असत. पुढे काय होईल अशी यापुढे जेव्हा आपण चिंता करायला लागू तेव्हा आपण हुशार असलेल्या अल स्मिथकडून शिकायला हवे. खरोखरच आपण रेकॉर्ड तपासून पहायला हवे. आपल्याला कुरतडून टाकणाऱ्या चिंतांसाठी काही आधार आहे की नाही हे आपल्याला त्या रेकॉर्डमधून कळते. आपण आपल्या कबरीत पडून राहू अशी भीती वाटत होती तेव्हा फ्रेडरिक जे मॅलस्टॅडने हेच केले. न्यूयार्कमधील आमच्या वर्गात त्यांनी सांगितलेली ही कथा आहे-

ज़ून १९४४ मध्ये मी ओमाहा बीच जवळ एका अरुंद ख़ंदकात झोपलो होतो. मी ९९९ व्या सिग्नल कंपनीत होतो. आम्ही नॉर्मंडीमध्ये नुकतेच खोदकाम केले होते. मी त्या अरुंद खंदकाकडे पाहिले. जमिनीमध्ये खोदलेला तो एक आयात होता. ते पाहून मी स्वतःशीच म्हणालो, 'हे तर एख़ाद्या कबरीसारखे दिसते.' मी त्यामध्ये पडून राहण्याचा आणि झोपण्याचा प्रयत्न केला तेव्हा ते खरोखरच कबर असल्याचे मला जाणवले. 'ही माझीच कबर आहे,' असे मी स्वतःशी बोलल्याशिवाय राहू शकलो नाही. ज़र्मनीचे बॉम्ब वर्षाव करणारे विमान पथक रात्री ११ वाजता आले आणि आमच्यावर बॉम्बचा वर्षाव करू लागले तेव्हा मी अतिशय वाईटरित्या घाबरलो. दोन-तीन रात्री मी अजिबात झोपू शकलो नाही. चौथ्या रात्रीपासून मला नर्व्हस ब्रेकडाऊन सुरू झाला. मी काही केले नाही तर मी पूर्णपणे वेडा होईल हे मला कळत होते. म्हणून मग मी स्वतःला आठवण करून दिली की आतापर्यंत पाच रात्री गेल्या आहेत आणि तरीही मी अद्याप जिवंत आहे. माझ्या सोबत असलेली प्रत्येक व्यक्तीही जिवंत आहे. फक्त दोघेच जण जखमी झाले होते, पण ते काही जर्मनीच्या बॉम्ब वर्षावामुळे जखमी झाले नव्हते. तर आमच्या ॲंटी एअर क्राफ्ट तोफामधून ख़ाली पडणाऱ्या गोळयांच्या तुकड्यांमुळे जखमी झाले होते. म्हणून मी निर्णय घेतला. माझ्या त्या अरुंद कबरीच्या वर मी लाकडाची एक जाडसर पाटी बसविली. त्यामुळे आमच्या तोफामधून खाली पडणाऱ्या गोळयांपासून माझा बचाव होणार होता. ज़्या माझे माझे युनिट विखुरले गेले होते, त्या मोठ्या क्षेत्रफळाचा मी विचार करू लागलो. मी स्वतःला म्हणालो की त्या अरुंद खोल खंदकात मी फक्त एकाच प्रकारे मेलो असतो, जर

बॉम्ब थेट माझ्या अंगावर पडला असता तर. अशा प्रकारे थेट माझ्यावर बॉम्ब पडण्याची शक्यता दहा हजारामध्ये एकही नाही. दोन रात्री अशा प्रकारे विचार केल्यावर मी शांत झालो. बाहेर बॉम्ब वर्षाव होत असतानाही मी सुखाने झोपलो. '

अमेरिकन नौसेनेनेही आपल्या सैनिकांचा उत्साह वाढविण्यासाठी सरासरीच्या नियमाच्या आकडेवारीचा वापर केला होता. मला एका माजी नौसैनिकाने सांगितले की, त्याची आणि त्याच्या एका जहाजी मित्राची ड्युटी गॅसोलिनने भरलेल्या एका टँकरवर लावण्यात आली तेव्हा तो खूप घाबरला होता. हाय ऑक्टेन गॅसोलिनने भरलेल्या टँकरवर मिसाईलने हल्ला झाला तर त्या टँकरचा स्फोट होऊन सर्व जण मारले जातील, याबद्दल त्यांची खात्री होती.

अमेरिकन नौसेनेला वास्तविकता माहीत होती. त्यामुळे त्यांनी एक आकडेवारी प्रसिद्ध केली. या आकडेवारीवरून अशी माहिती समोर आली की शंभर टँकररवर मिसाईले सोडली तर त्यापैकी साठ टँकर तरंगत राहतील. जी ४० टँकर बुडतील त्यापैकी केवळ पाचच टँकर दहा मिनिटांपेक्षा कमी वेळात बुडतील. याचा अर्थ असा होता की इतक्या वेळात आपण सहजपणे त्या जहाजातून उतरू शकतो. म्हणजेच आपल्या जिवंत राहण्याची शक्यता खूपच अधिक होती. यामुळे मनसामर्थ्य वाढले? ही गोष्ट सांगणारे सेंट पॉल, मिनेसोटाचे क्लाईड डब्ल्यू मास यांचे म्हणणे आहे, 'सरासरीच्या नियमाच्या ज्ञानाने माझी भीती दूर केली. सर्व युनिटला समाधान वाटू लागले होते. आमच्याकडे संधी आहे आणि सरासरीच्या नियमानुसार आम्ही कदाचित मरणार नाहीत, हे आम्हाला कळले होते.'
चिंतेने तुम्हाला संपवून टाकण्याच्या आधी तुम्हीच चिंतेला संपवून टाकावे यासाठीचा तिसरा नियम असा आहे :

'चला तर, आपण रेकॉर्ड तपासून पाहू.' स्वतःला विचारा, 'मी ज्या गोष्टीची चिंता करीत आहे, सरासरीच्या नियमानुसार तसे होण्याची किती शक्यता आहे?'

९

झाले गेले विसरून जावे

ज़े होऊन गेले त्याचा स्वीकार करायला हवा. क़ोणत्याही दुर्दैवाच्या परिणामापासून बाहेर पडण्यासाठी त्याचा स्वीकार करणे हेच पहिले पाऊल असते.
– विल्यम जेम्स

लहानपणी मी माझ्या काही मित्रांसोबत उत्तर पश्चिम मिसुरी भागात असलेल्या लाकडाच्या एका निर्जन घराच्या माळवंदावर खेळत होतो. माळवंदावरून खाली उतरत असताना मी एका क्षणासाठी खिडकीच्या चौकाटीवर पाय ठेवला आणि खाली उडी मारली. माझ्या डाव्या हाताच्या तर्जनीमध्ये एक आंगठी होती. खाली उतरत असतना ती एका खिळयात अडकली आणि उडी मारताना माझे बोट चिरले.

मी आरडा ओरडा करायला लागलो. मी घाबरलो होतो. मी आता मरणार, अशी मला खात्री वाटू लागली. अर्थात हाताची ही जखम बरी झाल्यावर मात्र मी त्याबद्दल कधी एक क्षणही विचार करीत नाही. ज़े होऊन गेले आहे? ... ज्याचा मी स्वीकार केला आहे, त्याची चिंता करण्याचा काय फायदा?

आता माझ्या डाव्या हाताला फक्त तीन बोटे आणि एक आंगठाच आहे, हा विचार आता अनेक महिने माझ्या डोक्यातही येत नाही.

क़ाही वर्षांपूर्वी मी न्यूयार्कमध्ये एक माणूस पाहिला. तो न्यूयार्कमध्ये ऑफिसमधील लिफ्ट चालवित असायचा. त्याला मनगटापासून डावा हातच नसल्याचे मला आढळून आले. तुटलेल्या हातामुळे काही त्रास होतो का, असे मी त्याला विचारल्यावर त्याचे उत्तर होते, 'अहो नाही, माझे याकडे कधी लक्षच जात नाही. मी लग्न केलेले नाही. मला फक्त सुईमध्ये दोरा ओवायचा असतो त्याच वेळी मला या तुटलेल्या हाताची जाणीव होते.'

आपण ठरविले तर कोणतीही गोष्ट किती लवकर स्वीकारू शकतो, तसेच ती विसरू शकतो, हे आश्चर्यकारक असेच आहे.

ॲमस्टरडम, हॉलंड येथील पंधराव्या शतकातील एका चर्चच्या अवशेषावर टांगलेल्या एका सूत्रवाक्याबद्दल मी बहुतेक वेळा विचार करीत असतो. हे सूत्रवाक्य फ्लेमिश भाषेत असून ते सांगते, 'हे होऊन गेले आहे. ते बदलू शकत नाही.'

तुम्ही आणि मी पुढील दशकात प्रवेश करूत तेव्हा अशा प्रकारच्या अनेक न आवडणाऱ्या गोष्टींचा आपल्याला सामना करावा लागू शकतो. ती कदाचित अशीच असू शकेल आणि ती बदलू शकणार नाही. आपल्याकडे पर्याय आहे. एक तर त्यांना आवश्य समजून त्यांचा स्वीकार करावा आणि त्यांच्याशी जुळवून घ्यावे नाही तर मग त्यांच्याशी बंड करून आपले आयुष्य वाया घालवावे. स्वतःला नर्व्हस ब्रेक डाऊनला बळी पडू द्यावे.

इथे मी माझा आवडता तत्त्वज्ञ विल्यम ज़ेम्सने दिलेला समजूतदारपणाचा सल्ला तुम्हाला सांगू इच्छितो. तो म्हणाला होता, ' जे झाले आहे त्याचा स्वीकार करा. स्वीकार करणे हे कोणत्याही दुर्दैवी परिणामांपासून बाहेर पडण्यासाठीचे पहिले पाऊल आहे.' पोर्टलँड, ऑरेगॉन येथील एलिझाबेथ कॉनले हिने हा धडा मोठ्या मुश्किलीने आत्मसाथ केला. तिने मला लिहिलेले पत्र मी इथे देत आहे, 'उत्तर अफ्रिकेमध्ये अमेरिकन सैन्य ज्या दिवशी आपल्या विजयाचा उत्सव साजरा करीत होते, त्या वेळी मला युद्ध विभागाकडून एक तार आली. माझा पुतण्या, ज़्याच्यावर माजे सर्वाधिक प्रेम होते तो युद्धामध्ये हरवला होता. थोड्या वेळानंतर आणखी एक तार आली की त्याचे निधन झाले आहे.'

या तीव्र दुःखामुळे मला लकवा झाला. या जीवनाची माझ्यावर खूप मोठी कृपा आहे, असे मला त्या वेळेपर्यंत वाटत होते. मला आवडणारी माझ्याकडे एक नोकरी होती. माझ्या या पुतण्याचे पालन पोषण करण्यासाठी मी खूप मदत केली होती. माझ्यासाठी तो म्हणजे तारूण्यातील सर्व बाबींचे प्रतिक होता. मी पाण्यामध्ये ज्या काही भाकरी टाकल्या होत्या त्या आता केक होऊन माझ्याकडे परत येत आहेत, असे मला वाटत होते. .... मग हे तार आले. माझे सर्व जगच बदलून गेले. कोसळले. माझ्याकडे जगण्यासाठी आता काहीच नाही, असे मला वाटू लागले. मी कटु आणि द्वेषयुक्त झाले. माझा इतका चांगला पुतण्या माझ्याकडून का हिरावून नेण्यात आला? इतका चांगला मुलगा, ... त्याच्या समोर सर्व आयुष्य पडले होते. त्याला मृत्यूने, काळाने का हिरावून नेले? मी हे स्वीकारू शकले नाही. माझे दुख इतके शक्तिमान होते की मी नोकरी सोडण्याचा, दूर कुठे तरी निघून जाण्याचा

आणि आश्रू तसेच कडवटपणाच्या सागरात स्वतःला बुडविण्याचा मी निर्णय घेतला.

'मी नोकरी सोडण्याची तयारी करण्यासाठी माझ्या टेबलाची आवरा आवर करीत होते. तोच मला एक पत्र दिसले. जे मी विसरून गेले होते. ज़ो आता या जगात नव्हता, त्याच माझ्या पुतण्याचे ते पत्र होते. काही वर्षांपूर्वी माझ्या आईचे निधन झाले होते तेव्हा त्याने मला हे पत्र लिहिले होते. पत्रात लिहिले होते, 'आपल्याला सर्वांनाचा, विशेषतः तुम्हाला त्यांची उणीव नेहमीसाठी भासत राहील हे उघडच आहे. तरीही हे सर्व सहन करून तुम्ही पुढे जाल, अशी मला आशा आहे. तुमचे वैयक्तिक तत्त्वज्ञान यासाठी तुम्हाला नक्कीच मदत करील. तुम्ही मला शिकविलेली ती सर्व सुंदर सत्ये मी कधीही विसरू शकणार नाही. मी कुठेही असलो, आपण एक दुसऱ्यापासून कितीही दूर असलो तरीही तुम्ही मला शिकविले आहे, हे मी नेहमीसाठी लक्षात ठेवील. हासा आणि जीवनात जे काही वाट्याला येईल, त्याचा शुराप्रमाणे स्वीकार करा.'

मी ते पत्र वाचले. वारंवार वाचले. तो माझ्या जवळच आहे आणि माझ्यासाठी थेट बोलत आहे, असे मला वाटत होते. 'तुम्ही मला जे काही शिकविले आहे, त्यावर तू स्वतः का अंमल करीत नाहीस?' असेच जणू तो मला विचारत होता. क़ाहीही झाले तरी पुढे जा. आपल्या वैयक्तिक दुःखाला हास्याच्या आवरणाखाली दडवून पुढे चला.

त्यामुळे मी माझ्या कामावर परत आले. मी कटु आणि बंडखोर होणे सोडून दिले. मी स्वतःला वारंवार हेच बजावत राहिले, 'हे होऊन गेले आहे. आता त्यामध्ये बदल होणार नाही. मी मात्र पुढे जाऊ शकते आणि मी पुढे जायला हवे कारण त्याची तशी इच्छा आहे. ' मी माझी सर्व मानसिक शक्ती आणि ऊर्जा त्या कामासाठी लावली. मी सैनिकांना...., दुसऱ्या लोकांच्या मुलांना पत्रे लिहिली. मी रात्रीला एका प्रौढ शिक्षण वर्गात दाखल झाले. नवीन आवडी विकसित केल्या आणि नवीन मित्र मिळविले. माझ्यामध्ये किती बदल झाला आहे, यावर आता माझाच विश्वास बसत नाही. ज़े नेहमीसाठी निघून गेले आहे, त्या भूतकाळासाठी दुःखी होणे मी सोडून दिले आहे. मी आता रोजचा दिवस आनंदाने जगते. माझ्या पुतण्याला मी जसे जगावे असे वाटत होते, तशीच मी आता जगत आहे. मी जीवनाशी शांततापूर्ण संबंध प्रस्थापित केले आहेत. मी माझे नशीब स्वीकारले आहे. मी आता पूर्वीपेक्षा अधिक परिपूर्ण जीवन जगत आहे.'

एलिझाबेथ कॅनालेने ते सर्व काही शिकले, ज़े आपल्यापैकी सर्वांनाच लवकर किंवा उशिराने शिकावे लागते की जे आवश्यंसभवी आहे ते स्वीकारायला हवे आणि त्याच्यासोबत

सहकार्य करायला हवे. **'हे घडून गेले आहे. आता हे बदलू शकत नाही,'** हा धडा शिकणे सोपे नाही. सिंहासनावर बसलेल्या सम्राटालाही स्वतःला याचे महत्त्व वारंवार समजावून द्यावे लागते. ज़ॉर्ज पंचमने बंकिंगहॅम पॅलेसमधील आपल्या वाचनालयाच्या भिंतीवर हे वाक्य फ्रेम करून टांगले होते की, **'चंद्र मिळविण्यासाठी किवा नालीमध्ये पडलेले दूध परत मिळविण्यासाठी मी रडू नये, असे मला शिकवा.'** अशाच प्रकारचा विचार शॉपेनहारने असा व्यक्त केला होता, **'ज़ीवन प्रवासात पुरेशा प्रमाणात समाधान असणे सर्वात महत्त्वाची बाब आहे.'**

फक्त परिस्थितीच आपल्याला सुखी किंवा दुःखी बनवू शकत नाही, हे स्पष्ट आहे. या परिस्थितीकडे पाहण्याचा आपला दृष्टिकोन काय आहे, यावरूनच आपल्या भावना नक्की होत असतात. येशु ख्रिस्ताने म्हटले होते, **'स्वर्गाचे साम्राज्य तुमच्या आत आहे. तसेच नरकाचे साम्राज्यही तिथेच आहे.'**

आपल्याला सहन करावे लागले तर आपण सर्व प्रकारची संकटे आणि दुःखे सहन करू शकतो. त्यावर मात करू शकतो. आपण असे काही करू शकू, असे आपल्याला वाटत नाही,पण आपल्याकडे अशा प्रकारच्या आश्चर्यकारक अंतरिक शक्ती असतात की, त्या आपल्याला प्रत्येक अडचणीच्या पलिकडे घेऊन जाऊ शकतात. फक्त आपण त्यांचा वापर करायला हवा. आपण स्वतःला जितके शक्तिशाली समजत असतो, त्यापेक्षा आपण किती तरी अधिक शक्तिशाली असतो.

क़ैलासवाशी बुथ टार्किंगटन नेहमी म्हणत असत, 'मी जीवनात वाईटातील वाईट स्थिती सहन करू शकतो, फक्त एक आंधळेपणा सोडून. मी तो सहन करू शकत नाही.'

वयाच्या साठाव्या वर्षी टिर्कंगटन यांनी घरात अंथरलेल्या जाजमाकडे पाहिले तेव्हा त्यांना त्याचे रंग धूसर दिसू लागले. त्यांना स्पष्ट दिसेना गेले होते. ते डॉक्टरांकडे गेले आणि हळूहळू त्याच्या डोळ्यातील प्रकाश जात असल्याचे डॉक्टरांनी त्यांना सागिंतले. एक डोळा पूर्णपणे निकामी झाला होता आणि दुसरा निकामी व्हायच्या मागे लागला होता. ज़्या गोष्टीची त्यांना सर्वाधित भीती वाटत होती, आता तिच गोष्ट त्यांच्या बाबतीत होत होती.

टार्किंगटन यांनी या दुःखद परिस्थितीचा सामना कशा प्रकारे केला? ते असे म्हणाले का, 'चला, हेही झाले. आता माझे जीवन पूर्णपणे वाया गेले.' नाही. त्यांना स्वतःला आश्चर्य वाटले की त्यांनी ही गोष्ट विनोद ढंगाने स्वीकारली. त्यांनी आपला विनोदबुद्धी

वापरली. हवेत तंरगणारे काळे डाग त्यांना परेशान करीत असत. त्यामुळे त्यांना मग काहीही दिसत नसे. सर्वात मोठा काळा डाग त्यांच्या डोळयासमोर तरंगत जात असे तेव्हा ते म्हणत, 'अहाहा, आजोबा पुन्हा आले. एवढ्या सकाळी ते कुठे जात आहेत काय माहीत?'

अशा प्रकारच्या व्यक्तीला नशीब कसे काय पराभूत करू शकते? उत्तर आहे, नशीब अशा व्यक्तीला पराभूत करू शकत नाही. टार्किंगटन पूर्णपणे आंधळे झाल्यावर म्हणाले, 'एखादी व्यक्ती कोणतीही परिस्थिती सहन करू शकते त्याचप्रमाणे मी आंधळेपणाही सहन करू शकतो. माझी पंचेद्रिये निकामी झाली तीरीही मी माझ्या मेंदूच्या सहाय्याने जिवंत राहू शकतो. कारण मेंदूमध्येच आपण पाहत असतो, जगत असतो, मग ही गोष्ट आपल्याला माहीत असो की नसो.'

ड़ोळयातील प्रकाश परत आणण्यासाठी टार्किंगटनला एका वर्षात बारापेक्षा जास्त शस्त्रक्रिया कराव्या लागल्या. ते सुद्धा स्थानिक ॲनेस्थेशियाच्या मदतीने. यामुळे ते संतप्त झाले का? नाही. याशिवाय दुसरा पर्याय नाही, हे त्यांना माहीत होते. याच्यापासून आपला बचाव नाही, हे त्यांना चांगल्या प्रकारे माहीत होते त्यामुळे या त्रासापासून बचाव करण्याची त्यांच्याकडे असलेली एकमेव युक्ती म्हणजे परिस्थितीचा स्वाभिमानाने सामना करणे. त्यांनी हॉस्पिटलमध्ये खाजगी रूम घ्यायला नकार दिला आणि जनरल वॉर्डात राहणेच पसंत केले. तिथे ते आपल्यासारख्याच आजारी लोकांसोबत राहू शकत होते. त्यांनी त्यांचे मना रमविण्यासाठी प्रयत्न केला. त्यांना वारंवार होणाऱ्या ऑपरेशनचा सामना करावा लागला आणि आपल्या बाबतीत काय होत आहे, या बद्दल ते व्यक्तीशः जागरूक होते, आपण किती नशीबवान आहोत, हे त्यांना यावेळी कळले. ते म्हणाले, **'किती अद्‌भूत आहे! विज्ञानाकडे आता इतके कौशल्य आले आहे की ते माणसाच्या डोळ्यासारख्या नाजूक भागाचेही ऑपरेशन करू शकतात.'**

सामान्य माणसाला जर आंधळेपणाचा आणि बारपेक्षा जास्त ऑपरेशनचा एका वर्षात त्रास सहन करावा लागला तर, तो नर्व्हस ब्रेकडाऊनला बळी पडू शकतो. टार्किंगटन मात्र म्हणतात, 'हा सुखद अनुभव दुसऱ्या कोणत्याही अनुभवाने बदलण्यासाठी मी अजिबात तयार नाही.' त्याने मला स्वीकार करायला शिकविले. ज़ीवन असे दुःख देऊ शकत नाही, जे सहन करण्याची माणसात शक्ती नाही, हे त्यानेच मला शिकविले. त्याने मला शिकविले की जॉन मिल्टन म्हणाले होते, 'आंधळे होणे हे दुःखाचे कारण नाही, तर हे आंधळेपण

सहन न करण्याची योग्यता नसणे हे खरे दुःखाचे कारण आहे.' न्यू इंग्लंडमधील प्रसिद्ध फेमिनिस्ट मागरिच फूलरने एकदा आपले सूत्रवाक्य सांगितले होते, 'मी ब्रह्मांडाचा स्वीकार करते.'

चिडचिड करणाऱ्या म्हाताऱ्या थॉमस कार्लायलने इंग्लंडमध्ये हे ऐकले तेव्हा नाक आणि भूवया गोळा करीत तो म्हणाला, 'देवाची शप्पथ, हे सर्व स्वीकार करणे सर्वाधिक चांगले होय.' 'तुम्ही आणि मी सुद्धा जे शक्य आहे ते सर्व स्वीकारणेच अति उत्तम आहे. आपण त्याच्या विरोधात संघर्ष केला, त्याच्याशी युद्ध केले, तर आपण जे होणार आहे ते बदलू शकणार नाहीत. स्वतःला मात्र नक्की बदलू. मी असे करून पाहिले आहे. हे मला माहीत आहे.'

एकदा मी माझ्या समोर आलेल्या आवश्यंभवी स्थितीला स्वीकारण्यासाठी नकार दिला होता. मी मूर्खपण त्या परिस्थितीशी संघर्ष करीत होतो. बंड करीत होतो. मी माझी रात्र अनिद्रेच्या नरकात रुपांतरित केली होती. मला नको असलेल्या सर्व प्रकारच्या अडचणी मी माझ्यावर बळजबरीने थोपल्या होत्या. शेवटी एक वर्षभर अशा प्रकारे मीच मला यातना दिल्यानंतर मला शेवटी ते स्वीकारावेच लागले, जे मी बदलू शकणार नाही, याची मला सुरूवातीपासूनच कल्पना होती.

मला अनेक वर्षांपूर्वीप्रमाणे व्हीटमॅन सोबत ओरडून ओरडून हे सांगायला हवे होते,

वादळ, वारे, भूक, अपमान, उपहास, अपघात आणि रात्रीचा सामना वृक्ष आणि प्राण्यांप्रमाणे करा.

मी बारा वर्षे प्राण्यांसोबत राहिलो आहे; क़मी पावसात चारा वाळल्यामुळे, खूप थंड बर्फाचा पाऊस झाल्यामुळे किंवा एखाद्या जर्सी गायीचा प्रियकर तिला सोडून गेल्यामुळे तिला ताप आला आहे, असे मला कधीही असे आढळून आले नाही. प्राणी रात्र, वादळ आणि भुकेचा सामना शांतपणे करतात. त्यामुळे ते कधीही नर्व्हस ब्रेकडाऊन किंवा पोटाच्या अल्सरला बळी पडत नाहीत. तसेच ते कधीही वेडे होत नाहीत.

आपल्या मार्गात येणाऱ्या सर्व प्रकारच्या अडचणीसमोर गुढगे टेकवावेत, असे मी तुम्हाला शिकवित आहे का? नाही, अजिबात नाही. हा तर दैववादी दृष्टिकोन असेल. आपण एखाद्या परिस्थितीत सुधारणा करू शकण्याची शक्यता आहे तोपर्यंत आपण संघर्ष करीत रहायला हवे आणि पराभव मान्य करू नये. अर्थात जी बदलली जाऊ शकत नाही, अशा एखाद्या परिस्थितीशी आपण संघर्ष करीत आहोत, हे सहजबुद्धीने आपल्याला

कळले असेल, तर आपण त्या होऊन गेलेल्या गोष्टीला विसरून जाण्यातच शहाणपणा नाही का? ज़े शक्यच नाही त्यासाठी परेशान होण्यात काहीच अर्थ असत नाही. क़ोलंबिया विद्यापीठातील स्वर्गीय डीन ड़ॉक्स यांनी मला सांगितले होते की त्यांनी मदर मजूच्या या ओळींना आपले सूत्र बनविले होते -

आपल्या प्रत्येक आजारावर

एक तर काही उपचार आहे किंवा मग काहीच नाही.

उपचार असेल तर त्याला शोधण्याचा प्रयत्न करायला हवा.

ज़र उपचार नसेल तर त्याबद्दल चिंता करू नका.

हे पुस्तक लिहित असताना मी अमेरिकेतील अनेक आघाडीच्या बिझनेस एक्झिक्युटिव्हच्या मुलाखती घेतल्या. ते आवश्यभावी गोष्टींना सहकार्य करतात आणि अतिशय चिंता मुक्त जीवन जगतात, हे पाहून मला आश्चर्य वाटले. त्यांनी असे केले नसते तर दबावामुळे ते कोलमडून पडले असते. मला काय म्हणायचे आहे, हे सांगणारी मी इथे काही उदाहरणे तुमच्या समोर सादर करीत आहे -

ज़े.सी. पेनी. राष्ट्रव्यापी पेनी स्टोअर्सचे संस्थापक आहेत. त्यांनी मला सांगितले, 'मी माझे सर्व भांडवल गमावले तरीही मी चिंता करणार नाही. क़ारण चिंता केल्यामुळे माझा काही फायदा होईल, असे मला वाटत नाही.मी जे काही चांगल्यात चांगले करू शकणार असेल ते मी करतो. क़रीत राहतो आणि त्याचे परिणाम मात्र मी देवावर सोडून देतो.'

हेन्री फोर्ड यांनीही मला अशाच प्रकारे सांगितले होते, 'जेव्हा मी घटनांमध्ये सुधारणा करू शकत नाही तेव्हा मी त्यांना त्यांच्या अवस्थेमध्ये सोडून देतो.'

क्रायस्लर कॉर्पोरेशनचे तत्कालिन प्रेसिडेंट क़े. टी. केलर यांना विचारले की, ते कशा प्रकारे चिंतेपासून दूर राहतात तर तेव्हा त्यांचे उत्तर होते, 'माझ्या समोर एखादी अवघड परिस्थिती निर्माण होते तेव्हा तिच्याबद्दल मी काही करू शकत असेल तर मी ते करतो. मी काहीही करू शकत नसेल तर मी ते सर्व विसरून जातो. मी भविष्याबद्दल कधीही चिंता करीत नाही कारण मला हे माहीत आहे की, भविष्यात काय होणार आहे, हे कोणत्याही माणसाला योग्य प्रकारे माहीत असत नाही. भविष्याला प्रभावित करणाऱ्या खूप साऱ्या शक्ती आहेत. या सर्व शक्तींचे संचालन करणारी कोणती शक्ती आहे, हे सुद्धा कोणीही सांगू शकत नाही. क़ोणीही त्यांना समजू शकत नाही. मग त्यांच्या बाबतीत उगीच का चिंता करायची? 'तुम्ही तत्त्वज्ञ आहात, असे जर के. टी. क़ेलरला सांगितले तर ते

बुजल्यासारखे होतील. ते फक्त एक चांगले बिझनसमॅन आहेत तरीही त्यांचे तत्त्वज्ञान अगदी तसेच आहे, जे ॲपिक्टेटेसने रोममध्ये एकोणीसाव्या शतकाच्या सुरूवातीला सांगितले होते. ॲपिक्टेटेसने रोमच्या नागरिकांना शिकविले होते, **'सुखाचा एकमेव मार्ग आहे आणि तो म्हणजे आपल्या इच्छाशक्तीच्या पलिकडे असलेल्या ग़ोष्टींबद्दल चिंता न करणे.'**

सारा बर्नराई, 'दिव्य सारा' हे अशा एका महिलेचे उदाहरण आहे, जिला हे माहीत होते की अवश्यसंभव बाबींशी कशा प्रकारे वागायला हवे. आर्धे शतक ती चार महाद्विपांमध्ये थिएटरची सम्राज्ञी होती. ज़गातील सर्वात लोकप्रिय अभिनेत्री. ती एकाहत्तर वर्षांची होती तेव्हा ती खूपच गरीब झाली होती. तिने आपली सर्व धन संपत्ती गमावली होती. तेव्हा पॅरिसमधील डॉक्टर पज्जीने त्यांना त्यांचा पाय कापावा लागणार असल्याचे सांगितले. अटलांटिक महासागरावरील प्रवासाच्या वेळी वादळामध्ये ती डेकवर पडली होती. त्यावेळी तिच्या पायांना गंभीर दुखापत झाली होती. त्यांना फ्लेबाईटस झाला होता आणि त्यांचा पाय वाळून गेला होता. वेदना इतक्या भंयकर स्वरूपाच्या होत्या की डॉक्टरांना त्यांचा पाय कापण्याचा निर्णय घ्यावा लागला. तुफानी वादळी भावनावेगाने भरलेल्या 'दिव्य सारा' यांना ही गोष्ट सांगणे डॉक्टराना अवघड वाटत होते. ही भयंकर बातमी ऐकल्यावर त्यांना हिस्टेरियाचा ॲटॅक येईल, अशी त्यांना भीती वाटत होती; पण ते चुंकले होते. बातमी कळल्यावर साराने त्यांच्याकडे एक क्षणभर पाहिले आणि मग शांतपणे म्हणाली, 'हे करावे लागत असेल तर ते करावेच लागेल. हेच नशीब आहे.'

त्यांना ऑपरेशन थिएटरमध्ये नेण्यात येत होते तेव्हा त्याचा मुलगा उभा उभ्याच रडत होता. साराने मात्र त्याच्याकडे पाहून आनंदाने हात हालविला आणि आनंदाने त्याला म्हणाली, 'तू जाऊ नकोस. मी आता परत येते.'

ऑपरेशन थिएटरच्या वाटेवर त्यांनी आपल्या नाटकातील एक दृष्य बोलून सांगितले. स्वतःची हिमंत वाढविण्यासाठी तू हे करीत आहेस का, असे कोणी तरी विचारले तेव्हा उत्तरादाखल ती म्हणाली, 'नाही. नर्स आणि डॉक्टरांची हिमंत वाढविण्यासाठी. त्यांच्यावर किती दबाव असेल.'

बरी झाल्यावर सारा बर्नहार्ड संपूर्ण जगाच्या प्रवासाला निघाली. पुढची सात वर्षे ती रसिकांना मंत्रमुग्ध करीत राहिली.

एल्सी मॅकॉर्मिकने 'रीडर्स डायजेस्ट' मध्ये लेख लिहिला होता, 'शक्य असणाऱ्या

गोष्टींशी संघर्ष करणे सोडून दिल्यावर आपण ऊर्जामुक्त होतो. त्यामुळे आपण अधिक समृद्ध जीवन जगण्यासाठी समर्थ होतो.'

ख़रं तर होणाऱ्या गोष्टींशी संघर्ष करण्याइतकी शक्ती आणि ऊर्जा कोणत्याही जिवंत व्यक्तीमध्ये असत नाही. तसेच तो त्यामुळे नवीन जीवनाला सुरूवातही करू शकत नाही. तुम्हाला या दोन्हीपैकी कोणताही एक पर्याय निवडावा लागतो. एक तर होऊ घातलेल्या गोष्टींचे वाकून स्वागत करणे आणि त्यांना शरण जाणे किंवा नाही तर मग त्यांच्याशी संघर्ष करण्याचा ताठ मानेने प्रयत्न करीत स्वतः कोलमडून जाणे.

मी मिसुरीमधील आपल्या शेतावर असेच होताना पाहिले आहे. मी त्या शेतावर अनेक झाडे लावली होती. सुरूवातीला ती अतिशय वेगाने वाढत होती. मग बर्फाचे वादळ आले आणि त्या झाडाच्या प्रत्येक फांदीवर बर्फाचा जाडसर थर सोडून गेले. आपल्यावर पडलेले वाकून सहन करण्याऐवजी या झाडांनी - अभिमानाने त्याला विरोध केला. ते मोडले. बर्फाच्या वजनामुळे जमिनीवर पडले. मग त्यांना कापावेच लागले. त्यांनी उत्तर प्रांतातील सदाबहार वृक्षांचा शहाणपणा शिकला नव्हता. मी कॅनडामधील सदाबहार जंगलामधून अनेक वेळा प्रवास केला आहे. तिथे मला बर्फवृष्टीमुळे एखादे झाड कोलमडून पडल्याचे कधीच आढळून आले नाही. कुठ नम्र व्हावे हे त्या सदाबहार वृक्षांना माहीत आहे. आपल्या फांद्या कशा झुकवाव्यात आणि जे होणार आहे त्यांच्याशी कशे जुळवून घ्यावे हेही त्यांना चांगल्या प्रकारे माहीत आहे.

जिजित्सु मधील विशेषज्ञ आपल्या शिष्यांना शिकवितात, 'वेलींसारखे वाका, वृक्षांसारखे ताठर होऊ नका.'

रस्त्यावरून धावणारे वाहनांचे टायर दीर्घकाळ रस्त्यावरील झटके कशामुळे सहन करू शकतात, असे तुम्हाला वाटते? सुरूवातीला तर टायर बनविणाऱ्या कंपन्यांनी रस्त्यावरील धक्क्यांना विरोध करू शकतील, असे टायर बनविले. त्याचा परिणाम असा झाला की ते टायर चिंधड्या चिंधड्या झाले. मग त्यांनी रस्त्यावरील झटके सहन करू शकणारे आणि त्यांना आपल्यात सामावून घेऊ शकतील अशा प्रकारचे टायर निर्माण केले. हे टायर उपयुक्त ठरले. तुम्ही आणि मी सुद्धा ज़ीवनातील खडकाळ वाटेवरील धक्के सहन करू शकलो, त्यांना आपल्यात सामावून घेऊ शकलो तर जीवनातील अवघड वाटेवरूनसुद्धा ज़ास्त काळ आणि जास्त चांगल्या प्रकारे वाटचाल करू शकतो.

ज़ीवनातील झटके सहन करण्याऐवजी आपण त्यांना विरोध केला तर काय होईल?

वेलीप्रमाणे वाकायला नकार देऊन वृक्षांप्रमाणे ताठरपणे उभे रहायचे ठरविले तर काय होऊ शकेल? उत्तर खूप सोपे आहे. आपल्यात एक अंतरिक संघर्षाची मालिका निर्माण होते. आपण चिंतित, तणावपूर्ण आणि न्युरॅटिक होऊत.

आपण आणखी थोडे पुढे जाऊन वास्तवातील कटु संसाराला नकार देऊन स्वतः निर्माण केलेल्या कल्पनेच्या विश्वात अडकून पडलो तर आपण वेडे होतो. युद्धाच्या काळात घाबरलेल्या लाखो सैनिकांना एक तर ज़े होणार आहे ते स्वीकारायचे असते नाही तर कोलमडून पडायचे असते. उदाहरणार्थ आपण ग्लेनडेल, न्यूयार्क येथील विल्यम एच कॅसेलियस यांचे उदाहरण घेऊ. ही एक पुरस्कारप्राप्त बातमी आहे, जी त्यांनी न्यूयार्कमधील माझ्या वर्गात सांगितली,

'मी कोस्ट गार्डमध्ये भरती झाल्यावर अटलांटिकमध्ये माझ्यावर एक अतिशय कठीण काम सोपविण्यात आले. मला स्फोटकांचा सुपरवायझर बनविण्यात आले. बिस्किटांचा सेल्समेन असलेला मी स्फोटकांचा सुपरवायझर झालो, याची जरा कल्पना करा. टीएनटीच्या हजारो टन साठ्याच्या वर उभे राहण्याचा नुसता विचार केला तरीही एखाद्या सेल्समनचा आत्मा थरथरू शकतो. मला फक्त दोन दिवसांचे प्रशिक्षण देण्यात आले आणि मी जे काही ऐकले त्यामुळे तर माझे भीतीने हात-पाय गळाले. माझ्या कामाचा पहिला दिवस मी कधीही विसरू शकत नाही. अंधाऱ्या, थंड आणि धुक्याने दाटलेल्या त्या दिवशी मला क़ेवन पॉइंट, बॅयान, न्यू जर्सीच्या उघड्या मैदानावर आदेश देण्यात आला.

'मला आपल्या जहाजावर होल्डर नंबर पाच मध्ये स्फोटके ठेवण्यासाठी सांगण्यात आले. मला तिथे पाच मजुरांसोबत काम करायचे होते. त्यांची पाठ मजबूत होती, पण त्यांना स्फोटकांबाबत जराही माहिती नव्हती. ते लोक जे बॉक्स जहाजावर चढवित होते, त्यापैकी प्रत्येकामध्ये एकेक टन टीएनटी होते. इतका दारूगोळा की त्या जुन्या जहाजाला एका क्षणात उडवू शकला असता. बॉक्स वर चढविण्यासाठी दोन दोऱ्यांनी बांधून त्यांना वर ओढले जात होते. दोन्ही पैकी एक दोरी सुटली किंवा तुटली तर काय होईल, याचा मी वारंवार विचार करीत होतो. अरे देवा, मी वाईट प्रकारे घाबरलो होतो आणि माझ्या हाता पायांना कंप सुटला होता. माझा घसा सुकला होता. माझे गुढगे निष्प्राण झाले होते. माझ्या हृदयाची धडधड वाढली होती. तरीही मी तिथून पळून जाऊ शकत नव्हतो नाही तर उद्या माझे कोर्ट मार्शल झाले असते. मला अपमानित केले गेले असते. माझ्या आई वडिलांना अपमानित केले असते. मला पळपुटा म्हणून जाहीर केले असते आणि कदाचित

माझ्यावर गोळीही चालविली असती. मी पळून जाऊ शकत नव्हतो. मला तिथेच रहावें लागणार होते. ते मजूर किती निष्काळजीपणे बॉक्स चढवित आहेत, हे मी उघड्या डोळ्यांनी पाहत होतो. क़ोणत्याही क्षणी जहाजावर स्फोट होऊ शकला असता. एक तास किंवा थोडा अधिक काळ हृदय हेलावून सोडणाऱ्या याच चिंतेत राहिल्यानंतर मी माझी बुद्धी वापरली. मी स्वतःला योग्य प्रकारे समजावले. मी मला म्हणालो, 'हे बघ, जास्तीत जास्त तू स्फोटात उडून जाशील इतकेच होऊ शकते. असे झाले तर काय होईल? तुला त्याचा पत्ताही लागणार नाही. ख़रं तर हा सोपा मृत्यू असेल. क़ॅंसर होऊन मरण्यापेक्षा असा मृत्यू बरा. मूर्खपणा करू नको. तू काही नेहमीसाठी जिवंत राहणार नाहीस. तुला हे काम करावेच लागणार आहे, नाही तर तुला गोळी मारली जाईल. त्यामुळे हे काम आवडीने करण्यातच तुझे भले आहे.'

'अशा प्रकारे मी स्वतःशी अनेक तास बोललो. मला निश्चिंतपणा जाणवू लागला. शेवटी मी ही शक्य असणारी परिस्थिती स्वीकारली आणि भीती आणि चिंतेवर मात करण्यासाठी मी स्वतःला विवश केले.

'हा धडा मी कधीही विसरू शकणार नाही. ज़ी गोष्ट मी बदलू शकणार नाही, अशा कोणत्याही बाबतीत जेव्हा केव्हा माझे मन चिंतीत होईल तेव्हा मी माझे खांदे उडवून म्हणतो, **'याला विसरून जा.'** ही अतिशय उपयुक्त पद्धत असल्याचे मला आढळून आले आहे. बिस्किटांच्या सेल्समनसाठी आणखी एकदा टाळ्या!

येशु खिस्ताला सुळावर लटकविण्याचे दृष्य सोडले तर संपूर्ण जगाच्या इतिहासात सर्वात प्रसिद्ध मृत्यूचे दृष्य सुकरातच्या मृत्यूचे होते. आज पासून दहा हजार शतकानंतरही प्लेटोने केलेले त्या मृत्यूचे अमर वर्णन नक्कीच वाचत असतील. त्याला सांभाळून ठेवतील. कारण पूर्ण साहित्यातील ते एक अतिशय हृदयस्पर्शी आणि सुंदर वर्णन आहे. अ‍ॅथेन्स मधील काही लोक नागड्या पायांनी चालणाऱ्या म्हाताऱ्या सुकरातवर खूप जळत असत. त्यामुळे त्यांनी सुकरातवर काही आरोप लावले. त्याच्या विरूद्ध खटला चालविला आणि त्याला मृत्यूदंडाची शिक्षा सुनावली. मित्र असलेल्या जेलरने सुकरोतला विषाचा प्याला पिण्यासाठी दिला तेव्हा तो त्याला म्हणाला, **'जे होणारच आहे, ते सहजपणे सहन करण्याचा प्रयत्न कर.'** सुकरातने हेच केले. त्यांने मृत्यूचा सामना इतक्या शांतपणे आणि सहजपणे केला की, त्यामुळे त्याने जणू दैवी उंचीला स्पर्श केला.

'जे होणार असल्याचे ठरले आहे, ते सहजपणे सहन कर,' हे शब्द येशु खिस्त

जन्माला यायच्या ३९९ वर्षे आधी बोलण्यात आले होते. सतत चिंता करणाऱ्या या जगाला आज या शब्दांची जितक्या जास्त प्रमाणात आवश्यकता आहे, तितकी पूर्वी कधीही नव्हती. **'जे होणारच आहे, ते सहजपणे सहन करण्याचा प्रयत्न कर.'**

चिंता दूर करण्याबाबत या विषयावर प्रकाशित झालेला बहुतेक प्रत्येक मासिकातील लेख आणि पुस्तक मी वाचले आहे. या सर्व अभ्यासात मला चिंतेबद्दल सर्वाधिक चांगला सल्ला कोणता मिळाला आहे, हे तुम्हाला माहीत करून घ्यायचे आहे? तर ते आहेत हे सदुतीस सारयुक्त शब्द. अशे शब्द जे तुम्ही आणि मी आपल्या बाथरूममधील आरशावर चिटकवायला हवेत. म्हणजे मग दरवेळी आपला चेहरा धुताना आपल्या मनातील चिंताही धुऊन टाकता येतील. ही अमूल्य प्रार्थना डॉ. रीनहोल्ड नीबर यांनी लिहिली आहे -

हे परमेश्वरा, मला शक्ती दे
त्या गोष्टींचा स्वीकार करण्याची, ज्या मी बदलू शकत नाही,
ज़्या गोष्टी मी बदलू शकतो, त्या बदलण्याचा विश्वास दे;
तसेच या दोन्हीतील फरक समजून घेण्याची बुद्धी दे.

चिंतेने तुम्हाला संपवून टाकण्यापूर्वी चिंतेला संपवून टाकण्याचा चौथा नियम आहे -

ज़े होणारच आहे, त्याच्याशी सहकार्य करा.

१०

चिंतेवर लावा 'स्टॉप लॉस'

क़ोणत्याही वस्तुच्या किमतीला मी जीवनाचे प्रमाण देऊ इच्छितो. ज़े त्या वस्तूच्या बदल्यात लगेच किंवा दीर्घ काळाने चुकविले जाऊ शकते.
– हेन्री थोरो

शेअर बाजारात पैसे कसे मिळविले जातात, हे जाणून घ्यायला तुम्हाला नक्कीच आवडेल. तुमच्याशिवाय इतर दहा लाख लोकांनाही हे जाणून घेण्याची उत्सुकता असेल. अर्थात मला स्वतःला या प्रश्नाचे उत्तर माहीत असते, तर या पुस्तकाची किमत दहा हजार डॉलर असती. अर्थात मी तुम्हाला असे एक तंत्र सांगणार आहे, ज्याचा वापर शेअर मार्केटमधील यशस्वी शेअर तज्ज्ञ करतात. ही घटना मला शेअर गुंतवणूक सल्लागार चार्ल्स रॉलर्टस यांनी सांगितली होती -

'मी टेक्सासहून न्यूयार्कला पहिल्यांदा आलो तेव्हा माझ्याकडे शेअर बाजारात गुंतवणूक करण्यासाठी माझ्या मित्रांनी दिलेले वीस हजार डॉलर होते. मला शेअर बाजाराची चांगली माहिती आहे, असे मला वाटत होते, पण त्यामध्ये मी माझे सर्व भांडवल गमावले. क़ाही व्यवहारांमध्ये मला फायदा झाला होता, हे खरे असले तरीही शेवटी मी माझे सर्व भांडवल गमावून बसलो होतो.

'मला पैसे बुडाल्याचे फार दुःख वाटत नव्हते, पण ते पैसे माझ्या मित्रांचे होते याबद्दल मला जास्त वाईट वाटत होते. अर्थात ते इतके श्रीमंत होते की इतके पैसे बुडाल्यामुळे त्यांचे फार काही नुकसान होणार नव्हते. तरीही माझ्या प्रयत्नांचा इतका दुर्दैवी शेवट झाल्यामुळे मला त्यांना तोंड दाखवायला लाज वाटत होती. त्यांनी हे सर्व अतिशय चांगल्या

प्रकारे स्वीकारले आणि आशावादी दृष्टीकोनातून या सर्वांकडे पाहिले तेव्हा मला खूपच आश्चर्य वाटले.

'शेअर बाजारात यशस्वी होण्यासाठी मी अंधारात तीर मारीत असल्याचे मला कळले होते. आपले नशीब आणि इतरांचा सल्ला याच्या आधारे मी वाटचाल करीत होतो. मी शेअर बाजारातील माझा अडाणीपणा दाखवून देत होतो.

'मी माझ्या चुकांबद्दल विचार करायला सुरुवात केली. शेअर बाजाराचे काम काज कशा प्रकारे चालते हे पूर्णपणे माहीत करून घेतल्याशिवाय शेअर बाजारात पुन्हा पाय न ठेवण्याचा मी निर्णय घेतला. त्यासाठी मी शेअर बाजारातील अतिशय यशस्वी तज्ज्ञ बर्टन एस केस्लस यांना शोधले. त्यांच्याशी मी ओळख वाढविली. त्यांच्याकडून मी खूप काही शिकू शकतो, असा मला विश्वास होता. क़ारण यशस्वी गुंतवणूकदार म्हणून त्यांची प्रतिष्ठा वर्षानुवर्षे वाढतच होती. अशा प्रकारचे करिअर फक्त नशिब किंवा दैवाचा परिणाम असू शकत नाही, हे माझ्या लक्षात आले होते.

'मी कशा प्रकारे शेअर्सची खरेदी विक्री करतो या बद्दल त्यांनी मला काही प्रश्न विचारले. मग त्यांनी मला शेअर बाजारातील एक असा सिद्धांत सांगितला, जो माझ्या दृष्टीने शेअर बाजारातील सर्वात महत्त्वाचा सिद्धांत आहे. ते म्हणाले, 'प्रत्येक शेअर खरेदी करताना मी त्यावर 'स्टॉप लॉस' ची ऑर्डर लावतो. समजा मी एखादो शेअर पन्नास हजार डॉलरला खरेदी केला असेल तर मी त्यावर पंचेचाळीस हजार डॉलरचा 'स्टॉप लॉस' लावतो.' म्हणजे त्या शेअरची किमती पंचेचाळीस हजारापर्यंत खाली आल्यावर तो आपोआप विकला जातो. अशा प्रकारे त्या व्यवहारात मला फक्त पाच हजार डॉलरचेच नुकसान होते.

'तू शहाणपणाने एखाद्या शेअरची निवड केली असेल, तर तुम्हाला सरासरी दहा, पंचवीस किंवा पन्नास डॉलरचा फायदा होऊ शकतो. दुसऱ्या बाजूला तुम्ही आपले नुकसान फक्त पाच हजार डॉलर पर्यंतच मर्यादित ठेवले असल्यामुळे तुम्ही निम्म्यापेक्षा जास्त नुकसान सहन केले तरीही तुम्हाला खूप सारे पैसे मिळू शकतात.'

'या सिद्धांतावर मी लगेच अंमलबजावणी सुरू केली. तेव्हापासून मी याची अंमलबजावणी करीत आहे आणि त्यामुळे माझ्या ग्राहकांचे हजारोडॉलर वाचले आहेत.

क़ाही काळानंतर मला असे जाणवले की स्टॉप लॉसचा हा सिद्धांत फक्त शेअर मार्केटमध्येच नाही तर जीवनातील अनेक क्षेत्रातही उपयुक्त आहे. मी आर्थिक समस्यांशिवाय इतर प्रकारच्या समस्यांवरही स्टॉप लॉस लावायला सुरूवात केली. मी प्रत्येक प्रकारची अडचण आणि द्वेषावर स्टॉपलॉस लावले. त्याने एखाद्या जादूसारखा चमत्कार करून दाखविला.

'उदाहरण म्हणून मी अशा काही मित्रांसोबत लंच घेत असे, ज़ो फारच क्वचित प्रसंगी वेळेवर येत असे. आधी तर आर्धा तास अस्वस्थपणे मी त्याची वाट पाहत असे. त्यानंतर मग तो कुठे येत असे. शेवटी मी त्याला एके दिवशी सांगून टाकले की त्याची वाट पाहण्यावर मी आता स्टॉप लॉस लाऊन टकाला आहे. मी त्याला म्हणालो की तुझी वाट पाहण्याचा माझा स्टॉप लॉस पूर्ण दहा मिनिटांचा आहे. तू दहा मिनिटांपेक्षा जास्त उशिराने आलास तर मग आपले लंच समाप्त. मी उठून निघून जाईल.

क़दाचित, मी असे अनेक वर्षांपूर्वीच करायला हवे होते. मी माझा अधीरपणा, माझा स्वभाव, स्वतःला योग्य सिद्ध करण्याची आपली इच्छा, आपले दुःख आणि आपल्या मानसिक तसेच भावनिक तणावांवर अनेक वर्षांपूर्वीच 'स्टॉप लॉस'ची ऑर्डर लावली असती तर...! ज़्या मुळे माझी मानसिक शांतता भंग होण्याची शक्यता होती त्या प्रत्येक स्थितीचे विश्लेषण करण्याची अक्कल मला का आली नाही? अशा स्थितीमध्ये मग मी स्वतःलाच सांगू शकलो असतो, 'हे बघ डेल कार्नेगी, अशा परिस्थितीमध्ये फक्त इतकीच चिंता करायला हवी, यापेक्षा जास्त नाही.' ...मी असे का नाही केले?

अर्थात किमान एका बाबतीत तरी मी मला हुशारी दाखविल्याचे नक्कीच श्रेय देऊ शकतो. अर्थात ही एक अतिशय गंभीर परिस्थिती होती. माझ्या जीवनामध्ये संकटाची स्थिती निर्माण झाली होती. माझी स्वप्ने, भविष्यातील योजना आणि अनेक वर्षांचे परिश्रम वाया जाताना मी असाह्यपणे पाहत होतो. त्याचे असे झाले की मी तीस वर्षांपेक्षा थोड्या अधिक वयाचा असताना मी माझे सर्व जीवन कादंबरी लेखनासाठी वेचण्याचा निर्णय घेतला. मला दुसरा फ्रँक नॅरिस किंवा ज़ॅक लंडन किंवा थॉमस हार्डी व्हायचे होते. क़ादंबरी लेखनाबद्दल मी इतका गंभीरपणे विचार करीत होतो की मी युरोपमध्ये दहा वर्षे घालविली. तिथे मी पहिल्या महायुद्धानंतर आलेल्या स्वस्ताईच्या जमान्यात अवघ्या काही डॉलरमध्ये माझी उपजिविका करू शकत होतो. तिथे मी दोन वर्षे घालवली आणि माझा महान ग्रंथ 'द ब्लिजार्ड' (बर्फाळ वादळ) लिहून पूर्ण केला. या ग्रंथाचे शिर्षक अतिशय समर्पक होते, कारण ड़कोटाच्या मैदानावर येणारे बर्फाचे वादळ लोक जितक्या शांतपणे स्वीकारत असतात, तितक्याच थंडपणे प्रकाशकांनी माझे बर्फाळ वादळ स्वीकारले. माझ्या साहित्यिक एजंटाने मला सांगितले की माझ्या कादंबरीमध्ये काहीही राम नव्हता. तसेच माझ्यात कांदबरी लेखनासाठी लागणारी प्रतभिा किंवा कला नाही, असेही तो म्हणाला. हे सर्व ऐकल्यावर माझ्या हृदयाची धडधड थांबली. त्याच्या ऑफिसमधून बाहेर पडताना मला जबदस्त धक्का बसलेला होता. समजा कोणी माझ्या डोक्यावर हातोडा मारला असता

तरीही माझी अवस्था सध्यापेक्षा जास्त वाईट झाली नसती. मी जीवनातील अशा एका वळणावर उभा असून मला एक अतिशय महत्त्वाचा निर्णय घ्यायचा आहे, याची मला त्या क्षणी जाणीव झाली. आपण काय करायला हवे? आपण कोणता मार्ग निवडायला हवा? मला या धक्क्यातून सावरण्यासाठी अनेक आठवडे लागले. आपल्या चिंतेवर 'स्टॉप लॉस' लावा हे वचन मी तोपर्यंत ऐकले नव्हते. आता मी मागे वळून पाहतो तेव्हा मला जाणवते की, त्यावेळी मी अजाणतेपणे का होईना, पण असेच केले होते. त्या कांदबरीच्या लेखनासाठी परिश्रम पूर्वक घालविलेली दोन वर्षे मी माझ्या आयुष्यातून वजा केली. तो एक चांगला प्रयोग असल्याचे समजले. कारण त्यापेक्षा जास्त त्याचे काहीही मोल नव्हते. त्यानंतर मी सर्व विसरून पुढे निघालो. प्रोढ शिक्षणाचे वर्ग चालविणे आणि त्यामध्ये शिकविणे या माझ्या जुन्या कामाकडे परत वळलो. रिकाम्या वेळी मी चरित्रे आणि नॉन फिक्शनल पुस्तके लिहिली. नॉन फिक्शनल म्हणजे तुम्ही आता वाचत आहात तशा प्रकारची पुस्तके.

मी हा निर्णय घेतला म्हणून मी आनंदी आणि समाधानी आहे का? आनंदी? दरवेळी जेव्हा मी याचा विचार करतो तेव्हा आनंदाने बेभान होऊन रस्त्यावरच नाचावे, असे मला वाटते. मी अतिशय प्रामाणिकपणे तुम्हाला सांगतो की तेव्हापासून आतापर्यंत मी एखादा दिवस, एखादा तास किंवा एखादा क्षण सुद्धा या गोष्टीबद्दल पश्चाताप करण्यासाठी घालविला नाही की, मी दुसरा थॉमस हार्डी होऊ शकलो नाही.

एका शतकापूर्वी वाल्डेनच्या तलावाच्या काठावर एक घुबड चित्कारत होते, तेव्हा हेन्री थोरोने आपली पेन दौतीतल्या शाईत बुडवून आपल्या डायरीमध्ये लिहिले होते, 'क़ोणत्याही वस्तुच्या किमतीला मी जीवनाचे मूल्य असे नाव देईल. जी त्या वस्तूच्या बदल्यात लगेच किंवा दीर्घ कालावधीनंतर अदा केली जाते.'

हेच दुसऱ्या प्रकारे असे म्हणता येईल : ज़ीवनाच्या संदर्भात आपण एखाद्या वस्तुची किमत आवश्यकतेपेक्षा जास्त मोजत असतो तेव्हा आपण मूर्ख असतो.

गिल्बर्ट आणि सुलिवन यांनी मात्र बरोबर असेच केले. आनंददायी शब्द आणि कर्णमधुर संगीत कशा प्रकारे निर्माण केले जाते ते त्यांना माहीत होते. अर्थात आपले जीवन आनंदाने कसे भरून टाकावे हे त्यांना माहीत नव्हते, ही अतिशय दुर्दैवाची बाब होती. त्यांनी सर्व जगाला भरभरून आनंद देणाऱ्या किती तरी उत्तम ऑपेराची रचना केली : **पेशन्स, पायनाफो, द मिकाडो.** अर्थात ते आपल्या रागावर मात्र नियंत्रण मिळवू शकले नाहीत. त्यांनी अनेक वर्षे कडवटपणात घालविली आणि त्याचे कारण होते, एका गालिच्याची किमत. त्यांनी खरेदी केलेल्या थिएटरसाठी सुलिवनने एका गालिच्याची

ऑर्डर दिली होती. गिल्बर्टने त्याचे बिल पाहिल्यावर तो खूपच भडकला. त्या दोघामधील भांडण विकोपाला जाऊन शेवटी न्यायालयात गेले. दोघांनीही या पुढे परस्पराचे तोंड न पाहण्याचे ठरविले. सुलिवन एखादी नवीन संगीत रचना तयार करीत असे तेव्हा तो पोस्टाने गिल्बर्टकडे पाठवित असे. तसेच गिल्बर्ट एखादे नवीन गीत लिहिल्यावर सुलिवनकडे पाठवित असे. त्यानंतर एकदा त्यांच्यावर एकाच मंचावर एकत्र येण्याची वेळ आली. ते दोघे मंचावर वेगवगेळ्या कोपऱ्यात उभे राहून लोकांना विरुद्ध दिशेला अभिवादन करीत होते. त्यामुळे त्यांना एक दुसऱ्याचे तोंड पाहवे लागणार नव्हते. त्या दोघांपैकी कोणाकडेही इतका समजूतदारपणा नव्हता की ते आपल्या द्वेषावर लिंकनप्रमाणे 'स्टॉप लॉस' लाऊ शकले नाहीत.

एकदा गृहयुद्धाच्या काळात लिंकनचे काही जवळचे मित्र त्याच्या कट्टु वैऱ्यांची निर्भत्सना करीत होते तेव्हा लिंकन म्हणाला, 'वैयक्तिक द्वेषाचे प्रमाण माझ्यापेक्षा तुमच्यामध्ये अधिक आहे असे मला वाटते. क़दाचित माझ्यात ते खूप कमी असावे, पण त्यामुळे काही लाभ होतो असे मला वाटत नाही. आपले आर्ध जीवन युद्ध करण्यात घालविण्याइतका वेळ कोणत्याही माणसाकडे असत नाही. एखाद्याने माझ्यावर हल्ला करणे सोडून दिले तर भूतकाळात तो माझ्याशी कसा वागला हे मी विसरून जातो.'

अरे रे ! माझी म्हातारी आंटी , एडिथ आंटी हिच्यामध्ये लिंकनसारखी क्षमाशीलता असती तर! ती आणि फ्रंक अंकल एका गहान ठेवलेल्या फार्म हाऊसवर राहत असत. ते फार्म हाऊन झुरळांनी भरलेले होते. तेथील जमिन न पिकणारी ओबड धोबड आणि खडकाळ होती. त्यांचे जीवन अनेक समस्या आणि अडचणींनी भरलेले होते. त्यांना पै पैसा वाचवायचा तर होताच शिवाय एडी अँटीला आपल्या घरासाठी पडदे आणि इतर काही सजावटीचे सामानही खरेदी करायचे होते. त्यांनी मॅरिवले, मिसुरी येथील ड़ॅन एव्हरसोलच्या ड्राउंग गुडस स्टोअरमधून हे चैनिचे साहित्य ख़रेदी केली. फ्रॅंक अंकलला कार्जाची काळजी वाटू लागली. प्रत्येक शेतकऱ्याप्रमाणे तेही कर्जाला घाबरत होते म्हणून त्यांनी डॅन एव्हरसोलला गुपचूप जाऊन सांगितले की आपल्या पत्नीला उधार सामान देऊ नये. आंटीला हे कळले तेव्हा तिने घरामध्ये प्रचंड गोंधळ घातला. आज पन्नास वर्षांनंतरही तसाच गोंधळ घालीत आहे. मी एक कथा एकदाच नाही तर अनेकदा सांगताना ऐकली आहे. शेवटच्या वेळी मी त्यांना असे करताना पाहिले होते तेव्हा आंटीचे वय सत्तर वर्षांच्या आसपास होते. मी त्यांना म्हणालो, 'एडिथ आंटी, फ्रॅंक अंकलने तुम्हाला खाली पहायला लाऊन केलेली ती चूक होती, असे आपण मान्य केले तरीही

आज पन्नास वर्षांनंतरसुद्धा त्या जुन्या घटनेची तक्रार करीत राहणे हे जास्त चूक नाही का?' (तसे त्यांनी माझे म्हणणे ऐकून न ऐकल्यासारखे केले, हे मी सांगायलाच हवे.)

एडिथ आंटीने आपल्या मेंदूमध्ये तिरस्कार आणि वाईट आठवणींचे लावलेले झाड आता इतके मोठे विस्तारले होते की, त्यामुळे त्यांच्या मनाची शांतता हरवली होती.

बेंजामिन फ्रँकलिन सात वर्षांचे असताना त्यांच्याकडून एक चूक घडली होती आणि ही चूक पुढे सत्तर वर्षे त्यांच्या आठवणीत होती. वयाच्या सातव्या वर्षी त्यांना एक सिटी आवडली. मग ते खेळण्याच्या दुकानात गेले आणि सिटीची किमंत न विचारता आपल्या जवळ असलेले सर्व पैसे दुकानदाराच्या काउंटवर ठेवून त्यांनी त्या सिटीची मागणी केली. या घटनेला सत्तर वर्षे झाल्यानंतर त्यांनी आपल्या एका मित्राला पत्रात लिहिले होते, 'मग मी घरी आलो आणि आनंदाने सिटी वाजवित सर्व घरात फिरू लागलो.' त्या सिटीची किमत म्हणून मी आवश्यकतेपेक्षा जास्त पैसे दिल्याचे माझ्या बहीण भावंडांना कळले तेव्हा त्यांनी त्याची खूप टिंगल केली. याबद्दल ते पत्रात पुढे लिहितात, 'मी चिडून रडायला लागलो.'

अनेक वर्षानंतर फ्रँकलीन खूप मोठी राजकीय व्यक्ती झाल्यावर तसेच फ्रान्समधील राजदूत झाल्यावरही त्यांना हे सत्य उलगडू शकले नाही, 'सिटीची अपेक्षेपेक्षा जास्त किमत चुकवल्यामुळे जास्त दुःख झाले होते की सिटी मिळाल्याचे सुख अपेक्षेपेक्षा कमी होते.'

या घटनेमुळे फ्रकलिन यांना मिळालेला धडा मात्र शेवटी खूप स्वस्त होता. ते म्हणतात, 'मी मोठा झाल्यावर जगाचे वागणे पाहून माझ्या असे लक्षात आले की बहुतेक लोक सिटीसाठी अपेक्षेपेक्षा जास्त किमत मोजत असतात. बहुतेक लोकांच्या दुःखाचे कारण हेच आहे की ते वस्तुच्या किमतीबद्दल चुकीचा अंदाज लावतात.याच कारणामुळे ते आपल्या सिटीसाठी आवश्यकतेपेक्षा जास्त किमत मोजतात.'

गिल्बर्ट आणि सुलिवन यांनी आपल्या सिटीची अपेक्षेपेक्षा जास्त किमत मोजली. हेच एडिथ आंटीने केले आणि डेल कार्नेगीही अनेक वेळा हेच करीत आहे. ज़गातील सर्वात श्रेष्ठ कादंबऱ्या 'वॉर अँड पीस' तसेच 'अन्ना केरेनिना' लिहिणाऱ्या थोर लेखक लियो टॉलस्टायनेही हेच केले. एनसायक्लोपेडिया ब्रिटानिकानुसार टॉलस्टॉय आपल्या आयुष्यातील अखेरची वीस वर्षे 'जगातील सर्वात सन्मानित व्यक्ती होते.' १८९० ते १९१० या दरम्यान त्यांचे असंख्य चाहते त्यांचे घर पाहण्यासाठी गर्दी करीत असत. लियो टॉलस्टॉयची एक झलक पाहण्यासाठी, त्याचा एखादा शब्द ऐकण्यासाठी, किंवा त्याच्या कपड्यांना स्पर्श करून पाहण्यासाठी चाहत्यांची धडपड चाललेली असे. त्यांच्या तोंडून बाहेर पडणारे

प्रत्येक वाक्य एखादे ‘दिव्य कथन” असल्याप्रमाणे वहीमध्ये लिहून ठेवले जात असे. हो, पण जीवन जगण्याचा ... म्हणजे सामान्य जीवन जगण्याचा प्रश्न निर्माण होतो तेव्हा टॉलस्टाय यांची बुद्धी वयाच्या सातव्या वर्षी फ्रॅंकलिन यांची होती त्यापेक्षाही कमीच होती. त्यांना अजिबातच अक्कल नव्हती.

माझ्या म्हणण्याचा अर्थ इतकाच की टॉलस्टाय यांनी जिच्यावर मनापासून प्रेम होते, अशा एका मुलीशी लग्न केले होते. ख़रं तर ते दोघे एकत्रितरित्या इतक आनंदी होते की रोज ते गुढग्यावर बसून देवाची प्रार्थना करीत असत की, त्याने त्यांना अशा प्रकारच्या अमीट आणि स्वर्गिय प्रेमाच्या वातावरणात राहू दे. अर्थात टॉलस्टॉय ज्या मुलीवर प्रेम करीत असत, तिचा स्वाभाव मत्सरी होता. बहुतेक वेळा ती शेतकऱ्याचा वेश करून टॉलस्टॉय यांची हेरगिरी करीत असे. ज़ंगलात सुद्धा ती हेरगिरी करीत असे. त्या दोघांमध्ये भयंकर भांडणे होत असत. तिचा स्वभाव इतका मत्सरी होता की ती आपल्या मुलांचाही मत्सर करीत असे. एकदा तर तिने बंदुकीतून गोळी झाडून आपल्या मुलाच्या फोटोलाच निशाणा केले होते. इतकेच नाही तर एकदा तिने आपल्या ओठांना अफिमची बाटली लाऊन ती जमिनीवर गडबडा लोळू लागली आणि आत्महत्या करण्याची धमकी देऊ लागली. त्यावेळी त्यांची मुले घराच्या एका कोपऱ्यात उभी राहून तिच्या दहशतीमुळे आरडा ओरडा करीत होती.

टॉलस्टायने यावेळी काय केले? संतपाच्या भरात त्याने घरातील फर्निचरची तोडफोड केली असती, तर मी समजू शकलो असतो. त्यांना त्यावेळी राग येणे सहाजिक होते; पण असे काहीही न करता त्याने - त्यापेक्षाही वाईट गोष्ट केली. त्यांनी एक प्रयाव्हेट डायरी लिहिली, होय डायरी. त्यामध्ये सर्व दोष त्यांनी आपल्या पत्नीच्या माथी मारले. ती डायरी म्हणजे त्यांची ‘सिटी” होती. भावी पिढ्यांनी आपल्याला दोष देऊ नये, या सर्वासाठी आपल्या पत्नीलाच जबाबदार धरावे, यासाठी त्यांची ती तयारी होती. त्याच्या उत्तरादाखल त्यांच्या पत्नीने काय करावे? तिने ती डायरी फाडून जाळून टाकली का? नाही, तिनेही आपली डायरी लिहिली आणि त्यामध्ये टॉलस्टॉय व्हिलन असल्याचे नमूद केले. ‘चूक कोणाची होती?’ या नावाची नंतर तिने एक कादंबरीही लिहिली. या कादंबरीतून तिने टॉलस्टॉय एक हत्यारा असल्याचे आणि आपण एक बळीचा बकरा असल्याचे दाखविले.

यामुळे काय फायदा झाला? काहीही नाही. टॉलस्टॉयने स्वतः म्हटले होते त्याप्रमाणे आम्ही दोघांनी आमच्या या घराचा पागलखाना का केला? यामागे अनेक कारणे होती हे उघडच आहे. तुम्हाला आणि मला प्रभावित करण्याची जबरदस्त इच्छा हे त्यापैकी एक

कारण होते. होय, आपणच ती भावी पिढी आहोत, ज्यांच्या मताबद्दल ते इतके सजग होते. दोघांपैकी कोण चूक होते, यामुळे आपल्याला थोडा फार तरी काही फरक पडणार आहे का? नाही. आपण आपल्याच समस्यांमध्ये इतके गुंतून पडलो आहोत की, टॉलस्टॉयबद्दल व्यर्थ चिंता करण्यासाठी आपण आपला एक क्षणही वाया घालवू इच्छित नाही. दोन दु:खी व्यक्तींनी आपल्या सिटीसाठी किती जास्त किमत मोजली? पन्नास वर्षे त्यांनी आपले जीवन नरक बनविले. 'आता थांबा' , असे म्हणण्याचा समजूतदारपणा दोघांपैकी एकानेहीद दाखविला नाही म्हणून त्यांच्यावर ही वेळ आली होती. याचे कारण म्हणजे दोघांपैकी एकाकडेही पुरेशा किंवा योग्य किमतीचे ज्ञान नव्हते. नाही तर मग ते म्हणू शकले असते, 'आपण या गोष्टीवर लगेच स्टॉप लॉस ऑर्डर लाऊ. आपण आपले जीवन वाया घालवित आहोत. आता आपण हे थांबवायला हवे.'

'किमतीची योग्य जाणीव' हे खऱ्या मानसिक शांततेसाठीच्या महत्त्वाच्या रहस्यांपैकी एक आहे, यावर माझा खरोखरच विश्वास आहे. आपण आपल्या पन्नास टक्के चिंताचा शेवट लेगच करू शकतो, त्यासाठी अट फक्त इतकीच आहे की आपण आपला वैयक्तिक ज़ीवनाच्या संदर्भात वस्तूचे मूल्य नक्की करण्याचा सुवर्णमध्य विकसित करायला हवा.

चिंतेने आपल्याला संपवून टाकायच्या आधी चिंता मिटवून टाकण्याचा पाचवा नियम आहे :

एखाद्या गोष्टीबाबत आपण आवश्यकतेपेक्षा जास्त चिंता करायला लागतो आणि त्यामुळे आपले जीवन वाया जात आहे, असे आपल्याला वाटते तेव्हा आपण स्वतःलाच तीन प्रश्न विचारावेत-

१. ज़्या गोष्टीची मी इतकी चिंता करीत आहे, ती माझ्या जीवनात खरोखरच तितकी महत्त्वाची आहे का?
२. या चिंतेच्या कोणत्या मुद्यावर मी तिला 'स्टॉप लॉस' लाऊ आणि नंतर तिला विसरून जाऊ.
३. या सिटीसाठी मी खरोखरच किती किमत मोजू? मी पूर्वीच तिच्यासाठी आवश्यकतेपेक्षा जास्त किमत मोजली नाही ना?

११

क़रवतीने भुसा चिरणे व्यर्थ

बुद्धिमान व्यक्ती कधीही आपल्या नुकसानीबद्दल शोक करीत नाही, तर हे नुकसान कसे भरून काढता येईल याचा आनंदाने विचार करतात.
– शेक्सपियर

हे वाक्य लिहित असतना मी माझ्या खिडकीच्या बाहेर डोकावून डायनासोरच्या पाउलांचे ठसे पाहू शकतो. ड़ायनासोरच्या पावलांचे ठसे जे दगडावर उमटलेले आहेत. मी हे ठसे पीबॉडी म्युझियम ऑफ यलो युनिर्व्हसिटीमधून खरेदी केले आहेत. हे ठसे आठरा हजार वर्षांपूर्वी उमटलेले असल्याचे माझ्याकडे म्युझियमच्या क्युरेटरचे पत्रही आहे. हे ठसे बदलण्यासाठी अठरा हजार वर्षे मागे जाण्याचे स्वप्न एखादा मूर्ख मंगोलियनही पाहू शकणार नाही. १८० सेकंदापूर्वी घडलेल्या घटनेपर्यंत जाऊन ती बदलण्याचा प्रयत्न करण्याइतकेच हे मूर्खपणाचे आहे काय? आपल्यापैकी बहुतेक लोक हेच आणि असेच करण्याचा प्रयत्न करीत असतात. १८० सेकंदापूर्वी घडलेल्या घटनेचे परिणाम किंवा प्रभाव सुधारण्याचा तर आपण प्रयत्न करू शकतो; पण ती घटनाच बदलणे मात्र अशक्य असते.

परमेश्वराने निर्माण केलेल्या या विश्वामध्ये फक्त एकाच पद्धतीद्वारे आपण भूतकाळातील घटनांचा रचनात्मक वापर करू शकतो. ते म्हणजे आपल्या हातून घडून गेलेल्या चुकांचे शांत डोक्याने विश्लेषण करणे, त्या विश्लेषणाचा फायदा करून घेणे आणि मग त्या चुका विसरून जाणे.

मला माहीत आहे की हे सत्य आहे; पण असे करण्याची माझ्यामध्ये नेहमीच हिंमत

आणि समजूतदारपणा राहिला आहे का? या प्रश्नाचे उत्तर देण्यासाठी मी तुम्हाला अनेक वर्षांपूर्वी घडलेली एक आश्चर्यकारक घटना सांगणार आहे. मी एका पैशांचाही फायदा न करून घेता आपल्या हातातून ३ लाख डॉलर पेक्षा जास्त रक्कम जाऊ दिले होती. त्याचे असे झाले : मी प्रोढ शिक्षणाचे कार्य मोठ्या प्रमाणात सुरू केले होते. मी अनेक शहरांमध्ये शाखा सुरू केल्या आणि जाहिराती तसेच ओव्हरहेडवर मोठ्या प्रमाणात खर्च केला. मी शिकविण्यातच इतका व्यस्त होतो की या वर्गाच्या हिशोबाकडे पहायला माझ्याकडे वेळ नव्हता की इच्छाही नव्हती. ख़र्चावर लक्ष ठेवण्यासाठी मला एका बिझनेस मॅनेजरची आवश्यकता असल्याची बाब माझ्या लक्षात न येण्याइतका मी मूर्खासारखा वागलो.

शेवटी एका वर्षानंतर मला एका आश्चर्यकारक आणि स्तब्ध करणाऱ्या गोष्टीची माहिती मिळाली. अतिशय चांगले उत्पन्न असूनही आम्हाला काहीच फायदा होत नसल्याचे माझ्या लक्षात आले. ही माहिती कळल्यावर मला दोन कामे करावी लागणार होती. पहिले असे की, ज़ॉर्ज वॉशिंग्टन कार्व्हरने बँक फेल झाल्यावर त्यांची आयुष्यभराची कमाई असलेले चाळीस हजार डॉलर गमावल्यानंतर जे केले होते, ते करण्याइतका समजूतदारपणा मी दाखवायला हवा होता. 'तुम्ही दिवाळखोरीत निघाले आहात हे तुम्हाला माहीत होते का? असे कोणी तरी विचारल्यावर ते म्हणाले, 'होय, मी तसे ऐकले आहे' आणि ते शिकविण्यासाठी निघून गेले. अशा प्रकारे त्यांनी तो विषय आपल्या डोक्यातून बाहेर काढून टाकला होता. पुन्हा कधीही त्याबद्दल ते बोलले नाहीत.

मला करावयाचे असलेले दुसरे काम असे होते : **मला माझ्या चुकांचे विश्लेषण करायचे होते आणि त्यापासून जीवनभरासाठी धडा घ्यायचा होता.**

प्रामामिकपणे सांगायचे झाले तर यापैकी एकही पाऊल मी उचलू शकलो नाही. त्याच्याऐवजी मी चिंतेच्या महासागरात बुडालो. अनेक महिने मी त्या धक्क्यातून सावरू शकलो नाही. माझी रात्रीची झोप उडाली. वजन कमी झाले. या मोठ्या चुकीपासून काही धडा घेण्याऐवजी मी पुढे निघालो आणि तेच काम मग लहान लहान तुकड्यांमध्ये केले.

हा मूर्खपणा स्वीकारणे माझ्यासाठी अतिशय लाजिरवाणे असले तरीही ही गोष्ट मी खूप पूर्वीच शिकलो होतो, 'क़ाय करणे उत्तम आहे, हे आपल्या स्वतःच्या शिक्षणाचे पालन करतो अशा वीस पैकी एकाला शिकविण्यापेक्षा वीस लोकांना शिकविणे सोपे असते.'

क़दाचित मला न्यूयार्कमधील जॉर्ज वॉशिंग्टन स्कूलमध्ये प्रशिक्षण घेण्याची संधी

मिळाली असती तर मी डॉ. पॉल ब्रॉंडवाईन यांच्याकडून शिकलो असतो. यांनीच न्यूयार्कमधील ॲलन सॉण्डर्सला शिकविले होते.

सॉण्डर्सने मला सांगितले की, त्याच्या हायजीन क्लासचे शिक्षक पॉल ब्रॉंडवाईन यांनी ज़ीवनातील एक मौल्यवान धडा शिकविला. ही कथा मला सांगताना तो म्हणाला, 'त्यावेळी मी किशोर होतो आणि त्यावेळीही खूप चिंता करीत असे. मी माझ्या चुकांबद्दल खूप विचार करीत असे आणि खूप चिंताही करीत असे. मला एखादी परीक्षा द्यायची असेल तर मी रात्रभर जागी राहत असे आणि आपण या परीक्षेत पास होणार की नापास याचा नखे कुरतडत विचार करीत असे. हे काम मी आणखी चांगल्या प्रकारे करायला हवे होते असा मी केलेल्या प्रत्येक कामाबद्दल विचार करीत असे. मला या गोष्टी अधिक चांगल्या पद्धतीने मांडायला हव्या होत्या. इ. इ.'

'मग एके दिवशी सकाळी विज्ञानाच्या प्रयोगशाळेत आमचा वर्ग भरला. तिथे आमचे शिक्षक डॉ. पॉल ब्रॉंडवाईन यांनी सर्व विद्यार्थ्यांच्या चटकन लक्षात भरेल अशा प्रकारे आपल्या डेस्कवर दुधाची बाटली ठेवली होती. आम्ही त्या बाटलीकडे आश्चर्याने पाहत होतो आणि तिचा या हायजीन क्लासशी काय संबध आहे, याचा विचार करीत होतो. तोच अचानकपणे डॉ. ब्रॉंडवाईन उभे राहिले आणि त्यांनी ती बाटली बेसिनमध्ये फेकली. ते जोरात ओरडले, **'नालीमध्ये पडलेल्या दुधाबद्दल दुःख व्यक्त करू नका.'**

'मग त्यांनी आम्हाला सर्वांना त्या बेसिनजवळ बोलावले आणि बाटलीचे तुकडे दाखवित म्हणाले, 'चांगल्या प्रकारे पाहून घ्या कारण हा धडा तुम्हाला जन्मभर लक्षात रहावा असे मला वाटते. दूध आता सांडले आहे. ते नालीमध्ये वाहून गेले आहे. तुम्ही कितीही रडा, ओरडा, आपले केस तोडा त्या दुधाचा एक थेंबही तुम्हाला परत मिळणार नाही. थोड्या समजूतदारपणाने आणि सावधगिरीने हे दूध वाचविता आले असते, पण आता ती वेळ निघून गेली आहे. आता आपण फक्त इतकेच करू शकतो की याला विसरून जावे आणि पुढच्या कामाला लागावे.' ॲलन सॉण्डर्सने मला सांगितले, 'मला ही घटना अजूनही स्मरणात राहिली. खरं तर शाळेत शिकलेले गणित आणि रोमण मी विसरून गेलो आहे. यावरून मी इतकेच शिकलो की शक्य असेल तर दूधाला पसरण्यापासून वाचवावे पण ते पसरले आणि नालीमध्ये पडले तर मी त्याबद्दल विसरून जाणेच योग्य होय.'

या जुन्या म्हणीला इतके महत्त्व का दिले जात आहे म्हणून अनेक वाचक नाक

मुरडतील. ही म्हण जुनी आहे. सामान्य आहे आणि अनेक वेळा वापरून गुळगुळीत झालेली आहे, हे मला माहीत आहे. तुम्ही ही म्हण हजार वेळा ऐकली असेल हेही मला माहीत आहे. पण अशा प्रकारची सतत वापरली जाणारी म्हण म्हणजे अनेक शतकांच्या अनुभवांचे सार असते. त्या मानवी समाजाच्या अनुभवातून निर्माण झालेल्या असतात आणि पिढी दर पिढी हस्तांतरीत होत असतात. तुम्ही जगातील सर्व काळातील सर्वात विद्वानांनी चिंतेबद्दल व्यक्त केलेली मते वाचलीत तर या दोन म्हणीशिवाय त्यामध्ये दुसरे काहीही मुलभूत आणि सखोल नसल्याचे तुम्हाला आढळून येईल. 'पूल येईल तेव्हाच तो पार करा' आणि 'नालीमध्ये पडलेल्या दुधाबद्दल वाईट वाटून घेऊ नका.' या दोन म्हणीवर नाक मुरडण्याऐवजी त्यांना आपल्या जीवनात अंमलात आणले असते तर आज तुमच्यावर हे पुस्तक वाचण्याची वेळ आली नसती. खरं म्हणजे आपण जुन्या सर्व म्हणींच्या आधारे आपले जीवन जगायला लागलो तर आपले जीवन नक्कीच आदर्श जीवन होईल. अर्थात ज्ञानाचा जीवनामध्ये प्रत्यक्षात वापर केला जात नाही तोपर्यंत त्याचे शक्तीमध्ये रुपांतर होत नाही. तुम्हाला काही नवीन शिकविणे हा या पुस्तकाचा मुळीच उद्देश नाही. तुम्हाला आधीपासूनच जे माहीत आहे त्याची आठवण करून देणे आणि ते आपल्या जीवनात अंमलात आणण्यासाठी तुम्हाला प्रेरित करणे, प्रोत्साहित करणे हाच मुळी या पुस्तकाचा उद्देश आहे.

मला स्व. फ्रेड फुलर शेड यांच्यासारखी माणसे नेहमी आवडतात. त्यांच्यामध्ये एखादे जुने वास्तव किंवा सत्य नवीन आणि चित्रात्मक शैलीने सादर करण्याची क्षमता होती. फिलाडेल्फिया बुलेटिनचे संपादक म्हणून क़ॉलेजमधील पदवीच्या वर्गातील विद्यार्थ्यांना त्यांनी विचारले, **'तुमच्यापैकी किती जणांनी आरीने लाकूड कापले आहे? जरा हात वर करा.'** ज़मलेल्या विद्यार्थ्यांपैकी बहुतेकांनी आपले हात वर केले. मग त्यांनी विचारले, **'तुमच्यापैकी किती जणांनी आरीने भुसा कापला आहे?'** क़ोणीही हात वर केला नाही.

'तुम्ही आरीने भुसा कापू शकत नाहीत, हे उघड सत्य आहे.' मि. शेड म्हणाले, 'क़ारण तो आधीच चिरलेला आहे. तो भूतकाळ आहे. ज़्या गोष्टी घडून गेल्या आहेत, त्यांच्याबद्दल तुम्ही चिंता करीत असता तेव्हा तुम्ही आरीने भुसा चिरण्याचा प्रयत्न करीत असता.'

बेसबॉलमधील जुने दिग्गज खेळाडू क़ॉनी मॅक एक्क्याऐंशी वर्षांचे झाल्यावर मी त्यांना विचारले की, जे सामने तुम्ही हारला होतात, त्या सामन्यांची अजूनही चिंता करता का?

'अरे होय, मी असे करीत असे, ' कॉनी मॅक म्हणाले, 'पण हे मूर्खपणाचे कार्य आता मी बऱ्याच दिवसांपूर्वी सोडून दिले आहे. त्यामुळे माझा काहीही फायदा होत नसल्याचे मला आढळून आले. नदीमध्ये पुढे वाहून गेलेल्या पाण्याने तुम्ही पिकांचे सिंचन करू शकत नाहीत.'

नाही, तुम्ही पीकाचे सिंचन करू शकत नाहीत आणि लाकडाचा तो ओंडकाही कापू शकत नाहीत जो नदीमध्ये पुढे वाहून गेला आहे; पण त्यामुळे तुम्ही आपल्या चेहऱ्यावर सुरकुत्या आणि पोटामध्ये अल्सर मात्र नेहमीसाठी पाळू शकता.

एकदा मी जॅक डेम्पसीसोबत थँक्सगिव्हिंग पार्टीमध्ये डीनर करीत होतो. तेव्हा टर्की आणि क्रेनबेरीचे मटन खाता खाता त्यांनी मला हेविवेट चॅम्पियनशिपमध्ये टनीकडून पराभूत झाले होते, तो किस्सा सांगितला. त्यामुळे त्यांचा अहंकार दुखावला होता, हे उघडच आहे. त्यांनी मला सांगितले, 'मी अचानक म्हातारा झालो असल्याचे मला त्या लढाईच्या वेळी जाणवले. ...दहाव्या फेरीच्या अखेरीस मी अजूनही माझ्या पायांवर उभा होतो. पण फक्त इतकेच! माझा चेहरा सुजला होता आणि तो जखमी तसेच मार खाल्लेला होता. माझे डोळे जवळपास बंद होते. ... रेफरी जीन टनीचा हात विजयी उमेदवार म्हणून उंचावत असल्याचे मी पाहिले. ... मी आता वर्ल्ड चॅम्पियन राहिलो नव्हतो. मी पावसात वळण घेत माझ्या ड्रेसिंगरूमकडे निघालो होतो. मी परत येत होतो तेव्हा काहींनी माझ्याशी हस्तांदोलन करण्याचा प्रयत्न केला तर बाकीच्यांच्या डोळ्यात आसवे होती.'

एका वर्षानंतर टनीशी मी पुन्हा एकदा लढलो, पण काहीही फायदा झाला नाही. मी नेहमीसाठी बाहेर गेलो. या बाबतीत चिंता न करणे अशक्य होते, पण मी स्वतःला म्हणालो, **'मी भूतकाळात जगणार नाही. नालीमध्ये पडलेल्या दुधाबद्दल मी वाईट वाटून घेणार नाही. मी हा मुक्का माझ्या हनुवटीवर सहन करील, पण त्यामुळे पडणार नाही.'**

ज़ॅक डेम्पसीने हेच केले. क़से? तो स्वतःला वारंवार हेच सांगत राहिला, 'मी भूतकाळाची चिंता करणार नाही.' नाही. त्यांनी असे केले असते तर त्यांना भूतकाळाच्या चिंतेने

नक्कीच त्रास दिला असता. त्यांची पद्धत अशी होती, त्यांनी आपला पराभव मान्य केला. ते सर्व विसरून त्यांनी आपले लक्ष भविष्यातील योजनांवर केंद्रित केले. त्यांनी ब्रॉड वे मध्ये ज़ॅक डेम्पसी रेस्टॉरंट सुरू केले. ५७ व्या रस्त्यावर ग्रेट नॉर्दन हॉटेल सुरू केले. त्यांनी बक्षिसाच्या बॉक्सिंगला प्रोत्साहन दिले आणि बॉक्सिंगचे सादरीकरण केले. त्यांनी स्वतःला सृजनात्मक कामामध्ये इतके व्यस्त ठेवले की त्यांच्याकडे भूतकाळाबद्दल चिंता करायला वेळ नव्हता की तशी त्यांना आवडही नव्हती. ज़ॅक डॅम्पसी म्हणाले, 'चॅम्पियन म्हणून मी जितका आनंदी होतो, त्यापेक्षा अधिक मी मागील दहा वर्षेही आनंदी आहे.'

आपण खूप जास्त पुस्तकांचे वाचन केले नसल्याचे डेम्पसीने मला सांगितले. तरीही काहीही माहीत नसताना ते शेक्सपिअरच्या सल्ल्याची अंमलबजावणी करीत होते, 'बुद्धिमान व्यक्ती कधीही आपल्या नुकसानीचा शोक करीत नाही, तर हे नुकसान कशा प्रकारे भरून काढता येईल याचा आनंदाने विचार करीत असतो.'

मी इतिहास आणि चरित्रांचे वाचन करतांना अडचणीमध्ये सापडलेल्या थोर लोकांचे वागणे पाहतो तेव्हा मी आश्चर्यचकीत आणि प्रेरित होतो की, काही लोकांमध्ये आपले दुःख आणि चिंता संपविण्याची योग्यता असते आणि ते आपले जीवन आनंदाने व्यतित करतात.

मी एकदा सिंग सिंग तुरुंगाला भेट दिली होती. तेथील कैदी सामान्य माणसांसारखेच आनंदी दिसत होते, हे पाहून मला खूपच अस्वस्थ झाले. या बाबतीत मी सिंग सिंग तुरूंगाचे जेलर लुईस ई. लॉज यांना विचारले तेव्हा त्यांनी मला सांगितले की गुन्हेगार तुरुंगात येतात तेव्हा द्वेष आणि कटुतेने भरलेले असतात. क़ाही महिन्यानंतर मात्र बहुतेक कैदी आपल्या पाटीवरून दुर्दैवाचे क्षण पुसून टाकतात आणि तुरुंगातील जीवन शांतपणे स्वीकारतात. तसेच येथील जीवनाचा पुरेपूर आनंद घेतात. लॉज यांनी मला एक कैदी, एका माळयाबद्दल सांगितले. ज़ो तुरुंगातील भिंतीच्या आड फळे आणि भाज्या पिकविताना गात असे.

फुले आणि फळे पिकविताना गाणारा सिंग सिंग जेलमधील तो माळी कैदी आपल्यापैकी बहुतेक लोकांपेक्षा जास्त समजूतदारपणा दाखवित होता. त्याला माहीत होते की,

बोटाने लिहिले आहे, आणि लिहिल्यानंतर
ते पुढे निघून गेले आहे. आता तुमची बुद्धी किंवा निष्ठाही

त्याला आर्धी ओळ मिटविण्यासाठी विवश करू शकत नाही.

किंवा तुमचे सर्व आश्रूही बोटाने लिहिलेला एखादा शब्द धुऊ शकत नाहीत.

तर मग बहाणे कशासाठी? आपल्याकडून चुका आणि मूर्खपणा तर होतच असतो, हे उघड आहे. पण म्हणून काय फरक पडतो? चुका आणि मूर्खपणा कोणाकडून होत नाही? नेपोलियनसुद्धा आपली एक तृतियांश महत्त्वाची युद्धे हारला होता. आपली आकडेवारी नेपोलियनच्या आकडेवारीइतकी वाईट तर नक्कीच नसेल, काय माहीत?

शिवाय ही गोष्ट तर नक्की आहे की राजाचे घोडे आणि राजाची माणसे एकत्र येऊन सुद्धा भूतकाळ पुन्हा सांधू शकत नाहीत. तर सहावा नियम लक्षात ठेवा :

आरीने भुसा कापण्याचा प्रयत्न करू नका.

भाग तीन थोडक्यात

चिंतेने तुम्हाला मिटवून टाकण्यापूर्वी तुम्ही चिंता मिटवा.

१. आपले डोके सतत व्यस्त ठेवून चिंता बाहेर काढून टाका.

२. बारीक सारीक गोष्टीवरून गोंधळ करू नका. बारीक सारीक गोष्टी म्हणजे वाळवीला आपला आनंद वाया घालवू देऊ नका.

३. आपल्या चिंतावर मात करण्यासाठी सरासरीचा नियम वापरा. स्वतःलाच विचारा, 'ही गोष्ट घडण्याची किती शक्यता आहे?'

४. आपल्या चिंतावर 'स्टॉप लॉस' ऑर्डर लावा. क़ोणत्या गोष्टीबद्दल किती प्रमाणात चिंता करायची हे नक्की करा.

५. भूतकाळ गाडून टाका. आरीने भुसा चिरण्याचा प्रयत्न करू नका.

भाग - ४

सुख - शांतता
कायम ठेवण्याच्या
सात पद्धती

१२

जीवन बदलून टाकणारे 'काही' शब्द

आपले मन जिंकणारी व्यक्ती शहर जिंकणाऱ्या व्यक्तीपेक्षा जास्त सामर्थ्यशाली असते.

'तुम्ही आपल्या जीवनामध्ये अतिशय महत्त्वाचा असा कोणता धडा शिकला?' एका रेडिओ कार्यक्रमात मला हा प्रश्न विचारण्यात आला.

याचे उत्तर देणे खूप सोपे होते. आपण जो विचार करीत असतो, ते अतिशय महत्त्वाचे असते, हा आतापर्यंत मी शिकलेला सर्वात महत्त्वाचा धडा होता. तुम्ही काय विचार करता हे मला कळले तर तुम्ही कसे आहात हेही मला कळू शकते. आपण जसे आहोत तसे फक्त आपल्या विचारांमुळे असतो. आपले नशीब घडविणारी किंवा बिघडवणारी ती अज्ञात शक्ती म्हणजे आपला मानसिक दृष्टिकोनच असतो. इमर्सनने म्हटले होते, **'माणूस दिवसभर जसा विचार करतो, तसाच तो होतो.'** यापेक्षा वेगळा तो कसा काय होऊ शकेल?

मला निसंशयपणे पूर्ण खात्री आहे की माझी आणि तुमची समस्या एकच आहे, क़दाचित जिचा आपल्याला सामना करावा लागतो, अशी एकमेव समस्या - योग्य विचार निवडणे. आपण असे करू शकलो तर आपल्या सर्व समस्या सोडविण्याच्या मार्गावर आपण खूप पुढे जाऊ शकतो. रोमन साम्राज्यावर अधिराज्य गाजविणारे थोर तत्त्वज्ञ मार्कस ऑरेलियसने आठ शब्दांमध्ये हीच गोष्ट समजावली आहे, **'आठ शब्द जे तुमचे नशिब घडवू शकतात. आपल्या विचारांमुळेच आपले जीवन घडत असते.'**

होय, आपले विचार सुखद असतील तर आपण सुखी होऊ. आपले विचार दुःखद

असतील तर दुःखी होऊ. आपल्या डोक्यात भीतीचे विचार असतील तर आपण घाबरलेले असूत. आपले विचार आजारी असतील तर आपण आजारी होऊत. आपण जर सतत अपयशाचा विचार करीत असूत तर आपण नक्कीच अपयशी होतो. आपण जर आत्म करुणेच्या महासागरात बुडून राहिलो तर प्रत्येक व्यक्ती आपल्याला टाळण्याचा प्रयत्न करील आणि आपल्यापासून बचाव करण्यासाठी प्रयत्न करीत राहील. नॉर्मन विन्सेट पॉलने म्हटले आहे, **'तुम्ही स्वतःबद्दल जसा विचार करीत असता, तसेच होत नसतो, तर तुम्ही जसा विचार करीत असता तसेच होत असता.'**

तुम्ही आपल्या सर्व समस्यांबद्दल नेहमी आशावादी रहायला हवे, असा तर मी तुम्हाला सल्ला देत नाही ना? दुर्दैवाने जीवन इतके साधे सोपे असत नाही. तरीही मी तुम्हाला असा सल्ला देतो की जीवनात नकारात्मक दृष्टिकोन ठेवण्याऐवजी 'सकारात्मक दृष्टिकोन' स्वीकारावा. दुसऱ्या शब्दांमध्ये आपण आपल्या समस्यांबद्दल सचेत रहायला हवे, चिंतीत नाही. सचेत होणे आणि चिंतीत होणे यामध्ये काय फरक आहे? मला उदाहरण देऊ द्या. न्यूयार्कमध्ये मी ट्राफिक जाममधून जात असतो तेव्हा मी काय करीत आहे, याबद्दल मी सचेत असतो, पण त्याची चिंता करीत नाही. सचेत राहणे म्हणजे समस्या काय आहे, हे शांतपणे समजून घेणे होय. त्यानंतर मग ती सोडविण्यासाठी पाऊल उचलणे असते. चिंता करणे म्हणजे वेड्यासारखे गोल गोल फिरत राहणे असते.

व्यक्ती आपल्या गंभीर समस्यांबद्दल सचेत राहू शकते आणि त्यानंतरही आपल्या कोटाला गुलाबाचे फूल लाऊन ताठ मानेने जाऊ शकतो. लॉवेल थॉमसला मी हेच करताना पाहिले आहे. पहिल्या महायुद्धाच्या वेळी एलेनबी-लॉरेन्स अभियानावर ते आपले चित्रपट प्रदर्शित करीत असताना मला त्यांच्या भेटीचा योग जुळून आला होता. त्यांनी त्यांच्या सहकाऱ्यांनी जवळपास अर्धा डझन आघाड्यांवर युद्धाची छायाचित्रे घेतली होती. सर्वात चांगली गोष्ट अशी की त्यांनी टी. ई. लारेन्स एलेनबी आणि त्यांच्या मदमस्त अरबी सैन्याची फिल्म घेऊन आले होते. तसेच एलेनबीच्या भूमीवरील विजयाची चित्रफितही त्यांनी रेकॉर्ड केली होती. त्यांच्या चित्रपटावर आधारित चर्चेचे शिर्षक होते, **'एलेनबीसोबत पॉलेस्टिनमध्ये आणि लारेन्ससोबत अरबस्थानमध्ये'**. या चर्चेने फक्त लंडनमध्येच नाही तर संपूर्ण जगामध्ये खळबळ निर्माण केली होती. लॉवेल थॉमस आपली रोमांचक कथा सांगणे सुरू ठेवू शकतील आणि क़ॉवेट गार्डन रॉयल ऑपेरा हाऊसमध्ये आपला चित्रपट दाखवू शकतील यासाठी लंडन ऑपेराचा मोसम सहा आठवड्यांसाठी पुढे ढकलण्यात

आला होता. लंडनमध्ये मिळालेल्या आश्चर्यकारक यशानंतर त्यांनी अनेक देशांचा विजयी प्रवास केला. मग त्यांनी भारत आणि अफगाणीस्थान या देशांवर चित्रपट तयार करण्यासाठी दोन वर्षे घेतली. अतिशय अविश्वसनीय दुर्दैवाने त्यांच्या बाबतीत एक अशक्य घटली. लंडनमध्ये आपण दिवाळखोरीत निघाल्याचे त्यांना कळले. त्यावेळी मी त्यांच्या सोबत होतो. मला चांगले आठवते की आम्हाला त्या वेळी लॉयन्स कॉर्नर रेस्टॉरंटमध्ये स्वस्तात मिळणारे जेवण करावे लागत होते. एक स्कॉटसमॅन ज़ेम्स मॅक्वी नावाच्या प्रसिद्ध कलावंताकडून उसनवार पैसे घेतले नसते, तर आम्ही तिथेही जेवण घेऊ शकलो नसतो. या कथेतील महत्त्वाची गोष्ट अशी की लॉवेल थॉमस यांच्यावर खूप मोठे कर्ज झाले होते आणि त्यांना गंभीर असे निराशादायी अनुभव आले होते तरीही ते आपल्या या स्थितीबद्दल सचेत होते, चिंतीत नव्हते. आपल्या दुर्दैवासमोर आपण पराभव मान्य केला तर आपण कोणत्याही कामाचे राहणार नाहीत, अगदी आपल्या कर्ज देणेकऱ्यांच्या सुद्धा लायकीचे राहणार नाहीत हे त्यांना चांगल्या प्रकारे माहीत होते. त्यामुळे ते रोज सकाळी उठल्यावर बाहेर पडण्यापूर्वी ते एक गुलाबाचे फूल खरेदी करीत असत. ते आपल्या कोटाच्या बटनामध्ये लावीत असत आणि ऑक्सफर्ड स्ट्रीटवरून आपली मान गर्वाने ताठ करून चालत असत. त्यांनी आपले विचार धाडसी आणि सकारात्मक ठेवले तसेच पराभवाच्या विचारांपुढे हार स्वीकारायला नकार दिला. तोंडावर आपटी खाणे हा या खेळाचा एक भाग होता, हे त्यांना माहीत होते. तुम्हाला शिखरावर पोहचायचे असेल तर त्यासाठी अशा प्रकारचे प्रशिक्षण आवश्यक होते.

आपल्या मानसिक दृष्टिकोनाच्या आपल्या शारीरिक क्षमतेवरही अविश्वसनीय असा प्रभाव पडत असतो. प्रसिद्ध ब्रिटिश मनोविश्लेषक जेए हॅडफिल्ड यांनी आपल्या ५४ पानांच्या 'द सायकॉलॉजी ऑफ पॉवर' या आश्चर्यकारक पुस्तकात अतिशय चांगले उदाहरण दिले आहे. ते लिहितात, 'मी तीन व्यक्तींना एका प्रयोगात सहभागी होण्याविषयी सांगितले. मानसिक सल्ल्याचा त्यांच्या शारीरिक शक्तीवर होणारा परिणाम तपासणे हा या प्रयोगाचा उद्देश होता. त्यांना एक डायनोमेमीटर पकडून आपली शक्ती दाखवायची होती.' त्यांनी डायनामेमीटरला आपल्या पूर्ण क्षमतेने पकडून ठेवावे, असे त्यांना हॅडफिल्डने सांगितले होते. तीन वेगवेगळया परिस्थितीमध्ये त्यांच्याकडून हे कार्य करवून घेण्यात आले.

सामान्य जागृत स्थितीमध्ये त्यांची टेस्ट घेण्यात आली तेव्हा त्यांची सरासरी पकड १०१ पौंड होती.

त्यानंतर हॅडफिल्डने त्यांच्यावर संमोहन करून ते अतिशय दुबळे असल्याचे त्यांना सांगितले. या स्थितीमध्ये सरासरी पकड फक्त २९ पौंड निघाली. ही संख्या त्यांच्या सामान्य पकडीच्या एक तृतियांशपेक्षाही कमी होती. यापैकी एक व्यक्ती बक्षिसे मिळविलेला बॉक्सर होता. त्याला संमोहित करून तो अतिशय दुर्बल असल्याचे तसेच त्याचे बाहु लहान मुलासारखे असल्याचे सांगण्यात आले.

कॅप्टन हॅडफिल्ड यांनी याच लोकांची तिसऱ्या वेळी टेस्ट घेतली. त्यांचे संमोहन करून ते खूप शक्तिशाली असल्याचे त्यांना सांगण्यात आले. या परिस्थितीमध्ये त्यांची सरासरी पकड १४२ पौड निघाली. त्यांच्या डोक्यामध्ये शक्तीचे सकारात्मक विचार भरण्यात आले तेव्हा त्याची शक्ती सुमारे ५० टक्के वाढली.

तर हे आहे आपल्या मानसिक दृष्टिकोनाच्या अविश्वसनीय शक्तीचे एक उदाहरण.

विचाराच्या चमत्कारिक शक्तीचे उदाहारण देण्यासाठी मी तुम्हाला अमेरिकेच्या इतिहासातील एक आश्चर्यकारक गोष्ट सांगतो. ख़रं तर या विषयावर मी एक पुस्तक लिहू शकतो; पण इथे मी त्याबद्दल थोडक्यातच सांगणार आहे. ग़ृहयुद्ध संपल्यानंतर काही दिवसानंतर ऑक्टोबरमधील एका बर्फाळ रात्री एक गरीब, बेघर महिला दारोदार भटकत होती. तिने 'मदर' वेब्स्टरचा दरवाजा ठोठावला. 'मदर' वेब्स्टर एका निवृत्त सागरी कप्तानाची पत्नी होती आणि पतीच्या निवृत्तीनंतर ती एस्सेबरी, मॅसेच्युसेटस मध्ये राहत होती.

दरवाजा उघडल्यावर 'मदर' वेब्स्टर यांना दारात एक दुबळी आणि अशक्त महिला आढळली. तिचे एकूण वजन १०० पौंडापेक्षा जास्त नव्हते. त्या अनोळखी असलेल्या मिसेस ग़्लोवरने आपण एखाद्या घराच्या शोधात असल्याचे सांगितले. तिथे राहून ती विचार करू शकेल आणि तिला रात्रंदिवस छळणाऱ्या एका मोठ्या समस्येवर तोडगा काढू शकेल.

'तर मग तू इथेच का राहत नाहीस?' मदर वेब्स्टरने उत्तर दिले, 'इतक्या मोठ्या घरात मी एकटीच राहत असते.'

मिसेस वेब्स्टर यांचा जावई बिल एलिस न्यूयार्कवरून सुट्टी साजरी करण्यासाठी इथे आला नसता तर मिसेस ग्लोवर दीर्घकाळासाठी मिसेज वेब्स्टर यांच्यासोबत राहिल्या असत्या. त्याने मिसेस ग्लोवरला तिथे पाहिल्यावर तो जोरात ओरडला, 'मला इथे कोणीही भिकारी नको आहे.' त्याने त्या बेघर महिलेला घराबाहेर काढले. बाहेर जोरदार पाऊस पडत होता. ती महिला थोडा वेळ थंडीने कुडकुडत रस्त्यावर थांबली. मग पुन्हा एखाद्या

निवाऱ्याच्या शोधात समोरच्या वाटेवरून चालू लागली.

या कथेतील आश्चर्यकारक भाग असा आहे की, ज्या महिलेला बिल एलिसने घराबाहेर काढले तिने विश्व चिंतनावर इतका मोठा प्रकाश टाकला की दुसरी कोणतीही महिला असे काम करू शकली नाही. आज कोट्यावधी निष्ठावान अनुयायी तिला मॅरी बेकर एड्डीच्या नावाने ओळखतात. तिने ख्रिश्चियन सायन्सची स्थापना केली.

अर्थात त्या काळापर्यंत मात्र तिने आपल्या जीवनात दुःख, आजार आणि दुर्दैव याशिवाय दुसरे काहीही पाहिले नव्हते. लग्नानंतर थोड्याच दिवसात तिच्या पहिल्या पतीचे निधन झाले होते, तर तिचा दुसरा पती तिला सोडून दुसऱ्या एका विवाहित स्त्रीसोबत पळून गेला होता. नंतर या पतीचे एका गरीबगृहात निधन झाले. तिला फक्त एकच मुलगा होता, पण गरिबी, आजारपणा आणि द्वेषामुळे तिला तो चार वर्षाचा असतानाच वेगळे ठेवावे लागले. नंतर तिला त्याची काहीही बातमी कळली नाही आणि पुढची एकतीस वर्षे तिने त्याला न पाहताच घालवली.

आपल्या वाईट आरोग्यामुळे मिसेज हड्डी अनेक वर्षांपासून 'मानसिक उपचाराचे शास्त्र' या विषयावर विश्वास ठेवीत होती. तसेच या विषयाला हे नावही तिनेच दिले होते. लिन, मॅसेज्युसेटस इथे तिच्या जीवनाने नाटकीय वळण घेतले. एके दिवशी चालत असताना ती निसरड्या बर्फाळ फूटपाथवरून घसरून पडली आणि बेशुद्ध झाली. तिच्या पाठीच्या मणक्याला इतकी गंभीर दुखापत झाली की तिचे सर्व शरीर आखडू लागले. ड़ॉक्टरांनीही तिच्या वाचण्याची आशा सोडून दिली होती. एखाद्या चमत्कारामुळे ती वाचली तरीही ती पुन्हा चालू शकणार नाही, असे डॉक्टरांचे मत होते.

आपल्या मृत्यूशय्येवर पडल्या पडल्या मैरी बेकर एड्डीने आपले बायबल उघडले आणि त्या म्हणतात त्याप्रमाणे दैवी मार्गदर्शन झाल्यामुळे त्यांना संत मॅथ्यूचे शब्द वाचण्याची प्रेरणा झाली, '... आणि ते पहा, त्या लकवा झालेल्या माणसाकडे. तो अंथरूणावर पडला होता ... आणि येशु ख्रिस्ताने अपंग व्यक्तीला सांगितले, मुला, आनंदी हो. मी तुझी सर्व पापे माफ केली आहेत. .... उठ, आपले आंथरूण सोड आणि घरी जा. मग तो उठला आणि आपल्या घरी निघून गेला.'

त्यांनी सांगितले की, येशु ख्रिस्ताच्या या शब्दांमुळे त्यांच्यात इतकी शक्ती, इतकी आस्था आणि इथकी उपचारक शक्ती प्रवाहित झाली की ती लगेच आंथरुणावरून खाली उतरली आणि चालायला लागली.

मिसेज एड्डी म्हणतात, 'तो अनुभव माझ्यासाठी खाली पडणाऱ्या सफरचंदासारखा होता. त्याने मला कशा प्रकारे निरोगी रहायचे आणि इतरांनाही निरोगी ठेवायचे, हे शोधण्याची प्रेरणा दिली. मी या शास्त्रीय निकषावर पोहचले की सर्व ग़ोष्टींचे कारण मेंदू असून प्रत्येक प्रभाव म्हणजे खऱ्या अर्थाने एक मानसिक लक्षण असते.'

अशा प्रकारे मैरी बेकर एड्डी एक नवीन धर्म ख्रिश्चियन सायन्सची संस्थापिका झाली. एखाद्या महिलेने स्थापन केलेली ही एक महान धार्मिक आस्था आहे. एक अशा धर्म जो पूर्ण जगात पसरला आहे.

तुम्ही यावेळी कदाचित मनातल्या मनात असे म्हणत असाल की, 'कार्नेगी नावाची ही व्यक्ती ख्रिश्चियन सायन्सचा प्रचार करीत आहे. ' नाही. तुम्ही चुकीचा विचार करीत आहात. मी ख्रिश्चियन सायंटिस्ट नाही, पण माझे वय जसे वाढत आहे तसा माझा विचारांच्या आश्चर्यकारक शक्तीवरील विश्वास अधिक दृढ होत चालला आहे. प्रौढांना शिकविण्यासाठी अनेक वर्षे घालविल्यानंतर लोक आपले विचार बदलून अनेक प्रकारच्या चिंता, भीती, आजार दूर करू शकतात, हे मला कळले आहे. मला माहीत आहे! मला माहीत आहे !! मला माहीत आहे !!! मी शेकडो वेळा अशा प्रकारचे परिवर्तन होताना पाहिले आहे. मी हे इतक्या वेळा पाहिले आहे की आता मला ते पाहून काहीही आश्चर्य वाटत नाही.

विचारांची शक्ती दाखवून देणाऱ्या विश्वसनीय रुपांतरणाची एक घटना माझ्याच एका विद्यार्थ्याच्या बाबतीत घडली आहे, ती मी इथे उदाहरण म्हणून सांगतो. तो नर्व्हस ब्रेक डाऊनचा बळी होता आणि त्याचे कारण काय होते? या विद्यार्थ्याने मला सांगितले, 'मी प्रत्येक गोष्टीची चिंता करीत असे. मी प्रत्येक बाबतीत चिंतीत असे कारण मी दुर्बल होतो. क़ारण माझे केस गळत होते. माझे लग्न होईल इतके पैसे मी कमाऊ शकणार नाही, अशी मला भीती होती. मला जिच्याशी लग्न करायचे आहे, त्या मुलीला मी गमावून बसेल, अशी मला भीती होती. मी चांगल्या प्रकारेच जीवन जगू शकणार नाही, असे मला वाटत होते. मी लोकांना योग्य प्रकारे प्रभावित करू शकत नाही, अशी मला चिंता वाटत होती. माझ्या पोटात अल्सर झाल्यामुळे मी चिंतीत होतो. मी आता काम करू शकत नव्हतो त्यामुळे मला माझी नोकरी सोडावी लागली होती. मी माझ्यात इतका तणाव जमा झाला होता की माझी अवस्था सेफ्टी व्हॉल्व्ह नसलेल्या बॉयलरसारखी झाली होती. दबाव इतका असाह्य झाला होता की मी कशानेही कोलमडून पडू शकत होतो. ... आणि मी

कोलमडून पडलो. तुम्ही कधीच नर्व्हस ब्रेकडाऊनला बळी पडला नसाल तर देवाकडे प्रार्थना करा की तुमच्यावर अशी वेळ कधीच येऊ नये. क़ारण शरीरातील कोणतीही वेदना मेंदूतील वेदनेइतकी भयंकर असत नाही.

'माझा ब्रेक डाऊन इतका गंभीर होता की मी माझ्या कुटुंबियांशीही बोलू शकत नव्हतो. माझ्या विचारांवर माझे नियंत्रण नव्हते. मी भीतीच्या विचाराने काठोकाठ भरलो होतो. मी प्रत्येक आवाजाला दचकत होतो. मी प्रत्येकाला चुकवत फिरत होतो. मी क़ोणत्याही कारणाशिवाय रडू लागत असे.'

'माझा प्रत्येक दिवस दुःखाने भरलेला असायचा. देवासह सर्वांनी माझी सोबत सोडली असल्याचे मला वाटत होते. नदीमध्ये उडी मारून या दुःखद जीवनाचा शेवट करावा, असे मला वाटत होते. '

ज़ागा बदलल्यावर माझी स्थिती सुधारेल, अशी आशा असल्यामुळे मी फ्लोरिडाला जाण्याचा निर्णय घेतला. मी ट्रेनमध्ये बसल्यावर माझ्या वडिलांनी माझ्या हातात एक पत्र ठेवले आणि ते फ्लोरिडाला गेल्यावर उघडण्याचे सांगितले. पर्यटकांची गर्दी असलेल्या काळात मी फ्लोरिडाला पोहचलो. त्यामुळे मला हॉटेलमध्ये रुम मिळाली नाही. म्हणून मग मी एका गॅरेजमधील शयनकक्ष भाड्याने घेतले. मियामीवरून आलेल्या एका ट्राम फेटरमध्ये नोकरी मिळविण्याचा मी प्रयत्न केला, पण दैवाने साथ दिली नाही. त्यामुळे मी माझा सर्व वेळ सागरी किनाऱ्यावर घालविला. मी घरी जितका दुःखी होतो त्यापेक्षा जास्त दुःखी मी फ्लोरिडामध्ये होतो. त्यामुळे वडिलांनी काय लिहिले आहे, हे पाहण्यासाठी मी त्यांनी दिलेले पत्र उघडले. त्यांनी पत्रात लिहिले होते, 'मुला, आता तू आपल्या घरापासून १५०० मैल दूर आहेस तरीही तुझ्यात काहीही फरक पडला नाही. हा बदल येऊच शकणार नाही, हे मला चांगले माहीत आहे कारण तू आपल्या सोबत अशी एक वस्तू नेली आहेस, ज़े तुझ्या सर्व समस्यांचे कारण आहे, तू स्वतः! तुझ्या शरीरात किंवा मेंदूमध्ये काहीही गडबड नाही. तू आपल्या समोर असलेल्या परिस्थितीमुळे पराभूत झाला नाहीस, तर या परिस्थितीबाबत तू जे चिंतन केले आहेस त्यामुळे पराभूत झाला आहेस.' **'कोणीही व्यक्ती मनात जसा विचार करीत असते, तशीच ती होत असते.'** तुला या गोष्टीची जाणीव झाल्यावर हे माझ्या मुला, तू घरी परत ये. क़ारण तेव्हा तू पूर्णपणे बरा झालेला असशील.'

वडिलांनी लिहिलेले पत्र वाचून मी नाराज झालो. मला सहानुभूतीची अपेक्षा होती,

उपदेशाची नाही. मला इतका राग आला की त्याच क्षणी मी कधीही घरी परत न जाण्याचा निर्णय घेतला. त्या रात्री मियामीच्या रस्त्यांवरून फिरत असताना मला एक चर्च दिसले. तिथे प्रवचन सुरू होते. माझ्याकडे जाण्यासारखी दुसरी कोणतीही जागा नसल्यामुळे मी चर्चमध्ये गेलो आणि प्रवचन ऐकू लागलो. **'जो आपले मन जिंकतो तो शहर जिंकणाऱ्यापेक्षा जास्त शक्तिशाली असतो,'** असा त्या प्रवचनाचा विषय होता. परमेश्वराच्या पवित्र मंदिरात बसून मी ते प्रवचन ऐकले. त्या प्रवचनामधील विचार माझ्या वडिलांनी पत्रात लिहिले होते तसेच होते. अचानक माझ्या डोक्यातील सर्व कचरा स्वच्छ झाला. मी आता जीवनात पहिल्यांदा स्वतःला नवीन प्रकाशात स्पष्टपणे पाहून आश्चर्यचकित झालो होतो. मला पूर्ण जग आणि यामध्ये राहणाऱ्या प्रत्येक व्यक्तीला बदलायचे होते. मला फक्त माझ्या मेंदूच्या कॅमेऱ्याची लेन्स व्यवस्थितपणे फोकस करण्याची आवश्यकता होती.

'दुसऱ्या दिवशी सकाळी मी सामान आवरले आणि घराकडे निघालो. एका आठवड्यानंतर मी पुन्हा नोकरीवर जाऊ लागलो. चार महिन्यानंतर मी त्याच मुलीशी लग्न केले, जिला गमावण्याची भीती मला सतावत होती. आता पाच मुलांसह माझे हासते खेळते कुटुंब आहे. देव माझ्यावर मानसिक आणि शारीरिक अशा दोन्ही पातळ्यांवर प्रसन्न आहे. ब्रेकडाऊनच्या वेळी मी अठरा लोकांच्या लहानशा डिपार्टमेंटल स्टोअरमध्ये फोरमन म्हणून नोकरीला होतो. आज मी कार्टन निर्मिती विभागात सुपरिटेंडट असून तिथे साडेचारशे पेक्षा जास्त लोक काम करतात. माझे जीवन आता पूर्वीपेक्षा खूपच मैत्रिमय आणि सुखी झाले आहे. ज़ीवनातील खरी मूल्ये मी आता कुठे समजलो आहे, असे मला वाटते. माझ्या समोर जेव्हा एखादी समस्या येते (तशी ती प्रत्येकाच्याच आयुष्यात येत असते.) तेव्हा मी स्वतःला पुन्हा एकदा कॅमेरा व्यवस्थित फोकस करायला सांगतो. मग मला प्रत्येक गोष्ट स्पष्टपणे दिसायला लागते.

मला ब्रेकडाऊन झाला म्हणून मी खरोखरच आनंदी आहे, हे आज मी प्रामाणिकपणे सांगू शकतो. क़ारण आपल्या विचारांमध्ये आपल्या मेंदूवर आणि शरीरावर प्रभाव टाकण्याची किती मोठी शक्ती असते, हे अतिशय अवघडपणे मला कळले आहे. माझ्या विचारांनी माझ्या विरोधात कार्य सुरू करायच्या आधीच मी माझ्या विचारांने स्वतःसाठी काम करायला सुरूवात करतो. बाहेरील परिस्थिती माझ्या दुःखाचे कारण नाही, तर त्या परिस्थितीबाबतचे विचार हेच माझ्या दुःखाचे कारण असल्याचे माझ्या वडिलांचे म्हणणे खरे असल्याचे आता

मला पटले आहे. मला याची जाणीव झाल्यावर लगेच मी बरा झालो. तेव्हापासून बरा आहे.' हा होता माझ्या विद्यार्थ्याचा अनुभव.

मला गाढ विश्वास आहे की आपली मानसिक शांतता आणि ज़ीवनात आपल्याला मिळणारे सुख आपण कुठे आहोत? आपल्याकडे काय आहे? किंवा आपण कोण आहोत, यावर अवलंबून नसते. तर ते पूर्णपणे आपल्या मानसिक दृष्टिकोनावर अवलंबून असते. बाह्य परिस्थिती यावर खूप कमी प्रभाव टाकीत असते. उदाहरणासाठी आपण ज़ॉन ब्राऊनचे उदाहरण घेऊ. ज़्याला हॉपर्स फेरीमध्ये अमेरिकन शस्त्रागारावर बेकायदेशीर ताबा मिळविल्याबद्दल आणि ग़ुलांमाना बंड करण्यासाठी प्रोत्साहित करण्याबद्दल फाशी देण्यात आले होते. तो आपल्या कफनावर बसून फाशीच्या तख़्ताकडे निघाला. त्याच्यासोबत चालणारा जेलर नर्व्हस आणि चिंतित होता, पण जॉन ब्राऊन मात्र शांत आणि अविचलित होता. व्हर्जेनियातील ब्यू रीज डोंगराकडे वर पाहत तो म्हणाला, 'किती सुंदर निसर्ग दृष्य आहे! मला हे पाहण्याची या पूर्वी संधीच मिळाली नाही.'

किंवा रॉबर्ट फाल्कन स्कॉट आणि त्याच्या सहकाऱ्याचे उदाहरण घेऊ. दक्षिण ध्रुवावर पोहचणारे ते पहिले ब्रिटिशर्स होते. त्यांचा परतीचा प्रवास म्हणजे एखाद्या माणसाने केलेला सर्वात क्रुर प्रवास असावा. त्यांच्या सोबतचे अन्न संपले होते आणि इंधनही. ते चालूही शकत नव्हते कारण तिथे अकरा दिवसांचे बर्फिले तुफान घोघावत होते. हवा इतकी तीव्र आणि भयंकर होती की त्यामुळे दक्षिण ध्रुवावर बर्फाचे डोंगर तयार होत होते. आपण आता मरणार आहोत याची स्कॉट आणि त्याच्या सहकाऱ्याला जाणीव झाली. अशा प्रकारच्या आणीबाणीच्या परिस्थितीसाठी त्यांनी सोबत खूप मोठ्या प्रमाणात आफू घेतली होती. थोड्या जास्त प्रमाणात आफूचे सेवन केले की ते सुखद स्वप्नाच्या झोपेच्या आहारी जाणार होते. त्यानंतर मग झोपेतच ते चीरनिद्राही घेणार होते. कधीही न जागे होण्यासाठी. त्यांनी आफूला बाजूला सारले आणि 'आनंदाचे ग़ुंजणारे गीत' गात त्यांनी मृत्यूला कवटाळले. त्यांनी असे केल्याचे आपल्याला कळले कारण आठ महिन्यानंतर एका शोध पथकाला त्यांच्या मृतदेहाशेजारी एक निरोपाचे पत्र आढळून आले.

होय, आपण जर साहस आणि शांततेचे रचनात्मक विचार करीत राहिलो तर आपल्याच कफनावर बसून फाशीच्या फंद्याकडे जाताना निसर्ग दृष्याचा आनंद घेऊ शकतो किंवा उपाशी पोटी बर्फामध्ये काकडून मृत्यूच्या दाढेत जाताना आपल्या तंबूना 'आनंदाच्या गुंजणाऱ्या गीतांनी' भरून टाकू शकतो.

मिल्टनने आपल्या आंधळेपणात तीनशे वर्षांपूर्वी हेच सत्य शिकले होते, **'मेंदूचे आपले असे एक निश्चित स्थान असते. तोच नरकाचे स्वर्गात रुपांतर करू शकतो आणि स्वर्गाचा नरक करू शकतो.'**

नेपोलियन आणि हेलन केलर मिल्टनच्या या कथनाचे जिवंत उदाहरण आहेत. सामान्य लोकांना साधारणपणे जे काही ऐश आराम आणि सुख सुविधा हव्या असतात त्या सर्व नेपोलियनकडे होत्या. प्रसिद्धी, शक्ती, धन-दौलत असे सर्व काही असूनही नेपोलियन सेंट हेलेनामध्ये म्हणाला होता, 'मी माझ्या जीवनात सहा दिवसही सुखाने राहिलो नाही.' दुसऱ्या बाजूला आंधळी, मुकी आणि बहिरी असलेली हेलन केलर होती. ती म्हणाली होती, 'जीवन अतिशय सुंदर असल्याचे मला आढळून आले आहे.' पन्नास वर्षांच्या आपल्या आयुष्यात मी काही शिकू शकलो असेल तर ते हेच आहे की, 'दुसरी कोणतीही गोष्ट नाही तर तुम्हीच तुमच्या जीवनात शांतता आणू शकता.'

इमर्सनने आपले निबंध 'सेल्फ रिलायन्स' च्या शेवटी इतक्या चांगल्या प्रकारे जे काही सांगितले आहे तेच मी पुन्हा तुम्हाला सांगण्याचा प्रयत्न करीत आहे, 'राजकीय विजय, भाड्यामध्ये वाढ, आजारी प्रिय व्यक्तीचे बरे होणे, किंवा हरवलेला मित्र परत मिळणे, वा एखादी बाह्य घटना तुम्हाला आनंदी करीत असते तेव्हा तुम्ही असा विचार करता की आता आपले चांगले दिवस येणार आहेत. पण या गोष्टीवर विश्वास ठेवू नका. असे कधीही होत नाही. दुसरी कोणतीही गोष्ट नाही तर तुम्हीच तुमच्या जीवनात शांतता आणू शकता.'

थोर तत्त्वज्ञ एपिक्टेटसने इशारा दिला होता की आपण 'आपल्या शरीरातून ट्युमर आणि फोड दूर करण्यासाठी' जितके चिंतित होत असतो तितके आपण आपल्या डोक्यातून नको असलेले विचार दूर करण्यासाठी चिंतित होत नाही.

एपिक्टेटसने हे एकोणवीस शतकांपूर्वी म्हटले होते, पण आधुनिक वैद्यक शास्त्रालाही ते मान्य करावे लागेल. डॉ. जी केनबी रॉबिन्सन घोषणा करतात की, ज़ॉन हॉपकिन्स इस्पितळात भरती होणाऱ्या पाच रुग्णांपैकी चार रुग्ण अशा आजाराने पीडित असतात ते आंशिकरित्या मानसिक तणाव भावनिक दबाव यामुळे होतात. शारीरिक आजारांबद्दलही हे खरे असते, ते म्हणतात, 'शेवटी यांचा उदभवही ज़ीवन आणि त्यातील समस्या यांच्यामधील असंतुलनामुळे होतो.'

थोर फ्रान्सिसी तत्त्वज्ञ मॉन्टेन याने तर या शब्दांना आपल्या ज़ीवनातील सूत्रवाक्य

बनविले होते, 'जे घडते त्यामुळे एखाद्या व्यक्तीला तितकी जखम होत नाही जितकी गंभीर जखम त्याला त्या घटनेबद्दल विचार केल्यामुळे होते. कोणत्याही घटनेबद्दलचे आपले विचार हे संपूर्णपणे आपल्यावर अवलंबून असतात.'

पण या सर्वांशी माझा काय संबंध? मी तुमच्या तोंडावर अशा प्रकारचे भयानक वक्तव्य करण्याची मुजोरी तर करीत नाही ना? ... जेव्हा तुम्ही अडचणीच्या बुलडोझरखाली दबलेले असता. तसेच तुमची चेत्तासंस्था तारासारखी बाहेर निघून वाकडी तिकडी झालेली असताना .... अशा परिस्थितीमध्ये तुम्ही आपल्या इच्छाशक्तीने प्रयत्न करून आपला मानसिक दृष्टिकोन बदलू शकता असे सांगण्याचा भयंकर मुजोरपणा तर मी करीत नाही ना? होय, माझ्या म्हणण्याचा हाच उद्देश आहे. फक्त इतकाच उद्देश आहे, असे नाही तर असे कशा प्रकारे केले जाऊ शकते, हे सांगण्याचाही मी प्रयत्न करीत आहे. यासाठी थोड्याशा परिश्रमाची आवश्यकता असते, पण रहस्य सोपे आहे.

विल्यम जेम्स यांच्यापेक्षा जास्त मानसशास्त्राचे प्रॅक्टिकल ज्ञान दुसऱ्या कोणालाही नव्हते. एकदा ते म्हणाले होते, **'आपली कामे आपल्या भावनांचे अनुसरण करीत असतात, असे आपल्याला वाटते. परंतु खरं तर कामे आणि भावना सोबत सोबत वाटचाल करीत असतात. म्हणजेच कामावर नियंत्रण करून अप्रत्यक्ष स्वरूपात आपण भावनांवर नियंत्रण मिळवू शकतो. कारण आपली कामे आणि हालचाली इच्छाशक्तीद्वारे सहजपणे नियंत्रित केली जाऊ शकतात. या उलट आपल्या भावनांवर नियंत्रण मिळविणे मात्र थोडे अवघड असते.'**

दुसऱ्या शब्दात विल्यम जेम्स आपल्याला असे सांगू इच्छितात की, आपण फक्त विचार करून आपल्या भावना बदलू शकत नाहीत; पण आपले काम बदलू शकतो. आपण आपले काम बदलतो तेव्हा आपण आपोआप आपल्या भावनाही बदलतो. ज़ेम्स पुढे स्पष्ट करतात, 'आनंदी राहण्याचा एकमेव मार्ग असा आहे की आपण आनंदी नसलो तरीही आपण आनंदात बसावे, तसेच अशा प्रकारे वागावे आणि बोलावे की आपण जणू काही खरोखरच आनंदी आहोत.'

ही साधीशी युक्ती उपयुक्त ठरते का? तुम्ही स्वतःच प्रयत्न करून पहा. आपल्या चेहऱ्यावर रुंद हास्य पसरवा. आपले खांदे सरळ करा. दीर्घ श्वास घ्या आणि एखादे गीत ग़ा. तुम्ही गाऊ शकत नसाल तर सिटी वाजवा. सिटीही वाजवू शकत नसाल तर गुणगुणा. विल्यम जेम्स यांचे म्हणणे खरे असल्याचे लवकरच तुमच्या लक्षात येईल. तुम्ही जेव्हा

आनंदाच्या भावनांचे प्रदर्शन करीत असता तेव्हा उदासवाणे राहणे शारीरिक दृष्ट्या अशक्य असते.

हे निसर्गातील अगदी लहानसे मुलभूत सत्य आहे. ते आपल्या सर्वांच्या जीवनात सहजपणे चमत्कार करू शकते. मला कॅलिफोर्नियामधील एक महिला माहीत आहे. मी तिचे नाव सांगणार नाही, पण तिला हे रहस्य माहीत असते तर तिने अवघ्या चोवीस तासात आपल्या सर्व दुःखांचा शेवट केला असता. ती म्हातारी आहे. विधवा आहे. तिची स्थिती दुःखद आहे, हे मी मान्य करतो. तर मग काय ती सुखी असल्याचे नाटक करते? नाही. तुम्ही कशा आहात, असे तुम्ही विचारल्यावर ती उत्तर देते, 'अरे, मी एकदम बरी आहे.' त्याच वेळी तिच्या चेहऱ्यावरील भावना आणि आवाजातील वेदना सांगते, 'अरे देवा, मी किती अडचणीत आहे, हे याला कळाले असते तर बरे झाले असते.' आपल्या समोर कोणाला सुखी पाहून ती झटकून टाकील असे वाटते. शेकडो स्त्रियांची अवस्था या स्त्रीपेक्षाही वाईट असेल. तिच्या पतीने तिच्यासाठी पुरेसा विमा उतरविला होता. तिच्या उर्वरित आयुष्यासाठी तो पुरेसा आहे. तिला विवाहित मुले आहेत, ते तिला आपल्या घरी ठेवू शकतात. तरीही मी तिला कधी हासताना पाहिल्याचे आठवत नाही. आपले तिन्हीच्या तिन्ही जावई कंजुष असल्याची तिची तक्रार आहे. अर्थात त्यांच्याकडे ती महिन महिने पाहुणी म्हणून राहते. आपल्या मुली आपल्याला काहीही भेटी देत नाहीत, अशीही तिची तक्रार आहे. अर्थात आपले स्वतःचे पैसे मात्र ती 'आपल्या म्हातारपणा'साठी वाचवून ठेवते. ती स्वतःवर आणि आपल्या दुर्दैवी कुटुंबावर एक काळोखा डाग आहे. पण खरोखरच असे होणे आवश्यक होते का? ही सर्वात करुण गोष्ट आहे. ती दुःखी, त्रासलेली आणि परेशान वृद्ध स्त्री स्वतःला आपल्या कुटुंबातील एक सन्माननीय आणि प्रिय सदस्य करु शकते का? असे होऊ शकते, फक्त त्यासाठी तिची तसे बदलण्याची इच्छा असायला हवी. त्यासाठी फक्त तिला सुखाचा अभिनय करणे सुरू करावे लागणार आहे. ज़णू काही वाटण्यासाठी तिच्याकडे थोडे फार प्रेम शिल्लक आहे. तिने आपले सर्व विचार दुःख आणि कटुतेने भरणे टाळावे.

टेल सिटी, इंडियानाचे एच. जे. एंग्लर्ट यांना हे रहस्य कळल्यामुळेच ते आज जिवंत आहेत. दहा वर्षांपूर्वी त्यांना स्कार्लेट फिवर झाला होता. या आजारातून बरे झाल्यावर आपल्याला नेफ्रायटीस झाल्याचे त्यांच्या लक्षात आले. हा एक प्रकारचा कीडनीचा आजार आहे. त्यांनी सर्व प्रकारचे वैद्यकीय उपचार केले. क़ाही वैद्य आणि निम हकिम यांच्याकडूनही

उपचार केले, पण कोणीही त्यांचा विकार बरे करू शकले नाही.

क़ाही काळानंतर त्यांना इतरही अनेक आजार जडले. त्यांचे ब्लड प्रेशर खूप वाढले. ते डॉक्टरांकडे गेल्यावर त्यांचे हाय ब्लडप्रेशर २१४ पर्यंत वाढल्याचे डॉक्टरांनी सांगितले. ही स्थिती भयंकर असल्याचे आणि पुढे जाऊन आणखी बिघडण्याची शक्यता असल्याचे डॉक्टरांनी एंग्लर्ट यांना सांगितले. त्यामुळे आवश्यक कामे उरकून टाकण्याचा सल्ला द्यायलाही डॉक्टर विसरले नाहीत.

एंग्लर्ट सांगतात, 'मी घरी गेलो आणि माझ्या विम्याचे सर्व हप्ते भरले आहेत का याची खात्री करून घेतली. मग माझ्याकडून घडलेल्या गुन्ह्यांसाठी परमेश्वराची क्षमा मागितली आणि उदासपणे बसलो. मी प्रत्येकाला दुःखी केले. माझी पत्नी आणि मुले दुःखी झाली. मी स्वतः तर भयंकर निराशेमध्ये गाडलो गेलो होतो.अशा प्रकारे अएक आठवडाभर आत्म चिंतनात बुडी मारल्यानंतर मी स्वतःला म्हणालो, 'तू मूर्खपणाने वागत आहेस. तू आणखी किमान एक वर्षे तरी मरणार नाहीस. त्यामुळे तू जोपर्यंत या जगात आहेस तोपर्यंत आनंदी राहण्याचा का प्रयत्न करीत नाहीस?'

'मी माझे खांदे ताठ केले. चेहऱ्यावर हासू आणले. सर्व काही सामान्य असल्याप्रमाणे वागायला मी सुरुवात केली. सुरूवातीला हे सर्व प्रयत्न होते, हे मी मान्य करतो; पण यामुळे मी मलाच सुखद आणि आनंदी राहण्यासाठी भाग पाडले. यामुळे माझ्या कुटुंबियांनीच सुटकेचा श्वास सोडला असे नाही तर मीही सुटकेचा श्वास सोडला.'

पहिली गोष्ट अशी घडली की मला पहिल्यापेक्षा अधिक चांगले वाटू लागले. मी जितके आनंदी राहण्याचे नाटक करीत होतो, जवळपास तितकाच मी आनंदी झालो होतो. ... आणि आज? खरं तर यावेळी मला गाडून अनेक महिने झाले असते, त्यावेळी मी निरोगी आणि आनंदी आणि जिवंत आहे. इतकेच नाही तर माझे ब्लड प्रेशर सुद्धा खूप खाली आले आहे. एक गोष्ट मला चांगल्या प्रकारे कळली आहे की, म जर पराभूत होऊन 'मृत' विचाराने वागत राहिलो असतो तर डॉक्टरांची भविष्यवाणी नक्कीच खरी झाली असती. मी माझ्या शरीराला बरे होण्याची एक संधी दिली. तीही दुसऱ्या कोणत्याही प्रकारे नाही तर फक्त आपल्या मानसिक दृष्टिकोनात बदल करून. फक्त आनंदी राहण्याचे नाटक केल्यामुळे तसेच निरोगी आणि धाडसी विचार केल्यामुळे माणसाचे जीवन वाचू शकत असेल तर तुम्ही आणि मी एका मिनिटासाठी का होईना, पण या लुटूपुटूच्या निराशा आणि दुःखाला का सहन करतो? हा माझा तुमच्यासाठी विचारलेला प्रश्न आहे.

फक्त आनंदी राहण्याचे नाटक केल्यामुळे आपले जीवन सुखद बनवू शकत असूत तर आपण स्वतःला, आपल्या भोवताली असलेल्या सर्वांना अस्वस्थ कशासाठी करायचे?

अनेक वर्षांपूर्वी मी एक लहानसे पुस्तक वाचले होते. त्याने माझ्या जीवनावर स्थायी आणि सखोल प्रभाव पाडला होता. पुस्तकाचे नाव होते, 'ॲज अ मॅन थिंकेथ'. ज़ेम्स ॲलेनने लिहिलेल्या या पुस्तकात लिहिले होते,

'प्रत्येक व्यक्तीला ही गोष्ट माहीत असायला हवी की जेव्हा तो वस्तू आणि त्याच्या सभोवतालच्या व्यक्तींबद्दल आपले विचार बदलतो तेव्हा इतर लोक आणि वस्तूही त्याच्या बाबतीत बदलतात. ... एखाद्या व्यक्तीने आपल्या विचारांमध्ये जबरदस्त परिवर्तन केले तर त्यामुळे त्याच्या भौतिक परिस्थितीत होणारे वेगवान रुपांतरण पाहून तोही आश्चर्यचकीत होतो. लोक त्यांना हव्या असलेल्या गोष्टीला आकर्षित करीत नाहीत तर ते जे असतात त्याला आकर्षित करतात. .... आपल्याला फळे देणारी दैवी सत्ता आपल्यातच निवास करीत असते. तो आपला आत्मा आहे. ... प्रत्येक गोष्ट जी माणसाला हवी असते, ती त्याच्या विचारांचा थेट परिणाम असते. ... आपले विचार उच्च स्वरूपाचे करूनच कोणतीही व्यक्ती प्रगती करू शकते. जिंकू शकते. सफल होऊ शकते. आपले विचार उच्च करण्याला त्याने नकार दिला तर तो दुबळा, निराश आणि दुःखीच राहील.'

ज़ेनेसिसच्या पुस्तकानुसार देवाने प्रत्येक व्यक्तीला संपूर्ण पृथ्वीचे साम्राज्य दिले आहे. ही खूप मोठी भेट आहे, पण इतक्या मोठ्या सम्राटाच्या भेटीत मला रस नाही.

माझे फक्त स्वतःवरच साम्राज्य असावे, इतकीच माझी इच्छा आहे. आपल्या विचारांवर, आपल्या भीतीवर, आपल्या मेंदूवर आणि आपल्या भावनांवर साम्राज्य असावे. आश्चर्याची गोष्ट अशी की मला हे माहीत आहे की, मला वाटेल तेव्हा हे साम्राज्य मी आश्चर्यकारक स्थितीपर्यंत मिळवू शकतो. अट फक्त इतकीच की माझ्या प्रतिक्रिया नियंत्रित करणारी कामे मी नियंत्रित करायला हवी.

आपण विल्यम जेम्स यांचे हे शब्द लक्षात ठेवायला हवेत, 'ज़्याला आपण वाईटपणा म्हणतो त्यापैकी बहुतेक गोष्टी ... अंतरिक दृष्टिकोनात थोडासा बदल करून चांगलेपणात रुपांतरित करू शकतो. फक्त भीतीचा दृष्टिकोन संघर्षाच्या दृष्टिकोनात बदलायला हवा.'

आपण आपल्या सुखासाठी संघर्ष करायला हवा.

आपण आनंदी आणि रचनात्मक चिंतनाचा दैनिक कार्यक्रम करून आपल्या सुखासाठी संघर्ष करायला हवा. हा आहे असा एक कार्यक्रम. ज्याचे शिर्षक आहे, 'फक्त आजच्यासाठी'.

मला हा कार्यक्रम इतका प्रेरणादायी वाटला की मी त्याच्या शेकडो प्रती वाटल्या. तो स्व. सिविल एफ. पारट्रिजने लिहिला होता. तुम्ही आणि मी त्याचे अनुसरण केले तर आपल्या बहुतेक चिंतापासून मुक्त होऊ शकतो. तसेच जीवनातील आनंद खूप मोठ्या प्रमाणात वाढवू शकतो.

फक्त आजच्यासाठी

१. फक्त आजच्यासाठी मी आनंदी राहणार आहे. याचा आशय असा आहे की, अब्राहम लिंकन यांचे हे म्हणणे सत्य होते, 'बहुतेक लोक तितकेच सुखी होतात, जितका ते सुखी राहण्याचा संकल्प करीत असतात.' सुख आतून येते. बाह्य घटनांशी त्याचा काहीही संबंध असत नाही.

२. हे जग जसे आहे त्याप्रमाणे मी मला बदलण्याचा मी आजचा दिवस प्रयत्न करणार आहे. त्याऐवजी मी जगाला आपल्या इच्छेनुसार बदलण्याचा प्रयत्न करणार नाही. माझे कुटुंब, माझा बिझनेस, माझे नशीब जसे असेल त्याप्रमाणे मी स्वतःला बदलण्याचा प्रयत्न करील.

३. फक्त आजच्यासाठी मी माझ्या शरीराची काळजी घेईल. मी व्यायाम करील. शरीराचे पोषण करील. त्याकडे दुर्लक्ष करणार नाही. म्हणजे माझ्या आज्ञेचे पालन करणाऱ्या आदर्श यंत्रासारखे ते काम करू शकेल.

४. फक्त आजच्यासाठी मी माझा मेंदू सशक्त करण्याचा प्रयत्न करील. मी काही उपयुक्त गोष्टी शिकेल. मी आळशी होणार नाही. मी असे काही तरी वाचील ज्यासाठी विचार, प्रयत्न आणि एकाग्रतेची आवश्यकता असेल.

५. फक्त आजच्यासाठी मी माझ्या आत्म्याचा तीन प्रकारे व्यायाम करून घेईल. मी कोणाचे तरी भले करील. तेही अशा प्रकारे करेल की त्याला माझे नाव कळता कामा नये. मी विल्यम जेम्सच्या सल्ल्यानुसार वाटचाल करीत फक्त सरावासाठी माझी करायची इच्छा नसलेली दोन कामे मी करील.

६. फक्त आजच्यासाठी मी आनंदी राहील. मी जितका जास्त चांगला दिसू शकेल तितका दिसेल. जितके चांगले कपडे घालता येतील तितके घालेल. फक्त आजच्यासाठी ख़ालच्या स्वरात बोलेल आणि शालीनतेने वागेल. ज़्यांचे कौतुक करता येईल त्यांचे कौतुक करील. क़ोणाचीही निंदा करणार नाही. क़ोणाच्या चुका काढणार नाही.

कोणावर स्वार होण्याचा प्रयत्न करणार नाही की क़ोणाला सुधारण्याचा प्रयत्न करणार नाही.

७. आजच्या दिवशी मी फक्त आजच्या दिवसासाठी जगण्याचा प्रयत्न करील आणि सर्व आयुष्यातील समस्यांशी सामना करण्याचा प्रयत्न करणार नाही. मी बारा तासात असे काम करू शकेल, जी मला जीवनभर करण्याची संधी मिळाली तर त्यामुळे मीच आश्चर्यचकीत होईल.

८. फक्त आजच्यासाठी मी एक योजना आखील. प्रत्येक तासाला मी काय करणार आहे ते मी लिहून काढील. क़दाचित मी त्याचे पूर्णपणे पालन करू शकणार नाही, पण माझ्याकडे एक योजना तर तयार असेल. घाई गडबड आणि अनिर्णय हे माझे दोन राक्षस यामुळे दूर पळून जातील.

९. फक्त आजच मी माझ्यासाठी आर्धा तास वेगळा काढील आणि त्या वेळेत शांतपणे बसून विश्रांती घेईल. त्या आर्ध्या तासात मी अनेक वेळा देवाबद्दल विचार करीन कारण त्यामुळे माझ्या जीवनात सकारात्मक परिवर्तन होईल.

१०. फक्त आजच्यासाठी मी अजिबात घाबरणार, भीणार नाही. मी आनंदी राहील. प्रत्येक सुंदर गोष्टीचा अस्वाद घेईल. मी ज्यांच्यावर प्रेम करतो तेही माझ्यावर प्रेम करतील यावर मी विश्वास ठेवील.

तुम्हाला सुख आणि शांततेचा दृष्टिकोन विकसित करायचा असेल तर त्यासाठी असलेला पहिला नियम आहे :

आनंदाचा विचार करा. आनंदाचे नाटक करा. ०.. मग तुम्हाला आनंदाचा अनुभव येईल.

१३

बदला घेणे एक महागडा व्यवहार

आपल्या वैऱ्यासाठी आपल्या द्वेषाची भट्टी इतकी तीव्र करू नका की तुम्ही स्वतःही त्यामध्ये जळून जाल. - शेक्सपियर

अनेक वर्षांपूर्वी मी यलोस्टोन पार्कमधून जात असताना देवदार आणि स्प्रुस वृक्षांच्या घनदाट जंगलात बेंचावर बसलेल्या इतर पर्यटकांसमवेत बसलो. ज़्या प्राण्याची आम्ही वाट पाहत होतो, त्याला जंगलातील दहशत म्हणतात, म्हणजेच पांढरे अस्वल. डोळे दिपवणाऱ्या प्रकाशात अस्वल समोर आले आणि समोरच्या हॉटेलमधून खास त्याच्यासाठी त्याच्या वाड्यात आणून टाकलेल्या अन्नावर तुटून पडले. मेजर मार्टिनडेल नावाचे एक फॉरेस्ट ऑफिसर घोड्यावर बसून रोमांचित पर्यटकांशी अस्वलाच्या बाबतीत चर्चा करीत होते. पाश्चात्य देशातील दुसऱ्या कोणत्याही प्राण्याला फक्त म्हैस आणि कोर्डिएक अस्वल वगळता एका झटक्यात संपवून टाकण्याचे त्याच्यात सामर्थ्य असल्याचे त्यांनी आम्हाला सांगितले. मी त्या रात्री पाहिले की फक्त एकमेव प्राणी असा होता, फक्त एकच प्राणी ज्याला त्या पांढऱ्या अस्वलाने प्रकाशात आपल्या समोर येण्याची आणि आपल्यासोबत जेवण्याची संधी दिली होती : स्कंक. आपल्या पंजाच्या एका फटक्यात आपण त्या शक्तिशाली स्कंकचा अंत करू शकतो, हे पांढऱ्या अस्वलाला चांगले माहीत होते. तरीही त्याने तसे का केले नाही? क़ारण त्यामुळे काहीही फायदा होत नाही, हे त्याला अनुभवाने कळले होते.

मलाही हेच आढळून आले आहे. शेतात पाळल्या जाणाऱ्या चार स्कंकच्या पिलांना मिसुरीच्या जंगलात मी माझ्या जाळ्यात पकडले होते. तसेच माणसाच्या स्वरूपात असलेल्या

काही दोन पायांच्या स्कंकशीही माझी भेट झाली आहे. या दोन्ही अनुभवातून मला इतकेच कळले आहे की दोन्हीही प्रजातीशी लढण्याचा काहीही फायदा होत नाही.

आपण आपल्या वैऱ्याचा द्वेष करीत असतो तेव्हा आपण त्याला आपल्यावर स्वार होण्यासाठी शक्ती प्रदान करीत असतो. आपल्या झोपेवर, आपल्या भूकेवर, आपल्या ब्लड प्रेशरवर, आपल्या आरोग्यावर, आपल्या सुखावर स्वार होण्याची शक्ती. त्यांच्यामुळे आपण किती चिंतीत आहोत, किती दुःखी आहोत, किती परेशान आहोत हे जर आपल्या वैऱ्याला कळले तर तो आनंदाने नाचायला लागेल. आपल्या द्वेषामुळे त्याचे तर काही नुकसान होत नाही, उलट आपलेच दिवस रात्र नरक होतात.

तुम्हाला काय वाटते, असे कोण म्हणाले असेल? **'स्वार्थी लोक तुमचा फायदा करून घेण्याचा प्रयत्न करीत असतील तर तुमच्या यादीतून त्यांचे नाव वगळा, पण त्यांचा बदला घेण्याचा प्रयत्न करू नका. तुम्ही बदला घेण्याचा प्रयत्न करता तेव्हा समोरच्या व्यक्तीचे जितके नुकसान करता त्यापेक्षा अधिक तुम्ही स्वतःचे नुकसान करून घेता.'** .... असे वाटते की हे शब्द एखाद्या स्टार असणाऱ्या व्यक्तीने सांगितले असावेत. असे अजिबात नाही. हे शब्द मिल्वाकी पोलिस विभागाने प्रकाशित केलेल्या एका बुलेटिनमध्ये प्रकाशित झाले आहेत.

बदला घेण्याच्या प्रयत्नामुळे तुमचे कशा प्रकारे नुकसान होते? अनेक प्रकारे. लाईफ मॅगझिननुसार यामुळे तुमचे आरोग्यही बिघडू शकते. 'हाय ब्लड प्रेशर असलेल्या व्यक्तीच्या व्यक्तीमत्त्वाचे मुख्य लक्षण द्वेष हेच असते. हा द्वेष दीर्घकाळासाठी राहतो तेव्हा हाय ब्लड प्रेशर स्थायी होते. क़ाही काळानंतर अशा व्यक्तीला हृदयविकारही जडतो.'

'आपल्या वैऱ्यावरही प्रेम करा,' असे येशु ख्रिस्ताने सांगितले होते तेव्हा ते काही फक्त धर्मातील एक जोमदार सिद्धांतच सांगत नव्हते. ते विसाव्या शतकातील आरोग्यशास्त्रही समजावून सांगत होते. 'आपल्या वैऱ्याला सात गुणिले सत्तरवेळा माफ करा,' असे येशु सांगत होता तेव्हा ते तुम्हाला आणि मला हाय ब्लड प्रेशर, हार्ट ॲटॅक, पोटातील अल्सर आणि इतर अनेक आजारांपासून कसा बचाव केला जाऊ शकतो ते सांगत होते.

नुकताच माझ्या एका मित्राला हृदय विकाराचा झटका आला. डॉक्टरांनी त्याला पलंगावर झोपविले आणि असा सल्ला दिला की काहीही झाले तरी अजिबात रागवायचे नाही. तुमचे हृदय कमकुवत असेल तर राग तुमचा प्राण घेऊ शकतो हे डॉक्टरांना माहीत असते. मी काय म्हणालो, प्राण घेऊ शकतो? स्पोकेन, वॉशिंग्टनमधील एका हॉटेल

मालकाचा प्राण खरोखरच रागाने घेतला होता. माझ्या समोर स्पोकेन, वॉशिंग्टन येथील ज़ेरी स्वार्टआऊटचे पत्र ठेवलेले आहे. त्या वेळी ते पोलिस विभागाचे प्रमुख होते. या पत्रात लिहिले आहे, 'क़ाही वर्षापूर्वी स्पोकेन येथील एका अड्डुसष्ट वर्षीय हॉटेल मालकाने रागामुळे आपण आपल्यालाच मारून टाकले. क़ारण त्याच्या कुकने मालकाच्या प्लेटमधून कॉफी पिली होती. यामुळे हॉटेलचा मालक इतका संतप्त झाला की तो हातात रिव्हालव्हर घेऊन कूकचा पाठलाग करू लागला. पाठलाग करताना हृदय विकाराचा झटका आल्यामुळे मेला. मरतानाही त्याच्या हातात रिव्हॉलव्हर घट्ट धरलेले होते. पोस्टमार्टमच्या रिपोर्टनुसार हृदय विकाराचा झटका आल्यामुळे त्याचा मूत्यू झाला होता.'

'आपल्या वैऱ्यावर प्रेम करा, ' असे येशु ख्रिस्ताने सांगितले तेव्हा आपला चेहरा जास्तीत जास्त सुंदर कसा दिसेल हे पहायलाही ते सांगत होते. ज़्या लोकांनी द्वेष करून आणि तिरस्कार करून आपल्या चेहऱ्यावर सुरकत्यांना आमंत्रित केले आहे, असे अनेक लोक मला माहीत आहेत आणि तुम्हालाही नक्कीच काही माहीत असतील. या पृथ्वीवर कोणतीही कॉस्मेटिक सर्जरी त्यांचा चेहरा इतका सुंदर करू शकत नाही जितका प्रेम, कोमलता आणि क्षमा यामुळे भरलेले हृदय करू शकते.

तिरस्कारामुळे जेवणाचा आनंद घेण्याची आपली क्षमताच नष्ट होते. बायबलमध्ये हेच अशा प्रकारे सांगितले आहे, 'तिरस्कार सोबत असलेल्या बैलाच्या मटनापेक्षा प्रेमाने वाढलेल्या सुक्या भाज्यांचे जेवण जास्त चांगले असते.'

आपल्या वैऱ्याला हे कळले की त्यांच्याबद्दल आपल्या मनात असलेल्या तिरस्कारामुळे आपले रक्त जळत आहे, आपण थकत आहोत, आपण नर्व्हस होत आहोत, आपले सौंदर्य़ नष्ट होत आहे. आपल्याला हृदय विकार जडत आहे .... इतकेच नाही तर आपले आयुष्यही कमी होत आहे तर तो आनंदाने का वेडा होणार नाही?

आपण आपल्या वैऱ्यावर प्रेम करू शकत नसलो तरी कमीत कमी आपण स्वतःवर तरी प्रेम करावे. आपल्या वैऱ्याने आपले सुख, आरोग्य आणि सौंदर्य यावर नियंत्रण मिळवावे याची आपल्या वैऱ्याला परवानगी न देण्याइतके प्रेम तर आपण नक्कीच स्वतःवर करू शकतो. ज़से शेक्सपियरने म्हटले होते,

'आपल्या वैऱ्यासाठी आपल्या तिरस्काराची भट्टी इतकी पेटवू नका की तुम्ही स्वतःही त्यामध्ये जळून जाल.'

'आपल्या वैऱ्याला सात पट सत्तर वेळा माफ करायला हवे,' असे येशु ख्रिस्ताने

सांगितले होते तेव्हा ते व्यवसायाचे उत्तम तंत्रही शिकवित होते. उदाहरणादाखल माझ्या समोर एक पत्र पडलेलं आहे. ते अपसैला, स्वीडनहून ज़ॉर्ज रॉनाने लिहिले आहे. ज़ॉर्ज रॉना अनेक वर्षे व्हियन्नामध्ये वकील होते, पण दुसऱ्या महायुद्धाच्या काळात ते पळून स्वीडनला गेले होते. त्यांच्याकडे पैसे नव्हते आणि त्यांना नोकरीची अत्यावश्यक गरज होती. ते अनेक भाषा बोलू आणि लिहू शकत होते त्यामुळे एखाद्या आयात निर्यात करणाऱ्या फर्ममध्ये आपल्याला सहज नोकरी मिळेल, अशी त्यांना अपेक्षा होती. दुसऱ्या महायुद्धामुळे त्आपल्याला अशा प्रकारच्या कामाची आवश्यकता नाही, पण त्यांनी त्याचे नाव आपल्या यादीमध्ये लिहून ठेवले आहे. इ. इ. असे त्यांना बहुतेक फार्मने सांगितले. एका व्यक्तीने मात्र जॉर्ज रॉना यांना पत्र लिहिले. त्यामध्ये त्याने लिहिले होते, 'माझ्या व्यवसायाबद्दल तुम्ही जो काही विचार केला आहे, तो सत्य नाही. तुम्ही चुकीचेच आहात असे नाही तर मूर्खही आहात. मला पत्रव्यवहार करणाऱ्या कोणाचीही आवश्यकता नाही. आणि समजा असती तरीही मी तुम्हाला नोकरीवर ठेवले नसते क़ारण तुम्ही स्वीडिश भाषाही योग्य प्रकारे लिहू शकत नाहीत. तुमच्या पत्रात अनेक चुका भरलेल्या आहेत.'

ज़ॉर्ज रॉना यांनी ते पत्र वाचल्यावर ड़ोनाल्ड डकप्रमाणे वेडे झाले. या स्वीडनवाशीयाची हिमत तर बघा की मलाच स्वीडीश भाषा येत नसल्याचे सांगतो. त्याच्याही पत्रात अनेक चुका आहेत. रागाच्या भरात जॉर्ज रॉना यांनी त्याला असे खरमरीत पत्र लिहिले की रागाने त्याचे रक्त उसळावे. परंतु दुसऱ्याच क्षणी तो थांबला. तो स्वतःला म्हणाला, 'कदाचित हा व्यक्त खरेही म्हणत असेल? मी स्वीडिश भाषा शिकली असली तरीही ती माझी मातृभाषा नाही. त्यामुळे मला माहीत नसलेल्या काही चुका माझ्या लेखनात होत असतीलही. असे असेल तर मला जास्त अभ्यास करावा लागेल. म्हणजे मग मला नोकरी मिळू शकेल. क़दाचित माझ्या चुका सांगून त्या व्यक्तीने माझ्यावर उपकारच केले आहेत.अर्थात त्याचा असा काही उद्देश नसावा. त्याची लिहिण्याची शैली चुकीची आहे म्हणून माझी त्याच्याबद्दल कृतज्ञता कमी होता कामा नये. म्हणून मी पत्र लिहून त्याचे आभार व्यक्त करतो. त्याला धन्यवाद देतो.'

मग जॉर्ज रॉनाने आपले खरमरीत पत्र फाडून टाकले आणि दुसरे पत्र लिहिले, 'तुम्ही मला पत्र लिहिण्याचा त्रास घेतला विशेषतः तुम्हाला पत्र व्यवहार पाहणाऱ्या व्यक्तीची आवश्यकता नसताना देखील मला पत्र लिहिले त्याबद्दल धन्यवाद. मला तुमच्या फर्मबद्दल चुकीची माहिती मिळाली याबद्दल मला खेद आहे. मी शोध घेतला होता म्हणूनच मी

तुम्हाला पत्र लिहिले होते. मला माहीत नव्हते आणि मला असे सांगण्यात आले होते की तुम्ही आपल्या क्षेत्रात पहिल्या क्रमांकाचे आहात. मी माझ्या पत्रात व्याकरणाच्या चुका केल्या असल्याचे मला माहीत नव्हते. मला त्याचे दुःख आहे आणि माझ्या चुकांबद्दल मी लाजीरवाणा आहे. मी आता या पुढे स्वीडिश भाषा शिकण्यासाठी जास्त परिश्रम घेईल आणि आपल्या चुका सुधारण्याचा प्रयत्न करील. तुमच्या मुळेच मला आत्म सुधारणेच्या मार्गावर वाटचाल करण्याची प्रेरणा मिळाली आहे. म्हणून मी तुमचे आभार व्यक्त करतो आणि तुम्हाला धन्यवाद देतो.'

क़ाही दिवसाताच जॉर्ज रॉना यांना त्या व्यक्तीचे दुसरे पत्र आले. त्यामध्ये त्याने रॉनाला भेटण्यासाठी बोलावले होते. रॉना गेले आणि त्यांना नोकरी मिळाली. या घटनेपासून जॉर्ज रॉना हे शिकले, **'ग़ोड प्रतित्युत्तराने राग शांत होतो.'**

आपल्या वैऱ्यावर प्रेम करण्याइतके मोठे आपण संत किंवा थोर व्यक्ती नसलो तरीही किमान आपले आरोग्य आणि सुखासाठी आपण त्यांना क्षमा करून विसरून तर जाऊ शकतो. हीच सर्वात स्मार्ट पद्धत आहे. कन्फ्युशिएसने म्हटले होते, 'तुम्हाला जखमी केले किंवा लुटले तर त्यामुळे जास्त नुकसान होत नाही. ज़ोपर्यंत तुम्ही ते सतत लक्षात ठेवण्याचा प्रयत्न करीत नाहीत.' मी एकदा जनरल हायजनहॉवरच्या मुलाला विचारले की त्याचे वडील द्वेष करतात का? नाही. त्याचे उत्तर होते, 'डॅडीना न आवडणाऱ्या लोकांचा विचार करून ते आपला एक क्षणही वाया घालवित नाहीत.'

एक जुनी म्हण आहे, ज़ी व्यक्ती कधीही रागात येऊ शकत नाही ती मूर्ख असते, पण जी व्यक्ती कधीही राग करीत नाही, ती समजूतदार असते.

न्यूयार्क शहराचे माजी मेअर असलेल्या विल्यम जी. ग़ॅनर यांचे हेच धोरण होते. वृत्तपत्रांमध्ये त्यांची खूप निर्भत्सना करण्यात आली होती आणि एका वेड्या इसमाने तर गोळी मारून जवळपास त्यांची हत्याच केली होती. इस्पितळामध्ये ज़गण्यासाठी संघर्ष क़रीत असताना ते म्हणाले, 'प्रत्येक रात्री मी प्रत्येक वस्तू आणि व्यक्तीला माफ करीत असतो.' ही काय जास्त आदर्शवादी विचारसरणी होती? क़ाही जास्तच मधूर आणि हलका? असे असेल तर आपण सल्ला घेण्यासाठी थोर जर्मन तत्त्वज्ञ शॉपेनहार याच्याकडे जाऊ. ते 'स्टडी ऑफ पेसिमिज्म' चे लेखक आहेत. ते जीवनाला एक वेदनादायी आणि लाजिरवाणे अभियान समजतात. ते चालत असताना उदासपणा चारही बाजूने टपकत असे. आपल्या निराशेच्या सखोलतेतून शॉपेनहार ओरडले होते, **'शक्य असेल तर**

कोणाबद्दलच शत्रुत्व पाळू नये.'

मी एकदा बर्नाड बरूच यांना (जे सहा राष्ट्रपती विल्सन, होर्डिंग्ज, कुलिज हुवर, रुझवेल्ट, टूमेन यांचे विश्वस्त सल्लागार होते.) विचारले होते की आपल्या शत्रूच्या आक्रमणामुळे ते कधी विचलित झाले होते का? त्यांचे उत्तर होते, 'क़ोणी माणूस मला अपमानित किंवा विचलित करू शकत नाही. मी त्यासाठी परवानगी देत नाही.'

तुम्हाला आणि मलाही कोणी विचलित किंवा अपमानित करू शकत नाही, ज़ोपर्यंत आपण त्याला तसे करण्याची परवानगी देत नाही.

दंडे आणि दगड माझी हाडे तोडू शकतात,
पण शब्द मला कधीही जखमी करू शकत नाहीत.

ज्यांनी आपल्या वैऱ्यांबद्दल वैरभावना पाळली नाही अशा येशु ख्रिस्तासारख्या थोर व्यक्तीसमोर अनेक शतकांपासून मानवी समाज मेणबत्त्या लावीत आला आहे. मी बहुतेक वेळा कॅनडामधील ज़ैस्पर नॅशनल पार्कमध्ये उभा राहून पाश्चात्य जगात सर्वात सुंदर असलेल्या डोंगराकडे पाहत राहतो. असा डोंगर जिचे नाव ब्रिटिश नर्स एडिथ केवेलच्या नावावरून ठेवले आहे. ज़ी १२ ऑक्टोबर १९१५ रोजी ज़र्मन फायरिंग् स्क्वॅड समोर एखाद्या संतासारखी मृत्यूला सामोरी गेली. तिचा गुन्हा? तिने आपल्या बेल्जियममधील घरामध्ये जखमी झालेल्या फ्रान्स आणि ब्रिटनच्या सैनिकांना लपविले होते. त्यांच्यावर उपचार केले होते. त्यांना जेवण दिले होते. तसेच हॉलंडपर्यंत पळून जाण्यासाठी त्यांना मदत केली होती. ज़ेव्हा इंग्रजी चॉपलेन ऑक्टोबरच्या त्या सकाळी ब्रुसेल्सच्या सैनिक कारागरात तिच्या कोठडीमध्ये घुसले ते तिला मृत्यूसाठी तयार करण्यासाठी. त्यावेळी एडिथ क़ेवेलने दोन वाक्य म्हटली. ती ग्रॅनाईट आणि क़ाशाने सजविण्यात आले आहेत, 'देशभक्ती पुरेशी नाही, याची मला जाणीव आहे. मला कोणाबद्दल तिरस्कार किवा क़टुता ठेवायची नाही.' चार वर्षानंतर तिचे शरीर इंग्लंडला आणण्यात आले. वेस्टमिटंर एबेने मध्ये तिला समारंभपूर्वक दफन करण्यात आले. मी एकदा लंडनमध्ये एक वर्ष घालविले. मी बहुतेक वेळा एडिथ केवेलच्या मूर्तीसमोर उभा राहिला आहे. ज़ो पोर्टेट गॅलरीच्या समोर आहे. मी दगडावर कोरलेले तिचे अमर शब्द अनेक वेळा वाचले, 'फक्त देशभक्ती पुरेशी नसल्याची मला जाणीव आहे. मी कोणाबद्दलही तिरस्कार आणि कटुता ठेवता कामा नये.'

आपल्या वैऱ्यांना क्षमा करण्याची आणि त्यांना विसरून जाण्याची एक अचूक पद्धत

अशी आहे की, आपल्यापेक्षा खूप मोठ्या असलेल्या एखाद्या कामाला लागणे. तेव्हा आपण अपमान आणि वैराची पर्वा करीत नाही. क़ारण आपल्या विराट ध्येयाशिवाय दुसऱ्या कशाचाही विचार करीत नाही. उदाहरण म्हणून आपण एक नाट्यमय घटना घेऊ. ज़ी १९१८ मध्ये मिसीसिपीच्या देवेदार जंगलात घडली. गर्दी एका माणसाला मारणार होती. कृष्णवर्णीय शिक्षक आणि उपदेशक लारेन्स जोन्स यांच्या समोर मृत्यू उभा होता. क़ाही वर्षांपूर्वी मी लारेन्स जोन्स यांनी स्थापन केलेल्या शाळेत पाईनी वुडस कंट्री स्कूल मध्ये गेलो होतो. मी तेथील विद्यार्थ्यांसमोर व्याख्यानही दिले. आज ही शाळा देशभरात प्रसिद्ध आहे. अर्थात मी तुम्हाला जी घटना सांगणार आहे, ती पहिल्या महायुद्धाच्या वेळी अतिशय भावनाशील दिवसात घडली होती. मध्य मिसीसिपीमध्ये एक अफवा पसरली की जर्मन लोक कृष्णवर्णियांना प्रोत्साहित करीत आहेत आणि बंडासाठी प्रेरित करीत आहेत. लारेन्स जोन्स ज्यांना ती गर्दी मारणार होती, ते पूर्वी सांगितल्याप्रमाणे कृष्णवर्णीय होते आणि कृष्ण वर्णीयांना बंडासाठी प्रेरीत करीत असल्याचा त्यांच्यावर आरोप होता. श्वेत व्यक्तीच्या एका समुहाने हे ऐकले की लॉरेन्स जोन्स गर्दी समोर ओरडत होते, 'जीवन एक संग्राम आहे. ज़्यामध्ये प्रत्येक कृष्णवर्णीय व्यक्तीने आपले 'कवच' घालायला हवे तसेच वाचण्यासाठी आणि सफल होण्यासाठी संघर्ष करायला हवा.'

'संग्राम' , 'कवच', 'लढणे' फक्त इतके पुरेसे होते. रात्रीच्या आंधारात घोड्यावर स्वार असलेल्या या तरुणांनी गर्दी जमा केली. चर्चमध्ये परत आले. उपदेशकाला चारही बाजूने दोरीने बांधले. त्याला एक मैल रस्त्यापर्यंत ओढत आणले. त्याला जळणाऱ्या लाकडावंर ठेवण्यात आले आणि एकाच वेळी त्याला जाळण्यासाठी तसेच फासावर लटकविण्यासाठी ते सज्ज झाले. तोच कोणी तरी ओरडून म्हणाले, 'त्याला ठार मारायच्या आधी त्याच्याकडून ते लोकांना उत्साहित करणारी चर्चा तर ऐकू द्या. भाषण, भाषण, भाषण!!!' लारेन्स जोन्सने जळत्या लाकडावर उभे राहून (त्याची मान फासात अडकवलेली असताना) आपले जीवन आणि आपले ध्येय यासाठी भाषण केले. ते आयोवा विद्यापीठातून १९०७ मध्ये पदवीधर झाले होते. त्यांचे ठआम चारित्र्य, त्यांची स्कॉलरशीप आणि संगीतातील निपूणता यामुळे ते विद्यार्थी आणि शिक्षकांमध्ये लोकप्रिय होते. एका हॉटेल मालकाने बिझनेस स्थापन करण्याचा ठेवलेला प्रस्तावही त्यांनी पदवीधर झाल्यावर नाकारला तसेच दुसऱ्या एकाने प्रायोजित केलेला संगीत शिक्षणाचा ठरावही नाकारला. क़ारण त्यांच्या मनात एक जोरदार स्वप्न होते. बुकर टी. वॉशिंग्टन यांचे चरित्र वाचल्यावर त्यांना ही

प्रेरणा मिळाली की आपण आपल्या समाजातील गरीब, अशिक्षित लोकांना शिक्षित करण्यासाठी आपले आयुष्य समर्पित करायचे. त्यानंतर मग ते दक्षिणेकडील सर्वात मागास भागात गेले. एक अशी जागा जे मेक्सिकन जी मिसीसिपीपासून ५० मैल दक्षिणेला होती. १.६५ डॉलरमध्ये आपली घड्याळ गहान ठेवून त्यांनी मोकळ्या जंगलात आपली शाळा सुरू केली. ड़ेस्कच्या जागी वर्गात लाकडे होती. लारेन्स जोन्स यांना मारण्यासाठी आलेल्या त्या क्रुद्ध लोकांना त्यांनी अशिक्षित मुला- मुलींनी शिकविण्यासाठी केलेला संघर्ष सांगितला. त्यांना चांगले शेतकरी मेकॅनिक, कूक आणि हाऊसकीपर होण्याचे प्रशिक्षण दिले होते. त्यांनी आपल्या भाषणात त्या श्वेत लोकांचाही उल्लेख केला ज्यांनी त्यांना पाइनी बुडस् क़ंट्री स्कूल स्थापन करण्याच्या संघर्षात मदत केली होती. ज़मीन, सामान, धन, डुकरे आणि गायी अशा सर्व देणग्या श्वेत लोकांनीच त्यांना दिल्या होत्या. त्यामुळेच ते आपले शैक्षणिक कार्य पुढे सुरू ठेवू शकले.

ज़्या लोकांनी लारेन्स जोन्स यांना रस्त्यावरून फरफटत नेले किवा ज्यांनी त्यांना जिवंत जाळण्याचा प्रयत्न केला अशा लोकांचा त्यांनी तिरस्कार केला नाही का? असे नंतर केव्हा तरी त्यांना विचारल्यावर त्यांनी उत्तर दिले की मी माझे ध्येय साध्य करण्यातच इतका व्यस्त होतो की माझ्याकडे त्यांचा तिरस्कार करण्यासाठी वेळच नव्हता. ते आपल्या अतिशय 'विराट' स्वप्नांशी संबंधित होते. त्यांचे म्हणणे होते, **'माझ्याकडे संघर्ष करण्यासाठी वेळ नव्हता की वाईट वाटून घेण्यासाठी. क़ोणीही माणूस मला इतका खाली पाडू शकत की मी त्याच्याबाबतीत तिरस्कार करू शकेल.'**

एपिक्टेटसने एकोणवीस शतकांपूर्वी असा इशारा दिला होता की आपण जे पेरतो, तेच उगवत असते. नशीब कोणत्या ना कोणत्या प्रकारे आपल्याला आपल्या वाईट कर्माची शिक्षा देत असते. आपण कोणावर चिडणार नाही, आपण क़ोणावर नाराज होणार नाही, कोणाची निंदा करणार नाही, क़ोणाला जखमी करणार नाही, क़ोणाचा तिरस्कार करणार नाही, हे प्रत्येक व्यक्तीने लक्षात ठेवायला हवे.'

अमेरिकेच्या इतिहासात कदाचित लिंकन यांच्यापेक्षा जास्त तिरस्कार आणि निंदा दुसऱ्या कोणत्याही व्यक्तीची झाली नाही. हर्नडनच्या अमर चरित्रानुसार लिंकनने कधीही लोकांना आपल्या आवडी निवडीनुसार निवडले नाही. एखादे कार्य करायचे असेल तर आपला एखादा शत्रूसुद्धा ते काम जास्त चांगल्या प्रकारे करू शकतो, हे ओळखण्याची त्यांच्यात समज होती. एखाद्या माणसाने त्यांची निंदा केली असेल तर तो त्याचा वैयक्तिक

द्वेष होता, पण सदर पदासाठी ती व्यक्ती सर्वाधिक योग्य असेल तर लिंकन त्याची त्या पदावर जितक्या तत्परतेने एखाद्या मित्राची निवड केली असती तितक्याच तत्परतेने निवड करीत असत. एखादी व्यक्ती त्यांची वैरी होती किंवा ती त्याला आवडत नव्हती म्हणून त्यांनी कधीही कोणालाही एखाद्या पदावरून काढून टाकल्याचे माहीत नाही.

ज़्या लोकांना लिंकन यांनी उच्च पदावर बसविले होते मॅक्लेलन, सेवर्ड, स्टॅंटन आणि चेज यासारख्या लोकांनी लिंकन यांचा अपमानही केला होता आणि त्यांची निंदाही केली होती. लिंकन यांचे कायदेशीर भागिदार हार्डन यांच्या नुसार लिंकन याचे असे म्हणणे होते की, एखादे काम केले म्हणून कोणत्याही व्यक्तीचे गुणगाण करता कामा नये तसेच त्याने एखादे काम केले किंवा नाही केले म्हणून त्याच्यावर टीकाही करता कामा नये. क़ारण आपण सर्व स्थिती, परिस्थिती, वातावरण, शिक्षण, लागलेल्या सवयी आणि अनुवांशिकतेचे बाळ आहोत. तेच सर्व माणसाला त्या स्वरूपात ढाळत असते, जसा तो असतो आणि नेहमीसाठी राहतो.

क़दाचित लिंकन योग्य होते. तुमच्यात आणि माझ्यात तेच शारीरिक आणि भावनिक लक्षण असते जे आपल्या वैऱ्याला वारशाने मिळाले आहेत, तसेच जीवनात त्यांच्या बाबतीत जे घडले तेच आपल्याही बाबतीत घडले असते तर ते जसे वागतात तसेच आपणही वागलो असतो. आपण कदाचित वेगळे काहीच करू शकलो नसतो. सियोक्स इंडियंसची प्रार्थना म्हणण्याइतके तरी आपण उदार व्हायलाच हवे, **‘हे महान आत्म्या, मला एखाद्या माणसाबद्दल निर्णय घेण्यापासून आणि त्याची निंदा करण्यापासून दूर ठेव. ज़ोपर्यंत मी त्याचे बूट घालून दोन आठवडे चालू शकणार नाही.’** तर मग आपल्या वैऱ्यांचा तिरस्कार करण्याऐवजी त्यांच्यावर दया करा. तसेच देवाने आपल्याला त्यांच्यासारखे केले नाही म्हणून त्याचे आभार माना. आपल्या शत्रूवर निंदा आणि बदल्याची बरसात करण्याऐवजी आपण त्यांना आपली समज, आपली सहानुभूती, आपली मदत, क्षमा आणि प्रार्थना द्या.

दररोज रात्री बायबल वाचणाऱ्या आणि बायबलमधील ओळींची उजळणी करणाऱ्या आणि मग वाकून ‘क़ौटुंबिक प्रार्थना’ करणाऱ्या अशा एका मोठ्या कुटुंबात मी लहानाचा मोठा झालो. मिसुरीमधील त्या एकाकी फार्महाऊसवर माझे वडील येशु ख्रिस्ताच्या त्या ओळी पुन्हा पुन्हा म्हणायचे. ज़ोपर्यंत माणूस येशु ख्रिस्ताचे तत्त्वज्ञान सांभाळून ठेवणार आहे, तोपर्यंत हे शब्द पुन्हा पुन्हा म्हटले जाणार तो आवाज मी आजही ऐकू शकतो,

‘आपल्या वैऱ्यावर प्रेम करा. ज़े तुम्हाला शाप देतात त्यांना आशीर्वाद द्या. ज़े तुमचा तिरस्कार करतात त्यांचे भले करा आणि जे तुमचे शोषण किंवा अपमान करतात त्यांच्यासाठी प्रार्थना करा.’

माझ्या वडिलांनी येशु ख्रिस्तांचे हे शब्द प्रत्यक्षात आणण्यासाठी प्रयत्न केले. या शब्दांनी त्यांना अशी अतिरिक्त शांतता मिळवून दिली ज़े मिळविण्यासाठी या धरतीवरील सेनापतींनी आणि सम्राटांनी अनेक वेळा निरर्थक प्रयत्न केले.

तुम्हाला सुख आणि शांततेचा मानसिक दृष्टिकोन विकसित करायचा असेल तर दुसरा नियम लक्षात ठेवा :

आपल्या वैऱ्यांचा बदला घेण्याचा प्रयत्न करू नका. क़ारण असे करताना आपण त्यांचे जितके नुकसान करीत असतो, त्यापेक्षा जास्त नुकसान स्वत:चे करून घेत असतो. त्याच्याऐवजी जनरल आयझनहॉवर करीत होते ते आपण करायला हवे: जे आपल्याला आवडत नाहीत, त्यांच्याबद्दल विचार करण्यात एक क्षणही वाया घालवू नये.

१४

कृतघ्नतेचा विचार करणे थांबवा

कृतघ्नतेला विसरून जाणे लोकांसाठी अगदी स्वाभाविक बाब झाली आहे. त्यामुळे आपण कृतज्ञतेची आशा ठेवून चहुबाजूला फिरणे म्हणजे दु:खी होण्याच्या मार्गावर आगेकूच करणे होय.

नुकताच मी टेक्सासमध्ये एका व्यवसायिकाला भेटलो. ज़ो संतापामुळे नुसता जळत होता. भेटीला सुरूवात झाल्यावर पहिल्या पंधरा मिनिटांच्या आतच तो आपली राम कथा सांगायला सुरुवात करील हे मला आधीच सांगण्यात आले होते. त्याने असेचे केले. ज्या घटनेचा त्याला राग आला होता ती अकरा महिन्यांपूर्वी घडली होती. तरीही आज सुद्धा तो त्याच घटनेबद्दल रागाने उसळत होता. त्याने आपल्या चौतीस कर्मचाऱ्यांना ख्रिसमसच्या वेळी दहा हजार डॉलर्स बोनस दिला होता. म्हणजे प्रति व्यक्ती जवळपास तीनशे डॉलर. त्याबद्दल कोणीही त्याला धन्यवाद सुद्धा म्हणाले नव्हते. त्याने कटुता ठेवून तक्रार केली, ‘मला आता या गोष्टीचे वाईट वाटत आहे की मी त्यांना एक पै सुद्धा का दिला?’

क़न्फ्युशिएसने म्हटले होते, ‘नाराज व्यक्ती नेहमी विषाने भरलेली असते.’ त्या व्यक्तीमध्ये इतके विष भरले होते की मला खरोखरच त्याची कीव येत होती. तो जवळपास साठ वर्षांचा होता. विमा कंपन्या असे मानतात की आपले सध्याचे वय आणि ऐंशी वर्षे याच्या दरम्यान जितका फरक असतो, त्याच्या दोन तृतियांशपेक्षा थोडे जास्त आपण जगत असतो. या व्यक्तीचे नशीब चांगले असेल तर तो आणखी चौदा पंधरा वर्षे जगू शकला असता. तरीही त्याने आपल्या उरलेल्या वर्षांपैकी जवळपास एक वर्ष कडवटपणा

आणि द्वेषामुळे वाया घालविले होते. तेही त्या घटनेसाठी जी घडून गेली होती. ती परतून येणार नव्हती. मला त्याची कीव आली.

तिरस्कार आणि कडवटपणामध्ये बुड्या मारण्यापेक्षा त्याने स्वतःला असे विचारायला हवे होते की, त्याचे कौतुक का झाले नाही? क़दाचित त्याने आपल्या कर्मचाऱ्यांना कमी वेतन देऊन त्यांच्याकडून जास्तीचे काम करून घेतले असेल. किंवा कदाचित कर्मचाऱ्यांनी ख्रिसमसच्या वेळी मिळालेला बोनस ही भेट न समजता आपल्या मानधनाचाच एक भाग समजला असेल. क़दाचित तो त्यांना इतका मोठा हुकूमशहा आणि निंदक वाटला असेल की त्याला धन्यावाद देण्याची कोणाची हिमंतच झाली नसेल. किवा कदाचित कर्मचाऱ्यांना असे वाटले असेल की कंपनीला होणाऱ्या फायद्यातील बराचसा भाग तसाही कराच्या स्वरूपात जातो म्हणून त्याने बोनस दिला.

दुसऱ्या बाजूला असेही असू शकते की त्याचे कर्मचारी स्वाथी, मतलबी आणि असभ्य असावेत. असेही असू शकते. तसेही असू शकते. या बाबतीत तुम्हाला जितके माहीत आहे तितकेच मलाही माहीत आहे. पण सॅम्युअल जॉनसनने काय म्हटले होते हे मला चांगले माहीत आहे, 'कृतज्ञता हे अतिशय परिश्रमाने पिकविले जाणारे फळ आहे. ती खालच्या दर्जाच्या लोकांमध्ये असत नाही.'

मी जे काही सांगण्याचा प्रयत्न करीत आहे, ते असे आहे : या व्यक्तीने कृतज्ञतेची आशा ठेवून अतिशय मानवी आणि दुःखद चूक केली होती. त्याला मानवी स्वभावाचे ज्ञान नव्हते.

तुम्ही एखाद्या माणसाचे जीवन वाचविले तर तुम्ही त्याच्याकडून कृतज्ञतेची अपेक्षा ठेवता का? क़दाचित हो. पण न्यायधिश होण्यापूर्वी प्रसिद्ध गुन्हेगारी वकील असलेल्या सॅम्युअल लिबोवेटिजने अठ्ठ्याहत्तर लोकांना फाशीच्या फंद्यापासून वाचविले होते. तुम्हाला काय वाटते, यापैकी किती लोक सॅम्युअल लिबोवेटिजला धन्यवाद देण्यासाठी थांबले असतील? किंवा एखाद्या कुणी त्यांना ख्रिसमसचे शुभेच्छा पत्र पाठविले असेल? एक अंदाज करा. .... बरोबर म्हणालात. एकानेही नाही.

येशु ख्रिस्ताने एका दुपारी कोड फुटलेल्या दहा लोकांना बरे केले होते. त्यापैकी किती कोड फुटलेले त्यांना धन्यवाद देण्यासाठी थांबले? फक्त एक. संत ल्यूकचे प्रकरण वाचा. येशु ख्रिस्त आपल्या शिष्यांकडे वळले आणि बाकीचे नऊ कुठे गेले आहेत? असे त्यांना विचारले. ते सर्व पळून गेले होते. धन्यवाद न देताच ते ग़ायब झाले होते. आता मी

तुम्हाला एक प्रश्न विचारू इच्छितो : तुम्ही आणि मी, किंवा टेक्सासमधील तो व्यवसायिक आपल्या लहान सहान उपकारांच्या बदल्यात येशु खिस्तापेक्षा जास्त धन्यवाद मिळविण्याची अपेक्षा कशी काय ठेवू शकतो?

धन विषयक प्रकरणामध्ये काय होत असते? तिथे तर स्थिती आणखीनच निराशाजनक आहे. चार्ल्स श्वाबने मला सांगितले की एकदा त्याने एका बँक कॅशियरला वाचविले. ज़्याने बँकेतील पैसे शेअर बाजारात वापरले होते. श्वाब यांनी आपल्या खिशातून पैसे भरले नसते तर तो कॅशियर नक्कीच तुरूंगातील हवा खात बसला असता. क़ॅशियर कृतज्ञ राहिला का? होय, काही काळासाठी. मग तो श्वाब यांचा विरोधक झाला आणि त्यांची निंदा करू लागला. त्याच माणसाची ज्याने त्याला तुरुंगात जाण्यापासून वाचविले होते.

तुम्ही आपल्या एखाद्या नातेवाईकाला दहा लाख डॉलर दिले तर तुम्ही त्याच्याकडून कृतज्ञतेची अपेक्षा ठेवू शकता? एन्ड्यू कार्नेगीने हेच केले होते. एंड्यू कार्नेगी काही वर्षानंतर आपल्या थडग्यातून बाहेर आले असते तर त्यांचा तोच नातेवाईक त्यांना शि्व्या देत असल्याचे पाहून त्यांना नक्कीच धक्का बसला असता. क़ा? कारण म्हाताऱ्या एन्ड्यूने ३ ६.५ कोटी डॉलर चॅरेटीला दिले होते. ... आणि त्या नातेवाईकाला? त्याच्याच शब्दात सांगायचे तर 'फक्त दहा लाख डॉलरचा तुकडा फेकला होता.'

हेच माणसाचे नशीब आहे. माणसाचा स्वभाव नेहमीसाठी असाच राहिला आहे. आपल्या उभ्या आयुष्यात तो कधीही बदलणार नाही. मग तो आहे तसा स्वीकारायला काय हरकत आहे? आपण सुद्धा मार्कस ऑरेलियसप्रमाणे यथार्थवादी व्हायला काय हरकत आहे? रोमन साम्राज्यावर राज्य करणाऱ्या सर्वात बुद्धिमान व्यक्तीपैकी तो एक होता. एके दिवशी त्याने आपल्या डायरीमध्ये लिहिले, **'मी आज अशा लोकांना भेटणार आहे, जे खूप बोलतात. ते खूप स्वार्थी, कृतघ्न आणि गर्विष्ठ आहेत. अर्थात त्यामुळे मी आश्चर्यचकीत किंवा विचलित होणार नाही. क़ारण अशा लोकांशिवाय मी या जगाची कल्पनाच करू शकत नाही.'**

समजूतदारपणाची गोष्ट वाटते, होय ना? तुम्ही आणि मी कृतघ्नतेबद्दल बडबड करीत असूत तर त्यामध्ये दोष कोणाचा आहे? हा मानवी स्वभाव आहे की मानवी स्वभावाबद्दल असलेले आपले अज्ञान आहे? आपण कृतज्ञतेची आशा ठेवता कामा नये. तरीही कधी मधी आपल्याला थोडी फार कृतज्ञता मिळालीच तर आपल्याला सुखद आश्चर्य वाटेल आणि कृतज्ञता मिळाली नाही तर आपण विचलित होणार नाहीत.

या प्रकरणामध्ये मी जे पहिले सूत्र देणार आहे, ते असे आहे : कृतघ्नतेला विसरून जाणे लोकांसाठी स्वाभाविक बाब आहे. म्हणूनच आपण कृतज्ञतेची आशा ठेवून चहुबाजूला फिरलो तर आपण दु:खी होण्याच्या मार्गावरून वाटचाल करतो.

मी नेहमी एकटी आहे, अशी तक्रार करणारी मला न्यूयार्कमधील एक महिला माहीत आहे. तिचा कोणीही नातेवाईक तिच्याकडे येत नाही. ख़रं तर यामध्ये परेशान होण्यासारखे काहीच नाही. तुम्ही तिला भेटायला गेलात तर आपण आपल्या पुतण्यांसाठी त्यांच्या लहानपणी काय काय केले हे ती तुम्हाला तासंतास ऐकविते. देवी, ग़ालफुगी, डांग्या खोकला अशा आजारांमध्ये त्यांच्यावर तिने उपचार केले. तिने त्यांच्या बोर्डिंग स्कूलचा खर्च केला. त्यापैकी एकाला तिने बिझनेस स्कूलमध्ये पाठविले. तसेच दुसरीला तिचे लग्न होईपर्यंत आपले घर दिले.

तिच्या पुतण्या तिला भेटायला येतात का? होय, कधी कधी. पण फक्त कर्तव्य पालन करण्याच्या उद्देशाने. तिला भेटायला यायला त्या घाबरतात कारण त्यांना माहीत आहे की अनेक तास त्यांना तिची बोलणी खावी लागणार आहेत. आत्म करुणेच्या आहचा सतत मारा सहन करावा लागणार. आपल्या पुतण्यांनी भेटायला यावे यासाठी त्यांना विवश करायचे असते तेव्हा तिला हृदय विकाराचा झटका येतो.

हा हृदय विकाराचा झटका खरोखरचा असतो? त्याबद्दल डॉक्टरांचे असे म्हणणे आहे की त्या स्त्रीचे हृदय कमकुवत आहे आणि ते जास्त स्पंदन पावते. तसेच डॉक्टर हेही सांगतात की ते तिच्या बाबतीत काहीही करू शकत नाहीत कारण तिची समस्या भावनात्मक आहे.

वास्तविक पाहता या महिलेला प्रेम आणि लोकांचे आपल्याकडे लक्ष हवे आहे. ती त्यालाच 'कृतज्ञता' असे नाव देते. ती कृतज्ञता किंवा प्रेमाची मागणी करीत असल्यामुळे ते तिला कधीही मिळणार नाही. तिला असे वाटते की हा तिचा अधिकार आहे आणि तो तिला मिळायलाच हवा.

या महिलेसारखेच लाखो लोक आहेत जे कृतज्ञता, एकाकीपणा आणि तिरस्कारामुळे आजारी आहेत. आपल्यावर प्रेम करावे, अशी त्यांची इच्छा आहे. अर्थात प्रेम मिळविण्याचा एकुलता एक मार्ग असा आहे की त्यांनी त्याची मागणी करणे सोडून द्यावे आणि प्रतिदानाची अपेक्षा न ठेवता प्रेम वाटणे सुरू करावे.

हा तुम्हाला कोरा अव्यवहारिक आणि क़ाल्पनिक आदर्शवाद वाटतो का? पण असे

अजिबात नाही. ही तर सामान्य बुद्धी आहे. हा तुमच्यासाठी आणि माझ्यासाठी मनासारखे सुख मिळविण्याची एक चांगली पद्धत आहे. मला माहीत आहे. मी माझ्या कुटुंबात हे घडताना पाहिले आहे. माझे आई वडिल इतरांना मदत करण्यासाठी दान करून आनंदी होत असत. आम्ही गरीब होतो. कर्जात बुडालेले होतो. गरीब असले तरीही माझे आई वडील दर वर्षी आयोवाच्या द ख्रिश्चियन होम इन काउन्सिल ब्लफ्सा अनाथाश्रमासाठी पैसे पाठविण्याची व्यवस्था करीत असत. ख़रं तर ते अनाथाश्रमात कधीही गेले नव्हते. क़दाचित त्यांनी पाठविलेल्या पैशांबद्दल त्यांना कोणी धन्यवादही दिले नसतील. पत्राद्वारे धन्यवाद दिल्याशिवाय. क़ारण त्याच्या मोबदल्यात त्यांना खूप जास्त प्रतिदान मिळाले. क़ारण त्यांना लहान मुलांना मदत करण्याचे सुख मिळाले होते. बदल्यात कृतज्ञतेची आशा किंवा इच्छा न ठेवता.

मी घर सोडल्यावर माझ्या आई वडिलांना ख्रिसमससाठी नेहमी एक चेक पाठवित असे आणि त्यांनी तो आपल्या चैनीसाठी खर्च करावा, असेही लिहित असे. क़दाचित कधी तरी त्यांनी असे केले असेल. ख्रिसमसच्या काही दिवस आधी मी घरी परतल्यावर वडील मला सांगत असत की, एका विधवा स्त्रीला कोळसा आणि किराणा खरेदी करून दिला. क़ारण तिला खूप सारी मुले होती आणि तिच्याकडे अन्न आणि इंधन खरेदी करण्यासाठी पैसे नव्हते. अशा प्रकारे भेट दिल्यामुळे त्यांना खूप जास्त सुख मिळत असे. बदल्यात काहीही न मिळविण्याची अपेक्षा न ठेवता मिळालेले निर्भेळ सुख.

अरस्तुच्या आदर्श पुरूषाच्या व्याख्येनुसार योग्य ठरणारे माझे वडील होते, याबद्दल माझी खात्री आहे. असा माणूस जो सुखी होण्यासाठी योग्य होता. अरस्तुने म्हटले होते, ' आदर्श माणूस इतरांना मदत करून सुख मिळवित असतो.'

या प्रकरणामध्ये मला सांगायची असलेली दुसरी गोष्ट अशी आहे :

आपल्याला सुख मिळवायचे असेल तर आपण कृतज्ञता आणि कृतघ्नता याचा विचार करणे बंद करायला हवे. फक्त देण्याचा आनंद मिळविण्यासाठी द्यायला हवे.

आपल्या मुलांच्या कृतघ्नतेबद्दल आई वडील दहा हजार वर्षांपासून केस ओढीत आहेत.

इतकेच नाही तर शेक्सपियरचा किंग लियरसुद्धा रडला होता, 'कृतघ्न मुले सापाच्या दातांपेक्षा अधिक टोकदार असतात.'

ज़ो पर्यंत आपण मुलांना कृतज्ञ राहणे शिकविणार नाहीत, तोपर्यंत मुले कृतज्ञ कशी

काय होतील? कृतघ्नता स्वाभाविक आहे, खारफुटीसारखी. कृतज्ञता गुलाबाच्या फुलासारखी असते. त्याला खत-पाणी द्यावे लागते. त्याची देखभाल करावी लागते. त्याला प्रेम आणि सुरक्षितता द्यावी लागते.

आपली मुले कृतघ्न असतील तर त्यात दोष कोणाचा? क़दाचित आपलाच. दुसऱ्यांबद्दल कृतज्ञता कशी व्यक्त करायची हे आपण त्यांना शिकविलेच नाही तर, त्यांनी आपल्याबद्दलही कृतज्ञ रहावे अशी अपेक्षा आपण कशी काय ठेवू शकतो?

आपल्या सावत्र मुलाच्या कृतघ्नतेबद्दल तक्रार करण्यासाठी ज्याच्याकडे पुरेसे कारण होते, अशा एका शिकागोमधील माणसाला मी ओळखतो. तो एका बॉक्स फॅक्ट्रीमध्ये राबत असे आणि आठवड्याला कदाचित चाळीस डॉलर कमावित असे. त्याने एका विधवा स्त्रीशी विवाह केला आणि त्या महिलेने त्याला कर्ज काढून आपल्या दोन मोठ्या मुलांना कॉलेजमध्ये पाठविण्यासाठी भाग पाडले. दर आठवड्याला मिळाणाऱ्या चाळीस डॉलरच्या पगारामध्ये त्याला जेवण, भाडे, क़पडे आणि कर्जाऊ घेतलेल्या रकमेचे व्याज द्यावे लागत असे. त्याने चार वर्षे अशीच काढली. एखाद्या हमालासारखे काम केले आणि त्याबद्दल ब्र ही काढला नाही.

त्याबद्दल त्याला कोणी धन्यवाद म्हणाले? नाही. त्याच्या पत्नीला ते सारे स्वाभाविक वाटले. त्या महिलेच्या मुलांनीही असेच समजले. आपण आपल्या सावत्र वडिलांचे ऋणी आहोत, याची त्यांनी कधी कल्पनाही केली नाही. त्यामुळे त्यांना धन्यवाद द्यावेसेही वाटले नाहीत.

दोष कोणाचा होता? मुलांचा. पण त्यापेक्षाही जास्त त्या महिलेचा. मुलांचे तारूण्य कर्जाच्या ओझ्याखाली दबलेले असावे, ही गोष्ट त्या आईला लाजीरवाणी वाटली. आपल्या मुलांचे जीवन 'कर्ज फेडण्यापासून ' सुरू व्हावे, असे तिला वाटत नव्हते. 'तुमचे सावत्र वडील किती थोर आहेत. त्यांनी तुम्हाला कॉलेजमध्ये पाठविण्यासाठी किती खर्च केला आहे,' ही गोष्ट तिने आपल्या मुलांना सांगण्याचे टाळले. 'कमीत कमी इतके तर ते करूच शकतात' असा तिचा दृष्टिकोन होता.

अशा प्रकारे वागून ती आपल्या मुलांचे भले करीत असल्याचा तिने विचार केला असेल. पण वास्तविक पाहता ती त्यांना जीवनाच्या या मोकळया मैदानात या भयानक विचारांसह पाठवित होती की जग त्यांचे देणेदार आहे. हा एक नक्कीच भयंकर विचार होता कारण यापैकी एका मुलाने आपल्या मालकाकडून कर्ज घेण्याचा प्रयत्न केला आणि

त्यामध्ये त्ला तुरूंगात जावे लागले.

आपली मुले बऱ्याच अंशी तशीच होत असतात, जसे आपण त्यांना बनवित असतो, ही गोष्ट आपण नेहमी लक्षात ठेवायला हवी. उदाहरणादाखल माझी मावशी म्हणजे मिनिपोलिसची वायला ॲलेक्वेडर त्या प्रकारच्या स्त्रीचे उत्तम उदाहरण आहे. मुलांच्या कृतघ्नतेबद्दल तक्रार करण्यासाठी तिच्याकडे अजिबात कारण नाही. मी लहान असताना मावशीने तिच्या आईला आपल्या घरी ठेवले, तिची देखभाल केली. तिला प्रेम दिले. तिने आपल्या पतीच्या आईसाठीही असेच केले. मी आजही डोळे बंद करून हे दृष्य पाहू शकतो की त्या दोन्ही म्हाताऱ्या महिला आपल्या फार्म हाऊसच्या अंगणात बसल्या आहेत. त्यांच्यामुळे वायला मावशीला काही त्रास झाला का? मला असे वाटते की बहुतेक झाली असावी, पण तिच्या दृष्टिकोनावरून आपल्याला त्याचा अंदाज येत नाही. ती त्या दोन म्हाताऱ्या महिलांवर प्रेम करीत होती त्यामुळे त्यांचे लाड करीत होती, त्यांना बिघडवत होती आणि घरगुती वातावरण निर्माण करीत होती. याशिवाय वायला मावशीला सहा मुले होती. ती वेगळे काही करीत आहे, असे त्यांना कधीच वाटले नाही. किंवा या दोन म्हाताऱ्या महिलांना आपल्या घरात ठेवल्याबद्दल तिला एखादी दैवी पदवी मिळायला हवी. त्यांच्यासाठी ही स्वाभाविक आणि योग्य गोष्ट होती. तिला करण्यासारखी ती योग्य गोष्ट होती.

आज वायला मावशी कुठे आहे? ती सुमारे वीस वर्षांपासून विधवा झाली आहे. तिची पाच मोठी मुले आहेत आणि ती आपापल्या स्वतंत्र घरामध्ये राहत आहेत. वायला मावशीने आपल्यासोबत रहावे असे सर्वांना वाटते. त्यांची सर्व मुले त्यांच्यावर जीवापाड प्रेम करतात. तिला आपल्यापासून दूर करण्याची त्यांची इच्छा नाही. कृतज्ञतेमुळे? हे खोटे आहे. हे फक्त प्रेम आहे, शुद्ध प्रेम. या मुलांना लहानपणापासून मानवीय प्रेम आणि दयाळूपणाची उब मिळाली होती. आता स्थिती बदलल्यावर ते ती उब परत करू इच्छित असतील तर त्यात अस्वस्थ होण्यासारखे काय आहे?

मुलांना कृतज्ञ बनविण्यासाठी आपल्याला कृतज्ञ व्हावे लागेल, ही गोष्ट आपण विसरता कामा नये. 'भिंतीलाही कान असतात" यासाठी आपण दक्ष असायला हवे आणि आपण आपल्या शब्दांबद्दल नेहमी सावध असायला हवे. उदाहरणादाखल कोणाच्या दयाळूपणाबद्दल मुलांच्या समोर त्याची टिंगल उडविण्याची इच्छा झाली तर थोडे थांबा. असे कधीही बोलू नका. 'आमच्या चुलत भावाने ख्रिसमसच्या निमित्ताने हा टेबल क्लॉथ पाठविला आहे.

त्यांनी तो घरीच विणला आहे. यासाठी एक पैसाही खर्च केला नाही.' हे वाक्य आपल्याला खूप लहान करते, पण मुले ते ऐकतात. त्यामुळे त्याच्याऐवजी आपण असे म्हणणेच चांगले होते, 'चुलत भाऊ स्यूने हे बनविण्यासाठी किती तास खर्च केले असतील? ती किती चांगली आहे. आपणही तिला धन्यवाद देणारे पत्र पाठवायला हवे.' आपली मुले नकळतपणे कौतुक करायला शिकतात.

तिरस्कारापासून बचाव करण्यासाठी आणि कृतघ्नतेची चिंता दूर करण्यासाठी हा आहे तिसरा नियम :

१. **कृतघ्नतेबद्दल चिंता करण्याऐवजी आपण तिची अपेक्षा ठेवायला हवी. आपण हे लक्षात ठेवायला हवे की येशु ख्रिस्ताने एका दिवशी कोडाचे दहा रुग्ण बरे केले होते आणि त्यापैकी फक्त एकानेच त्यांना धन्यावाद दिले होते. आपण येशु ख्रिस्तापेक्षा जास्त मिळण्याची अपेक्षा कशी काय ठेवू शकतो?**

२. **आपण कृतज्ञतेची अपेक्षा ठेवावी हाच सुख मिळविण्याच एकमेव मार्ग नाही, हे आपण लक्षात ठेवायला हवे. तर आपण देण्याचा आनंद मिळविण्यासाठी द्यावे, हा आहे.**

३. **कृतघ्नता जाणीवपूर्वक जोपासावी लागते त्यामुळे आपल्याला आपली मुले कृतज्ञ करायची असतील तर त्यांना कृतज्ञतेचे जाणीवपूर्वक प्रशिक्षण द्यायला हवे, हे आपण लक्षात ठेवायला हवे.**

१५

तुम्हाला दहा लाख डॉलर हवेत?

आपल्याकडे काय नाही याचाच आपण सदैव विचार करीत असतो. आपल्याकडे किती काही आहे, याबद्दल आपण खूप कमी वेळा विचार करतो. – शॉपेनहार

वेब सिटी, मिसुरीमध्ये राहणाऱ्या हॅरॉल्ड एबॉट यांना मी अनेक वर्षांपासून ओळखतो. ते माझे लेक्चर मॅनेजर होते. एके दिवशी कान्सस सिटीमध्ये त्यांची माझी भेट झाली. ते मला त्यांच्या कारमधून बेलन आणि मिसुरी मधील माझ्या फार्म हाऊसवर घेऊन गेले. कार मधील त्या प्रवासात मी त्यांना विचारले की तुम्ही चिंतेपासून कशा प्रकारे दूर राहता? तेव्हा त्यांनी मला एक प्रेरक कथा सांगितली. ती कथा मी कधीही विसरू शकत नाही.

मी पूर्वी खूप चिंता करीत असायचो, पण १९३४ च्या वसंतातील एके दिवशी मी वेब सिटीमध्ये वेस्ट डफर्टी स्ट्रिटवरून पायी चालत होतो. तोच मी एक असे दृष्य पाहिले की त्यामुळे माझ्या सर्व चिंता दूर झाल्या. हे सर्व अवघ्या दहा सेकंदात घडले. पण त्या दहा सेकंदात मी जगण्याबद्दल इतके काही शिकलो की जे मी मागील दहा वर्षांतही शिकू शकलो नाही. दोन वर्षांपासून वेब सिटीमध्ये मी एक किराणा दुकान चालवित होतो. त्यामध्ये माझ्या जवळची सर्व जमा पुंजीच संपली असे नाही तर माझ्यावर भारी भक्कम कर्जही झाले. ते चुकते करण्यासाठी मला पुढची सात वर्षे लागली. माझे किराणा दुकान काही दिवसांपूर्वीच बंद झाले होते आणि कर्ज घेण्यासाठी मी मर्चन्टस अँड मायनर्स बँकेत जात होतो. क़ारण मला नोकरीच्या शोधात क़ामस सिटीत जायचे होते. मी पराभूत व्यक्तीसारखा चालत होतो. माझी सर्व शक्ती आणि आस्था हरवून बसलो होतो. तोच

अचानकपणे समोरून एका व्यक्तीला येताना मी पाहिले. त्याला पाय नव्हते आणि तो रोलर स्केटस असलेल्या पाटीवर बसलेला होता. तिला खालून चाके लावलेली होती. तो आपल्या दोन्ही हातात लाकडाचे ठोकळे घेऊन स्वतःला रस्त्यावरून पुढे ढकलत होता. मी त्याला पाहिले तेव्हा त्याने रस्ता पार केला होता आणि रस्त्यावरून फूटपाथवर चढण्यासाठी तो स्वतःला काही इंच वर उचलत होता. त्याने लाकडाच्या आपल्या छोट्या फ्लॅटफार्मचा कोन केला त्यावेळी आमची नजरा नजर झाली. त्याने रुंद हास्य करीत मला अभिवादन केले, 'गुड मॉर्निंग सर. आजचा दिवस किती चांगला आहे.' तो उत्साहाने म्हणाला. मी त्याच्याकडे पाहिले तेव्हा मला तो जगातील सर्वात श्रीमंत व्यक्ती वाटला. मला दोन पाय होते. मी चालू शकत होतो. तेव्हाच मला माझ्या आत्मकरुणेची लाज वाटली. मी स्वतःला म्हणालो, 'पायांशिवाय तो इतका आनंदी, सुखी आणि विश्वासपूर्ण असू शकतो तर दोन पाय धड धाकट असताना मी का होऊ शकत नाही?' माझ्या छातीवरून एक खूप मोठे ओझे उतरल्याचे मला अचानकपणे जाणवले. आधी माझा विचार मर्चंटस अँड मायनर्स बँकेकडे शंभर डॉलर कर्ज मागण्याचा होता. आता मात्र माझ्यामध्ये दोनशे डॉलर कर्ज मागण्याची हिमंत आली होती. आधी मी नोकरी शोधण्याचा प्रयत्न करण्यासाठी कान्सास सिटीमध्ये जाणार होतो. आता मात्र मी विश्वासाने जाहीर केले की मी नोकरी शोधण्यासाठी कान्सास सिटीत जाणार आहे. मला कर्जही मिळाले आणि नोकरीही मिळाली.

मी माझ्या बाथरूममधील आरशावर हे शब्द लिहून घेतले आहेत आणि रोज सकाळी दाढी करताना मी ते वाचतो :

'मला बूट नाहीत या गोष्टीसाठी मी तोपर्यंत दुःखी होतो, ज़ोपर्यंत मला रस्त्यावर तो पाय नसलेला माणूस भेटला नाही.'

मी एकदा एड्डी रिकेनबकरला विचारले, क़ी ते २१ दिवस प्रशांत महासागरात हरवले होते आणि आपल्या सहकाऱ्यांसोबत ज़ीवनरक्षक पाट्यांवर पोहत राहिले होते, तेव्हा त्यांनी कोणता सर्वात महत्त्वाचा धडा शिकला? त्यांचे उत्तर होते, 'त्या अनुभवातून सर्वात मोठा धडा हा शिकलो की, तुमच्याकडे पिण्यासाठी पाणी आणि खाण्यासाठी अन्न असेल तर तुम्ही दुसऱ्या कोणत्याही गोष्टीसाठी तक्रार करता कामा नये.'

'टाइम मॅग्झिन' ने एका सार्जंटची एक कथा प्रकाशित केली होती. ज़ो ग्वाडेलकॅनलमध्ये जखमी झाला होता. बॉम्बचा एक तुकडा येऊन त्याच्या गळयाला लागला होता आणि त्याला सात वेळा रक्त देण्यात आले होते. त्याने लिहून आपल्या डॉक्टरांना विचारले, 'मी

जिवंत राहील का?' 'होय' असे डॉक्टरांनी उत्तर दिल्यावर त्याने दुसरा प्रश्न डॉक्टरांना लिहून विचारला, 'मी बोलू शकेल का?' 'होय.' आताही डॉक्टरांनी तेच सांगितल्यावर त्यांने पुन्हा आपला एक प्रश्न लिहिला, **'मग मी कशाची चिंता करीत आहे?'**

तुम्हीही थोडे थांबून स्वतःला हाच प्रश्न का विचारीत नाहीत, 'तर मग मी कोणत्या गोष्टीची चिंता करीत आहे?' त्यामुळे तुम्हाला कदाचित हे कळेल की तुम्ही ज्या गोष्टीची चिंता करीत आहात ती तुलनात्मक दृष्ट्या कमी महत्त्वाची आणि तुच्छ आहे.

आपल्या जीवनात जवळपास ९० टक्के गोष्टी योग्य असतात आणि फक्त १० टक्केच गोष्टी चुकीच्या असतात. आपल्याला आनंदी रहायचे असेल तर आपण आपले सर्व लक्ष त्या ९० टक्के गोष्टींवरच केंद्रित करायला हवे आणि दहा टक्के चुकीच्या गोष्टींकडे दुर्लक्ष करायला हवे. या उलट आपल्याला जर चिंतीत, कटू आणि पोटात अल्सर घेऊन जगायचे असेल तर मात्र चुकीच्या असलेल्या त्या दहा टक्के गोष्टींवर आपले लक्ष केंद्रित करायला हवे आणि योग्य असलेल्या ९० टक्के गोष्टींकडे दुर्लक्ष करायला हवे.

इंग्लंडमधील अनेक क्रॉमवेलियन चर्चमध्ये हे वाक्य लिहिलेले आहे : 'विचार करा आणि धन्यवाद द्या.' हे शब्द आपल्या हृदयावरही कोरायला हवेत, 'विचार करा आणि धन्यवाद द्या.' ज़्या गोष्टींसाठी आपण कृतज्ञ असायला हवे त्या सर्व गोष्टींचा विचार करा आणि मग देवाला त्या कृपेसाठी आणि मिळालेल्या वरदानासाठी धन्यवाद द्या.

गुलिवर्स ट्रॅव्हल्सचे लेखक ज़ोनाथन स्ट्रिट हे इंग्रजी साहित्यामध्ये सर्वाधिक निराशावादी लेखक होते. आपण जन्माला आल्याबद्दलच ते इतके दुःखी होते की ते आपल्या वाढदिवसाच्या दिवशी काळे कपडे घालीत असत. तसेच उपवासही करीत असत. इतक्या निराशेनंतरही इंग्रजी साहित्यातील सर्वोच्च निराशावादी असलेला हा लेखक आनंद आणि सुखाच्या आरोग्यदायी शक्तीचे क़ौतुक करीत असे. त्याने लिहिले होते, 'ज़गामध्ये सर्वात चांगले डॉक्टर आहेत... डॉक्टर जेवण, डॉक्टर शांतता आणि डॉक्टर आनंदी मन.'

तुम्हाला आणि मला डॉक्टर आनंदी मन यांच्या सेवा २४ तास मोफत मिळू शकतात, आपण फक्त आपले लक्ष अविश्वसनीय नियमातांवर केंद्रित करायला हवे. अशा नियामती ज्या अलिबाबाच्या वैभवी खजिन्यापेक्षाही जास्त मौल्यवान आहेत. शंभर दस लक्ष डॉलरसाठी तुम्ही आपले दोन्ही डोळे विकू शकता? तुम्ही आपल्या दोन्ही पायांच्या बदल्यात काय घ्याल? आपल्या हातांच्या बदल्यात किती डॉलर हवेत? तुमच्या ऐकण्याच्या शक्तीच्या

मोबदल्यात काय घ्याल? तुमची मुले? आपल्या कुटुंबियांच्या बदल्यात? तुम्ही या सर्व संपत्तीची गोळा बेरीज करा. मग रॉकफेलर, फोर्ड आणि मॉरगॉन यांच्या एकत्रित संपत्तीच्या बदल्यात सुद्धा तुम्ही तुमच्याकडील या सर्व वस्तू विकणार नसल्याचे तुम्हाला आढळून येईल.

आपल्याला या सर्व वस्तूंचे मोल कळते का? नाही. ज़से शॉपिनहारने म्हटले होते, 'आपल्याकडे काय काय नाही याचाच आपण सतत विचार करीत असतो. आपल्याकडे काय आहे, याचा मात्र आपण खूप कमी वेळा विचार करतो.' होय, आपली हीच सवय जगातील सर्वात मोठा त्रास आहे की, 'आपल्याकडे काय काय नाही याचाच आपण सतत विचार करीत असतो. आपल्याकडे काय आहे, याचा मात्र आपण खूप कमी वेळा विचार करतो.' याच एका प्रवृत्तीने जगातील सर्व युद्ध आणि महामारीच्या तुलनेत ज़ास्त दुःख दिले आहे.

यामुळेच ज़ॉन पामर नावाचा एक सामान्य माणूस एका खडूस म्हाताऱ्यामध्ये परावर्तित झाला. त्याचे घर जवळपास नष्ट झाले. मला हे माहीत आहे कारण त्यानेच मला हे सर्व सांगितले आहे.

पामर पॅटरसन न्यू जर्सीमध्ये राहत असत. त्यांनी सांगितले, 'सैन्यातून परत आल्यावर मी माझा स्वतःचा व्यवसाय सुरू केला. मी रात्रंदिवस परिश्रम केले. सर्व काही ठीक ठाक चालले होते. तोच समस्येला सुरूवात झाली. मला सुटे भाग आणि साहित्य मिळेना गेले. मला आपला व्यवसाय बंद तर करावा लागणार नाही ना, अशी मला भीती वाटू लागली. मी इतका चिंतीत झालो की एका सामान्य माणसाचा एक खडूस म्हातारा झालो. मी खूपच कटू आणि खूप चिडचिडा झालो. अर्थात ही गोष्ट मला तेव्हा कळत नव्हती, पण आता माझ्या लक्षात आले आहे क़ी मी माझे सुखी घर नष्ट करण्याच्या काठावर येऊन ठेपलो होतो. तोच एके दिवशी माझ्यासाठी काम करणारा एक अपंग अनुभवी युवक माझ्याकडे आला आणि मला म्हणाला, 'ज़ॉनी, तुला स्वतःची लाज वाटायला हवी. तू तर असा वागतोस जसे काही सर्व समस्या तुला एकट्यालाच आहेत. समजा अशा परिस्थितीमुळे काही काळ दुकान बंद करावे लागले तर त्यामुळे असा काय फरक पडणार आहे? परिस्थिती सामान्य झाल्यावर तू पुन्हा हे सर्व सुरू करू शकतोस. ख़रं तर अनेक गोष्टीसाठी तू कृतज्ञ असणे अपेक्षित असताना तू तर गुरुगुरत आहेस. मी तुझ्या जागी असायला हवे होते, अशी माझी किती इच्छा आहे. जरा माझ्याकडे बघ. मला फक्त एक हात आहे

आणि माझा आर्धा चेहरा हल्ल्यामध्ये गायब झाला होता. तरीही माझी त्याबद्दल काहीही तक्रार नाही. तू अशा प्रकारे गुरगुरणे आणि बडबडणे बंद केले नाही तर तू फक्त आपला बिझनेस आणि सोबत आपले आरोग्य, आपले कुटुंब आणि आपले मित्रही गमावून बसशील.

'या गोष्टींनी मला रस्त्यामध्येच अडविले. मी किती चांगल्या स्थितीत आहे, याची मला हे ऐकल्यावर जाणीव झाली. त्याच वेळी मी बदलण्याचा आणि अगदी पूर्वीसारखे होण्याचा संकल्प केला. नंतर तसा झालो सुद्धा.'

माझी एक मैत्रिण लुसिल ब्लेक हिला अशाच त्रासाच्या काठावर थरथरावे लागले तेव्हा कुठे तिने आपल्यातील उणिवांबद्दल चिंता करण्याऐवजी आपल्याकडे असलेल्यावर समाधानी होणे शिकले. मी लुसिलला अनेक वर्षांपूर्वी भेटलो होतो. तेव्हा आम्ही कोलंबिया विद्यापीठातील स्कूल ऑफ जर्नालिझममध्ये लघुकथा लेखनाचा अभ्यास करीत होतो. क़ाही वर्षांपूर्वी तिला अतिशय जबरदस्त धक्का बसला. तेव्हा ती टक्सन एरिझोनामध्ये राहत होती. तिने मला सांगितलेली तिची कथा अशी आहे -

'मी एखाद्या भोवऱ्यामध्ये अडकले होते. एरिझोना विद्यापीठात मी शिकत होते. शहरामध्ये स्पीच क्लीनिक चालवित होते. मी राहत असलेल्या ड़ेजर्ट विलो रॅंचमध्ये संगीताचे क्लास घेत होते. मी पार्टीज, डान्स आणि घोडेस्वारीसाठीही जात असे. एके सकाळी मी पडले. अरे देवा! 'तुला पूर्ण एक वर्षभर झोपून विश्रांती घ्यावी लागेल.' ड़ॉक्टरांनी मला सांगितले. मी पुन्हा कधी शक्तिशाली होऊ शकेल असे काही त्यांनी मला सांगितले नाही.

'एक वर्षभर अंथरूणामध्ये! त्यावेळी? अपंग होऊन... कदाचित त्यात माझा मृत्यूही झाला असता. मी दहशतीत होते. हे माझ्या बाबतीत काय होऊन बसले होते? मी असे काय केले होते म्हणून मला त्याचे हे फळ मिळाले? मी रडले. आरडा-ओरडा केला. मी कटु आणि बंडखोर झाले. शेवटी डॉक्टरांच्या सल्ल्यानुसार मी आंथरुणावर गेले. माझे एक शेजारी मिस्टर रूडाल्फ (जे एक चित्रकार आहेत) मला म्हणाले, 'एक वर्षभर आंथरुणामध्ये पडून राहणे त्रासदायक होईल, असे आता तुला वाटत आहे. फण असे होणार नाही. तुला विचार करण्यासाठी आणि स्वतःला ओळखण्यासाठी वेळ मिळेल. तू आपल्या पूर्ण जीवनात जितका आध्यात्मिक विकास केला आहेस, त्यापेक्षा अधिक आध्यात्मिक विकास तू पुढच्या काही महिन्यात करून घेशील.' मी सामान्य झाले आणि जीवन मूल्यांची एक

नवीन जाणीव विकसित करण्याचा प्रयत्न करू लागले. मी प्रेरक पुस्तके वाचली. एके दिवशी मी रेडिओवर ऐकले. कोणी तरी सांगत होते, **'ज़े तुमच्या चेतनेमध्ये आहे तेच फक्त तुम्ही व्यक्त करू शकता.'** अशा प्रकारचे शब्द मी पूर्वीही अनेक वेळा ऐकले होते, पण यावेळी त्यांनी थेट माझ्या हृदयाला हात घातला. त्यांनी तिथे आपली मुळे रोवली. ज़्या विचारांसोबत मला जगायचे आहे, त्याचाच मी विचार करील, असा मी त्याच क्षणी संकल्प केला. सुख, आनंद, आरोग्याचे विचार. दररोज सकाळी उठल्यावर मी मलाच त्या सर्व गोष्टींची आठवण करून देत असे, ज्याबद्दल मला कृतज्ञ रहायला हवे होते. क़ाहीही वेदना नाही. एक सुंदर तरुण मुलगी. माझे डोळे, माझे कान. रेडिओवर वाजणारे मधूर संगीत. वाचण्यासाठी पुस्तके आणि वेळ. चांगले जेवण. चांगले मित्र. मी इतकी आनंदी राहू लागले आणि मला भेटण्यासाठी इतके लोक येऊ लागले की काही काळानंतर डॉक्टरांना माझ्या केबीनबाहेर बोर्ड लावावा लागला, 'एका वेळी माझ्या केबिनमध्ये फक्त एकाच व्यक्तीला भेटण्यासाठी पाठविण्यात येईल. तेही भेटण्याच्या ठराविक वेळेतच.'

'तेव्हापासून अनेक वर्षे निघून गेली आहेत आणि आता तर मी सक्रिय जीवन जगत आहे. मी आंथरुणावर घालविलेल्या त्या एका वर्षासाठी मी मनापासून आभारी आहे. एरिझोनामध्ये घालविलेले ते सर्वात मौल्यवान आणि सुखद वर्ष होते. रोज सकाळी आपल्याला मिळालेले वरदान मोजण्याची मी तेव्हा जी सवय लाऊन घेतली होती, ती अजूनही कायम आहे. ते माझ्या सर्वात मौल्यवान परंपरेपैकी एक आहे. मला याची जाणीव आहे तसेच मला त्याची लाजही वाटते की मी आता मरणार आहे, ही भीती मला सतावत नव्हती तोपर्यंत मी खऱ्या अर्थाने जगायलाच शिकले नव्हते.'

माझी लाडकी लुसिल ब्लैक, तुला कदाचित या गोष्टीची जाणीव नसेल, पण तू असा धडा शिकली आहेस जो डॉ. सॅम्युअल ज़ॉनसन यांनी दोनशे वर्षांपूर्वी शिकला होता. ड़ॉ. जॉनसन म्हणाले होते, **'प्रत्येक घटनेची चांगली बाजू पाहण्याची सवय वर्षाला एक हजार पौंडच्या कमाईपेक्षा जास्त मौल्यवान आहे.'**

लक्षात घ्या, हे शब्द एखाद्या स्थायी आशावादी व्यक्तीने म्हटले नव्हते तर, ज़्याने वीस वर्षे उपवास, चिंता आणि चिथडे यांच्यासोबत घालविले होते. शेवटी आपल्या पिढीतील एक प्रसिद्ध लेखक झाले होते. तसेच सर्वकालीन थोर वक्ताही झाले.

लॉगन पियर्सन स्मिथने थोड्याच शब्दात खूप काही समजूतदारपणा भरला होता. त्याने म्हटले होते, 'ज़ीवनामध्ये दोन ध्येय असायला हवीत. पहिले म्हणजे जे तुम्हाला

मिळवायचे आहे ते आणि दुसरे त्याचा आनंद घेणे. फक्त जास्त समजूतदार लोकच दुसरे ध्येय गाठू शकतात.'

किचनमधील सिंकमध्ये भांडे धुणे हे जास्त रोमांचक कसे करता येते, हे जाणून घेण्याची तुमची इच्छा आहे का? तसे असेल तर तुम्ही बॉर्गहिल्ड ड्हलच्या अविश्वसनिय धाडसाचे पुस्तक वाचा. त्याचे नाव आहे, 'आय वॉंटेड टू सी'.

सुमारे पन्नास वर्षे जवळपास आंधळयासारखे जीवन जगणाऱ्या एका महिलेने हे पुस्तक लिहिले आहे. ती लिहिते, 'मला फक्त एकच डोळा होता आणि त्यावर इतक्या खुणा होत्या की मी डाव्या बाजूच्या एका लहानशा छिद्रातूनच पाहू शकत असे. एखादे पुस्तक मी माझ्या चेहऱ्याला भिडविल्यानंतरच ते पाहू शकत असे. त्यावेळी मला माझ्या डोळयाच्या डाव्या बाजूवर जितका भर देता येईल तितका मी देत असे.'

दयनीय जीवन जगत असल्यामुळे आपल्याला 'वेगळे' समजायला त्यांनी नकार दिला. लहानपणी तिला इतर मुलांसोबत हॉपस्कॉच खेळायचा असे, पण तिला खुणा दिसत नसत. त्यामुळे ती इतर सर्व मुले घरी निघून गेल्यावर तेव्हा ती जमिनीवर वाकून आपले डोळे त्या खुणांच्या जवळ आणून रांगत असे. तिने जमिनीचा तो तुकडा जसाच्या तसा पाठ करून लक्षात ठेवला, जिथे ती आणि तिच्या मैत्रिणी खेळत असत. लवकरच ती धावण्याच्या खेळात निपूण झाली. तिने घरीच वाचण्याचे काम केले. ती मोठे अक्षरे असलेले पुस्तक आपल्या चेहऱ्याच्या इतके जवळ ठेवीत असे की, तिच्या पापण्या पुस्तकाच्या पानांना स्पर्श करीत असत. तिने कॉलेजच्या दोन पदव्या मिळविल्या. मिनेसोटा विद्यापीठातून बी.ए. तर कोलबिंया विद्यापीठातून एम.ए.ची पदवी.

मिनसोटा मधील एक लहानसे गाव ट्विन व्हॅलीमध्ये शिकवायला सुरुवात केली. तिथून तिने आपल्या प्रगतीला सुरूवात केली आणि सिक्स फॉल्स साउथ डकोटजमधील ऑगस्टाना कॉलेजमध्ये पत्रकारिता आणि साहित्याची प्राध्यापिका होईपर्यंत तिने आपला प्रवास सुरूच ठेवला. तिने तेरा वर्षे शिकविले. महिलांसमोर व्याख्याने दिली. पुस्तके आणि लेखकांबद्दल रेडिओवर वृत्ते दिली. ती लिहिते, **'माझ्या डोक्यात पूर्ण आंधळे होण्याची भीती कायम वसलेली होती. त्यावर मात करण्यासाठी मी जीवनाबद्दल एक आनंददायी आणि सतत हासतमुख दृष्टिकोन विकसित केला.'**

मग १९४३ साली ती ५२ वर्षांची असताना एक चमत्कार झाला. प्रसिद्ध मेयो क्लिनिकमध्ये ऑपरेशन. आता ती पूर्वीपेक्षा चाळीसपट अधिक चांगले पाहू शकत होती.

सौंदर्याचे एक नवीन आणि रोमांचक जग तिच्यासमोर खुले झाले. आता तिला किचनच्या सिंकमध्ये भांडे धुणेही रोमांचक वाटू लागले. मी भांड्यामधील पांढऱ्या फेसासोबत खेळत असे. मी बुडबुड्यांमध्ये आपले हात बुडवित असे आणि साबणाचे लहान लहान बुडबुडे आपल्या हातावर घेत असे. मी त्यांना प्रकाशात धरत असे आणि त्यातील प्रत्येकामध्ये मला सुंदर इवलेसे इंद्रधनुष्य दिसत असे.'

साबणाचे बुडबुडे आणि फेस पाहण्यात तिला असीम आनंद होत असे की तिने आपल्या पुस्तकाचा शेवट या शब्दांनी केला आहे, 'लाडक्या देवा, मी हळूवारपणे सांगत आहे. स्वर्गामध्ये बसलेल्या हे परम पित्या, मी तुला धन्यवाद देते. ... मी तुला धन्यवाद देते.'

तुम्ही आता भांडी पाहू शकता. बुडबुड्यामध्ये इंद्रधनुष्य पाहू शकता आणि बर्फामध्ये थेंबांना उडताना पाहू शकता म्हणून तुम्ही देवाला धन्यवाद देत आहात, याची थोडी कल्पना करा.

तुम्हाला आणि मला स्वतःचीच लाज वाटायला हवी. इतक्या सुंदर जगामध्ये आपण इतक्या वर्षांपासून राहत आहोत, पण आपण इतके आंधळे आहोत की आपण त्याचे सौंदर्य पाहूच शकत नाहीत. आपण इतके मूर्ख आहोत की आपण त्याचा आनंद घेऊ शकत नाहीत.

आपल्याला जर चिंता सोडून सुखाने जीवन जगायचे असेल तर त्यासाठी चौथा नियम असा आहे :

आपला आनंद मोजा, आपला त्रास नाही !

१६

या जगात तुमच्यासारखे कोणी नाही

> **ज़े ते नसतात तरीही ते असल्याचे नाटक करणाऱ्या लोकांपासून बचाव करण्याची सर्वात सुरक्षित पद्धत ही आहे की त्यांना शक्य होईल तितक्या लवकर बाहेर हाकलून लावावे, हे मी अनुभवातून शिकलो आहे.**
>
> – सॅमवूड

माझ्या समोर माउंट एअरी, नॉर्थ कॅरोलिनामधील मिसेस एडिथ एलरेड यांचे पत्र पडलेले आहे. त्या लिहितात, लहानपणी मी खूपच लाजाळू आणि संवेदनशील होते. मी जाडी होते आणि माझे गाल सदैव फुललेले असायचे त्यामुळे मी आहे त्यापेक्षा जरा जास्तच जाड दिसायचे. माझी आई जुन्या विचारांची होती आणि सुंदर कपडे घालणे मूर्खपणाचे आहे, असे तिला वाटत होते. ती नेहमी म्हणत असे, 'मोठे कपडे जास्त दिवस टिकतात तर तंग कपडे लवकर फाटून जातात.' त्यामुळे मग ती मला याच सिद्धांतानुसार कपडे घालीत असे. मी कधी पार्टीला गेले नाही की कधी मौज मस्ती केली नाही. शाळेतही मी इतर मुलांप्रमाणे कोणत्या कार्यक्रमात सहभागी झाले नाही. ॲथलेटिक्सही नाही. मी खूपच जास्त लाजत असे. मी इतरांपेक्षा वेगळी आहे आणि मी कोणालाही आवडत नाही, असे मला वाटत असे.

'मी मोठी झाल्यावर माझे लग्न माझ्यापेक्षा वयाने किती तरी मोठ्या असलेल्या व्यक्तीशी झाले. तरीही मी बदलले नाही. माझ्या सासरची माणसे अतिशय संतुलित आणि आत्मविश्वास असलेले होते. मला जसे व्हायचे होते तसेच ते होते, पण मी मात्र तशी होऊ शकले नाही. त्यांच्यासारखे होण्यासाठी मी माझ्या परीने पूर्ण प्रयत्न केले, पण तशी झाले नाही. ते मला

बाहेर काढण्याचा जितका प्रयत्न करीत होते, तितकी मी खोल खोल रुतत जात होते. मी नर्व्हस आणि चिडचिडी झाले. मी माझ्या सर्व मित्रांना टाळू लागले. माझी अवस्था इतकी वाईट झाली होती की घंटी वाजण्याच्या आवाजानेही मी घाबरत असे. मी पराभूत झाले होते. मला ही गोष्ट माहीत होती आणि माझ्या पतीला हे सर्व कळेल अशी मला भीती वाटत होती. त्यामुळे आम्ही जेव्हा बाहेर जात असूत तेव्हा मी जास्त आनंदी दिसण्याचा प्रयत्न करीत असे. त्यामुळे माझी नेहमीच ओव्हर ॲक्टिंग होत असे. मी दुःखी राहत असे. शेवटी मी इतकी दुःखी झाले की असे जीवन जगण्याचा काय फायदा असा मी विचार केला. मी आत्महत्या करण्याचा विचार करू लागले.

या दुःखी महिलेच्या जीवनात बदल कसा काय झाला? अशाच ऐकलेल्या फक्त एका वाक्यामुळे.

एका सामान्य टिपणीने माझे जीवनच बदलून टाकले. एके दिवशी माझी सासू मला तिने आपल्या मुलांचे पालन पोषण कशा प्रकारे केले ते सांगत होती. त्या म्हणाल्या, 'परिस्थिती कशीही असली तरीही ते जसे आहेत तसेच ते दिसावेत यासाठी मी सातत्याने प्रयत्न केले.' या वाक्याने चमत्कार केला. मला त्याच क्षणी जाणीव झाली की सर्व दुःखे मी स्वतःच विकत घेतली आहेत. क़ारण ज्यामध्ये माझे खरे रूप फीट बसणार नव्हते, अशा साच्यामध्ये मी मला बसविण्याचा प्रयत्न करीत होते.

'मी एका रात्रीतून बदलले. मी माझ्या खऱ्या स्वरुपानुसार रहायचे ठरविले. आपल्या व्यक्तिमत्त्वाचे विश्लेषण करण्याचा प्रयत्न केला. मी काय होते, हे जाणून घेण्याचा मी प्रयत्न केला. माझ्यातील चांगल्या गुणांचा अभ्यास केला. रंग आणि स्टाईलच्या बाबतीत जे काही शिकू शकत होते, ते सर्व मी शिकले. मला चांगले दिसतील अशा प्रकारचे कपडे मी वापरू लागले. मी मित्र मिळविण्याच्या मोहिमेवर निघाले. त्यासाठी मी एका संघटनेत सहभागी झाले. सुरुवात मी एका लहनशा संघटनेपासून केली. ... त्यांनी मला एकदा भाषण देण्यासाठी उभे केले तेव्हा भीतीने माझा जीव जाण्याची वेळ आली होती. पण नंतर मंचावरून बोलायला सुरुवात केल्यावर दरवेळी माझी हिमंत थोडी थोडी वाढत होती. यासाठी खूप वेळ लागला. अर्थात आज मी इतकी आनंदी आहे की त्याची मी कधी स्वप्नातही कल्पना केली नव्हती. आपल्या मुलांचे पालन पोषण करताना मी त्यांना नेहमी हाच धडा शिकविला, ज़ो मी इतक्या कटु अनुभवानंतर शिकले होते - **'परिस्थिती कशीही असली तरीही तुम्ही जसे आहात तसेच वागा.'**

डॉ. जेम्स गार्डन गिल्की यांच्यानुसार आपल्या असली स्वरुपात राहण्याच्या इच्छेशी संबंधित समस्या 'तितकीच जुनी आहे, जितका इतिहास आणि तितकीच शाश्वत आहे, जितके मानवी जीवन.' आपल्या खऱ्या स्वरुपात राहण्याच्या अनिच्छेची ही समस्या अनेक न्युरासिस, सायकासिस आणि क़ॉम्पलेक्सेसच्या कुलुपांची दडवलेली चाबी आहे. एन्वले पात्रीने मुलांच्या प्रशिक्षणावर तेरा पुस्तके आणि हजारो सिंडिकेटेड वृत्तपत्रिय लेख लिहिले आहेत. ते म्हणतात, 'जो आपल्याऐवजी दुसरे कोणी तरी बनण्याचा प्रयत्न करतो आणि आपल्या शरीरात आणि मेंदूमध्ये तो जसा आहे, त्यापेक्षा वेगळे होण्याची इच्छा बाळगून असतो, त्याच्या इतके दु:खी या जगात दुसरे कोणीही असत नाही.'

तुम्ही जसे नाहीत तसे होण्याची ही इच्छा विशेषत्वाने हॉलिवूडमध्ये खूप मोठ्या प्रमाणात आढळून येते. हॉलिवूडचे प्रसिद्ध चित्रपट निर्माते सॅम वूड यांनी सांगितले की त्यांना तरुण अभिनेत्यांसोबत काम करीत असताना त्यांना त्यांच्या असली स्वरुपात ठेवण्याची खूप मोठी समस्या निर्माण होते. या सर्वांनाच दुसऱ्या क्रमांकाचा तालना टर्नर किंवा तिसऱ्या क्रमांकाचा क़्लार्क गेबल व्हायचे असते. सॅम वूड यांना त्यांना वारंवार सांगावे लागते, **'लोकांनी त्या अभिनेत्यांची चव आधीच चाखून पाहिली आहे. आता लोकांना काही वेगळे हवे आहे.'**

'गुडबाय मि. चिप्स' आणि 'फॉर हूम द बेल टोल्स' या सारख्या चित्रपटांचे दिग्दर्शन करायच्या आधी सॅम वूड यांनी रिअल इस्टेट बिझनेसमध्ये सेल प्रतिभा विकसित करण्यासाठी अनेक वर्षे घालविली. चित्रपट विश्वात जे सिद्धांत काम करीत असतात तेच बिझनेस विश्वातही काम करीत असतात, असा त्यांचा दावा आहे. तुम्ही माकडाप्रमाणे नकल करून कोठेही पोहचू शकत नाहीत. तुम्ही पोपट होऊ शकत नाहीत. सॅम वूड म्हणतात, **'ज़े ते नसतात तरीही तेच असण्याचे नाटक करतात अशा लोकांना आधी बाहेर काढणे, हा त्यांच्यापासून बचाव करण्याचा सर्वात सुरक्षित मार्ग असल्याचे मी अनुभवातून शिकलो आहे.'**

एका मोठ्या तेल कंपनीचें रोजगार संचालक पॉल बॉईन्टन यांना मी विचारले की लोक रोजगारासाठी अर्ज करताना सर्वात मोठी चूक कोणती करतात? त्यांना हे माहीत असायलाच हवे होते कारण त्यांनी आतापर्यंत साठ हजाराहून अधिक लोकांच्या मुलाखती घेतल्या आहेत आणि 'नोकरी मिळविण्याच्या सहा पद्धती' या पुस्तकाचे लेखनही केले आहे. त्यांनी उत्तर दिले, 'नोकरी मिळविण्यासाठी केलेल्या अर्जामध्ये उमेदवार सर्वात

मोठी चूक अशी करतात की ते आपल्या खऱ्या स्वरूपात राहत नाहीत. आपल्या खऱ्या व्यक्तिमत्त्वात राहून मोकळेपणाने उत्तरे देण्याऐवजी ते त्यांच्या हिशोबाने आपल्याला हवी असलेली उत्तरे देतात.' अर्थात ही पद्धत यशस्वी होत नाही कारण क़ोणालाही नकली गोष्ट नकोच असते. खोटे नाणे सर्वांनाच नको असते.

एका बस कंडक्टरच्या मुलीने हा धडा खूप अडचणीनंतर शिकला. तिला गायिका व्हायचे होते, पण तिचा चेहरा तिच्या दुर्दैवाचे कारण होता. तिचा जबडा खूप मोठा होता आणि तिचे दात बाहेरच्या बाजूला निघालेले होते. तिने पहिल्यांदा न्यू जर्सी नाईट क्लबमध्ये लोकांसमोर गायन सादर केले तेव्हा तिने आपल्या वरच्या ओठांनी बाहेर निघालेले दात झाकण्याचा प्रयत्न केला. तिने 'ग्लॅमरस' दिसण्यासाठी प्रयत्न केले. परिणाम? तिने स्वतःला मूर्ख सिद्ध केले. तिला अपयशी व्हावेच लागले.

अर्थात त्या नाईट क्लबमध्ये बसून एक व्यक्ती तिचे गाणे ऐकत होता. तिच्यामध्ये प्रतिभा असल्याचे त्याने हेरले. त्याने स्पष्ट शब्दांमध्ये तिला सांगून टाकले, 'मी तुझे गाणे ऐकत होतो आणि तू काय लपविण्याचा प्रयत्न करीत होतीस हेही मला माहीत आहे. तुला आपल्या दातांची लाज वाटत होती.' ती मुलगी लाजली, पण त्या माणसाने आपले बोलणे पुढे सुरूच ठेवले, 'त्यामुळे काय फरक पडतो? दात बाहेर निघणे हा काय गुन्हा आहे? त्यांना लपविण्याचा प्रयत्न करू नको. आपले तोंड उघड आणि तू लाजत नाहीस हे प्रेक्षकांच्या लक्षात आल्यावर तेही तुला स्वीकारतील.' पुढे तो हासत हासत म्हणाला, 'ज्या दातांना लपविण्याचा तू प्रयत्न करीत आहेस तेच एखाद्या दिवशी कदाचित तुझे नशीब बदलून टाकतील.' क़ॅस डैलीने त्या माणसाने दिलेला सल्ला ऐकला. ती आपल्या दातांना विसरून गेली. या घटनेनंतर ती फक्त आपल्या प्रेक्षकांचाच विचार करीत होती. ती आपले तोंड पूर्णपणे उघडत असे आणि इतक्या आनंदाने तसेच उत्साहाने गात असे की, ती चित्रपट आणि रेडिय़ोमधील टॉपची गायिका झाली. दुसरे विनोदी कलाकार तिची नक्कल करण्याचा प्रयत्न करू लागले.

ज़्यांना आपले असली स्वरूप कळत नाही अशाच लोकांबद्दल विल्यम जेम्स ही प्रसिद्ध व्यक्ती बोलत होती. सामान्य व्यक्ती आपल्यामध्ये असलेल्या मानसिक योग्यतांपैकी फक्त दहा टक्केच विकसित करू शकतो, असे ते त्यावेळी म्हणाले. त्यांनी लिहिले आहे, **'आपण जे असायला हवे त्याच्या तुलनेत आपण आर्धेच जागृत असतो. आपल्या शारीरिक आणि मानसिक संसाधनांचा खूपच थोडा भाग वापरत असतो. मोठ्या**

स्वरूपात सांगायचे झाले तर माणूस आपल्या शक्यतांना खूप कमी स्वरुपात वापरतो. त्याच्याकडे अशा अनेक शक्ती असतात, ज्यांचा वापर करण्यात तो आपल्या सवयींमुळे अपयशी होतो.'

तुमच्यामध्ये आणि माझ्यामध्ये अशा प्रकारच्या योग्यता आहेत म्हणून आपण इतर लोकांसारखे नाहीत याची चिंता करण्यात एक क्षणही वाया घालवू नका. या जगात तुम्हा एकदम वेगळे आहात. जगाची सुरूवात झाली तेव्हापासून आतापर्यंत तुमच्यासारखे कोणीही झाले नाही की आगामी अनेक शतकांमध्ये तुमच्यासारखे कोणी होऊ शकणार नाही. ज़नेटिक्स सायन्स आपल्याला हेच सांगते की, तुम्ही जे काही आहात ते पूर्णपणे तुमच्या वडिलांचे २४ आणि तुमच्या आईचे २४ अशा ४८ क्रोमोझोम्समुळे मिळून तयार झाले आहात. तुमचा वारसा नक्की करणारी प्रत्येक गोष्ट या ४८ क्रोमोझोम्समध्ये समाविष्ट असते. एमरॅम शिनफेल्ड म्हणतात की, प्रत्येक क्रोमोझोम्समध्ये अनेक डझनांपासून शेकडो जीन्स असतात. अनेक वेळा तर एखाद्या जीन्समध्येच व्यक्तीचे सर्व आयुष्य बदलून टाकण्याचे सामर्थ्य असते. ख़री गोष्ट अशी आहे की 'भीतीदायक आणि आश्चर्यकारक' पद्धतीने आपली निर्मिती झाली आहे.

तुमच्या आई वडिलांचे मिलन झाल्यानंतर तुमच्यासारखीच व्यक्ती निर्माण होण्याची शक्यता तीन लाख बिलियनमध्ये एक इतकीच असते. दुसऱ्या शब्दात सांगायचे झाले तर तुम्हाला तीन लाख बहीण-भाऊ असते तर ते सर्वच्या सर्व तुमच्यापेक्षा वेगळे असते. हा एक अंदाज आहे का? नाही. हे एक वैज्ञानिक सत्य आहे. तुम्हाला या बाबतीत अधिक माहीती करून घ्यायची असेल तर एमरॅम शैनफिल्ड यांचे **'यू अँड हेरिडेटी'** हे पुस्तक वाचा.

आपल्या असली स्वरुपात राहण्याबद्दल मी इतक्या विश्वासाने सांगू शकतो कारण मला ही गोष्ट मनाच्या खूप आतून जाणवते. मी कोणत्या बाबतीत बोलत आहे, हे मला माहीत आहे. हे मी कटु आणि मौल्यवान अनुभवांच्या आधारे जाणतो. मिसुरीच्या मक्काच्या शेतातून मी पहिल्यांदा न्यूयार्कला आलो तेव्हा मी अमेरिकन ॲकाडमी ऑफ ड्रामॅटिक आर्टस मध्ये माझे नाव नोंदविले होते. मला अभिनेता व्हायचे होते. माझ्या डोक्यात एक भन्नाट कल्पना आहे, असे मला वाटत होते. सफलतेचा शॉर्टकट. असा एक विचार जो खूप सोपा होता. हजारो महत्त्वाकांक्षी लोकांच्या मनामध्ये हा विचार का आला नाही, असा मला प्रश्न पडला होता. त्या काळातील सर्वात प्रसिद्ध अभिनेत्यांच्या कौशल्याचा

अभ्यास करणे. ज़ॉन ड्र्यू, वाल्टर हॅपंडेन आणि ओटिस स्किनर. ते आपली छाप कसे सोडतात. मग मी प्रत्येकातील फक्त चांगले गुण आत्मसात करील. त्या आधारे मी स्वतःला त्यांचा एक चकाकणारा समन्वयक बनवेल. किती मूर्खपणाचा विचार होता हा. अतिशय वाह्यात. इतर लोकांची नक्कल करण्यामध्ये अनेक वर्षे घालविल्यानंतर माझ्या रद्दड खोपडीत ही गोष्ट आली की मी आपल्या असली स्वरूपातच रहायला हवे. क़ारण मी दुसऱ्या कोणाही सारखा होऊ शकत नाही.

ख़रं तर या दुःखद घटनेपासून मी धडा घ्यायला हवा होता, पण मी तो घेतला नाही. मी खूपच मूर्ख होतो. मला हा धडा पुन्हा शिकावा लागला. अनेक वर्षांपूर्वी मी असे एक पुस्तक लिहिण्याची तयारी केली. ते माझ्या दृष्टीने बिझनेसमॅनसाठी पब्लिक स्पिकिंग (जाहीर भाषण) करण्यासाठी त्या काळातील सर्वोत्तम पुस्तक होते. हे पुस्तक लिहित असताना माझ्या डोक्यात तोच मूर्खपणाचा विचार होता, जो आधी अभिनय करताना होता. मी अनेक लेखकांचे विचार इकडून तिकडून गोळा करील आणि ते या पुस्तकामध्ये समाविष्ट करील. त्यामुळे ज्या मध्ये सर्व काही आहे, असे एक पुस्तक तयार होईल. त्यासाठी मी पब्लिक स्पीकिंगवरील डझनावरी पुस्तके गोळा केली. मग एक वर्षभर त्या पुस्तकांमधील विचार माझ्या पुस्तकात लिहित राहिलो. आपण किती मोठा मूर्खपणा करीत आहोत, ही गोष्ट एके दिवशी माझ्या लक्षात आली. दुसऱ्याच्या विचारांची मी जी खिचडी केली होती, ती इतकी नकली आणि निरस होती की कोणताही बिझनेसमन ते पूर्ण वाचण्याची हिमत करू शकला नसता. म्हणून मग मी माझे एका वर्षाचे परिश्रम कचऱ्याच्या टोपलीत टाकून दिले. मग पुन्हा नव्याने सुरूवात केली. यावेळी मी स्वतःला म्हणालो, **'डेल कार्नेगी, तुला डेल कार्नेगी होऊनच रहावे लागेल. त्याच्या चुका आणि मर्यादा सांभाळून. क़ारण तू कधीही कोण्या दुसऱ्यासारखा होऊ शकत नाहीस.'** म्हणून मग मी इतरांच्या विचारांचा समन्वय साधण्याचा प्रयत्न सोडून दिला. माझे हात सरसावले आणि मला जे करायाला हवे होते तेच मी केले. मी माझ्या स्वतःच्या अनुभवाच्या आधारे पब्लिक स्पिकिंगवर पुस्तक लिहिले. मला अशी आशा आहे की सर वाल्टर रॅले यांनी जो धडा शिकला होतो, तोच मी नेहमीसाठी शिकलो होतो. (मी त्या सर वॉल्टर रॅलेबद्दल बोलत नाही, ज्यांनी महाराणीला पाउल ठेवण्यासाठी आपला कोट काढून चिखलात टाकला होता. मी त्या सर वाल्टर रॅलेबद्दल बोलत आहे, जे १९०४मध्ये ऑक्सफर्डमध्ये इंग्रजी साहित्याचे प्राध्यापक होते.) ते म्हणाले होते, **'मी शेक्सपिअरसारखे लिहू शकणार**

नाही, पण मी माझे असे एक पुस्तक नक्कीच लिहू शकतो.'

आपल्या असली स्वरुपात रहा. इर्विंग बर्लिनने स्व. जॉर्ज ग़र्शविन यांना दिलेल्या सल्ल्यानुसार वाटचाल करा. बर्लिन आणि गर्शविन पहिल्यांदा भेटले तेव्हा बर्लिन खूप प्रसिद्ध व्यक्ती होते, तर गर्शविन एक संघर्ष करणारा तरुण संगीतकार होता. तो टीन पॅन एलीमध्ये पस्तीस डॉलर प्रति सप्ताह या पगारावर काम करीत होता. ग़र्शवीनची योग्यता पाहून बार्लिनने त्याच्या समोर आपला संगीत सचीव होण्याचा प्रस्ताव ठेवला. त्यासाठी मिळणारे वेतन त्याच्या सध्याच्या वेतनाच्या तीन पट होते. सोबतच बार्लिनने त्याला असाही सल्ला दिला, 'माझा संगीत सचीव होऊ नकोस. तू जर असे केलेस तर तू दुसऱ्या दर्जाचा बार्लिन होऊ शकतोस. पण त्याऐवजी तू जर आपल्या असली स्वरूपात क़ायम राहण्यासाठी ठामपणे उभा राहिलास तर एका दिवशी तू नक्कीच पहिल्या दर्जाचा गार्शविन होशील.'

ग़र्शविनने त्या इशाऱ्याकडे लक्ष दिले आणि हळूहळू स्वतःला आपल्या पिढीतील पहिल्या श्रेणीचा थोर अमेरिकन संगीतकार बनविले.

चार्ली चापलीन, वील रॉजर्स, मॅरी मार्गरिट मॅक्साईड, जीन ऑट्री आणि इतर कोट्यावधी लोकांना हाच धडा शिकावा लागला, जो मी या प्रकरणात शिकविण्याचा प्रयत्न करीत आहे. त्या सर्वांनी अनेक अडचणींचा सामना केल्यावर हा धडा शिकला. ज़सा मीही शिकलो होतो.

चार्ली चॅपलिन चित्रपटात आले तेव्हा चित्रपटाच्या दिग्दर्शकाने त्यांना त्या काळातील लोकप्रिय जर्मन कॉमेडियनची नकल करायला सांगितले. चार्ली चापलिनने आपल्या असली स्वरूपात अभिनय केला नाही तोपर्यंत त्याला यश मिळाले नाही. बॉब होप यांचा अनुभवही अशाच प्रकारचा होता. त्यांनी नृत्य संगीताच्या कार्यक्रमात अनेक वर्षे वाया घालविली. आपल्या असली स्वरुपात येऊन त्यांनी विनोद सांगायला सुरुवात केली नाही तोपर्यंत त्यांना यश मिळाले नाही. विल रॉजर्स एक शब्दही न बोलता अनेक वर्षे वॉडेविलमध्ये दोरी फिरवित होते. त्यांना आपल्यातील अदभूत हास्य प्रतिभेबद्दल त्यांना कळले नाही तोपर्यंत ते इतरत्र कुठेही जाऊ शकले नाहीत. तसेच दोरी फिरवित असताना त्यांनी बोलणे मात्र सुरू केले नाही.

मैरी मार्गरिट मॅक्ब्राईडने रेडिओवर पहिल्यांदा कार्यक्रम सादर केला तेव्हा तिने एका आयरिश क़ॉमेडियनची नक्कल करण्याचा प्रयत्न केला. त्यामध्ये ती अपयशी झाली. तिने

आपल्या असली स्वरूपात येण्याचा प्रयत्न केला म्हणजे मिसुरीहून आलेली एक साधी सुधी खेडूत मुलगी, तेव्हा ती न्यूयार्कमधील प्रसिद्ध रेडिओ स्टार झाली. ज़ीन ऑट्रीने आपला टेक्सासमधील खरेपणा दडवून एक शहरी मुलासारखे कपडे करून न्यूयार्कवरून आलेला एक शहरी मुलगा होण्याचा प्रयत्न केला तेव्हा लोक त्याच्या पाठीमागे त्याची टिंगल करीत असत. त्याने आपला बेंजो झंकारायला सुरुवात केली आणि क़ाऊबॉय बॅलेड गाण्याचा प्रयत्न केला तेव्हा ज़ीन ऑट्रोचा यशाच्या मार्गावरील असा प्रवास सुरू झाला की त्याने मागे वळून पाहिले नाही. चित्रपटात आणि रेडिओवरही तो जगातील प्रसिद्ध काऊबॉय झाला.

तुम्ही एकमेव आहात हे जाणून घ्या. या गोष्टीवर आनंदी व्हा. निसर्गाने तुम्हाला जे काही दिले आहे, त्याचा जास्तीत जास्त फायदा करून घ्या. अंतिम विश्लेषणामध्ये सर्व कला आत्मकथात्मक आहेत. तुमच्या आत जे आहे तेच तुम्ही गाऊ शकता. तुमचा अनुभव, वातावरण आणि अनुवांशिकता तुम्हाला जसे बनविते तसेच तुम्ही होता. चांगला असो की वाईटः तुम्हाला आपला इवलासा बाग सावरायलाच हवा. चांगले असो की वाईट, जीवनाच्या ऑर्केस्ट्रामध्ये तुम्हाला आपल्या वाट्याला आलेले वाद्य वाजवावेच लागेल.

ज़से इमर्सनने 'सेल्फ रिलायन्स' निबंधांत म्हटले होते. 'प्रत्येक व्यक्तीच्या शिक्षणामध्ये एक अशी वेळ येते, ज़ेव्हा तो या निष्कर्षावर पोहचतो की मत्सर अज्ञान आहे. नकल करणे एक प्रकारे आत्महत्या करणे असते. चांगले असो की वाईट; तुम्ही स्वतःला आहे तसे स्वीकारायला हवे. अर्थात हे विराट विश्व चांगुलपणाने भरलेले आहे. त्याला पिकविण्यासाठी दिलेल्या शेताच्या तुकड्यावर तो परिश्रम करतो तेव्हाच त्याला मक्काचे पोषक कणीस मिळू शकते. त्याच्यामध्ये जी शक्ती निवास करीत असते ती निसर्गामध्ये नवीन असते आणि ती दुसऱ्या कोणाला नाही तर फक्त त्यालाच माहीत असते. आपण काय करू शकतो हेही त्यालाच माहीत असते. ज़ोपर्यंत त्याला हे माहीत होत नाही तोपर्यंत त्याने प्रयत्न करू नयेत.'

इमर्सनने ही गोष्ट अशा प्रकारे सांगितली होती तर कवी डगलस् मॅलोकने ती अशा प्रकारे सांगितली आहे :

डोंगराच्या शिखरावर तुम्ही देवदार होऊ शकत नसाल तर,
दरीतील झुडूपच का होईना, पण व्हा.

एक चांगले जंगल नदी किनाऱ्यावरील
झाडी व्हा, तुम्ही वृक्ष होऊ शकत नसाल तर...
झाडी होऊ शकत नसाल तर गवत व्हा
एखाद्या राजमार्गाला आनंदी करा
तुम्ही कस्तुरी होऊ शकत नसाल तर
तळ्यातील इवलासा जीव तरी व्हा
तळ्यामधील सर्वात जिवंत जीव
सर्व जण कप्तान होऊ शकत नाहीत, कोणाला नावीकही व्हावे लागते,
आपल्या सर्वांसाठी इथे काही ना काही नक्कीच आहे
लहान कामेही आणि मोठी कामेही
आपल्याला जे करायचे आहे, ते आपल्या जवळ आहे...
राजमार्ग होऊ शकलो नाही तरी पाऊलवाटच बरी..
सूर्य होऊ शकलो नाही तर तारा का होईना
कोणत्याही आकारामुळे तुम्ही सफल किंवा असफल होत नाहीत
तुम्ही जसे आहात, जे आहात, सर्वश्रेष्ठ व्हा !

सुख आणि शांतता निर्माण करणाऱ्या मानसिक दृष्टिकोनाचा विकास करण्याचा आणि चिंता दूर करण्याचा पाचवा नियम आहे :

दुसऱ्याची नक्कल करू नका.

तुम्ही स्वतःला ओळखा आणि आपल्या असली स्वरुपात रहा.

१७

लिंबाचेच सरबत होऊ शकते

आपल्यातील कमकुवतपणाच अप्रत्यक्षरित्या आपली मदत करीत असतो.
– विल्यम जेम्स

हे पुस्तक लिहित असताना एके दिवशी मी शिकागो विद्यापीठात गेलो आणि तेथील कुलपती रॉबर्ट मैनार्ड हचिन्स यांना विचारले की, ते कशा प्रकारे चिंता दूर ठेवतात. त्यांनी उत्तर दिले, 'मी नेहमी स्व. जुलियस रोजेनवाल्ड यांच्या सल्ल्यानुसार वागण्याचा प्रयत्न केला. ज़े सियर्स, रोबेक आणि कंपनीचे अध्यक्ष होते.'तुम्हाला लिंबू मिळाल्यावर तुम्ही त्याचे लगेच शरबत करा.'

प्रत्येक थोर व्यक्ती हेच करीत असते. मूर्ख व्यक्ती मात्र नेमके याच्या उलट करत असते. त्याच्या जीवनात त्याला लिंबू मिळाले तर तो पराभव मान्य करतो आणि म्हणतो, 'मी पराभूत झालो आहे. माझे नशिब वाईट आहे. मी कोणत्याही प्रकारे सफल होऊ शकत नाही.' मग तो जगाला दोष द्यायला लागतो आणि आपल्या दुःखाचे रडगाणे गायला लागतो. समजूतदार माणसाला लिंबू मिळते तेव्हा तो स्वतःशी म्हणतो, 'या दुर्दैवापासून मी काय धडा घेऊ शकतो? मी कशा प्रकारे आपली स्थिती सुधारू शकतो? मी कशा प्रकारे या लिंबाचे सरबत बनवू शकतो?'

आयुष्यभर लोक आणि त्यांच्यात दडलेल्या शक्तीचा अभ्यास केल्यानंतर थोर मानसशास्त्रज्ञ अल्केड एडलरने एक रहस्य उजागर केले की प्रत्येक व्यक्तीमध्ये

‘नकारात्मकतेला सकारात्मकतेमध्ये बदलण्याची शक्ती असते.’

इते मी तुम्हाला अशा एका महिलेची रोमांचक आणि प्रेरक कथा सांगणार आहे, जिने आपल्या आयुष्यामध्ये असेच केले होते. तिचे नाव आहे थेल्मा थॉम्पसन. आपला अनुभव सांगताना ती मला म्हणाली, ‘युद्धाच्या काळात माझे पती कॅलिफोर्नियामध्ये मोजावे वाळवंटाजवळ आर्मी कॅम्पमध्ये स्थित होते. मी त्यांच्यासोबत राहण्यासाठी तिथे गेले. मला त्या जागेचा तिरस्कार होता. मी खूपच चिडत होते. पूर्वी कधीही मी इतकी दुःखी नव्हते. माझ्या पतीला मोजावे वाळवंटात ड्युटीवर पाठवले जात असे आणि त्या इवल्याशा झोपडीत मी एकटी राहत असे. असह्य उकाडा होता. कॅक्टसच्या सावलीत १२५ डिग्री. ज़वळपास बोलण्यासाठी कोणीही नाही. हवा सतत सुटत असे आणि त्यामुळे मी घेत असलेल्या जेवणात तसेच माझ्या श्वासातही फक्त धूळ आणि धूळच असायची.

‘मी इतकी दुःखी होते की मला माझीच दया येत होती आणि मग मी माझ्या आई वडिलांना पत्र लिहिले. मी पराभूत झाल्याचे आणि मी परत येत असल्याचे मी त्यांना लिहिले. मी तिथे एकही क्षण राहू शकत नाही. यापेक्षा मी एखाद्या तुरूंगात असते तर बरे झाले असते, असे मी त्यांना लिहिले. माझ्या वडिलांनी या पत्राला उत्तर म्हणून फक्त दोन ओळी लिहिल्या. त्या दोन ओळी मी कधीही विसरू शकणार नाही. त्या दोन ओळींनी माझे सारे आयुष्य बदलून टाकले :

दोन माणसांनी तुरूंगाच्या गजातून पलिकडे पाहिले.
एकाने चिखल पाहिला, दुसऱ्याने तारे पाहिले.

‘मी त्या दोन ओळी वारंवार वाचल्या. मला माझीच लाज वाटू लागली. मी निर्णय घेऊन टाकला. माझ्या सध्याच्या स्थितीमध्ये कोणत्या गोष्टी चांगल्या आहेत याचा मी शोध घेईल. मी आकाशातील ताऱ्यांकडे पाहिल.

‘मी तेथील स्थानिक लोकांशी बोलू लागले आणि त्यांची प्रतिक्रिया पाहून मी अस्वस्थ झाले. मी त्यांचे वीणकाम आणि त्यांची भांडे तयार करण्याची कला यामध्ये रस दाखविल्यावर त्यांनी आपल्या सर्वोत्तम कलाकृती मला भेट दिल्या. ख़रं तर त्या वस्तू ते पर्यटकांनाही विकत नसत. मी कॅक्टस, युक्का आणि ज़ोशुआ झाडांच्या आकारांचा रोमांचक अभ्यास केला. मी प्रेरित कुत्र्यांबद्दल शिकले. मी वाळवंटातील सूर्यास्त पाहिला आणि करोडो वर्षापूर्वी तिथे पडलेले सागरी शिंपले जमा केले. हे शिंपले त्या काळातील होते जेव्हा

वाळवंटातील वाळू सागराच्या तळाशी होती.

'माझ्यामध्ये हे आश्चर्यकारक परिवर्तन कशामुळे झाले? मोजावे वाळवंट बदलले नव्हते तर मी बदलले होते. मी माझा मानसिक दृष्टिकोन बदलला होता आणि असे करून मी एका अतिशय दुःखद अनुभवाला माझ्या जीवनातील अतिशय रोमांचक अनुभव बनविले होते. मी माझ्यावतीने शोधलेल्या या नवीन जगामुळे रोमांचित झाले होते णि प्रेरितही झाले होते. मी इतकी प्रेरित झाले होते की या अनुभवाबद्दल मी एक पुस्तकही लिहिले. ब्राईट रॅम्पार्टस नावाने प्रकाशित झालेली ही कादंबरी. ... मी स्वतःच माझ्या भोवती निर्माण केलेल्या तुरुंगाच्या बाहेर मी डोकावून पाहिले आणि तारे पाहिले...'

थेल्मा थॉम्पसनने ते जुनेच सत्य शोधून काढले होते, जे ग्रीक तत्त्ववेत्त्यांनी येशू ख्रिस्ताच्या जन्माच्या आधी पाचशे साल शोधून शिकविले होते, **'सर्वात चांगली गोष्ट सर्वाधिक अवघड असते.'**

'हॅरी इमर्सन फास्टिकने वीसाव्या शतकात हेच सत्य पुन्हा सांगताना म्हटले आहे, 'सुख बहुतेक प्रकरणात आनंद देत नाही तर, बहुतेक प्रकरणात तो विजय असतो.' होय, विजय जो यश मिळवून देतो, जिंकून देतो, लिंबांचे लिंबाच्या शरबतात रुपांतर करण्याची जाणीव झाल्यामुळे मिळते.'

मी फ्लोरिडामध्ये एकदा एका सुखी शेतकऱ्याला भेटलो. त्याने विष भरलेल्या लिंबाचे लिंबाच्या शरबतात रुपांतर केले. त्याला पहिल्यांदा शेत मिळाले तेव्हा तो खूप निराश झाला. ज़मीन इतकी वाईट होती की तिथे पिके किंवा फळबागा पिकविल्या जाऊ शकत नव्हत्या की डुकरांचे पालन केले जाऊ शकत होते. तिथे ओक आणि रानटी सापांशिवाय दुसरे काहीही नव्हते. तोच त्याच्या डोक्यात एक विचार आला. वाईट स्थितीला चांगल्या स्थितीत बदलविण्याचे ठरविले. तेथील सापांचा जास्तीत जास्त फायदा करून घेण्याचे त्याने ठरविले. त्या सापांचे डब्बाबंद मांस विकायला सुरूवात केली तेव्हा प्रत्येक जण आश्चर्यचकित झाला. क़ाही वर्षांपूर्वी मी त्या शेतकऱ्याला भेटण्यासाठी गेलो होतो तेव्हा त्याचे सापांचे फार्म पाहण्यासाठी वर्षाला वीस हजार पर्यटक येत असत. त्याचा धंदा अतिशय चांगला चालला होता. तो सापांच्या दातांमधून विष काढून तो प्रयोगशाळेला पुरवठा करीत असे. म्हणजे त्यापासून विषरोधक लस निर्माण केली जात असे. महिलांचे शूज आणि हॅंडबॅग तयार करण्यासाठी तो सापची चामडी अतिशय चांगल्या भावात पुरवित असे. सापांचे डब्बाबंद मांस पूर्ण जगभरात पाठविले जात असे. मी त्या गावाच्या स्थानिक

पोस्ट ऑफिसमधून चित्र असलेले एक पोस्टकार्ड खरेदी केले आणि ते पोस्ट केले. त्या गावाचे नाव आत 'रॅटलस्नॅक फ्लोरिडा ' ठेवण्यात आले. हे सर्व त्या शेतकऱ्याच्या सन्मानार्थ करण्यात आले होते, ज्याने विष भरलेल्या लिंबाचे लिंबाच्या गोड शरबतात रुपांतर केले होते.

ज़ेव्हा मी वेळो वेळी अनेक देशांचा आणि देशातील अनेक भागांचा प्रवास केला तेव्हा 'ज्यांनी नकारात्मकतेचे सकारात्मकतेत रुपांतर केले' अशी क्षमता असलेल्या अनेक स्त्री पुरूषांना भेटण्याची संधी मिळाली.

ट्रॅवेल्स अगेंस्ट द गॉडस चे स्व. विल्यम बोलिथो यांनी हेच अशा प्रकारे सांगितले आहे. 'चांगल्या गोष्टीचा फायदा उठविणे ही ज़ीवनातील सर्वात महत्त्वाची बाब नाही. मूर्ख व्यक्तीही असे करू शकते. तुम्ही नुकसानीपासून जास्तीत जास्त फायदा करून घेणे, ही जास्त महत्त्वाची गोष्ट आहे. यासाठी बुद्धीची आवश्यकता असते आणि त्या वरून बुद्धिमान आणि मूर्ख माणसातील फरक लक्षात येतो.'

बोलिथोने हे शब्द व्यक्त केले होते तेव्हा एका रेल्वे अपघातात त्याने आपला एक पाय गमावला होता. मला अशी एक व्यक्ती माहीत आहे, ज्याने आपले दोन्ही पाय गमावले होते आणि आपल्या नकारात्मक स्थितीला सकारात्मक स्थितीमध्ये बदलले होते. त्याचे नाव आहे बेन फोर्टसन. मी त्याला अटलांटा जार्जियामध्ये एका हॉटेलच्या लिफ्टमध्ये भेटलो होतो. मी लिफ्टमध्ये प्रवेश केला तेव्हा तो दोन्ही पाय गमावलेला आनंदी माणूस लिफ्टच्या एका कोपऱ्यात आपल्या व्हिल चेअरवर बसला होता. लिफ्ट त्याच्या मजल्यावर जाऊन थांबली तेव्हा तो हासत हासत मला म्हणाला, 'मी जर लिफ्टच्या एका कोपऱ्यात सरकलो तर तो त्याची व्हिल चेअर जास्त चांगल्या प्रकारे लिफ्टच्या बाहेर काढू शकेल.' तो मला म्हणाला, **'तुम्हाला होणाऱ्या गैरसोयीबद्दल मला खेद आहे.'** असे म्हणतांना त्याच्या चेहऱ्यावर हृदयाला हात घालणारे आनंदाचे हास्य होते. मी लिफ्टमधून उतरून माझ्या रूममध्ये गेलो तेव्हा त्या व्यक्तीशिवाय दुसरा कोणताही विचार माझ्या मनात नव्हता. म्हणून मग मी त्यांना शोधले आणि त्याने आपली कथा मला सांगावी यासाठी त्याच्याकडे आग्रह धरला.

त्याने स्मितहास्य करीत मला सांगितले, 'ही १९२९ मधील घटना आहे. मी आक्रोडच्या झाडावरील एक ख़ुंटा तोडण्यासाठी मी वर चढलो होतो. मला माझ्या बागेमध्ये बीन्सला बांधण्यासाठी एक खुंटा हवा होता. मी माझ्या कारमध्ये फांद्या टाकल्या आणि घराकडे

निघालो. मी एक आंधळे वळण घेत असताना मी एका लट्ठ कारखाली आलो. माझ्या कारचे स्टेअरिंग जाम झाले आणि माझी कार फूटपाथवर चढली. माझी कार एका झाडाला धडकली. माझ्या पाठीच्या मणक्याला मार लागला आणि माझे दोन्ही पाय अपंग झाले.

'हा अपघात घडला तेव्हा माझे वय अवघे चोवीस वर्षांचे होते. तेव्हापासून आतापर्यंत मी एक पाऊलही चालू शकलो नाही.

'वयाच्या चोवीसाव्या वर्षी आयुष्यभर व्हील चेअरवर राहण्याची शिक्षा. तू या परिस्थितीचा सामना किती शूरवीरपणे केल्याचे मी विचारल्यावर तो म्हणाला, 'मी असे केले नाही.' तो मला म्हणाला की त्याला खूप राग आला आणि तो बंडखोर झाला. त्याने आपल्या नशिबाला दोष दिला. अनेक वर्षे निघून गेल्यावर आपल्या बंडखोरीमुळे आपल्या वाट्याला कडवटपणाशिवाय दुसरे काहीही आले नसल्याचे त्याला जाणवले. शेवटी तो म्हणाला, 'इतर लोक माझ्याबद्दल दयाळू आणि शिष्ट होत असल्याचे मला जाणवले. आपणही त्यांच्याबद्दल दयाळू आणि शिष्ट तर कमीत कमी नक्कीच राहू शकतो, असे मला वाटले.'

त्याच्या बाबतीत घडलेला अपघात ही एक भयंकर दुर्दैवी दुर्घटना होती, असे त्याला आता इतक्या वर्षानंतरही वाटते का? असे मी त्याला विचारले. त्याने लगेच उत्तर दिले, 'नाही. हा अपघात घडला म्हणून मी आता जवळपास आनंदी आहे.' त्याने आपल्या धक्क्यावर आणि द्वेषावर विजय मिळविल्यावर एका वेगळया जगात रहायला सुरुवात केल्याचे तो मला म्हणाला. त्याने पुस्तके वाचायला सुरुवात केली आणि चांगल्या साहित्याबद्दल प्रेम विकसित केले. चौदा वर्षात सुमारे चौदाशे पुस्तके वाचल्याचे त्याने मला सांगितले. या पुस्तकांनी त्याच्यासाठी नवीन क्षीतिजे निर्माण केली. त्याच्या कल्पनेच्या पलिकडे त्या पुस्तकांनी त्याचे जीवन समृद्ध केले. त्यांने चांगले संगीत ऐकायलाही सुरूवात केली. आता तो चांगल्या सिंफनी ऐकून रोमांचित होतो, ज्यांना पहिल्यांदा ऐकल्यावर तो खूप कंटाळत असे. सर्वात महत्त्वाची गोष्ट म्हणजे आता त्याच्याकडे विचार करण्यासाठी वेळ होता. तो म्हणाला, 'माझ्या जीवनात मी पहिल्यांदा ज़गाकडे पाहण्यासाठी समर्थ झालो. मला मूल्यांची वास्तविक जाणीव झाली. पूर्वी मी ज्या गोष्टी मिळविण्यासाठी प्रयत्न करीत असे त्यापैकी बहुतेक महत्त्वाच्या नव्हत्या.'

वाचण्याचा परिणाम म्हणून तो राजकारणामध्ये रस घेऊ लागला. त्याने सार्वजनिक प्रश्नांचा अभ्यास करायला सुरुवात केली. आपल्या व्हील चेअरवरून भाषणे केली. लोकांशी

ओळख करून घेण्यात त्याला आनंद वाटत असे आणि लोक त्याला आता ओळखू लागले होते. आपल्या व्हील चेअरवर बसल्या बसल्याच तो जॉर्जिया राज्याचा सेक्रेटरी झाला.

न्यूयार्कमध्ये प्रोढासाठींचे वर्ग चालवित असताना मला असे आढळून आले की, आपण कधी कॉलेजमध्ये जाऊन शिक्षण घेऊ शकलो नाही, याचे अनेकांना दुःख वाटत होते. क़ॉलेजचे शिक्षण घेतल्याशिवाय जीवनामध्ये सफलता मिळण्याची शक्यता खूप कमी असल्याचा ते विचार करीत असत. हे पूर्ण सत्य नाही हे मला चांगल्या प्रकारे माहीत आहे कारण मला अशी अनेक यशस्वी माणसे माहीत आहेत, जी हायस्कूलच्या पुढे शिक्षण घेऊ शकली नाहीत. म्हणून मग मी या विद्यार्थ्यांना बहुतेक वेळा अशा एक विद्यार्थ्याची गोष्ट सांगत असे, ज्याचे पालन पोषण अतिशय गरिबीमध्ये झाले. त्याचे वडील वारले तेव्हा त्यांच्या कफनासाठी त्याच्या वडिलांच्या मित्रांना वर्गणी जमा करावी लागली होती. त्याच्या वडिलांच्या निधनानंतर त्याची आई छत्र्या बनविणाऱ्या एका कारखान्यात रोज दहा तास काम करीत असे. शिवाय घरीही काही काम आणीत असे आणि रात्री अकरा वाजेपर्यंत घरी शिवण्याचे काम करीत असे.

अशा परिस्थितीत संगोपन झालेला तो मुलगा चर्चच्या वतीने आयोजित हौशी नाट्यशाळेत गेला. त्याला अभिनय करण्यात इतका आनंद मिळत असे की त्याने ‘पब्लिक स्पीकिंग’ क्षेत्रात जाण्याचा निर्णय घेतला. त्यानंतर तो राजकारणात गेला. वयाची तीस वर्षे पूर्ण करायच्या आधीच तो न्यूयार्क प्रदेशातून विधानसभेवर निवडण्यात आला. अर्थात ही जबाबदारी पेलण्यासाठी तो जराही तयार नव्हता. हे सर्व प्रकरण काय आहे, हे आपल्या लक्षातच येत नसल्याचे त्याने मला सांगितले. ज़्या विधेयकांवर मतदान करायचे होते, त्या दीर्घ आणि कंटाळवाण्या विधेयकांचा अभ्यास करण्याचा प्रयत्न केला. पण त्याचा जिथपर्यंत प्रश्न होता, तिथपर्यंत त्याला काहीही कळत नव्हते. जणू काही ती विधेयके इंग्रजी भाषेत नाही तर चॉकर्टा इंडियन्स भाषेत लिहिलेली असावीत. त्याला वन समितीचा सदस्य बनविण्यात आले तेव्हा तर तो खूपच अस्वस्थ झाला. क़ारण त्याने कधी जंगलात पाऊलही ठेवले नव्हते. त्याला स्टेट बँकिंग कमिशनचा सदस्य करण्यात आले तेव्हाही तो अतिशय अस्वस्थ आणि चिंतित झाला कारण तोपर्यंत त्याने कोणत्याही बँकेत आपले खाते उघडलेले नव्हते. या सर्व गोष्टीमुळे तो इतका निराश आणि हताश झाला होता की आई समोर पराभव मान्य करण्याची त्याला लाज वाटली नसती तर त्याने या पदाचा कधीच राजिनामा दिला असता, असे त्याने मला सांगितले. निराशेमध्ये त्याने रोज दहा तास अभ्यास

करण्याचा निर्णय घेतला आणि आपल्या अज्ञानाच्या लिंबापासून ज्ञानचे लिंबू शरबत बनविल. असे करून त्याने स्वतःला स्थानिक नेत्याऐवजी राष्ट्रीय पातळीवरील नेता बनविले. तो इतका जास्त लोकप्रिय झाला की, **द न्यूयार्क टाइम्स**ने त्याला **न्यूयार्कमधील सर्वात लोकप्रिय व्यक्ती**चा पुरस्कार दिला.

मी अल स्मिथ यांच्याबद्दल बोलत होतो.

राजकीय आत्मशिक्षणाची आपली मोहीम सुरू केल्यावर दहा वर्षांनी अल स्मिथ न्यूयार्क मधील शासनाबद्दल जिवंत असलेला महान विशेषज्ञ झाला होता. त्याला चार वेळा न्यूयार्कचा गर्व्हनर निवडण्यात आले. त्या काळातील हा एक विक्रम होता, जो त्यांच्या आधी कोणीही केला नव्हता. १९२८ मध्ये डेमॉक्रॉटिक पक्षाच्या वतीने राषअट्रपतीपदाचे उमेदवार झाले. खरं तरे जे शालेय शिक्षणही पूर्ण करू शकले नव्हते त्यांना सहा महत्त्वाच्या विद्यापाठांनी ज्यामध्ये कोलबिंया आणि हॉवर्ड यांचाही समावेश होता, त्यांना मानद पदव्यांनी सन्मानित केले. अल स्मिथ यांनी मला सांगितले की मी रोज सोळा तास याप्रमाणे कठोर परिश्रम केले नसते तर यापैकी एकही गोष्ट घडू शकली नसती. त्यामुळेच ते नकारात्मक स्थितीला सकारात्मक स्थितीमध्ये बदलू शकले.

नीत्सेचे थोर व्यक्तीचे सूत्र असे होते, **'आवश्यकता पडल्यावर त्याला सहनच करावे लागते असे नाही तर त्याच्यावर प्रेमही करावे लागते.'**

ख़ूप मोठे यश मिळविणाऱ्या सफल व्यक्तींच्या ज़ीवनाचा मी जेवढा जास्त अभ्यास करतो, तेवढा जास्त माझा विश्वास पक्का होत जातो की, त्यापैकी बहुतेक व्यक्ती यामुळे सफल झाल्या की त्यांच्या मार्गामध्ये अडथळे होते आणि त्यांनीच त्यांना महाप्रयत्न करण्यासाठी तसेच थोर पुरस्कार मिळविण्यासाठी प्रेरित केले. ज़से विल्यम जेम्सने म्हटले होते, 'आपल्यातील दुबळेपणाच अप्रत्यक्षरित्या आपल्याला मदत करीत असतो.'

मिल्टन चांगल्या कविता फक्त यामुळे लिहू शकले कारण ते आंधळे होते, हे एक वेळ शक्य असू शकते. तसेच बीथवेनचे संगीत तो बहिरा असल्यामुळेच प्रभावी होते, असेही असू शकते.

हेलन केलर आपल्या आंधळे आणि बहिरेपणामुळेच आपले जबरदस्त करिअर घडवू शकली, हेही होऊ शकते.

चायकोवास्की दुःखी, निराश झाला नसता आपल्या दुःखद विवाहामुळे जवळपास आत्महत्येच्या काठावर जाऊन पोहचला नसता, त्याचे जीवन इतके करुणामय नसते तर

कदाचित तो आपली अमर सिफंनी **'पॅथेटिक'** रचू शकला नसता.

दोस्तोयवस्की आणि टॉलस्टॉय यातनामय जीवन जगले नसते तर ते कधीच अमर कादंबऱ्या लिहू शकले नसते.

ज़्या व्यक्तीने या पृथ्वीवर विज्ञानाची संकल्पना बदलून टाकली, त्याने लिहिले आहे, **'मी इतका अशक्त नसतो तर मी जितके कार्य केले आहे, तितके कधीच करू शकलो नसतो.'** हे चार्ल्स डार्विनने मान्य केले होते की त्याच्यातील कमकुवतपणाच अप्रत्यक्षरित्या त्याचा सहाय्यक ठरला होता.

इग्लंडमध्ये चार्ल्स डार्विन जन्माला आले होते त्याच दिवशी दुसरा एक मुलगा क़ेटकीच्या जंगलात लाकडाच्या झोपडीत जन्माला आला होता. त्याच्या दुबळपणानेही त्याला मदत केली. त्याचे नाव लिंकन होते, अब्राहम लिंकन. तो एखाद्या अभिजात कुटुंबात जन्माला आला असता आणि त्याने हॉवर्ड विद्यापीठातून कायद्याची पदवी घेतली असती, तर तो फक्त सुखी वैवाहिक जीवन जगू शकला असता आणि आपल्या मनाच्या अंतरंगात हे शब्द कधीच शोधू शकला नसता, ज़े त्याने गेटिसबर्गमध्ये अमर करून टाकले. तसेच आपल्या दुसऱ्या भाषणात म्हटलेली कविता तो कधीच करू शकला नसता. क़ोणत्याही शासकाने सांगितलेल्या शब्दांपैकी सांगण्यात आलेल्या शब्दांपैकी थोर आणि महान वाक्यांपैकी एक, **'क़ोणासाठीही द्वेष नाही, सर्वांसाठी फक्त उदारता आहे.'**

हॅरी इमर्सन फास्टिकने आपले पुस्तक **'द पॉवर टू सी इट थ्रू'** मध्ये लिहिले आहे, 'एक स्कॅंडिनोव्हियन म्हण आहे. तिला आपल्यातील अनेक लोक आपल्या जीवनाचे सूत्रवाक्य करू शकतात. 'उत्तरी हवेने वायकिंगो निर्माण केले आहे. ' हा विचार आपल्या मनात का येतो की सुरक्षित आणि सुखी जीवन, अडचणींचा अभाव, आरामदायी जीवन, हे सर्व आपोआप लोकांना सुखी आणि आनंदी बनवू शकते? या उलट जे लोक स्वतःवर दया दाखवित असतात, ते त्यावेळीही दयाच दाखवित असतात, ज़ेव्हा ते आरामदायी गादीवर पहुडलेले असतात. इतिहासामध्ये मात्र नेहमी चरित्र आणि सुख, चांगले, वाईट, उदासिन अशा प्रत्येक प्रकारच्या परिस्थितीतून मिळत असते. अट इतकीच लोकांनी आपल्या वैयक्तिक जबाबदाऱ्या पेलाव्यात. म्हणूनच उत्तरी हवा वारंवार वायकिंगो निर्माण करीत असते.' समजा, आपण इतके निराश झालो आहोत की, आपल्या जवळ असलेल्या लिंबाचे लिबांच्या शरबतात रुपांतच करू शकत नाही, असे आपल्याला वाटत असेल तर त्याची आपल्याकडे दोन कारण असतात त्यामुळे आपण प्रयत्न करायलाच हवेत. दोन

अशी कारणे ज्यामध्ये आपल्याकडे गमावण्यासाठी काहीच असत नाही, पण मिळविण्यासाठी मात्र सर्व काही असते.

पहिले कारण : आपण सफल होऊ शकतो.

दुसरे कारण : आपण सफल नाही झालो तरीही नकारात्मकतेला सकारत्मकतेत बदलण्याच्या प्रक्रियेत आपल्याला मागे सरण्याऐवजी पुढे जाण्यासाठी प्रेरणा मिळते. त्यामुळे आपल्या मनात नकारात्मक विचारांची जागा सकारात्मक विचार घेतात. त्यामुळे सृजनात्मक ऊर्जा मुक्त होऊन ती आपल्याला इतके व्यस्त ठेवते की, आपल्याकडे घडून गेलेल्या गोष्टीबद्दल दु:ख व्यक्त करण्याची इच्छा असत नाही की तेवढा वेळही असत नाही.

जगप्रसिद्ध व्हायोलिन वादक ओल बूल एकदा पॅरिसमध्ये कार्यक्रम सादर करीत असताना अचानकपण त्यांच्या व्हायोलिनचा एक तार तुटला. ओल बुल यांनी मात्र विचलित न होता तीन तारांवरच धून पूर्ण केली. हॅरि इमर्सन फॉस्टिक म्हणतात, '**हेच आपले जीवन आहे. आपल्या जीवनातील एखादी तार तुटल्यावर उरलेल्या तारांवरच आपण धून पूर्ण करायला हवी.**'

हे जीवन नाही तर जीवनापेक्षा अधिक आहे. हेच विजयी जीवन आहे !

मला शक्य असते तर विल्यम बोलिथोचे हे अमर शब्द मी कास्यांमध्ये कोरून घेतले असते आणि या देशातील प्रत्येक शाळेमध्ये लावले असते :

'चांगल्या गोष्टींचा फायदा करून घेणे ही जीवनात सर्वात महत्त्वाची बाब नाही. एखादी मूर्ख व्यक्तीही असे करू शकते. आपल्या नुकसानीपासून फायदा करून घेणे ही खरी महत्त्वाची बाब आहे. त्यासाठी बुद्धीची आवश्यकता असते आणि त्यामुळे मूर्ख आणि बुद्धिमान यामधील फरक लक्षात येतो.'

सुख आणि शांततेचा मानसिक दृष्टिकोन विकसित करण्यासाठी आपण सहाव्या नियमाबद्दल काही करायला हवे :

नशीब आपल्या हातात लिंबू सोपविते, तेव्हा आपण
त्या लिंबाचे सरबत करण्याचा प्रयत्न करायला हवा.

१८

निराशा कशी बाजूला सारावी?

तुम्हाला झोप येत नसेल तेव्हा त्या वेळेचा सदुपयोग आपण कोणाला कशा प्रकारे आनंदी करू शकतो, याचा विचार करण्यासाठी करा. तुमच्या निरोगी होण्याच्या दिशेने टाकलेले हे एक मोठे पाऊल असेल.

हे पुस्तक लिहायला सुरुवात केल्यावर मी एक स्पर्धा आयोजित केली. 'मी चिंतेवर कशा प्रकारे मात केली' या विषयावर आपल्या खऱ्या जीवनातील सर्वाधिक प्रेरणादायी आणि सत्य कथा लिहिणाऱ्या व्यक्तीला मी दोनशे डॉलरचे बक्षिस जाहीर केले होते. या स्पर्धेमध्ये तीन प्रशिक्षक होते, इस्टन एअर लाईन्सचे अध्यक्ष एड्डी रिकनबॅकर, लिंकन मेमोरियल विद्यापीठाचे अध्यक्ष ड़ॉ. स्टीवर्ट डब्ल्यू मॅक्लीलँड आणि रेडिओ न्यूज विश्लेषक एच. व्ही. कॅल्टेनबोर्न. आम्हाला दोन कथा इतक्या उत्कृष्ट मिळाल्या की, परीक्षकांना त्यांच्या बाबतीत निर्णय घेणे अशक्य झाले. म्हणून मग आम्ही दोघांनाही पहिले पारितोषिक दिले. ही त्या पुरस्कार विजेत्या दोन कथांपैकी एक आहे. ही सा. आर. बर्टनची कथा आहे. (जे स्प्रिंगफिल्ड मसुरीमध्ये व्हिजर मोटर सेल्समध्ये क़ाम करतात.)

मिस्टर बटर्न यांनी मला सांगितले, 'मी नऊ वर्षांचा असतानाच माझी आई गेली. पुढे माझ्या वयाच्या बाराव्या वर्षी वडीलांचेही निधन झाले. माझ्या वडिलाचे तर निधन झाले होते, पण आई मात्र एकोणीस वर्षांपूर्वी अचानक घर सोडून निघून गेली होती. तेव्हापासून मी तिला पाहिले नाही. तसेच मी माझ्या दोन लहान बहिणींनाही कधी पाहिले नाही, ज्यांना ती आपल्या सोबत घेऊन गेली होती. ग़ेल्या नंतर सात वर्षे तिने मला पत्रही पाठविले नाही. आई घर सोडून निघून गेल्यानंतर तीन वर्षांनी एका अपघातात वडिलांचे

निधन झाले. त्यांनी आणि त्यांच्या पार्टनरने मिसुरीमधील एका खेड्यात एक कॉफी हाऊस खरेदी केले होते. माझे वडील व्यवसायानिमित्त दौऱ्यावर गेले असताना माझ्या वडिलांच्या पार्टनरने कॉफी हाऊस विकून टाकले आणि शहर सोडून निघून गेला. वडिलांच्या एका मित्राने त्यांना तार पाठवून लगेच परत यायला सांगितले. घाई घाईत परतत असताना सॅलिनांस, फ्रांससमधील एका कार अपघातात वडिलांचे निधन झाले. माझ्या वडिलांच्या दोन गरीब आणि म्हाताऱ्या बहिणींनी आम्हा तीन मुलांना आपल्या सोबत ठेवले. मला आणि माझ्या लहान भावाला आपल्या सोबत ठेवण्यासाठी कोणीही तयार नव्हते. शहराच्या दयेवर आम्हाला जिवंत सोडण्यात आले. आम्हाला अनाथ समजले जाईल आणि आमच्याशी तसेच वागले जाईल, अशी आम्हाला भीती वाटत होती. आमची भीती लवकरच वास्तवात बदलली. मी काही काळासाठी शहरातील एका गरीब कुटुंबासमवेत राहिलो, पण ते खरोखरच अवघड दिवस होते. त्या कुटुंबप्रमुखाची लवकरच नोकरी काढून घेण्यात आली. त्यामुळे मला सांभाळण्याच्या स्थितीमध्ये ते नव्हते. मग मिस्टर आणि मिसेज फार्टीन यांनी मला त्यांच्या फार्मवर ठेवले. हा फार्म शहरापासून अकरा मैल दूर होता. मिस्टर फार्टीन सत्तर वर्षांचे होते आणि खरुजेमुळे वाईटरित्या प्रभावित झाल्यामुळे आंथरुणावर पडून होते. 'मी खोटे बोलणार नाही, चोरी करणार नाही आणि सांगितलेले प्रत्येक काम मी करीत राहीन तोपर्यंत मला तिथे ठेवण्यात येईल,' असे मला सांगण्यात आले. हे तीन आदेश माझ्या जीवनातील बायबल झाले. मी पूर्णपणे त्यानुसारच जगू लागलो. मी शाळेत जाऊ लागलो, पण पहिल्या आठवड्यातच लहान मुलासारखा रडत परत आलो. इतर मुलांनी माझ्या लांब नाकाची टिंगल केली होती. मला मुका म्हटले होते तसे 'अनाथ मुलगा' म्हणून मला चिडविले होते. मी इतका घायाळ झालो होतो की माझी भांडणे करण्याची इच्छा झाली होती, पण मिस्टर लाफ्टिंग म्हणजे घरी ठेवणाऱ्या कोणी तरी मला समजावले, **'भांडणे करण्यासाठी जितक्या शौर्याची आवश्यकता असते, त्यापेक्षा अधिक शौर्याची आवश्यकता भांडणापासून बचाव करण्यासाठी असते, हे नेहमी लक्षात ठेव.'** शाळेच्या मागील अंगणात असलेले कोंबड्याचे खत एका मुलाने माझ्या तोंडावर मारले नाही तोपर्यंत मी भांडण केले नाही. मी त्याची चटणी केली आणि मला दोन मित्र मिळाले. ते म्हणाले की एखाद्या दिवशी नक्कीच असे होईल, अशी त्यांना कल्पना होती.

'मला माझ्या नवीन टोपीचा अभिमान होता. मिसेज लाफ्टिन यांनी ती माझ्यासाठी खरेदी करून आणली होती. एके दिवशी एका मोठ्या मुलीने झटक्याने माझ्या डोक्यावरील

ही टोपी उडविली आणि तिच्यात पाणी भरून ती वाया घालविली. माझ्या जाड खोपडीला पाण्याने ओले करावे आणि माझे पॉपकॉर्न डोक्यातून बाहेर येऊ नयेत यासाठी तिने माझ्या टोपीमध्ये पाणी भरले होते, असे तिचे म्हणणे होते.

'मी शाळेत कधी रडलो नाही, पण घरी आल्यावर मात्र मी आरडा ओरडा करीत असे. मग एके दिवशी मिसेज लाफ्टिन यांनी मला असा सल्ला दिला की त्यामुळे माझ्या सर्व समस्या आणि चिंता संपल्या. माझे वैरीही माझे मित्र झाले. त्यांनी मला समजावले, 'राल्फ, जर तू त्यांच्यामध्ये रस घेतलास आणि त्यांना मदत करायला सुरुवात केली तर ते तुला 'अनाथ मुलगा ' म्हणणे बंद करतील. तसेच तुला चिडविणेही बंद करतील.' मी त्यांचा सल्ला ऐकला. मी परिश्रमपूर्वक अभ्यास केला आणि लवकरच मी वर्गात सर्वांच्या पुढे गेलो. तरीही माझा कोणी मत्सर करीत नव्हते कारण मी स्वतः पुढे होऊन सर्वांना मदत करीत असे.

'मी निबंध लेखनासाठी अनेक मुलांना मदत केली. मी अनेक मुलांसाठी वाद विवाद स्पर्धेचा मजकूर लिहून दिला. 'माझी मदत घेत आहे,' असे आपल्या कुटुंबियांना सांगण्याचीही एका मुलाला लाज वाटत असे. म्हणून आपण शिकारीला जात असल्याचे तो आपल्या आईला सांगत असे आणि आपल्या कुत्र्याला घेऊन मिस्टर लाफ्टिनच्या घरी येत असे. मग कुत्र्याला बाहेर बांधून ठेवीत असे आणि त्यानंतर मी त्याला अभ्यासात मदत करीत असे. मी एका मुलासाठी पुस्तक परीक्षण केले आणि एका मुलीला गणितात मदत करण्यासाठी आपल्या किती तरी संध्याकाळी घालविल्या.

'तोच आमच्या शेजारी मृत्यूने दारावर टकटक केली. दोन जेष्ठ शेतकरी मरण पावले आणि एक महिलेचा पती तिला सोडून निघून गेला. आमच्या चार कुटुंबात आता मी एकटाच पुरूष उरलो होतो. मी दोन वर्षे त्या चारही विधवांना मदत करीत होतो. शाळेला जाता-येता मी त्यांच्या फार्मवर थांबत असे. त्यांच्यासाठी लाकडे फोडीत असे. त्यांच्या गायींचे दूध काढीत असे तसेच त्यांच्या वासरांना चारा -पाणी करीत असे. आता मला चिडविण्याऐवजी लोक मला आशीर्वाद देऊ लागले. मला प्रत्येक जण आपला मित्र समजू लागला. मी नेव्हीमधून घरी परत आलो तेव्हा लोकांच्या माझ्याबद्दल वास्तविक भावना काय होत्या ते मला कळले. ज़्या दिवशी मी घरी परत आलो तेव्हा दोनशेपेक्षा अधिक शेतकरी मला भेटण्यासाठी आले होते. त्यांच्यापैकी काही जण तर ऐंशी मैलांचा प्रवास करून मला भेटण्यासाठी आले होते आणि माझ्याबद्दल त्यांना वाटणारे प्रेम मनापासूनचे होते. इतरांना मदत करण्यात मी इतका व्यस्त आणि दंग होतो की, त्यामुळे माझ्याकडे

खूप कमी चिंता उरल्या होत्या आणि मागील तेरा वर्षात कुणीही मला 'अनाथ मुलगा' म्हणाले नव्हते.'

सी. आर. बर्टनसाठी तीनदा टाळ्या ! मित्र कशा प्रकारे मिळवावेत हे त्यांना कळले होते. चिंता कशी सोडून द्यावी आणि सुखाने कसे जगावे, हेही त्यांना माहीत झाले होते.

सिय़ेटल, वॉशिंग्टन येथील ड़ॉ. फ्रँक लूप यांनाही हे कळले होते. ते तेवीस वर्षांपासून अंथरुणावर होते. तरीही सिएटल स्टारच्या स्टअर्ट व्हिटहाऊस यांनी मला सांगितले, 'मी डॉ. लूप यांची अनेक वेळा मुलाखत घेतली. त्यांच्यापेक्षा जास्त निस्वार्थी असलेला तसेच ज़्याने आपल्या जीवनात खूप काही मिळविले होते, असा दुसरा माणूस मी तरी पाहिला नाही.'

आंथरुणावर पडलेल्या या रुग्णांने कशा प्रकारे हे इतके सर्व मिळविले? निवडण्यासाठी मी तुम्हाला दोन पर्याय देतो. त्यांनी तक्रार आणि निंद करून असे केले काय? नाही... आत्मदयेमध्ये बुडून सर्वांनी आपल्याकडे लक्ष द्यावे आणि आपली मागण्या पूर्ण कराव्या, अशी मागणी केली? नाही. आताही चूक. त्यांनी प्रिंस ऑफ वेल्समधील सूत्रवाक्य आपल्या जीवनात अवलंबून असे केले. ते सूत्रवाक्य होते, **'मी सेवा करतो.'** त्यांनी इतर रुग्णांची नावे आणि पत्ते जमा केली. त्यांना आनंदी आणि प्रोत्साहित करणारी पत्रे लिहिली. अशा प्रकारे त्यांनी इतरांनाही आनंद दिला आणि स्वतःही आनंदी झाले. ख़रं तर त्यांनी रुग्णांसाठी एका पत्र लेखन क्लबची स्थापना केली. त्यामध्ये रुग्ण एक दुसऱ्याला पत्र लिहित असत. शेवटी त्यांनी शट इन सोसायटी नावाच्या राष्ट्रीय संस्थेची स्थापना केली.

आंथरुणात पडल्या पडल्या त्यांनी दरवर्षी सरासरी १४०० पत्रे लिहिली. याशिवाय रुग्णांसाठी पुस्तके आणि रेडिओ उपलब्ध करून देऊन त्यांचे जीवन आनंदी केले.

डॉ. लूप आणि इतर लोकांमध्ये फरक काय होता? फक्त इतकाच : डॉ. लूप यांच्यामध्ये एक उद्देश, एक ध्येय असलेल्या व्यक्तीची अंतरिक चमक होती. **'आत्मकेंद्रित आजार आणि तक्रारीचा एक गठ्ठा करण्याऐवजी आपल्याला सुखी करण्यासाठी हे जग समर्पित होत नाही, अशी सतत तक्रार करीत राहणे,'** हे आपल्यापेक्षा जास्त उदात्त आणि महत्त्वाच्या विचारासाठी आपण स्वतःला झोकून दिले म्हणून अधिक सुख देणारे नव्हते काय?

एका थोर मनोविश्लेषकाच्या पुस्तकामध्ये मी वाचलेले हे आहे सर्वात आश्चर्यकारक वक्तव्य. हे वक्तव्य अल्फ्रेड एडलरचे आहे. ते आपल्या मॅलेनकोलिया नावाच्या आजाराने ग्रस्त असलेल्या रुग्णांना म्हणतात, 'तुम्ही या उपायाची अंमलबजावणी केली तर चौदा

दिवसांत बरे होऊ शकता. आपण कोणाला कशा प्रकारे आनंदी ठेवू शकतो, याचाच रोज विचार करा.'

हे वक्तव्य इतके अविश्वनिय आहे की मला असे वाटते, हे समजावून देण्यासाठी मला एडलर यांचे पुस्तक **'व्हाट लाईफ शूड मीन टू यू'** मधील किमान दोन पानांचे कोटेशन द्यावे लागेल.

दुसऱ्याबद्दल दीर्घकाळ वाटणाऱ्या राग आणि तिरस्कारासारखा मॅलेनकोलियाक आहे. खरं तर त्यांचे ध्येय असते सावधानी, सहकार्य आणि ध्यान मिळविणे; पण रुग्ण फक्त आपल्यातील अपराधीपणाच्या जाणीवेमुळे सामान्यपणे निराश राहतो. मॅलेनकोलियाकची पहिली आठवण काहीशी अशा प्रकारचे असते, 'मला खरं तर आंथरुणावर झोपायचे होते, पण माझा भाऊ आधीच तिथे झोपला होता. मी इतका रडलो की त्यामुळे त्याला तिथून उठावेच लागले.'

'मॅलेनकोलियाक लोकांमध्ये आत्महत्या करून बदला घेण्याची प्रवृत्ती सामान्यपणे दिसून येते. त्यामुळे त्याला आत्महत्या करण्यासाठी काहीही कारण मिळणार नाही, याची सर्वाधिक दक्षता डॉक्टरांना घ्यावी लागते. उपचाराचा पहिला नियम म्हणून तणाव कमी करण्याचा प्रयत्न म्हणून स्वतः त्याच्यासमोर प्रस्ताव ठेवावा लागतो, **'तुला जे आवडत नाही, ते करू नको.'** हा अतिशय लहानसा उपाय वाटतो, पण तो समस्येच्या मुळावर घाव घालतो. मॅलेनकोलियाक व्यक्तीला जे हवे आहे ते करायला मिळाले तर मग तो कोणाला दोष देऊ शकेल? मग तो स्वतःशी कशाचा बदला घेईल? मी त्याला म्हणालो, 'तुला थिएटरला जायचे असेल किंवा सुट्टी साजरी करण्यासाठी जायचे असेल तर तू ज़ा. वाटेत तुला मध्येच वाटले की आपल्याला जायचे नाही, तर परत ये. क़ोणासाठीही असू शकेल अशी ही सर्वश्रेष्ठ स्थिती आहे. युपिरायरिटीची त्याची लालसा यामुळे समाधानी होते. तो देवासारखा आहे आणि ज़े हवे ते करू शकतो. दुसऱ्या बाजूला त्याच्या जीवनशैलीमध्ये सहजमध्ये फीट बसत नाही. त्याला रुबाब कसायला आणि इतरांना दोष देऊ इच्छितो. मग त्याच्याकडे रुबाब दाखविण्यासाठी काही कारणच लागत नाही. हा नियम एक खूप मोठी सुटका मिळवून देतो. माझ्या एकाही रुग्णाने आतापर्यंत आत्महत्या केली नाही.

सामान्यपणे रुग्ण उत्तर देतात, 'मला तर काहीच करायला आवडत नाही.' अशा उत्तरासाठी मी तयार असतो. क़ारण मी ते अनेक वेळा ऐकले आहे. तर मग तुम्हाला आवडत नाहीत, अशी कामे करा. अनेक वेळा तो उत्तरतो, 'मला दिवसभर आंथरुणात लोळत रहायला आवडते. मी त्याला असे करण्याची परवानगी दिली तर तो असे कधीही

करणार नाही, हे मला माहीत आहे. तसेच मी त्याला अडविण्याचा प्रयत्न केला तर तो माझ्याशी भांडण करील हेही मला माहीत आहे. त्यामुळे मी नेहमी त्यांच्याशी सहमत होतो.

हा पहिला नियम आहे. दुसरा नियम थेट त्यांच्या जीवनशैलीवर हल्ला करणारा आहे. 'तुम्ही हा अंमलात आणला तर तुम्ही चौदा दिवसांत बरे होऊ शकता. आपण कोणाला कशा प्रकारे आनंदी करू शकतो, याचा रोज विचार करा.' याचा त्यांच्यासाठी काय अर्थ होतो ते जरा तपासूनं पहा. कारण एरवी तर त्यांच्या डोक्यात सतत हाच विचार सुरू असतो, 'मी कोणाला कशा प्रकारे चिंतीत करू शकेल?' याचे उत्तर तर अधिकच रोमांचक असते. क़ाही लोक म्हणतात, 'माझ्यासाठी हे खूप सोपे आहे. मी जीवनभर हेच तर करीत आलो आहे. ' अर्थात त्यांनी असे कधीही केलेले नसते. मी त्यांना यावर विचार करायला सांगतो, पण ते काही त्यावर विचार करीत नाहीत. मग मी त्यांना असा सल्ला देतो, 'तुम्हाला झोप येत असेल तेव्हा तुम्ही कोणाला आनंदी ठेवण्यासाठी काय करू शकता, याचा विचार करा. तुमच्या बरे होण्याच्या दिशेने टाकलेले हे महत्त्वाचे पाऊल असेल.' दुसऱ्या दिवशी त्यांना भेटल्यावर मी त्यांना विचारतो, 'मी जसा सल्ला दिला होता, तसा विचार केला का? ' यावर त्यांचे उत्तर ठरलेले असते, 'रात्री मी आंथरुणावर पडल्या पडल्या झोपी गेलो. ' अर्थात हे सर्व अतिशय मैत्रिपूर्ण रितीने करायला हवे, हे तर उघडच आहे. त्यामध्ये जराही मोठेपणाची झलक असता कामा नये.

दुसरे लोक असे उत्तर देऊ शकतात, 'मी असे कधीही करू शकणार नाही. ख़रंच मी इतका चिंतीत राहतो.' मग मी त्यांना म्हणतो, 'तुम्ही चिंता करणे अजिबात सोडू नका. पण कधी कधी इतरांचाही विचार करायला शिका.' मी त्यांची आवड नेहमी त्यांच्या शेजारी असलेल्या व्यक्तीकडे नेण्यासाठी प्रयत्न करीत असतो. अनेक लोक असे म्हणतात, 'मी इतरांना आनंदी का करू? इतर लोक तर मला आनंदी करण्यासाठी प्रयत्न करीत नाहीत.' त्यावर माझे त्यांना उत्तर असते, तुम्ही आपल्या आरोग्याबद्दल विचार करायला हवा. दुसऱ्या लोकांना तर त्याचे परिणाम नंतर मिळतील.' 'मी तुमच्या सल्ल्यानुसार विचार केला होता.' असे खूप कमी वेळा एखादा रुग्ण मला म्हणाला आहे. रुग्णाची सामाजिक आवड वाढविण्याकडे माझे सर्व लक्ष लागलेले असते. सहकार्याचा अभाव हे त्याच्या आजाराचे मुख्य कारण असल्याचे मला माहीत आहे. त्यांनी हे समजून घ्यावे, असे मला वाटते. आपल्या सहकाऱ्यांसोबत तो स्वतःचा ताळमेळ बसवू शकला की तो बरा व्हायला लागेल, हे मला माहीत आहे. धर्म आपल्याला जे महत्त्वाचे कार्य शिकविते ते हेच

आहे की, 'आपल्या शेजाऱ्यांवर प्रेम करा.' ज़्या व्यक्तीला इतरांमध्ये काहीही रस असत नाही, त्याला ज़ीवनात सर्वाधिक अडचणींचा सामना करावा लागतो. त्यामुळेच तो इतरांना सर्वाधिक नुकसान पोहचवितो. अशा प्रकारच्या व्यक्तीच सर्वाधिक अपयशी झाल्याचे आढळून येते. .... कोणत्याही व्यक्तीकडून आपल्याला हेच हवे असते आणि ज़ो एखादा चांगला सहकारी असतो त्याचेच आपण कौतुक करू शकतो. तो इतरांचा मित्र असावा आणि प्रेम आणि विवाहामध्ये तो एक चांगला सोबती असावा.

रोज एक तरी चांगले कार्य करायला डॉ. एडलर आपल्याला सांगतात. चांगले काम कशाला म्हणायचे? प्रेषित मोहम्मदाने म्हटले होते, **'समोरच्या व्यक्तीच्या चेहऱ्यावर आनंदाचे हासू फुलविणारे कामच चांगले काम असते.'**

रोज एक चांगले काम केल्याचे आपल्याला इतके आश्चर्यकारक परिणाम कसे काय मिळतात? क़ारण दुसऱ्याला आनंदी करण्यासाठी केलेले प्रयत्न आपल्याला स्वतःचा विचार करू देत नाहीत. यामुळेच तर चिंता, भीती आणि मॅलेनकोलिया निर्माण होत असतो.

मिसेस विलियम टी मून न्यूयार्कमध्ये मून सेक्रेटरियल कोर्स चालवित होत्या. आपली निराशा दूर करण्यासाठी कोणला तरी आनंदी करण्याचा विचार करावा लागेल, याबद्दल विचार करण्यासाठी त्यांना दोन आठवड्याचाही वेळ लागला नाही. त्या अल्फ्रेड एलडरच्या एक पाऊल पुढे निघाल्या ... नाही, त्या त्याच्या पुढे तेरा पाऊले निघाल्या. त्यांनी आपली निराशा चौदा दिवसात नाही तर एकाच दिवसात घालविली. दोन अनाथ मुलांना कशा प्रकारे आनंदी करता येईल, याचा फक्त विचार करून.

हे सर्व अशा प्रकारे घडले. 'पाच वर्षांपूर्वी डिसेंबरमध्ये,' मिसेस मून सांगतात, 'मी दुःख आणि आत्मदयेच्या भावनेने पछाडले होते. अनेक वर्षांच्या सुखी वैवाहिक जीवनानंतर माझे पती माझ्याकडून हिरावून नेले होते. नाताळच्या सुट्ट्या जवळ आल्या तेव्हा माझे दुःख वाढू लागले. माझ्या जीवनात मी एकटीने कधीही नाताळ साजरा केला नव्हता. त्यामुळे नाताळ जवळ येताना पाहून मी घाबरत होते. मित्रांनी मला आपल्या सोबत नाताळ साजरा करण्यासाठी बोलावले, पण माझ्यात तो उत्साह काही केल्या निर्माण होत नव्हता. मी कोणत्याही पार्टीचा विचका करू शकते, याची मला खात्री वाटत असल्यामुळे मी सर्वांची निमंत्रणे नाकारली. नाताळच्या पूर्वसंध्येला मी आत्मदयेच्या भावनेने अधिकच व्यथित झाले. ख़रं तर अनेक वस्तुंबद्दल मी कृतज्ञ असायला हवे होते. आपल्या सर्वांकडेच अशा अनेक गोष्टी असतात की त्याबद्दल आपण सर्वांनीच कृतज्ञ असायला हवे. नाताळच्या एक दिवस आधी दुपारी तीन वाजता मी माझ्या ऑफिसमधून निघाले. एव्हेन्यूमध्ये

विनाकारणच फिरत राहिले. आत्मदया आणि निराशा कसा तरी माझा पाठलाग सोडील, या एकाच आशेने मी वेड्यासारखी फिरत होते. एव्हेन्यू आनंदी लोकांच्या गर्दीने ओसंडून वाहत होते. माझ्या हातून निघून गेलेल्या जुन्या दिवसांच्या आठवणींना त्यामुळे उजाळा मिळत होता. मी एकाकी आणि सुन्या सुन्या अपार्टमेंटमध्ये जाण्याचा विचार करू शकत नव्हते. मी गोंधळून गेले होते. काय करावे ते मला कळत नव्हते. माझी आसवे काही केल्या थांबत नव्हती. सुमारे दीड तसा विनाकारण फिरल्यावर मी मला बसस्टँडवर उभी असलेले पाहिले. रोमांचक अनुभव घेण्यासाठी मी आणि माझे पती कोणत्याही बसमध्ये बसून फिरत असू. त्या दिवशीही मी तसेच केले आणि पहिल्यांदा आलेल्या बसमध्ये बसले. बसने हडसन नदी ओलांडल्यावर क़ाही वेळ गेला आणि मला कंडक्टरचा आवाज ऐकू आला. **'शेवटचा स्टॉप.'** मी उत्तर दिले. मला त्या ठिकाणाचे नावही माहीत नव्हते. ती एक लहानशी शांत जागा होती. घरी जाण्यासाठी दुसऱ्या बसची वाट पाहत मी फूटपाथवरून चालू लागले. मी एका चर्चसमोरून जात असतना मी सायलेंट नाईटचे सुंदर स्वर ऐकले. मी आत गेले. कर्णमधूर धुन वाजविणाऱ्या ऑर्गनिस्ट शिवाय सर्व चर्च रिकामे होते. मी एका खुर्चीवर शांतपणे जाऊन बसले. सुंदर पद्धतीने सजविलेल्या ख्रिसमस ट्रीपासून येणाऱ्या प्रकाशामुळे जणू काही आकाशात तारे लुकलुकताहेत असा भास होत होता. संगीताचे दीर्घ स्वर आणि सकाळपासून असलेला उपवास यामुळे मला झोप येऊ लागली. मी थकले होते त्यामुळे मी झोपून गेले.'

'मी जागे झाले तेव्हा मी कुठे होते ते मला माहीत नव्हते. मी घाबरून गेले होते. तोच माझ्यासमोर मला दोन मुले दिसली. ती ख्रिसमस ट्री पहायला आली होती. त्यांच्यापैकी एक लहान मुलगी माझ्याकडे निर्देश करून म्हणत होती, 'हिला कदाचित सांता क्लॉजने तर पाठविले नसेल ना?' मी जागी झाल्याचे पाहून ती मुले दचकली. मी त्यांना काहीही नुकसान करणार नाही, असे मी त्यांना आश्वासन दिले. त्यांनी फाटके आणि जुने कपडे घातले होते. म्हणून मी त्यांना त्यांचे आई वडील कुठे राहतात, असे विचारले. 'आमचे आई वडील नाहीत.' असे त्यांचे उत्तर होते. माझ्या समोर दोन अनाथ मुले होती आणि त्यांची अवस्था माझ्यापेक्षाही वाईट होती. मला माझे दुःख आणि आत्मदयेची लाज वाटू लागली. मी त्यांना ख्रिसमस ट्री दाखविले. नंतर एका हॉटेलमध्ये नेऊन त्यांना नाश्ता दिला. तसेच त्यांच्यासाठी थोडीशी मिठाई आणि भेट वस्तूही खरेदी केल्या. माझे एकाकीपण जादू व्हावे तसे दूर झाले. त्या दोन अनाथ मुलांनी अनेक महिन्यानंतर मला आनंद दिला होता. मी सुखी झाले होते कारण मी मला विसरले होते. मी त्यांच्यासोबत बोलत होते

तेव्हा मी किती सुदैवी असल्याचे मला जाणवत होते. लहानपणी माझा प्रत्येक ख्रिसमस आई वडिलांचे प्रेम आणि नाजूकपणा याने भरलेला होता म्हणून मी देवाचे आभार मानले. मी त्या दोन अनाथ मुलांसाठी जितके केले, त्यापेक्षा अधिक त्यांनी माझ्यासाठी केले. स्वतःला सुखी करण्यासाठी आपण दुसऱ्याला सुखी करणे आवश्यक असल्याचे मला या अनुभवाने आणखी एकदा शिकविले. आनंद संक्रमणशील असल्याचे मला जाणवले. क़ाही दिल्यामुळेच आपल्याला मिळते. क़ोणाची मदत करून आणि प्रेम करून मी चिंता, दुःख आणि आत्मदयेवर मात मिळविली. माझे नवीन जीवन सुरू झाले आहे, असेच मला वाटले. ख़रोखरच मी एक नवीन जीवन सुरू करीत होते, फक्त त्याच वेळेसाठी नाही तर त्यानंतर येणाऱ्या पुढील सर्व वर्षांसाठी.

ज़्यांनी स्वतःला विसरून आरोग्य आणि सुख मिळविले अशा लोकांच्या कथा सांगून मी असेच एखादे पुस्तक लिहू शकतो. एक उदाहरण म्हणून आपण मार्गारेट टेलर वेईस यांची गोष्ट घेऊ. ती युनायटेड स्टेटस नेव्ही मधील अतिशय लोकप्रिय महिला होती.

मिसेस एटस कादंबरी लेखिका आहेत. अर्थात त्यांनी लिहिलेल्या रहस्य कथा इतक्या रोमांचक नाहीत, जितकी रोमांचक त्या सकाळी त्यांच्यासोबत घडलेली घटना आहे. त्या ऐतिहासिक सकाळी जपानी सैनिकांनी पर्ल हार्बरवरील बेडवर हल्ला केला होता. मिसेस एटस एका वर्षापेक्षा जास्त काळ आंथरुणावर पडून होत्या. त्यांचे हृदय कमकुवत होते. त्यामुळे त्या चोवीसपैकी बावीस तास आंथरुणावर पडलेल्या असत. त्या आपल्या बागेत जाऊन सनबाथ घेत असत तेव्हाच त्यांचा सर्वात मोठा प्रवास घडत असे. त्यासाठीही कधी कधी त्या आपल्या नोकराणीची मदत घेत असत. आपले उर्वरित आयुष्यही अशाच प्रकारे आंथरुणावर पडल्या पडल्याच जाईल, असा मी त्या वेळी विचार करीत असल्याचे त्यांनी मला सांगितले. त्यांचे म्हणणे होते, 'जपान्यांनी पर्ल हार्बरवर हल्ला केला नसता आणि माझ्या विश्रांती घेण्यात अडथळा आणला नसता तर ख़रोखरच मी दुसऱ्यांदा जगू शकले नसते.'

हल्ला झाल्यावर सर्वत्र गोंधळाचे वातावरण निर्माण झाले आणि एकच हालचाल उडाली. एक बॉम्ब माझ्या घराच्या इतक्या जवळ पडला की त्याच्या आवाजाने मी आंथरुणावरून खाली पडले. सैनिकांच्या पत्नी आणि मुलांना पब्लिक स्कूलमध्ये आणण्यासाठी सैन्याचे ट्रक हिकॅम फिल्ड, स्कॉफील्ड बॅरेक्स आणि क़ॅनिबैह एअर स्टेशनच्या दिशेने निघाले. ज़्यांच्याकडे जास्त खोल्या होत्या त्यांना रेडक्रॉसने फोन केले आणि सैनिकांच्या पत्नी मुलांना त्यांच्यासोबत राहू देण्यासाठी विनंती केली. माझ्या आंथरुणाजवळ फोन असल्याचे

रेडक्रॉसच्या माणसांना माहीत होते त्यामुळे इतरांना फोन करण्याची जबाबदारी त्यांनी माझ्यावर सोपविली. सैनिकांच्या पत्नी आणि मुलांना कुठे कुठे ठेवले आहे, याची माहितीही मला ठेवायची होती. आपल्या कुटुंबियांची माहिती मिळविण्यासाठी सैनिकांनी मला फोन करावेत अशी माहितीही रेडक्रॉसच्या वतीने सैनिकांना देण्यात आली.

माझे पती कमांडर रॉबर्ट रॅले सुखरूप असल्याचे मला कळले होते. आपले पती जिवंत आहेत की नाहीत, याची माहिती नसलेल्या सैनिकाच्या पत्नीचे मनोधैर्य वाढविण्यासाठी मी काम केले. तसेच ज्यांचे पती मारले गेले होते, त्या विधवांचे सांत्वन करण्यासाठीही मी प्रयत्न करीत होते. अशा महिला खूप मोठ्या प्रमाणात होत्या. नेव्ही आणि मॅरिन कॉर्प्समध्ये नोंदविलेल्या २११७ अधिकारी आणि सैनिक कामी आले होते तर ९६० व्यक्ती बेपत्ता होत्या.

'आधी मी आंथरुणावर पडल्या पडल्याच फोन घेत होते आणि बोलत होते. नंतर मी आंथरुणावर उठून बसले आणि फोन घेऊ लागले. शेवटी मी इतकी व्यस्त आणि रोमांचीत झाले की मला माझ्या दुःखाचा विसर पडला. मी आंथरुणावरून खुर्चीवर येऊन बसले. तेव्हापासून मी रात्रीचे झोपण्याचे नियमित आठ तास वगळता इतर वेळेसाठी कधीही आंथरुणावर गेले नाही. ज़पान्यांनी पर्ल हार्बरवर हल्ला केला नसता तर मी संपूर्ण जीवनच आंथरुणावर घालविले असते, याची आता मला जाणीव होते. मी आंथरुणावर अतिशय आरामशीर होते. चोवीस तास माझी काळजी घेतली जात होती. अचेतन मनातील पुन्हा बरे होण्याची माझी आशा क्षीण होत चालली होती, याची मला आता जाणीव होते.

'पर्ल हर्बरवरील हल्ला ही अमेरिकेच्या इतिहासातील अतिशय दुर्दैवी गोष्ट आहे. माझ्या दृष्टीने विचार केला तर माझ्या जीवनात घडलेली ती सर्वात महत्त्वाची आणि चांगली गोष्ट होय. या भयंकर संकटातून मला अशा प्रकारची शक्ती मिळेल, याची मी स्वप्नातही कधी कल्पना केली नव्हती. त्याने माझे लक्ष स्वतःवरून दूर करून इतरांवर केंद्रित केले. त्यामुळे मला जगण्यासाठी एक अतिशय महत्त्वाचे कारण मिळाले. आता माझ्याकडे स्वतःबद्दल विचार करण्यासाठी आणि दुःखी होण्यासाठी वेळच उरला नव्हता.'

जे लोक मदतीसाठी मनोविश्लेषकाकडे धाव घेतात, त्यांच्यापैकी एक तृतियांश लोक मार्गारेटने केले त्याप्रमाणे स्वतःवर उपचार करू शकले तर आपोआप बरे होऊ शकतात. दुसऱ्यांना मदत करण्यासाठी ते आवड निर्माण करू शकतात. हा माझा विचार आहे? नाही. हा कार्ल युगचा विचार आहे. त्यांना हे माहीत असायला हवे. कारण त्यांच्यापेक्षा जास्त चांगले हे कोणाला माहीत असणार? ते म्हणाले होते, **'माझे एक तृतियांश रुग्ण न्यूरासिस नसलेले असतात असे मला स्पष्टपणे उपचार केल्यावर जाणवते. आपल्या**

जीवनातील अर्थहीनता आणि रिकामापणा यामुळे ग्रासलेले असतात.' हेच दुसऱ्या पद्धतीने सांगायचे झाले तर असे म्हणता येईल की, आपण जीवनाकडे लिफ्ट मागण्याचा प्रयत्न करीत राहतो आणि लोकांचा जत्था आपल्याजवळून निघून जातो. त्यामुळेच लोक आपले लहानसे, अर्थहीन आणि निरुपयोगी जीवन घेऊन मनोविश्लेषकाकडे जातात. त्यांची नाव सुटली आहे आणि किनाऱ्यावर उभे राहून ते आपल्याशिवाय प्रत्येक व्यक्तीला दोष देतात आणि ज़गाने त्यांच्या स्वार्थी इच्छा पूर्ण कराव्यात अशी अपेक्षा ठेवतात.

यावेळी तुम्ही कदाचित स्वतःला म्हणत असाल, 'मी या कथामुंळे प्रभावित झालो नाही. नाताळच्या पूर्व संध्येला दोन अनाथ मुले मला भेटली असती तर माझ्यातही तशीच आवड निर्माण झाली असती किंवा पर्ल हार्बरवर हल्ला झाला त्यावेळी मी तिथे असतो तर मागरिट टेलरने केले असते तेच मीही केले असते. माझी स्थिती मात्र यापेक्षा वेगळी आहे. मी साधे कंटाळवाणे आयुष्य जगत आलो आहे. मी रोज आठ तास निरस नोकरी करतो. माझ्या जीवनात नाटकीय असे काहीही घडत नाही. मी दुसऱ्यांना मदत करण्यासाठी कशा प्रकारे आवड निर्माण करू शकतो? मी असे का करायला हवे? त्यापासून माझा काय फायदा होईल?'

प्रश्न योग्यच आहेत. मी त्यांचे योग्य प्रकारे उत्तर देण्याचा प्रयत्न करील. तुमचे जीवन कितीही कंटाळवाणे असले तरीही तुम्ही रोज काही तरी लोकांना नक्कीच भेटत असणार. तुम्ही त्यांच्याबाबतीत काय करता? तुम्ही फक्त त्यांच्याकडे पाहत राहता की त्यांच्या जीवनात महत्त्वाचे काय आहे, याचा शोध घेण्याचा प्रयत्न करता? उदाहरणादाखल तुमचा पोस्टमॅन. तो दर वर्षी शेकडो मैलांचा प्रवास करून तुमचे टपाल तुमच्यापर्यंत पोहचवित असतो. तो कुठे राहतो, याची माहिती मिळविण्याचा तुम्ही कधी प्रयत्न केला आहे का? किंवा त्याने आपल्या पत्नी आणि मुलांचा फोटा दाखवावा यासाठी कधी तुम्ही त्याच्याकडे आग्रह धरला आहे का? तो कधी थकत किंवा कंटाळत नाही का, हे कधी त्याला विचारण्याचा तुम्ही प्रयत्न केला आहे का?

किराणा दुकानात काम करणारा मुलगा, पेपर टाकणारा मुलगा, फूटपाथवर बसून तुमचे बूट चमकवणारा मुलगा, ही सर्व माणसे आहेत. त्यांच्याही काही समस्या आहेत. स्वप्ने आणि वैयक्तिक महत्त्वाकांक्षाही आहेत. ते कोणाला तरी सांगावे यासाठी त्यांची धडपड सुरू आहे, पण तुम्ही कधी हे समजून घेण्याचा प्रयत्न केला आहे? तुम्ही त्यांच्या जीवनात आवडपूर्ण उत्साह दाखविला आहे? माझ्या म्हणण्याचा आर्थ अशा प्रकारच्या गोर्ष्टीबद्दल आहे. हे जग बदलण्यासाठी फ्लोरेन्स नाईटिंगल किंवा समाजसुधारक होण्याची

आवश्यकता नसते. तुम्ही फक्त आपले वैयक्तिक जीवन सुधारा. उद्या सकाळी ज्या लोकांना तुम्ही भेटणार आहात, त्यांच्यापासून तुम्ही याची सुरुवात करू शकता.

यामुळे तुमचा काय फायदा होईल? सर्वात मोठे सुख. ज़ास्त मोठे समाधान आणि स्वतःचा अभिमान. आरस्तुने अशा प्रकारच्या दृष्टिकोनाला 'उदात्त स्वार्थ' असे नाव दिले आहे. ज़ोरोऑस्ट्र म्हणाला होता, 'इतरांचे भले करणे हे काही फक्त एक कर्तव्य नाही. तो तर एक आनंद आहे कारण त्यामुळे आपले सुख आणि आरोग्य वाढते.' आणि बेंजामिन फ्रँकलिनने तर अतिशय शाध्या शब्दात याचे सार सांगितले आहे, तुम्ही इतरांचे भले करीत असता तेव्हा तुम्ही सर्वाधिक भले स्वतःचेच करीत असता.

न्यूयार्कमधील सायकॉलॉजिकल सर्व्हिस सेंटरचे संचालक हेनरी सी लिंक यांनी लिहिले आहे, 'यश आणि सुखासाठी आत्मत्याग आणि शिस्तीची आवश्यकता असते, या शोधाला वगळून आधुनिक मानसशास्त्रातील कोणताही शोध माझ्या दृष्टीने फारसा महत्त्वाचा नाही. ' इतरांबद्दल विचार करीत राहिल्यामुळे तुम्ही फक्त स्वतःबद्दल चिंता करण्यापासून बचाव करू शकता, असे नाही तर त्यामुळे तुम्हाला खूप सारे मित्र मिळू शकतात आणि ख़ूप सारा आनंद मिळविण्यातही मदत मिळते. क़से? मी एकदा येलचे प्रोफेसर विल्यम लॉन फेल्स यांना विचारले होते, क़ी त्यांनी हे सर्व कसे काय केले? तेव्हा त्यांनी दिलेले उत्तर असे होते,

'मी एखाद्या हॉटेलमध्ये, न्हाव्याच्या दुकानात किंवा स्टोअरमध्ये जातो तेव्हा तिथे भेटणाऱ्या प्रत्येकाशी काही ना काही चांगले बोलल्याशिवाय माघारी येत नाही. मी असे काही सांगण्याचा प्रयत्न करतो की त्यामुळे मी एखाद्या यंत्राचा सुटा भाग न वाटता त्यांच्यासारखाच माणूस असल्याचे त्यांना जाणवेल. मी सेल्सगर्लला तिचे डोळे किंवा केस अतिशय सुंदर असल्याचे सांगतो. दिवसभर उभे राहून थकत नाहीस का, असे मी न्हाव्याला विचारतो. तो न्हावी कसा काय झाला, तो किती वर्षांपासून या व्यवसायात आहे, त्याने आतापर्यंत अंदाजे किती लोकांचे केस कापले असतील, असे मी न्हाव्याला विचारतो. मी त्याला आंदाज करण्यासाठी मदत करतो. लोकांमध्ये रस घेतल्यावर ते आनंदाने नाचत असल्याचे मी अनुभवले आहे. माझे सामान उचलणाऱ्या हमालाशी मी बऱ्याच वेळा हस्तांदोलन करीत असतो. त्यामुळे त्याला नवीन उत्साह मिळतो आणि त्याचा पूर्ण दिवस आनंदात जातो. एका अतिशय उष्मा असलेल्या दिवशीची गोष्ट आहे. मी न्यू हेवन रेल्वेच्या डायनिंग कारमध्ये लंच घेण्यासाठी गेलो. ग़र्दीने भरलेली डायनिंग कार भट्टीसारखी गरम झाली होती. तेथील सेवा थोडी हळूवार होती. शेवटी मेनूकार्ड घेऊन

वेटर माझ्याकडे आला तेव्हा मी त्याला विचारले, 'बिचारा स्वंयपाकी तर आज किचनमध्ये उकडत असेल.' वेटर मला दोष देऊ लागला. त्याच्या बोलण्यात कडवटपणा होता. आधी तर मला वाटले की त्याला राग आला आहे, पण तो म्हणाला, 'हे परमेश्वरा, लोक इथे येतात आणि जेवणाबद्दल तक्रार करतात. ते हळूवार मिळणाऱ्या सेवेबद्दल आरडा ओरडा करतात. उष्णता आणि किमतींबद्दल गोंधळ घालतात. मी एकोणवीस वर्षे त्यांची अशी निंदा ऐकली आहे. तुम्ही पहिलेच असे ग्राहक आहात, ज़्याने उकळणाऱ्या किचनमध्ये काम करणाऱ्या स्वंयपाक्याची विचारपूस केली आहे. तुमच्यासारखे आणखी काही प्रवासी मिळावेत अशीच मी देवाकडे प्रार्थना करील.'

'वेटर अस्वस्थ होता, क़ारण मी स्वंयपाक्याला माणूस समजले होते. मी त्याच्याबद्दल विचार केला होता आणि त्याला रेल्वे कंपनीतील एखाद्या मोठ्या यंत्राचा सुटा भाग समजले नव्हते.' प्रोफेसर फेल्पस पुढे असे म्हणाले, 'लोकांकडे जरा माणूस म्हणून जास्त लक्ष द्यावे अशी लोकांची अपेक्षा असते. रस्त्यावर मी एखाद्या व्यक्तीला सुंदर कुत्र्यासोबत पाहतो तेव्हा मी न चुकता कुत्र्याच्या सौंदर्याचे कौतुक करतो. थोड पुढे जाऊन वळून पाहिल्यावर ती व्यक्ती आपल्या कुत्र्याला प्रेमाने थोपटत असल्याचे मला जाणवते. तोही आपल्या कुत्र्याकडे कौतुकाने पाहतो. माझ्या कौतुकामुळे त्याच्या कुत्र्याबद्दलच्या कौतुकाला एक नवीन दिशा मिळते. 'एकदा इंग्लंडमध्ये मी एका गुराख्याला भेटलो. मी त्याच्या एका मोठ्या आणि समजूतदार कुत्र्याचे कौतुक केले. त्याने आपल्या कुत्र्याला कशा प्रकारे प्रशिक्षित केले आहे म्हणून मी त्याला विचारले. मी पुढे निघून गेलो आणि थोड्या वेळाने मागे वळून पाहिले तेव्हा तो कुत्रा त्या गुराख्याच्या खांद्यावर आपले दोन पाय ठेवून उभा होता आणि ग़ुराखी त्याला प्रेमाने थोपटत होता. ग़ुराखी आणि त्याचा कुत्रा यांच्यामध्ये थोडा रस घेऊन मी ग़ुराख्याला आनंदी केले, कुत्र्याला आनंदी केले आणि मी सुद्धा आनंदी झालो. '

जी व्यक्ती आपले सामान उचलणाऱ्या हमालाशी हस्तांदोलन करते, ग़रम किचनमध्ये काम करणाऱ्या स्वंयपाक्याबद्दल सहानुभूती व्यक्त करते, त्यांच्या कुत्र्यामुळे आपण किती प्रभावित झालो आहेत, हे लोकांना सांगते अशी व्यक्ती कटु आणि चिंतीत असू शक़तो याची तुम्ही कल्पना तरी करू शकता? त्याला मनोविश्लेषकाच्या सेवेची आवश्यकता पडू शकते? तुम्ही असे करू शकत नाहीत, खरे आहे ना? या बाबतीत एक चीनी म्हण अशा प्रकारची आहे, **'तो सुगंध काही काळासाठी त्या हातातही राहतो, जे तुम्हाला गुलाब देते.'**

तुम्हाला ही गोष्ट येलच्या बिली फेलप्सला सांगण्याची काही आवश्यकता नाही. त्यांना ते माहीत होते आणि ते याच पद्धतीने जगत होते.

तुम्ही पुरूष असाल तर हा परिच्छेद वाचू नका कारण त्यामध्ये तुम्हाला काहीही मजा येणार नाही. एका दुःखी आणि चिंतीत तरुण मुलीने कशा प्रकारे आपल्यासाठी हजारो युवकांकडून लग्नाचे प्रस्ताव मिळविले हे सांगणारा आहे. ज़्या मुलीने हे सर्व केले होते, ती आता तर आजी झाली आहे. क़ाही वर्षांपूर्वी मी तिच्या आणि तिच्या पतीच्या घरात एक रात्र घालविली होती. मी तिच्या गावात व्याख्यानासाठी गेलो होतो आणि दुसऱ्या दिवशी सकाळी मला न्यूयार्क सेंट्रलच्या मेन लाईनवर रेल्वे पकडण्यासाठी ज़वळपास पन्नास मैलांचा प्रवास करायचा होता. हा प्रवास मी तिच्यासोबत कारने केला. आम्ही मित्र होण्याबद्दल बोलत असताना ती मला म्हणाली, 'मिस्टर कार्नेगी मी तुम्हाला आज असे काही सांगणार आहे, जे मी आतापर्यंत कोणालाच सांगितले नाही, अगदी माझ्या पतीलाही नाही.' फिलाडेल्फियामधील एका गरीब कुटुंबात ती लहानाची मोठी झाल्याचे तिने मला सांगितले. ती म्हणाली, 'माझ्या किशोर अवस्थेत आणि तारुण्यात गरिबी हाच माझा त्रास होता. माझ्या सामाजिक पातळीच्या इतर मुली ज्या प्रकारे इतरांचे स्वागत करू शकत होत्या त्या प्रकारे मी इतरांचे स्वागत करू शकत नव्हते. माझे कपडेही खूप चांगल्या दर्जाचे नव्हते. ते खूप लवकर लहान होत असत कारण मी मोठी होत होते. माझ्या कपड्यांची फिटिंग यामुळे नीट नसायची आणि ते आधुनिक फॅशनचेही नसायचे. मी इतकी अपमानित आणि लज्जीत होत असे की रात्री झोपताना बहुतेक वेळा मी रडत असे. शेवटी फक्त निराशेमुळे माझ्या डोक्यात असा विचार आला की, डिनर पार्ट्यांमध्येही मी माझ्या जोडिदाराला त्याचे अनुभव, त्याचे विचार आणि भविष्यातील त्याच्या योजनेविषयी विचारावे. क़ारण त्याच्या उत्तरामध्ये मला खूपच रस होता. माझ्या जोडिदाराचे माझ्या कपड्याकडे लक्ष जाऊ नये म्हणून खरं तर मी हे सर्व करीत असे. पण त्यामुळे एक आश्चर्यकारक घटना घडली. मी त्या तरुणांना बोलताना ऐकत होते आणि त्यामुळे मला त्यांच्याबद्दल जास्त माहिती मिळायला लागली तेव्हा मी खरेच त्यात रस घ्यायला लागले. त्यामुळे अनेक वेळा मला माझ्या कपड्यांचा विसर पडत असे. मी एक चांगली श्रोता असल्यामुळे माझ्याशी बोलण्यासाठी मी युवकांनाही प्रेरित करीत होते. त्यामुळे माझ्याशी बोलण्यात त्यांनाही आनंद मिळत होता. यामुळे हळूहळू मी आमच्या सामाजिक गटातील सर्वात लोकप्रिय मुलगी ठरले. त्यापैकी तीन युवकांनी नंतर माझ्यासमोर लग्नासाठी प्रस्ताव ठेवला.'

हे प्रकरण वाचणारे काही लोक आता असे म्हणत असतील की, 'इतरांमध्ये रस घेण्याबाबतच्या या सर्व गोष्टी फालतू, बिनकामाच्या आहेत. रिकामे धार्मिक सिद्धांत आहेत. मी काही या जाळ्यात अडकणार नाही. मी माझे पैसे माझ्या पर्समध्येच ठेवील. शक्य होईल तितके मी हिसकावून घेईल. मी असे कधीही करणार नाही. परोपकारी उपदेशक गेला खड्ड्यात.'

ठीक आहे. तुमचा असाच विचार असेल तर तुम्हाला अशा प्रकारे विचार करण्याचा पूर्ण अधिकार आहे. तुम्ही जर खरे किंवा योग्य असाल तर इतिहासापासून आजपर्यंत झालेले सर्व धर्म उपदेशक आणि तत्त्वज्ञ – येशु ख्रिस्त, कन्फ्युशिएस, बुद्ध, प्लेटो, आरस्तू, सुकरात, सेंट फ्रान्सिस सर्वच्या सर्व चूक होते. पण धर्मगुरूनी शिकवलेल्या शिकवणुकीशी तुम्ही सहमत नाहीत, त्यामुळे सल्ल्यासाठी आपण काही नास्तिक लोकांकडे जाऊयात. सर्वात आधी आपण केंब्रिज विद्यापीठातील प्रोफेसर ए. ई. हाउसमॅन यांच्याकडे जाऊ. ते आपल्या काळातील खूप मोठे विद्वान होते. १ ९ ३ ६ मध्ये त्यांनी केंब्रिज विद्यापीठात 'क़वितेचे नाव आणि निसर्ग' या विषयावर एक व्याख्यान दिले. या भाषणाच्या वेळी त्यांनी असा दावा केला की आतापर्यंतचा सर्वात खोल नैतिक शोध आणि सर्वात मोठे सत्य येशु ख्रिस्ताच्या 'ज़ो आपले जीवन मिळवितो तोच ते गमावित असतो. ज़ो माझ्यासाठी आपले जीवन गमावतो तोच सर्व काही मिळवितो, ' या शब्दात दडलेले आहे.

आपण उपदेशकांना सर्व आयुष्यभर हेच सांगताना ऐकले आहे. हाउसमॅन एक नास्तिक आणि निराशावादी होते. एक अशी व्यक्ती होते, ज्यांनी आत्महत्या करण्याचाही विचार केला होता. त्यानंतरही त्यांना असेच वाटत होते की जी व्यक्ती स्वतःबद्दल जास्त विचार करते, ती आपल्या जीवनात काहीही मिळवू शकत नाही. दुसऱ्याबाजूला इतरांची सेवा करण्यात जी व्यक्ती स्वतःला विसरते ती सर्व काही मिळविते.

तुम्ही ए. ई. हाऊसमॅनच्या कथनामुळे प्रभावित झाला नाहीत तर आपण सल्ल्यासाठी विसाव्या शतकातील सर्वात मोठे नास्तिक थियोडोर ड्रेजर यांच्याकडे वळू. ड्रेजर सर्व धर्मांना परिकथा समजून त्यांची टिंगल करीत असत. त्यांचा असा समज होता की, 'जीवन हे एक मुर्खाने सांगितलेली कथा आहे. ज़्यामध्ये सर्वादिक हल्ला आणि हवा असते. वास्तवात मात्र ते अर्थहीन आणि तत्त्वहीन आहे.' येशु ख्रिस्तो शिकविलेल्या एका तत्त्वाची मात्र ड्रेजरने वकिली केली आहे, 'इतरांची सेवा करा.' **'आपल्या जीवनामध्ये व्यक्तीला थोडे जरी सुख आणि आनंद मिळवायचा असेल तर त्याने फक्त स्वतःसाठीच नाही तर**

इतरांसाठीही चांगल्या वस्तू निर्माण करण्याबद्दल विचार करायला हवा. त्याने तशी योजना आखायला हवी कारण त्याचा आनंद इतरांमधील त्याचा आनंद आणि आपल्यामधील इतरांच्या आनंदावर अवलंबून असतो.'

आपण दुसऱ्यासाठी वस्तू चांगल्या बनवायला जात असूत, म्हणजे ड्रेजरने ज्या प्रकारे सूचविले आहे. त्याप्रमाणे ... तर आपण हे कार्य शक्य तितक्या लवकर सुरू करायला हवे. क़ाळ आपल्या हातातून निसटून चालला आहे. ' मी या वाटेवरून फक्त एकदाच जाणार आहे. त्यामुळे मी इतरांचे जितके म्हणून भले करू शकतो किंवा इतरांवर मी जितकी दया दाखवू शकतो तितकी आता या क्षणीच दाखवायला हवी. मी ते टाळणार नाही. मी त्याकडे दुर्लक्ष करणार नाही. क़ारण या वाटेवरून मी पुन्हा दुसऱ्यांदा कधीही जाणार नाही.'

तर तुम्हाला चिंता दूर करायची असेल आणि सुख समाधानाने भरलेले जीवन जगायचे असेल तर सातवा नियम असा आहे : -

'इतरांमध्ये रस घेऊन स्वतःला विसरून जावे. रोज किमान एक तरी चांगले कार्य असे करावे की त्यामुळे क़ोणाच्या तरी चेहऱ्यावर आनंदाचे हास्य उमटेल. '

भाग चार थोडक्यात

सुख शांतता कायम ठेवण्याच्या सात प्रद्धती

१. आपण आपले डोके शांतता, साहस, आरोग्य आणि आशेच्या विचारांनी भरून टाकायला हवे. क़ारण 'आपल्या विचारातूनच आपले जीवन घडत असते.'

२. आपल्या वैऱ्यांचा बदला घेण्याचा आपण प्रयत्न करू नये. क़ारण त्यामुळे आपण त्याच्यापेक्षा स्वतःचे जास्त नुकसान करून घेतो. त्यासाठी आपण जनरल हायजनहॉवरचे सूत्र स्वीकारायला हवे. ज़े आपल्याला आवडत नाहीत, त्यांच्याबदद्ल विचार करण्यासाठी आपण एक क्षणही वाया घालविता कामा नये.

३. कृतघ्नतेबद्दल चिंता करण्याऐवजी आपण तिची अपेक्षा करायला हवी. येशु ख्रिस्ताने एका दिवशी कोडाचे दहा रुग्ण बरे केले होते. आणि त्यापैकी फक्त एकानेच येशूला धन्यवाद दिले होते हे आपण लक्षात ठेवायला हवे. येशुपेक्षा जास्त कृतज्ञता मिळण्याची आपण कशी काय अपेक्षा करू शकतो?

आपण कृतज्ञतेची अपेक्षा ठेवावी, हा काही सुख मिळविण्याचा एकमेव मार्ग नाही. तर आपण देण्याचा आनंद मिळवावा हा आहे.

४. आपल्याला मिळालेले यश मोजा, झालेला त्रास नाही.

५. इतरांची नक्कल न करता आपले असली स्वरूप ओळखावे. त्याच रुपात रहावे कारण 'मत्सर अज्ञान आहे. ' आणि 'नक्कल करणे आत्महत्त्या आहे.'

६. नशिब आपल्या हातात लिंबू देते तेव्हा त्या लिंबाचे शरबत बनविण्यासाठी आपण प्रयत्न करायला हवेत.

७. 'इतरांना थोडे सुख देण्याच्या प्रयत्नात आपण आपले दुःख विसरावे.' तुम्ही इतरांचे भले करीत असता तेव्हा त्याच्यापेक्षा जास्त स्वतःचे भले करता.

भाग - ५

चिंतेवर
मात कशी
करावी?

१९

चिंतेवर मात कशी करावी?

ज़ीवनाबद्दलचा नवीन उत्साह, ज़ास्त जीवन, जास्त विराट, समृद्ध आणि समाधानकारक जीवन प्रदान करते. - विल्यम जेम्स

मी तुम्हाला या पूर्वी सागिंतले आहे त्याप्रमाणे मिसुरी मधील फार्म हाऊसवर माझा जन्म झाला आणि तिथेच माझे संगोपन झाले. त्या काळातील बहुतेक शेतकऱ्यांप्रमाणे माझे आई वडीलही खूप परिश्रम करीत असत. आई एका शाळेत शिक्षिका होती तरी वडील शेतावर काम करून दर महा बारा डॉलर मिळवित असत. आई फक्त माझे कपडेच शिवत नव्हती तर ते धुण्यासाठी साबणही घरीच तयार करीत असे.

आम्ही आमच्याकडील डुकरे विकण्याचा काळ सोडला तर आमच्याकडे खूपच कमी वेळा रोख पैसे असायचे. आम्ही किराणा दुकानातून पीठ, साखर, कॉफी खरेदी करीत असू तेव्हा त्याच्या बदल्यात आम्ही त्याला आमच्या घरातील बटर आणि अंडी देत असूत. मी बारा वर्षांचा झालो होतो तरीही मला स्वतःवर खर्च करण्यासाठी वर्षाला पन्नास सेंटही मिळत नसत. मला आजही आठवते की ४ जुलै रोजी आम्ही आमचा स्वातंत्र्य दिन साजरा करण्यासाठी गेलो होतो तेव्हा मला माझ्या इच्छेनुसार खर्च करण्यासाठी वडिलांनी दहा सेंट दिले होते. त्यावेळी मला जगभरातील सर्व संपत्ती मिळाल्यासारखा आनंद झाला होता.

एका खोलीच्या खेड्यातील शाळेत शिकण्यासाठी मी एक मैलभर पायी चालत जात असे. ज़ेव्हा बर्फ पडत असे आणि तापमान शून्याच्या खाली अठ्ठावीस अंशापर्यंत जात असे तेव्हाही मी पायीच शाळेला जात असे. वयाच्या चौदा वर्षापर्यंत माझ्या पायांना रबरी बुट किंवा ओव्हर शूज माहीत नव्हते. दीर्घ, बर्फाळ थंडीत माझे पाय नेहमी ओलसर आणि थंड राहत असत. थंडीमध्ये कोणाचे पाय कोरडे आणि गरम राहू शकतात याचा मी स्वप्नातही विचार केला नव्हता.

माझे आई वडील रोज सोळा सोळा तास कठोर परिश्रम करीत असत तरीही आम्ही सदैव कर्जात बुडालेले असायचो. दुर्दैव काही आमचा पाठलाग करणे सोडीत नव्हते. माझ्या सुरूवातीच्या काही आठवणींपैकी एक आहे, १०२ नदीला आलेले पुराचे पाणी आमच्या मक्क्याच्या शेतापर्यंत घुसले होते. शेताच्या चहुबाजूने पाणी वाहत होते आणि आमचे पीक वाया गेले होते. सातपैकी सहा वर्षांमध्ये आमचे पीक अशा प्रकारे हातातून गेले होते. दरवर्षी आमची काही डुकरे कॉलरामुळे मरत होती आणि आम्ही त्यांना जाळून टाकीत होतो. आजही मी डोळे बंद करून जळणाऱ्या डुकराच्या मटनाचा वास अनुभवू शकतो.

एके वर्षी पूर आला नाही. आम्ही मक्क्याचे चांगले पीक घेतले. पाळीव प्राण्यांसाठी आम्ही चारा खरेदी केला तसेच मक्का चारून आम्ही त्यांना पुष्ट केले. ख़रं तर त्यावर्षीही पूर आला असता तर खूप बरे झाले असते कारण शिकागोच्या बाजारामध्ये जाड प्राण्यांच्या किमती उतरल्या होत्या. इतके खाऊ पिऊ घालून धृष्टपुष्ठ केलेल्या जनावरांना आम्ही विकले तेव्हा त्यांच्या खरेदी किमतीच्या फक्त तीस ड़ॉलर जास्त किमत आम्हाला मिळाली. पूर्ण एक वर्षाच्या परिश्रमाच्या मोबदल्यात फक्त तीस डॉलर.

आम्ही जे काही करीत होतो, त्यामध्ये फक्त नुकसानच होत होते. मला आजही आठवते की वडिलांनी एकदा खेचरे खरेदी केली होती. आम्ही तीन वर्षे त्यांचे पालन पोषण केले. त्यांना प्रशिक्षित करण्यासाठी लोकांना पैसे दिले. मग त्यांना मेन्किस, टेनिसेला पाठविले. त्यांना विकल्यावर आम्हाला मिळालेली किमत तीन वर्षांपूर्वी आम्ही त्यांना खरेदी केलेल्या किमतीपेक्षा कमी होती.

दहा वर्षे कठोर परिश्रम केल्यावर आम्ही नुसते कंगालच झालो होतो असे नाही तर गळ्यापर्यंत कर्जात बुडालो होतो. आमचे शेत गहाण टाकले होते आणि लाख प्रयत्न करूनही आम्ही त्याचे व्याजसुद्धा भरू शकत नव्हतो. शेत गहाण ठेवलेली बँक माझ्या वडिलांसोबत वाईट प्रकारे वागत होती, त्यांचा अपमान करीत होती आणि फार्म हिरावून घेण्याची धमकीही देत होती. वडिलांचे वय सत्तेचाळीस वर्षे होते. तीस वर्षाच्या कठोर परिश्रमानंतर त्यांना क़र्ज आणि अपमानाशिवाय काहीही मिळाले नाही. त्यांना हे सहन झाले नाही. ते चिंता करू लागले. त्यांचे आरोग्य बिघडले. दिवसभर शेतात कठोर परिश्रम केल्यावरही त्यांना भूक लागत नव्हती. त्यांना भूक वाढविणाऱ्या गोळ्या घ्याव्या लागल्या. ते खूप अशक्त झाले. माझे वडील आणखी फार तर सहा महिने जगतील असे डॉक़्टरांनी माझ्या आईला सांगितले. वडील इतक्या काही काळजित आणि चिंतेत होते की त्यांना जिवंत रहायचेच नव्हते. वडील घोड्यांना दाणा खाऊ घालीत असत तेव्हा किवा गाईंचे दुध काढण्यासाठी गोठ्यात जात असत तेव्हा ते वेळेवर न परत आल्यामुळे आई त्यांना

शोधण्यासाठी जात असे, असे म्हणताना मी आईला अनेक वेळा ऐकले आहे. वडिलांचे शरीर दोरीला लटकलेल्या अवस्थेत मिळते की काय अशी तिला सतत भीती वाटत असे. एके दिवशी बँकरला भेटण्यासाठी ते मैरिवलेला गेले. तिथे गेल्यावर बँकरने पुन्हा एकदा शेताचा लीलाव करण्याची धमकी दिली. वडील माघारी परतत असताना त्यांनी १०२ नदीचा पूल पार करताना आपल्या घोड्यांना थांबविले. ग़ाडीतून खाली उतरले आणि पुलाखालून वाहत जाणाऱ्या पाण्याकडे पाहत ते बराच वेळ थांबले. पुलावरून उडी मारून सर्व तापापासून मुक्तता करून घ्यावी की काय याच गोंधळात ते सापडले होते, हे तर उघडच आहे.

अनेक वर्षांनंतर पुढे मला वडिलांनी सांगितले की त्या रात्री त्यांनी नदीत फक्त यामुळे उडी मारली नाही क़ी तुझ्या आईची देवावर गाढ श्रद्धा होती. त्याने दाखविलेल्या मार्गानुसार आपण वाटचाल केली आणि त्याच्यावर मानापासून प्रेम केले तर एके दिवशी सर्व काही ठीक होईल, असे तिला वाटायचे. आई योग्य होती. शेवटी सर्व काही ठीक झाले. त्यानंतर माझे वडील सुमारे बेचाळीस वर्षे जगले. १९४१ मध्ये वयाच्या एकोणनव्वदव्या वर्षी त्यांचे निधन झाले.

संघर्ष आणि दुःखाच्या त्या काळातही माझ्या आईने कधी चिंता केली नाही. प्रार्थना करीत असताना ती आपल्या सर्व समस्या आणि अडचणी देवासमोर मांडीत असे. रोज रात्री अंथरुणावर झोपायला जाण्याच्या आधी आई आम्हाला बायबलमधील एक प्रकरण वाचवून दाखवित असे. आई किंवा वडील बहुतेक करून येशु ख्रिस्ताचे हे सांत्वनायुक्त शब्द वाचवून दाखवित असत, 'माझ्या वडिलांच्या घरात अनेक महाल आहेत. ... तुमच्यासाठी जागा तयार करायला मी पुढे जात आहे. .... म्हणजे मग जिथे मी आहे, तिथे तुम्हालाही राहता येईल. ' मग आम्ही सर्व मिसुरीमधील त्या सुन्या फार्म हाऊसवर आपापल्या खुर्च्यासमोर झुकत असू. प्रेम आणि करुणेसाठी देवाची प्रार्थना करायचो. ज़ेव्हा विल्यम जेम्स हॉवर्डमध्ये फिलॉसॉफीचे प्रोफेसर होतो तेव्हा ते म्हणाले होते, 'हेच योग्य आहे. चिंता दूर करण्याचा योग्य उपाय म्हणजे धार्मिक आस्था आहे.'

हे माहीत करून धेण्यासाठी तुम्हाला हॉवर्ड विद्यापीठात जाण्याची आवश्यकता नाही. माझ्या आईला ही गोष्ट मिसुरीच्या फार्म हाऊसवरच कळली होती. पूर, कर्जे किंवा संकटे यापैकी काहीही माझ्या आईला सुखी, तेजस्वी आणि विजयी आस्थेपासून डळमळीत करू शकले नाही. क़ाम करीत असताना ती जे गाणे गुणगुणायची ते मी आजही ऐकू शकतो,

शांतता, शांतता, आश्चर्यकारक शांतता,
वर बसलेल्या माझ्या बापाकडून प्रवाहित होऊन

चीरकाळासाठी माझ्या आत्म्यामध्ये समाविष्ट होते.

मी प्रेमाच्या खोल लाटांवर बसून प्रार्थना करते.

मी माझे जीवन धार्मिक कार्यासाठी समर्पित करावे, अशी माझ्या आईची इच्छा होती. मी परदेशात मिशनरी होण्याबद्दल गंभीरपणे विचार केला. मग मी कॉलेजमध्ये गेलो आणि अनेक वर्षानंतर माझ्यात एक हळूवार बदल होत गेला. मी जीवशास्त्र, विज्ञान आणि तत्त्वज्ञान तसेच धर्माचा तुलनात्मक अभ्यास केला. बायबल कशा प्रकारे लिहिण्यात आले आहे, यावरचे मी एक पुस्तक वाचले.मी बायबलमधील अनेक सिद्धांताबद्दल संशय घेऊ लागलो. त्या काळातील ग्रामीण उपदेशकांच्या वतीने शिकविण्यात येणाऱ्या सार सिंद्धांताबद्दलही शंका निर्माण करू लागलो. मी भ्रमित झालो होतो, वॉल व्हिटमॅन यांच्याप्रमाणे. मला माझ्यातच 'उत्सुक आणि विचित्र प्रश्नांची जाणीव हालचाल निर्माण करू लागली.' कोणावर विश्वास ठेवावा हे मला कळत नव्हते. मला जीवनाचे काहीही ध्येय स्पष्टपणे दिसत नव्हते. मी प्रार्थना करणे सोडून दिले. मी अज्ञेयवादी झालो होतो. ज़ीवनाचे काहीही ध्येय नाही, त्याला काही उद्देश नाही, याची मला जाणीव होऊ लागली. वीस कोटी वर्षांपूर्वी पृथ्वीवर वावरणाऱ्या डायनासोर प्रमणे माणसाचे जीवनही निरुद्देश आहे. ड़ायनासौरप्रमाणे मानवी जातही एके दिवशी या पृथ्वीवरून लुप्त होईल, असे मला वाटू लागले. विज्ञानानुसार सूर्य हळूहळू थंड होत आहे. .याचे तापमान आजच्यापेक्षा दहा टक्के कमी होईल तेव्हा पृथ्वीवर जीवसृष्टीच राहणार नाही. क़ोण्या तरी एखाद्या दयाळू देवाने आपल्यासारख्याच माणसाची निर्मिती केली, या विचाराचे मला हासू येऊ लागले. क़ाळया, थंड, निर्जीव अवकाशात लाखो सूर्य चमतकत आहेत, यावर माझा विश्वास होता. क़दाचित त्यांची निर्मिती कोणीच केली नसावी. क़ाळ आणि अंतराळ नेहमीसाठी उपस्थित असते त्याचप्रमाणे सूर्यही नेहमीसाठी उपस्थित असावा. आता मला या प्रश्नांची उत्तरे माहीत झाली आहेत, असा मी आता दावा करू शकतो का? नाही. कोणतीही जिवंत व्यक्ती सृष्टीचे रहस्य, जीवनाचे रहस्य आजपर्यंत उलगडू शकली नाही. आपण चारही बाजूने घेरले गेलो आहोत. आपल्या शरीराची कार्यप्रणाली हे सुद्धा एक खोलवर दड़लेले रहस्य आहे. तुमच्या घरातील वीज हे सुद्धा एक रहस्य आहे. भिंतीवरच्या फटीत आकार घेणारे फूल सुद्धा एक रहस्य आहे. जनरल मोटर्स रिसर्च लॅबरोटरीजचे थोर संचालक चार्लस एफ कॅटरिग यांनी ग़वत हिरवे का असते याचा शोध घेण्यासाठी एल्टियोक कॉलिजला दरवर्षी आपल्या खिशातून तीस हजार डॉलर्स दिले. ग़वत कशा प्रकारे सूर्याचा प्रकाश, कार्बनडाय ऑक्साईड आणि पाण्याच्या मदतीने कशा प्रकारे खाद्य शर्करा निर्माण करते हे रहस्य उलगडले तर त्यामुळे मानव जातीचे भविष्य बदलून जाईल, असा त्यांचा दावा होता. तुमच्या कारचे इंजिन सुरू

होणे हे सुद्धा एक गडद रहस्य आहे. ज़नरल मोटर्सने याचा शोध घेण्यासाठी अनेक वर्षे कोट्यावधी डॉलर खर्च केले. एका सिलेंडरमध्ये एका ठिणगीच्या स्फोटामुळे स्फोट का आणि कशा प्रकारे होतो की त्यामुळे तुमची कार चालू लागते.

आपण आपले शरीर, वीज आणि गॅस इंजिन यांना पूर्णपणे समजू शकलो नाहीत. तरीही आपण आज त्याचा सुसाटपणे वापर करीत आहोत. त्याचा आनंद घेत आहोत. याच प्रमाणे मी प्रार्थना आणि धर्माचे रहस्यही समजू शकलो नाही. पण त्याच धर्मापासून मिळणाऱ्या ज़ास्त समृद्ध, जास्त सुखी जीवनाचा आनंद घेण्याच्या आड ते येत नाही. शेवटी मी संतायनच्या शब्दात बुद्धिमत्ता जाणून घेऊ शकलो, 'माणसाचा जन्म ज़ीवन समजून घेण्यासाठी नाही तर त्याचा आनंद घेण्यासाठी झाला आहे.'

मी पुन्हा एकदा वळलो. मला असे सांगायचे होते की पुन्हा एकदा मी धर्माकडे वळलो, पण हे पूर्ण सत्य असणार नाही. मी धर्माच्या एका नवीन संकल्पनेकडे वळलो. आता मला अनेक चर्चेतून उठणाऱ्या विविध संप्रदायांच्या मतांशी काहीही कर्तव्य नाही. धर्म माझ्यासाठी काय करतो, यामध्ये मला आता जास्त रस उरला आहे. तसेच वीज, चांगले अन्न आणि पाणी माझ्यासाठी काय करते, यामध्ये मी जसा रस घेतो तसाच मी धर्मामध्येही रस घेऊ लागलो. हे सर्व जास्त समृद्ध आणि सुखी जीवन जगण्यासाठी मला मदत करतात. धर्म मात्र माझ्यासाठी यापेक्षा जास्त करतो. त्यापासून मला आध्यात्मिक मूल्ये मिळतात. विल्यम जेम्सने म्हटले होते त्याप्रमाणे ते माझ्यासाठी, **'जीवनाबद्दलचा नवीन उत्साह, ज़ास्त जीवन, जास्त विराट, समृद्ध, संपन्न आणि समाधानी जीवन प्रदान करते.'** त्यापासून मला आस्था, विश्वास आणि साहस मिळते. माझ्या जीवनातील तणाव, चिंता, भीती आणि अस्वस्थपणा दूर करते. त्यामुळे माझ्या जीवनाला नवीन अर्थ आणि नवीन दिशाही मिळते. त्यामुळे माझे सुख अनेक पटीने वाढते. माझे आरोग्यही चांगले राहते. यामुळे मला स्वतःसाठी जीवनातील वाळवंटाच्या उलाढालीत शांततेचे नंदनवन निर्माण करण्यासाठी मदत मिळते.

फ्रान्सिस बेकिन जास्त योग्य होते. त्यांनी सुमारे तीनशे वर्षांपूर्वीच हे सांगून टाकले होते की, 'थोड्याशा ज्ञानामुळे माणसाचे डोके नास्तिकतेकडे वळते; पण जेव्हा तो जास्त ज्ञानी होतो तेव्हा त्याचे ड़ोके धर्माच्या दिशेने झुकायला लागते.'

लोक जेव्हा विज्ञान आणि धर्म यांच्यातील परस्पर विरोधी मतांबद्दल चर्चा करीत असत ते दिवस मला आजही आठवतात. वास्तवात मात्र असे काहीही नाही. सर्व विज्ञानात नवीन असलेल्या मानसशास्त्रात तर येशु ख्रिस्ताने जे सांगितले आहे तेच सांगितले आहे. क़ा? मनोविश्लेषक हे मान्य करतात की, प्रार्थना आणि ठाम धार्मिक आस्थेमुळे चिंता,

अस्वस्थता, दबाव आणि भीती हे सर्व आपल्यापासून दूर पळते. यामुळेच आपल्या आध्यपिक्षा जास्त समस्या निर्माण होत असतात. प्रसिद्ध मनोविश्लेषक डॉ. ए. ए. ब्रिल म्हणतात, 'मनोविश्लेषकांना हे चांगल्या प्रकारे माहीत असते की क़ोणत्याही खऱ्या धार्मिक व्यक्तीला न्यूरायसिस कधीही होत नाही.'

धर्म सत्य नसेल तर जीवन अर्थहीन असते. हा एक प्रकारचा दुःखद विनोद आहे.

मी हेन्री फोर्ड यांचा मृत्यू होण्याच्या काही दिवस आधी त्यांची मुलाखत घेतली होती. त्यांची भेट घ्यायच्या आधी मला असे वाटत होते की, जागातील सर्वात मोठी उद्योजक व्यक्ती आपला व्यवसाय उभारण्यासाठी आणि चालविण्यासाठी जे काही कठोर परिश्रम करतो, त्याच्या रेषा काही प्रमाणात तरी त्यांच्या चेहऱ्यावर दिसतील. वयाच्या अठ्ठ्यात्तराव्या वर्षी त्यांना शांत आणि सुखी पाहून मी अस्वस्थ झालो. तुम्ही कधी चिंता केली आहे का? असे मी त्यांना विचारल्यावर ते म्हणाले, 'नाही. परमेश्वर हे सर्व विश्व चालवित आहे आणि त्याला माझ्या मदतीची काहीही आवश्यकता नाही, हे मला माहीत होते. हे जग जर परमेश्वराच्या हातात असेल तर शेवटी सर्व काही चांगलेच होणार आहे, यावर माझा विश्वास आहे. मग चिंता कशाची?'

आज काल तर अनेक मनोविश्लेषक आधुनिक पादरी होत असताना दिसत आहेत. पुढच्या जगातील नरकापासून आपला बचाव व्हावा म्हणून ते आपल्याला धार्मिक जीवन जगायला सांगत नाहीत. तर पोटातील अल्सर, एन्वायना पेक्टोरिस, नर्व्हस ब्रेक डाऊन आणि वेडपणा यापासून आपला बचाव व्हावा. आपले मानसशास्त्रज्ञ आणि मनोविश्लेषक काय शिकवित आहेत, हे जाणून घेण्यासाठी डॉ. हेन्री सी लिंक यांचे **'द रिटर्न टू रिलिजन'** हे पुस्तक आवश्य वाचा.

होय, ख्रिश्चन धर्म म्हणजे प्रेरणादायी आणि उत्साही हालचालींचे केंद्र आहे. येशु ख्रिस्तानेंच सांगितले होते, 'तुम्हाला जीवन मिळावे, तेही खूप जास्त प्रमाणात मिळावे, यासाठी मी आलो आहे.' येशु ख्रिस्ताने आपल्या काळात धर्माच्या नावाखाली सुरू असलेल्या कर्मकांडावर आणि ढोंगीपणावर निंदा करून आक्रमण केले. ते एक बंडखोर होते. त्यांनी एका नव्या धर्माचा उपदेश केला. अशा एका धर्माचा उपदेश, ज्यामध्ये हे जग बदलण्याचे सामर्थ्य होते. म्हणूनच त्यांना सुळावर चढविण्यात आले. त्यांनी शिकविले होते, **'धर्माचे अस्तीत्त्व माणसासाठी आहे, माणूस धर्मासाठी नाही.'** म्हणजेच धर्म माणसासाठी तयार किंवा निर्माण करण्यात आला आहे. माणूस धर्मासाठी निर्माण झालेला नाही. ते पापाबद्दल जितके काही बोलले त्यापेक्षा अधिक भीतीबद्दल बोलले. चुकीची प्रत्येक गोष्ट पाप असून ती तुमच्या आरोग्याला बाधक आहे. येशु ख्रिस्ताने सांगितलेल्या ज़ास्त समृद्ध,

जास्त परिपूर्ण,जास्त सुखी, साहसी जीवनाच्या विरूद्ध जे काही आहे ते सर्व पाप आहे. इमर्सन स्वतःला 'आनंदाच्या शास्त्राचा प्राध्यापक' म्हणवून घेत असे. येशु ख्रिस्तही आनंदाच्या शास्त्राचे उपदेशक होते. त्याने आपल्या शिष्यांना आदेश केला होता की त्यांनी आनंदी रहावे आणि आनंदाने उड्या माराव्यात. धर्माच्या बाबतीत फक्त दोनच गोष्टी महत्त्वाच्या असल्याचा येशु ख्रिस्ताने दावा केला होता. मनापासून देवावर प्रेम करणे आणि आपल्याप्रमाणेच आपल्या शेजाऱ्यावरही प्रेम करणे. ज़ी व्यक्ती असे करते ती खऱ्या अर्थाने धार्मिक व्यक्ती असते. मग त्याला ती गोष्ट माहीत नसली तरीही. टुलसा, ओक्लाहोमामध्ये राहणारे माझे सासरे हेन्री प्राईस याचे उत्तम उदाहरण आहेत. ते स्वर्णिम नियमाच्या आधारे जगण्यासाठी प्रयत्न करतात. ते कधीही नीच दर्जाचे, स्वार्थी आणि अप्रामाणिक काम करीत नाहीत. अर्थात ते चर्चमध्ये जात नाहीत आणि स्वतःला अज्ञेयवादी म्हणवतात. मूर्खपणा. कोणती गोष्ट माणसाला ख्रिश्चन करते? आ प्रश्नाचे उत्तर जॉन बेलीने द्यावे, अशी माझी इच्छा आहे. ते एडिनबरा विद्यापीठात थियोलॉजीचे प्राध्यापक आहेत. त्यांनी म्हटले आहे, 'क़ोणत्याही व्यक्तीला ख्रिश्चन बनविणारी ती गोष्ट क़ाही निश्चित विचारांबद्दल त्याची बौद्धिक स्वीकृती देत नाही. तसेच काही ठराविक नियमाप्रणाणे वागणेही नसते. तर त्याच्या आत एक निश्चित भावना असते आणि एका निश्चित जीवनशैलीमध्ये त्याचा वाटा असतो. '

ही गोष्ट जर एखाद्या व्यक्तीला ख्रिश्चन बनवित असेल तर हेन्री प्राईस एक थोर ख्रिश्चन ठरतात.

आधुनिक मानसशास्त्राचे पितामह डॉ. विल्यम ज़ेम्स आपले मित्र प्रोफेसर थॉमस डेव्हिडसनला लिहितात की, 'जस जशी वर्षे निघून जातात तसतसे आपण देवाशिवाय अधिक जगू शकणार नाही, असे वाटायला लागते.'

या पुस्तकात मी आधीच सांगून ठेवले आहे की, परीक्षकांना माझ्या विद्यार्थ्यांनी लिहिलेली चिंतेवरील सर्वश्रेष्ठ कथांपैकी एक निवडण्याची वेळ आली तेव्हा त्यांच्यासाठी ते इतके अवघड काम होते की दोघांना पहिला पुरस्कार द्यावा लागला. इथे मी तुम्हाला ती दुसरी कथा सांगणार आहे, जिला आम्हाला पहिला पुरस्कार द्यावा लागला. तो एका महिलेचा अविस्मरणीय अनुभव होता, तिने खूप मोठ्या अवघडलेपणानंतर हे जाणले होते की, 'आपले देवाशिवाय काहीही चालू शकत नाही.'

मी या महिलेचा उल्लेख मेरी कुशमॅन या नावाने ओळखणार आहे. ख़रं तर ते तिचे खरे नाव नाही. तिची मुले आणि नातू- पणतू तिची ही कथा प्रकाशित झाल्यामुळे अस्वस्थ होऊ नयेत म्हणून मी तिचे नाव आणि पत्ता गुप्त ठेवण्यासाठी तयार झालो. अर्थात ती

महिला मात्र वास्तव आहे, जरा अधिकच वास्तव. अशी आहे तिची कथा :

'मंदीच्या काळात माझ्या पतीचा सरासरी पगार दर आठवड्याला अठरा डॉलर होता. क़ाही वेळा तर आम्हाला इतकेही मिळत नसायचे. जेव्हा ते आजारी असायचे तेव्हा तर आम्हाला वेतनच मिळत नसायचे. शिवाय असे बहुतेक वेळा व्हायचे. त्यांच्या बाबतीत लहान मोठ्या गोष्टी नेहमीच व्हायच्या. ग़ालफुगी, स्कार्लेट फिवर आणि इन्फ्ल्युएंझाचे सातत्याने होणारे ॲटक हीही परेशानी होती. यामुळे आम्हाला ते इवलेसे घरही सोडावे लागले जे आम्ही आमच्या हाताने निर्माण केले होते. आमच्यावर किराणा दुकानाचे पन्नास डॉलरचे कर्ज झाले होते. आम्हाला पाच मुलांचे संगोपन करायचे होते. त्यामुळे मग मी शेजाऱ्याचे कपडे धुऊन देण्याचे आणि त्यांना इस्त्री करण्याचे काम स्वीकारले. साल्वेशन आर्मी स्टोअरमधून मी मुलांसाठी जुने कपडे खरेदी केले. चिंता करून करून मी स्वतःला आजारी करून टाकले होते. ज़्या किराणा दुकानदाराचे आमच्यावर पन्नास डॉलरचे कर्ज झाले होते, त्या किराणा दुकानदाराने माझ्या अकरा वर्षाच्या मुलावर दोन पेन्सिल चोरल्याचा आरोप केला होता. ही घटना मला सांगताना माझा मुलगा रडत होता. तो अतिशय प्रामाणिक आणि संवेदनशील असल्याचे मला माहीत होते. इतर लोकांसमोर तो लज्जीत आणि अपमानित झाला असेल, हेही मला माहीत होते. हा शेवटचा झटका होता. आम्ही आतापर्यंत सहन करीत आलेल्या सर्व दुःखांचा मी विचार केला. मला भविष्यासाठी काहीही आशा दिसत नव्हती. क़दाचित चिंतेमुळे मी थोड्या वेळासाठी वेडीच झाले असेल. क़ारण मी आमची वॉशिंग मशीन बंद केली. मी माझ्या पाचच वर्षांच्या लहानग्या मुलीला घेऊन लहनाशा बेडरूममध्ये गेले. खिडकीतील फटीवर कागद आणि इतर वस्तू लाऊन त्या बंद केल्या. माझ्या मुलीने मला विचारले, 'मम्मी, तू काय करीत आहेस?' मी उत्तर दिले, 'आत खूपच कोंदटपणा भरला आहे.' नंतर मी माझ्या रुममधील हीटरचा गॅस सुरू केला, पण तो जाळला मात्र नाही. मी परत बेडवर माझ्या मुलीजवळ आले तेव्हा ती म्हणाली, 'आपण थोड्या वेळापूर्वीच तर झोपेतून उठलो आहोत, आता परत तेच करणे किती विचित्र आहे, नाही का? ' मी तिला म्हणाले, 'काही हरकत नाही. आपण एक डुलकी घेऊ. मग मी माझे डोळे बंद केले आणि हीटरमधून गॅस बाहेर येण्याचा आवाज ऐकू लागले. मी त्या गॅसची दुर्गंधी कधीही विसरू शकणार नाही....

'अचानक मला कुठून तरी संगीत ऐकू आले. मी ऐकत राहिले. मी किचनमध्ये सुरू असलेला रेडिओ बंद करायला विसरले होते. आता त्यामुळे काहीही फरक पडणार नव्हता. संगीत वाजत राहिले. मी ऐकत होते. थोड्याच वेळात रेडिओवर एक जुने भजन लागले :

येशु खिस्तामध्ये आपला किती तरी मोठा मित्र आहे,

आपली सर्व पापे आणि दुःखे सहन करण्यासाठी.
किती मोठा अधिकार आहे,
प्रत्येक गोष्ट उचलून देवासमोर प्रार्थनेच्या वेळी मांडणे.
अरे, आपण किती शांतता गमावतो,
अरे, आपण किती अनावश्यक त्रास सहन करतो,
फक्त यामुळेच की आपण प्रत्येक गोष्ट देवासमोर
प्रार्थनेमध्ये देवा समोर मांडू शकत नाहीत.

ही प्रार्थना ऐकल्यावर मला जाणवले की, माझ्याकडून एक दुःखद चूक झाली आहे. मी एकटीनेच माझे हे भयंकर युद्ध लढण्याचा प्रयत्न चालविला होता. मी प्रार्थनेमध्ये देवासमोर प्रत्येक गोष्ट ठेवली नव्हती. मी झटक्यात उभी राहिले. गॅस बंद केला. दार उघडले. खिडक्या उघडल्या.

'मी रडले आणि मी पूर्ण दिवसभर प्रार्थना केली. मी फक्त मदतीसाठी प्रार्थना केली नाही तर परमेश्वराने मला दिलेल्या प्रत्येक गोष्टीसाठी त्याचे आभार मानले. त्याने मला दिली होती, पाच चांगली मुले. निरोगी आणि चांगली. त्याचे आरोग्य चांगले होते. ते शरीर आणि मनाने खंबीर होते. मी पुन्हा कधीही कृतघ्न होणार नसल्याचे देवाला वचन दिले. मी माझे वचन नेहमी पाळले.'

'आम्ही आमचे घर गमावून बसल्यावर आम्हाला पाच डॉलर दरमहा भाड्याने एका स्कूल हाऊसमध्ये रहावे लागू लागले तेव्हाही मी त्यासाठी देवाचे आभार मानले. आम्हाला गरम आणि कोरडे ठेवण्यासाठी कमीत कमी आमच्या डोक्यावर एक छप्पर तरी होते म्हणून मी देवाचे आभार मानले. स्थिती यापेक्षा वाईट नव्हती म्हणूनही मी देवाचे आभार मानले. असे काही एका रात्रीत घडले नाही. मंदीचे परिणाम कमी व्हायला लागल्यावर आमच्याकडे जरा जास्त पैसे येऊ लागले. मी खेड्यातील एका मोठ्या क्लबमध्ये हॅट चेक गर्लची नोकरी स्वीकारली. तसेच उरलेल्या वेळी मी मोजे विकू लागले. क़ॉलेजची फीस भरण्यासाठी माझ्या एका मुलाने मला मदत केली. तो एका फार्मवर काम करू लागला. तिथे त्याला सकाळ संध्याकाळ तेरा गायींचे दूध काढावे लागत असे. आज माझी सर्व मुले मोठी झाली आहेत आणि सर्वांची लग्ने झाली आहेत. मला तीन सुंदर नातू आहेत. आज जेव्हा मी त्या भयंकर दिवसांबद्दल विचार करते तेव्हा मी गॅस सुरू केला होता. परमेश्वराने मला वेळेवर जागे केले म्हणून मी त्याला धन्यवाद देते. मी त्यावेळी आत्महत्त्या केली असती तर किती तरी मोठ्या आनंदापासून मी वंचित राहिले असते. मी किती तर आश्चर्यकारक वर्षे नेहमीसाठी गमावली असती. आज आपल्या जीवनाचा अंत करायला

निघालेल्या कोणाबद्दल तरी मी ऐकते तेव्हा मला असे वाटते की त्याला ओरडून सांगावे, 'असे करू नको, असे करू नको.' ग़ाढ निराशेचे क्षण फक्त काही थोडे थोडके असतात. .... नंतर मात्र सोनेरी भविष्य समोर येते...'

अमेरिकेमध्ये सरासरी दर पस्तीस मिनिटाला एक व्यक्ती आत्महत्त्या करते. सरासरी दर दोन मिनिटाला कोणी ना कोणी वेडे होते. यापैकी बहुतेक आत्महत्त्या ... आणि वेडेपणाच्या घटना थांबविल्या जाऊ शकतात. फक्त या लोकांनी धर्म आणि प्रार्थनेमध्ये सांगितलेल्या सांत्वनेचा आणि शांततेचा आधार घ्यायला हवा होता.

प्रसिद्ध मनोविश्लेषक डॉ. क़ार्ल युग यांनी **मॉडर्न मॅन इन सर्च ऑफ ए सोल** या पुस्तकात पान क्रमांक २६४ वर लिहिले आहे, 'मागील तीस वर्षांमध्ये जगातील बहुतेक सर्व सभ्य देशातील लोकांनी माझा सल्ला घेतला आहे. मी शेकडो रुग्णांवर उपचार केले आहेत. माझे जे रुग्ण उतार वयातील होते म्हणजे ज्याचे वय पस्तीसपेक्षा जास्त होते, त्यांची समस्या धार्मिक विश्लेषणाशी संबंधित नसल्यामुळे निर्माण झाली होती. प्रत्येक युगात जिवंत धर्माने आपल्या अनुयायांना जे काही दिले होते ते सर्व हे लोक गमावून बसल्यामुळे आजारी पडले होते, असे म्हटले तर वावगे ठरू नये. यापैकी सर्वांनीच आपला धार्मिक दृष्टिकोन पुन्हा एकदा मिळविला नाही तोपर्यंत कोणताही रुग्ण बरा झाला नाही.'

हे वक्तव्य इतके महत्त्वाचे आहे की मी ते ठळक अक्षरांमध्ये पुन्हा एकदा सांगू इच्छितो. ड़ॉ. कार्ल युग यांनी म्हटले आहे, **'मागील तीस वर्षांमध्ये जगातील बहुतेक सर्व सभ्य देशातील लोकांनी माझा सल्ला घेतला आहे. मी शेकडो रुग्णांवर उपचार केले आहेत. माझे जे रुग्ण उतार वयातील होते म्हणजे ज्याचे वय पस्तीसपेक्षा जास्त होते, त्यांची समस्या धार्मिक विश्लेषणाशी संबंधित नसल्यामुळे निर्माण झाली होती. प्रत्येक युगात जिवंत धर्माने आपल्या अनुयायांना जे काही दिले होते ते सर्व हे लोक गमावून बसल्यामुळे आजारी पडले होते, असे म्हटले तर वावगे ठरू नये. यापैकी सर्वांनीच आपला धार्मिक दृष्टिकोन पुन्हा एकदा मिळविला नाही तोपर्यंत कोणताही रुग्ण बरा झाला नाही.'**

विल्यम जेम्स यांनी जवळपास हेच सांगितले होते, **'ज़्या शक्तीमुळे माणूस जिवंत राहतो, त्यापैकी एक शक्ती आस्था आहे. या शक्तीच्या नसण्याचा अर्थ म्हणजे पूर्णपणे धारातीर्थी पडणे होय.'**

बुद्धानंतर थोर भारतीय तत्त्ववेते महात्मा गांधी यांना प्रार्थनेच्या शक्तीचा आधार मिळाला नसता तर ते अशा प्रकारे धारातीर्थी पडले असते. मला कसे काय माहीत? कारण गांधीजी स्वतः म्हणाले होते, 'प्रार्थनेशिवाय मी कधीच वेडा झालो असतो.'

हजारो लोक अशा प्रकारच्या गोष्टी करीत आहेत. माझ्या वडिलांची माझ्या आईच्या प्रार्थनेवर आणि आस्थेवर विश्वास नसता तर त्यांनी कधीचीच आत्महत्त्या केली असती, हे मी आधीच सांगितले आहे. आमच्या वेड्यांच्या इस्पितळात यावेळी जे हजारो लोक वेडे झाले आहेत आणि आरडो ओरडा करीत आहेत, ख़रं तर त्यांना वाचविता आले असते. त्यांनी फक्त आपल्यापेक्षा मोठ्या अशा एखाद्या शक्तीची मदत मागितली असती तर.

आपण अस्वस्थ होतो आणि आपली शक्ती चुकायला लागते तेव्हा आपल्यापैकी अनेक जण निराशेच्या अवस्थेत परमेश्वराला शरण जातात. 'फोक्सव्होलमध्ये कोणीही नास्तिक राहत नाही.' पण आपण हताश होण्याची वाट का पाहावी? आपण दररोज आपली शक्ती नवीन करायला काय हरकत आहे? रविवारची तरी वाट का पाहावी? अनेक वर्षांपासून माझी अशी सवय झाली आहे की मी प्रत्येक दुपारी चर्चमध्ये जातो. क़धी कधी मला असे वाटते की मी खूप व्यस्त आहे आणि धार्मिक बाबतीत विचार करायला माझ्याकडे एखादा मिनिटही नाही तेव्हा मी स्वतःला सांगतो, 'एक मिनिट थांब, डेल कार्नेगी. एक मिनिट थांब. इतकी वादळी गडबड आणि घाई कशासाठी? तुला थोडे थांबण्याची आणि नवीन दृष्टिकोन मिळविण्याची आवश्यकता आहे. ख़रं तर मी प्रोटेस्टंट आहे, पण आठवड्यातील एका दुपारी मी फिफ्थ एव्हेन्यूवरील सेंट पोट्रिक चर्चमध्ये जातो. त्यावेळी मी स्वतःला आठवण करून देतो की तीस वर्षांदरम्यान मी मरणार आहे. पण सर्व चर्चच्या वतीने शिकविली जाणारी तत्त्वे अमर राहणार आहेत. मी माझे डोळेबंद करतो आणि प्रार्थना करतो. असे केल्यामुळे माझी मानसिक स्थिती ठीक होत असल्याचे मला आढळून आले आहे. माझ्या शरीराला विश्रांती मिळते. माझा दृष्टीकोन स्पष्ट होतो. माझ्या जीवन मूल्यांचे पुन्हा नव्याने मूल्यांकन करण्याची संधी मिळते. मी तुम्हालाही ही युक्ती सुचवू शकतो का?

मागील सहा वर्षांमध्ये हे पुस्तक लिहिण्यासाठी मी खूप मोठी सामग्री आणि शेकडो सत्य घटना एकत्रित केल्या आहेत. अनेक पुरुष आणि महिलांनी आपल्या भीती आणि चिंतेवर कशा प्रकारे प्रार्थनेच्या मदतीने मात केली आहे, ते यामध्ये सांगितले आहे. माझे कपाट सत्य घटनांच्या कागदानी खचाखच भरले आहे. चला तर मग आपण हाऊस्टन, टेक्सासमध्ये राहणाऱ्या एका निराश आणि हताश झालेला पुस्तकांचा सेल्समॅन ज़ॉन आर. अँथनीचे उदाहरण घेऊ. त्यांनी मला सांगितलेली गोष्ट काहीशी अशी होती-

'एका अमेरिकन कायदे पुस्तक कंपनीचा राज्य प्रतिनिधी होण्यासाठी बावीस वर्षांपूर्वीच मी माझे ख़ाजगी लॉ ऑफिस बंद केले होते. ज़वळपास प्रत्येक वकिलासाठी अनिवार्य असलेली कायदेविषयक पुस्तके विकणे हे माझे वैशिष्ट्ये होते.

'या कामाचे मला चांगल्या प्रकारे प्रशिक्षण देण्यात आले होते. मी सर्व संचालकांच्या सेल्स विषयक चर्चा ऐकत होतो तसेच माझ्याकडे सेल्समधील बहुतेक सर्व समस्यांवर अचूक तोडगाही होता. संभाव्य ग्राहकाला भेटायला जाण्यापूर्वी मी त्याच्याबद्दल बरीचशी माहिती मिळवित असे. वकील म्हणून असलेली त्याची प्रतिमा, त्याची वकालत करण्याची पद्धत, त्याचे राजकारण आणि त्याच्या आवडी. इ. भेटीच्या वेळी मी या माहितीचा अतिशय चतुराईने वापर करीत असे. तरीही कुठे तरी काही तरी गडबड होती, त्यामुळे मला काही ऑर्डर मिळत नव्हत्या.

'मी निराश झालो होतो. असेच दिवस आणि आठवडे निघून चालले होते. मी माझे प्रयत्न दुप्पट केले तरीही मी माझा खर्च भागवण्याइतकासुद्धा माल विकू शकलो नाही. माझ्यात भीती आणि दहशतीची भावना वाढीस लागू लागली. मी ग्राहकांच्या दहशतीखाली वावरत असे आणि त्याच्या दाराबाहेर उगीच इकडे तिकडे फेऱ्या मारीत असे. मी त्याच्या बिल्डिंग किंवा आपार्टमेंटच्या भोवती उगीच फिरत असे. मी आपला अमूल्य वेळ वाया घालवित होतो आणि तेव्हा कुठे मग आपल्या इच्छाशक्तीच्या बळावर त्याच्या घरात जाण्याची हिमंत करीत असे. त्यानंतर मी थरथरत्या हाताने ग्राहकाच्या ऑफिसचा दरवाजा उघडण्याचा प्रयत्न करीत असे. त्यावेळी माझा संभाव्य ग्राहक ऑफिसमध्ये नसावा, अशी माझी मनातून इच्छा असायची.

' मी जास्त ग्राहक मिळविले नाही तर ॲडव्हान्स देणे बंद करण्यात येईल, अशी मला माझ्या सेल्स मॅनेजरने धमकी दिली. घरी पत्नी आणि तीन मुलांच्या किराणा खर्चासाठी मी जास्त पैसे द्यावेत अशी पत्नीची मागणी सुरू होती. चिंता माझ्यावर स्वार झाली होती. दिवसेंदिवस मी जास्तच निराश व्हायला लागलो होतो. मी काय करू ते मला काही कळत नव्हते. मी माझे प्रायव्हेट लॉ ऑफिस आधीच बंद केले होते आणि माझे ग्राहकही गमावून बसलो होतो. आता मी जवळपास दिवाळखोर झालो होतो आणि माझ्याकडे माझ्या हॉटेलचे बिल देण्यासाठीही पैसे उरले नव्हते. घरी परत जाण्यासाठी लागणाऱ्या तिकिटाचे पैसेही माझ्याकडे नव्हते. शिवाय समजा तितके पैसे असते तरीही माझी काही एखाद्या पराभूत व्यक्तीप्रमाणे घरी परत जाण्याची हिमंत झाली नसती. शेवटी आणखी एक वाईट दिवस घालविल्यानंतर मी माझ्या हॉटेलमधील रूमवर परत आलो. हे आता शेवटचेच झाले असा मी विचार करू लागलो. जिथपर्यंत माझा प्रश्न होता तिथपर्यंत मी पुरता पराभूत झालो होतो. मी दुःखी होतो, निराश झालो होतो आणि यावेळी मदतीसाठी कोणाकडे जावे ते काही मला कळत नव्हते. मला माझ्या जीवनाबद्दल काहीही वाटत नव्हते. आपण जन्मालाच का आलो याबद्दल मला आता वाईट वाटत होते. त्या रात्री डिनरमध्ये मी फक्त एक ग्लास

दूध घेतले. ते सुद्धा माझ्या खिशाला परवडण्याच्या पलिकडचे होते. निराश झालेले लोक हॉटेलच्या खिडकीतून उडी का मारतात ते मला त्या रात्री कळले. माझ्यात थोडी अधिक हिमंत असती तर त्या रात्री मी ते सुद्धा केले असते. आपल्या जीवनाचे ध्येय काय आहे, याचा मी विचार करू लागलो. मला काही माहीत नव्हते. मला काही सूचतही नव्हते.

'मला इतर कोणाकडूनही मदत मिळण्याची आता अपेक्षा उरली नव्हती म्हणून मग मी प्रभूकडे वळलो. मी प्रार्थना करायला सुरूवात केली. मी प्रभूला विनंती केली की, माझ्या चहुबाजूला पसरलेल्या निराशेच्या घनदाट अरण्यात त्याने मला प्रकाश, समज आणि मार्गदर्शन करावे. मी प्रभूला म्हणालो की मला पुस्तकाच्या ऑर्डर मिळवून देण्यासाठी त्याने मला मदत करावी. तसेच माझी पत्नी आणि मुले यांचे संगोपन करू शकेल इतके पैसे तरी मिळवून द्यावेत. प्रार्थना केल्यावर मी माझे डोळे उघडले तेव्हा माझे लक्ष हॉटेलमधील त्या सुन्या पडलेल्या एका खोलीतील ड्रेसिंग टेबलवर पडली. त्यावर गिडियन बायबल होते. मी ते उघडले आणि येशु ख्रिस्ताचे सुंदर आणि अमर वचने वाचली. ज्यांनी अनेक युगांपासून एकाकी, चिंतीत आणि पराभूत लोकांच्या असंख्य पिढ्यांना प्रेरित केले आहे. एक अशी चर्चा ज्यामध्ये येशु ख्रिस्ताने आपल्या शिष्यांना सांगितले होते की, चिंतेपासून दूर कसे राहवे :

> *आपल्या जीवनाबद्दल चिंता करू नका. आपण काय खाणार आणि काय पिणार याची चिंता करू नका की आपण आपल्या शरीरावर आज काय घालणार याचीही चिंता करू नका. हे जीवन काही देहापेक्षा अधिक नाही का? आणि शरीर आवरणापेक्षा अधिक नाही का? हवेमध्ये उडणाऱ्या पाखरांकडे पहा. ते काही पेरीत नाहीत त्यामुळे काही उगवत नाही की त्यांना कशाची कापणी करावी लागत नाही. ते खळ्यामध्ये धान्य जमा करीत नाहीत तरीही वर बसलेला परम पिता त्यांचे पोट भरीत असतो. ते तुमच्यापेक्षा अधिक चांगले आहेत का? ... पण आधी तुम्ही देवाचे साम्राज्य त्याच्या धार्मिकतेमध्ये शोधा. मग या सर्व गोष्टी तुम्हालाही मिळतील.*

'मी प्रार्थना केल्यानंतर हे शब्द वाचले की एक चमत्कार झाला. माझा तणाव गायब झाला. माझी चिंता, भीती आणि तणाव याची जागा आता साहस, आशा आणि विजयी आस्था याने घेतली.

'तरीही मी आता खुश आणि आनंदी झालो होतो. अर्थात आताही माझ्याकडे माझ्या हॉटेलचे बिल चुकते करण्याइतके पैसे नव्हते. मी आंथरुणावर पडलो आणि मला गाढ झोप लागली. अनेक वर्षानंतर पहिल्यांदाच मला अशी झोप लागली होती.

'दुसऱ्या दिवशी सकाळी मला माझ्या संभाव्य ग्राहकांचे ऑफिस उघडण्याची वाट पाहणेही अवघड वाटू लागले. त्या सुंदर, थंड आणि पावसाळी दिवशी मी माझ्या साहसी आणि सकारात्मक पाऊलांसह माझ्या पहिल्या संभाव्य ग्राहकाच्या ऑफिसच्या दारात पोहचलो. मी त्याचे दाराचे हँडल घट्ट आणि स्थिर पकडून फिरविले. आत गेल्यानंतर मान ताठ करून तसेच योग्य आत्मसन्मान आणि स्मित हास्यासह मी ऊर्जावान पद्धतीने आपल्या ग्राहकापुढे गेलो आणि 'गुड मॉर्निंग मिस्टर स्मिथ. मी ऑल अमेरिकन लॉ बुक कंपनीकडून ज़ॉन आर. अँथनी आलो आहे.'

'अरे हो, ' त्याने स्मित करीत आपला हात पुढे केला आणि आपल्या खुर्चीवर तो उठून उभा राहिला. 'तुम्हाला भेटून मला आनंदच झाला. त्या खुर्चीवर बसा.'

मी त्या दिवशी इतकी जास्त पुस्तके विकली की तितकी मी अनेक आठवड्यांमध्ये विकली नव्हती. त्या संध्याकाळी मी माझ्या हॉटेलमध्ये एखाद्या विजयी हिरोसारखा परतलो. मी आता एक नवीनच व्यक्ती झालो आहे, असे मला वाटू लागले होते. ख़रोखरच मी नवीन झालो होतो कारण माझा मानसिक दृष्टिकोन नवीन आणि विजयी झाला होता. त्या रात्री मी गरम दुधाचे डिनर घेतले नाही. मी तर पोटभर जेवलो. त्या दिवसापासून माझी विक्री आकाशाशी स्पर्धा करू लागली.

'अमेरिलो, टेक्सासमधील त्या लहानशा हॉटेलमध्ये बावीस वर्षांपूर्वी त्या निराश रात्री माझा पुनर्जन्म झाला होता. अर्थात दुसऱ्या दिवशी सकाळीही माझी बाह्य स्थिती पूर्वी अनेक आठवडे होती तशीच होती, पण माझ्यात मात्र आश्चर्यकारक परिवर्तन झाले होते. मी अचानकपणे देवाशी असलेल्या आपल्या संबंधांबाबत जागरूक झालो होतो. एकट्या व्यक्तीला सहजपणे पराभूत केले जाऊ शकते, पण ज्याच्यासोबत प्रभूची शक्ती प्रवाहित झालेली असते त्याला कोणीही हरवू शकत नाही. मला हे माहीत आहे. माझ्या स्वतःच्या जीवनात हे घडताना मी अनुभवले आहे.

'मागा, ते तुम्हाला नक्कीच मिळते. शोधा म्हणजे मग ते तुम्हाला सापडेल. दारावर टकटक करा, ते तुमच्यासाठी नक्कीच उघडले जाईल. '

हायलँडं, इलिनॉयच्या मिसेस एल. जी. बेअर्ड यांचा सामना अतिशय दुर्दैवी त्रासासोबत झाला तेव्हा परमेश्वराच्या समोर गुढगे टेकवून प्रार्थना केल्यामुळे शांतता लाभू शकते हे त्यांच्या अनुभवाला आले. 'हे प्रभू, माझी नाही तर नाही, पण तुझी तरी इच्छा पूर्ण होवो.'

'एका संध्याकाळी आमचा फोन वाजला.' त्यांनी आपल्या पत्रात लिहिले आहे, ते पत्र माझ्या समोर पडले आहे. तो चौदा वेळा वाजला तेव्हा कुठे रिसिव्हर उचलणयाची माझ्यात हिमंत आली. फोन हॉस्पिटलमधूनच आला असणार हे मला माहीत होते आणि

मी दहशतीखाली होते. आमचे लहान मूल मरून जाईल, अशी मला भीती वाटत होती. त्याला मेनिंजाईटीस झाला होता. त्याला आधीच पेनिसेलिन देण्यात आले होते, पण त्यामुळे त्याच्या शरीराचे तापमान गोंधळले होते. हा आजार त्याच्या मेंदूपर्यंत पोहचला असावा, अशी डॉक्टरांना भीती वाटत होती. त्यामुळे कदाचित ब्रेन ट्युमर विकसित झाला असता आणि त्याचा परिणाम म्हणजे फक्त मृत्यूच आला असता. ज्याची मला भीती वाटत होती तेच सर्व फोनवर मला सांगण्यात आले. फोन हॉस्पिटलमधूनच होता आणि डॉक्टरांनी आम्हाला लगेच तिकडे यायला सांगितले होते.

'हॉस्पिटलच्या वेटिंग रुममध्ये बसून मी आणि माझे पती ज्या वेदनेतून गेलो कदाचित आमची ती वेदना तुम्ही कल्पना करून समजून घेऊ शकाल. तेथील इतर सर्वांकडे मुले होती आणि फक्त आमचीच कुस रिकामी होती. आम्ही आमच्या मुलाला अशा प्रकारे कधी उराशी धरू शकूत का याचीच आम्हाला काळजी वाटत होती. शेवटी आम्हाला डॉक्टरांच्या प्रायव्हेट रूममध्ये बोलावण्यात आले तेव्हा त्यांच्या चेहऱ्यावरील भाव पाहून आमचे हृदय जास्त वेगाने धडकू लागले. त्याच्या शब्दांनी तर आम्हाला अधिकच दहशतीखाली आणले. आमचे मूल वाचण्याची फक्त पंचवीस टक्के शक्यता असल्याचे त्याचे म्हणणे होते. आम्हाला दुसऱ्या एखाद्या डॉक्टरविषयी काही माहीत असेल तर कृपा करून त्यालाही मदतीसाठी इथे बोलवावे असे त्यांचे म्हणणे होते.

घरी परत येताना माझे पती कोलमडले होते. स्टेअरिंग व्हीलवर आपल्या हाताची मूठ आदळत ते म्हणाले, 'बेटस् , मी त्या मुलाला कसे काय विसरू शकतो?' तुम्ही कधी एखाद्या पुरूषाला रडताना पाहिले आहे? हा अनुभव अतिशय त्रासदायक असतो. आम्ही कार थांबवली. थोडा वेळा परिस्थितीवर विचार विनिमय केल्यानंतर आम्ही चर्चमध्ये जाऊन प्रार्थना करण्याचा निर्णय घेतला. आमच्या मुलाला आपल्याकडे बोलावण्याची प्रभूची इच्छा असेल तर त्याच्या इच्छेपुढे आपली इच्छा समर्पित करायचे ठरवून आम्ही चर्चमध्ये गेलो. **'माझी नाही, तुझीच इच्छा पूर्ण होऊ दे,'** अशी मी म्हणाले तेव्हा मी चर्चमध्ये पडले तेव्हा माझ्या गालावरून आसवे ओघळत होती.

'हे शब्द उच्चारल्यावर मला जरा बरे वाटू लागले. दीर्घ काळापासून मला मिळाली नव्हती अशा प्रकारची शांतता मला तिथे अनुभवास आली. घरी परत येताना मी वारंवार तेच ते म्हणत होते, 'हे प्रभू, माझी नाही तर तुझी इच्छा पूर्ण होवो.' त्या आठवड्यात पहिल्यांदाच त्या रात्री मी गाढ झोपले. क़ाही दिवसांनंतर डॉक्टरांचा फोन आला आणि त्यांनी बॉबीचा धोका टळला असल्याचे सांगितले. मी देवाचे आभार मानले कारण त्याच्याच कृपेमुळे आज चार वर्षांचा सशक्त आणि निरोगी असलेला माझा मुलगा माझ्या जवळ आहे.'

धर्म फक्त उपदेशक, स्त्रिया आणि मुलांसाठी असलेली वस्तू आहे, असे मानणारे आणि समजणारे मला किती तरी लोक माहीत आहेत. 'ही मॅन' प्रमाणे आपण आपला संघर्ष एकट्यानें करू शकतो, याचा त्यांना खूप अभिमान वाटतो.

ज़गभरातील किती तरी ही मॅन रोज परमेश्वराची प्रार्थना करतात हे कळल्यावर ते किती अस्वस्थ होतील? उदाहरणासाठी 'ही मॅन' जॅक डॅम्पसीने मला सांगितले की, मी प्रार्थना केल्याशिवाय आंथरुणावर झोपण्यासाठी कधीही जात नाही. देवाचे आभार मानल्याशिवाय आपण कधीही जेवण करीत नसल्याचे त्याने सांगितले. बॉक्सिंगचे प्रशिशक्षण घेताना तसेच संघर्ष करताना ते रोज प्रार्थना म्हणतात. इतकेच नाही तर प्रत्येक राऊंडच्या सुरूवातीला घंटा वाजण्याच्या आधी ते प्रार्थना करतात. 'प्रार्थनेमुळे साहस आणि विश्वासाने संघर्ष करण्यासाठी मला मदत मिळाली,' असे ते म्हणतात.

'ही मॅन' क्रॉनी मॅन प्रार्थना केल्याशिवाय झोपायला जात नसल्याचे त्यांनी मला सांगितले. 'ही मॅन' रेड्डी रिकनबॅकरचा प्रार्थना केल्यामुळेच आपला जीव वाचला यावर विश्वास असल्याचे त्यांनी मला सांगितले.

ज़नरल मोटर्स आणि युनायटेड स्टेट स्टिलचे माजी उच्च अधिकारी तसेच माजी सेक्रेटरी ऑफ स्टेट 'ही मॅन' एडवर्ड आर. स्टेटिनियस यांनी मला सांगितले की ते बुद्धी आणि मार्गदर्शनासाठी रोज सकाळ संध्याकाळ प्रार्थना करीत असत.

आपल्या काळातील सर्वात मोठे फायनान्सर 'ही मॅन' ज़े. पिअरपॉन्ट मॉर्गन शनिवारच्या बहुतेक दुपारी वॉल स्ट्रिटवरील ट्रिनिटी चर्चमध्ये एकटेच जात असत आणि प्रार्थना करीत आपली मान वाकवित असत.

'ही मॅन' आईजनहॉवर अमेरिकन आणि ब्रिटिश सैन्याचे सुप्रीम कमांडो होण्यासाठी लंडनला रवाना झाले तेव्हा विमान प्रवासात ते आपल्या सोबत एकच पुस्तक घेऊन गेले होते- बायबल.

'ही मॅन' जनरल मायकल क्लार्क यांनी मला सांगितले की, ते युद्धाच्या काळात रोज बायबल वाचीत असत आणि मान वाकवून प्रार्थना करीत असत. च्यांग काई शेक आणि जनरल मॉन्टगोमेरी, अल अलामेनचे 'माँटी' हेच काम करीत असत. ट्रॅफैलगरचे लॉर्ड नेल्सन हेच काम करीत असत. ज़नरल वॉशिंग्टन रॉबर्ट इ. लीए स्टोनवॉल ज़ॅक्सन आणि इतर मोठे डझनावारी अधिकारी असेच वागत असत.

'ही मॅन' म्हणून ओळखले जाणारे हे सर्व जण विल्यम जेम्सच्या कथनातील सत्यता जाणून होते, 'परमेश्वराचा आणि आपला एक दुसऱ्याशी गाढ संबंध आहे. आपण स्वतःला त्याच्या प्रभावाखाली आणल्यामुळे आपले गुढ नशीब सावरले जाते.'

बऱ्याचशा 'ही मॅन' ला आता ही गोष्ट माहीत झाली आहे. आज ७.२ कोटी अमेरिकन चर्चचे सदस्य आहेत. हा एक सर्वकालीन विक्रम आहे. मी पूर्वी सांगितल्याप्रमाणे शास्त्रज्ञही धर्माकडे वळू लागले आहेत. उदाहरणादाखल आपण डॉ. ॲलेक्सिस कॅरेल यांना घेऊ. त्यांनी **मॅन दि अननीन** हे पुस्तक लिहिले असून कोणत्याही थोर शास्त्रज्ञाला दिले जाणारे नोबेल पारितोषिक त्यांना मिळाले आहे. डॉ. कॅरेल यांनी **रीडर्स डायजेस्ट** मधील एका लेखात म्हटले होते, 'एखाद्या व्यक्तीद्वारे उत्पन्न केल्या जाणाऱ्या सर्वात श्रेष्ठ ऊर्जेचे उदाहरण म्हणजे प्रार्थना आहे. गुरूत्वाकर्षणाच्या शक्तीइतकीच ही शक्तीही वास्तविक आहे. एक डॉक्टर म्हणून मला असे आढळून आले आहे की सर्व प्रकारचे उपचार अपयशी झाल्यावर कित्येक रुग्ण प्रार्थनेच्या शांत प्रयत्नामुळे आपले दुःख आणि आजार यापासून बरे झाले आहेत. .... प्रार्थना ही रेडियमसारखी स्वंयप्रकाशित आणि आपोआप उत्पन्न होणारी ऊर्जा आहे. .... प्रार्थनेमुळे व्यक्ती सर्व प्रकारच्या ऊर्जेच्या सर्व स्त्रोतांच्या संपर्कात येऊन आपली मर्यादित ऊर्जा वाढवू शकते. .... आपण प्रार्थना करीत असतो तेव्हा आपण स्वतःला त्या अविनाशी शक्तीशी जोडून घेत असतो, ज़ी पूर्ण ब्रह्मांड चालवित असते. आपण प्रार्थना करीत असतो कारण या शक्तीचा एक भाग आपल्या उपयोगी पडावा यासाठी. फक्त मागितल्यामुळे आपला मानवी दुबळेपणा कमी होतो. आपण शक्तीशाली आणि सुदृढ होऊन उठतो. आपण मनापासून प्रार्थना करून प्रभूला संबोधित करीत असतो तेव्हा आपला आत्मा आणि शरीर या दोन्हीला मजबूत करीत असतो. क़ोणत्याही पुरूषाने किंवा स्त्रीने एका क्षणासाठी का होईना, पण प्रार्थना केली आणि त्याचे चांगले परिणाम मिळाले नाहीत, असे होऊच शकत नाही.'

'आपण प्रार्थना करीत असतो तेव्हा हे सर्व ब्रह्मांड चालविणाऱ्या त्या अविनाशी शक्तीशी स्वतःला जोडून घेत असतो,' या गोष्टीचा अर्थ ॲडमिरल बर्ड यांना चांगल्या प्रकारे कळला होता. असे करण्याच्या त्यांच्या योग्यतेमुळेच जीवनातील सर्वात कठीण परिस्थितीतून ते सुखरूप बाहेर पडले होते. ते आपले पुस्तक अलोन मध्ये आपली ही कथा सांगतात. १९३४ मध्ये त्यांनी अंटार्किटिकावर बर्फाच्या खाली गाडल्या गेलेल्या एका झोपडीत पाच महिने काढले. ते अठ्यात्तर अंश दक्षिण अक्षांशावर जिवंत असलेले एकमेव सजीव होते. त्याच्या झोपडीवरून बर्फाचे वादळ जात होते आणि पारा शून्याच्या खाली ब्याऐंशी अंशावर होता. त्यांच्या चारही बाजूला कधीही न संपणारी काळी रात्र होती. तोच त्यांनां कळले की त्यांच्या स्टोव्हमधून बाहेर पडणारा कार्बन मोनाक्साईड़ हळूहळू त्यांना मृत्यूच्या दाढेत ढकलीत आहे. ते दहशतीखाली आले, पण काहीही करू शकत नव्हते. सर्वात जवळची मदत १२३ मैल अंतरावर होती आणि ती त्यांच्यापर्यंत पोहचण्यासाठी अनेक

महिने लागले असते. त्यांनी आपला स्टोव्ह आणि व्हेंटिलेटिंग सिस्टिम सुधारण्याचा प्रयत्न केला, पण धूर तरीही निघतच होता. त्यामुळे ते बहुतेकवेळा बेशुद्ध होत असत आणि जमिनीवर अनेक तास निपचित पडत असत. ते जेवण करू शकत नव्हते. झोपू शकत नव्हते. यामुळे ते इतके अशक्त झाले होते की, आपल्या बंकरमधून ते मोठ्या कष्टाने बाहेर पडू शकत होते. आपण उद्या सकाळपर्यंत जगू शकणार नाहीत, अशी त्यांना सतत भीती वाटत होती. आपला त्या केबीनमध्येच मृत्यू होईल आणि सतत पडणाऱ्या बर्फाखालीच आपला देह गाडला जाईल याची त्यांना खात्री वाटत होती.

त्यांचे जीवन कोणी वाचविले? एके दिवशी निराशेच्या गर्तेत ते आपल्या डायरीपर्यंत पोहचले. त्यांनी आपल्या जीवनाचे तत्त्वज्ञान लिहिण्याचा प्रयत्न केला. 'या ब्रह्मांडात मानवी जमात एकटीच नाही.' त्यांनी आकाशात उपस्थित असलेल्या ग्रह, तारे, नक्षत्राचे सुनियोजित भ्रमण पाहिले. दक्षिण ध्रुवीय प्रदेशात आपला प्रकाश देण्यासाठी शाश्वत असलेला सूर्य नक्कीच येईल, याचीही त्यांना खात्री वाटली. मग त्यांनी आपल्या डायरीमध्ये लिहिले, 'मी इथे एकटाच नाही.'

पृथ्वीच्या एका टोकावर पडणाऱ्या बर्फातही जे आहे, ती हीच जाणीव की मी इथे एकटा नाही यामुळेच त्यांचे प्राण वाचले. फक्त आपण एकटे नाहीत या एकाच जाणीवेमुळे रिचर्ड वाचले. यानेच मला वाचविले हे मला माहीत आहे. रिचर्ड लिहितात, 'ख़ूप कमी लोक आपल्या जीवनामध्ये आपल्याकडे असलेल्या संसाधनाचा पुरेपूर वापर करून त्यांना समाप्त करू शकतात. आपल्या आत शक्तीच्या खोल खोल विहिरी आहेत, ज्यांचा आपण वापरच करीत नाही.' शक्तीच्या या खोल खोल विहरीतून शक्ती कशी मिळवावी हे रिचर्ड बर्ड यांना कळले. या संसाधनाचा वापर कसा करायला हवा ते त्यांना कळले. त्यासाठी फक्त त्यांना प्रभूकडे वळावे लागले.

ग़्लेन ए. अनॉर्ल्ड यांनी इलिनॉयमधील मक्क्यांच्या शेतामध्येही हाच धडा शिकला जो रिचर्ड बर्ड यांनी दक्षिण ध्रुवावर घेतला होता. चिलीकोथे इलिनॉयमधील वीमा ब्रोकर अर्नाल्ड यांनी आपल्या चिंतेवर मात केल्यानंतर आपले भाषण अशा प्रकारे सुरू केले आठ वर्षांपूर्वी मी माझ्या सर्वात समोरच्या दारात किल्ली अडकवून फिरविली तेव्हा आपण हे आता शेवटचेच दार उघडीत आहोत, याची मला जाणीव झाली. मग मी माझ्या कारमध्ये बसलो आणि नदीच्या दिशेने निघालो. मी अपयशी झालो होतो. एका महिन्यापूर्वी माझे सर्व जग कोलमडून माझ्या डोक्यावर पडले होते. विजेच्या यंत्राचा माझा व्यवसाय ठप्प झाला होता. माझ्या घरी माझी आई

मृत्यूशय्येवर पडली होती. माझी पत्नी आमच्या दुसऱ्या मुलाला जन्माला घालण्याच्या तयारीत होती. डॉक्टरांची बिले वाढत होती. आमचा बिझनेस पुन्हा नव्याने सुरू करण्यासाठी मी घरातील प्रत्येक वस्तू गहाण टाकली होती. आमची कार आणि आमचे फर्निचर सुद्धा. मी माझ्या विमा पॉलिशीवरही लोन काढले होते. आता सर्व काही हातातून गेले होते. मला हे सर्व सहन होत नव्हते. म्हणून मी माझ्या कारमध्ये बसून नदीच्या दिशेने निघालो होतो. या दुःखद जीवनाचा शेवट करायचा असा मी संकल्प केला होता.

'मी खेड्यात काही मैल गेलो. रस्त्यावर उतरून खाली आलो आणि तिथेच बसून लहान मुलासारखा रडू लागलो. मग मी खरोखरच विचार करायला सुरुवात केली. चिंतेच्या भोवऱ्यात अडकून गोल गोल फिरण्याऐवजी मी जरा सरळ मार्गाने विचार सुरू केला. माझी स्थिती किती खराब होती? ती यापेक्षा आणखी वाईट झाली असती का? ती खरोखरच निराशायुक्त होती का? यामधून बाहेर पडण्यासाठी मी काहीच करू शकत नव्हतो का?' मी ही सर्व समस्या प्रभूसमोर मांडण्याचा मी त्याच वेळी निश्चय केला. ही समस्या सोडविण्यासाठी प्रभूकडे मागणी करण्याचाही मी निश्चय केला. मी प्रार्थना केली. मी जोरदार प्रार्थना केली. ज़णू काही माझे सर्व जीवनच त्या प्रार्थनेवर अवंलबून असल्याप्रमाणे मी प्रार्थना केली. अर्थात ते सत्यही होते. तोच एक आश्चर्यकारक गोष्ट घडली. मी माझ्या सर्व समस्या माझ्यापेक्षा मोठी शक्ती असलेल्या शक्तीसमोर ठेवताच मला मानसिक शांतता मिळाली. अशी शांतता मला अनेक महिन्यानंतर मिळाली होती. मी तिथे आर्धा तास बसलो. रडत राहिलो आणि प्रार्थना करीत राहिलो. मग मी घरी गेलो आणि एखाद्या मुलासारखा झोपी गेलो.

'दुसऱ्या दिवशी सकाळी मी विश्वासाने उठलो. आता मला कशाचीही भीती वाटत नव्हती कारण मी आता देवाकडून मार्गदर्शन घेत होतो. त्या दिवशी सकाळी मी एका स्थानिक डिपार्टमेंटल स्टोअरमध्ये ताठ मानेने गेलो. तिथे विद्युत डिपार्टमेंटमध्ये सेल्समनची नोकरी मागताना मी विश्वासाने बोललो. ही नोकरी मिळणार याबद्दल मला खात्री होती. मला ती मिळाली. युद्धामुळे विद्युत यंत्राचा बिझनेस ठप्प झाला नाही तोपर्यंत मी हे चांगले काम करीत राहिलो. मग मी जीवन विमा विकायला सुरूवात केली. आताही मी माझ्या थोर मार्गदर्शकाच्या सावलीत होतो. ही गोष्ट पाच वर्षांपूर्वीची आहे. आज माझी सर्व बिले चुकती झाली आहेत. तीन हुशार मुलांसह माझे सुखी कुटुंब आहे. माझे स्वतःचे घर झाले आहे. मी एक नवीन कार खरेदी केली आहे. तसेच जीवन विम्यामध्ये मी पचंवीस हजार डॉलरचा मालक आहे.

'आता मी मागे वळून पाहतो तेव्हा मला आनंद वाटतो की मी सर्व काही गमावले होते. निराश होऊन नदीच्या दिशेने निघालो होतो. पण त्या संकटानेच मला देवावर विश्वास ठेवायला शिकविले होते. आता माझ्यामध्ये ती शांतता आणि तो आत्मविश्वास आहे, ज़्याची मी कधी स्वप्नातही कल्पना केली नव्हती.

धार्मिक आस्था आपल्याला इतकी शांतता आणि सहनशक्ती का देते? या प्रश्नाच्या उत्तरात विल्यम जेम्स म्हणतात, 'ख़ूप वरच्या थरावर असलेल्या तुफानी लाटा सागराच्या पाण्याला खूप खोलवर काहीही करू शकत नाहीत. ज़ी व्यक्ती खूप विराट आणि खूप स्थायी सत्याला चिकटून राहते त्याला त्याच्या वैयक्तिक जीवनातील चढ-उतार असेच क्षणिक वाटतात. तुलनात्मकरित्या त्याला ते कमी महत्त्वाचे वाटतात. अशाच प्रकारे खरी धार्मिक व्यक्ती अविचलित आणि शांततेने भरलेली असते. शांतता त्याला दरवेळी क़र्तव्यासाठी सज्ज ठेवते, जे कर्तव्य त्याला त्या दिवशी पार पाडायचे असते.

आपण दुःखी आणि अस्वस्थ असूत तर मग प्रभूला अजमावून पहायला काय हरकत आहे? ज़से इमॅन्युअल कटने म्हटले होते, 'आपल्याला प्रभूवर यासाठी विश्वास ठेवावा लागेल कारण आपल्याला त्याची आवश्यकता आहे.' मग आपण स्वतःला त्या अविनाशी शक्तीशी का जोडून घेऊ नये, जी पूर्ण ब्रह्मांड चालवित असते?

तुम्ही तुमचा स्वभाव किंवा सवयी यामुळे तुम्ही धार्मिक असाल किंवा संशयवादी असलात तरीही तुम्ही जितकी अपेक्षा करता त्यापेक्षा अधिक मदत तुम्हाला प्रार्थना मिळवून देत असते. क़ारण ही एक प्रॅक्टिकल बाब आहे. प्रॅक्टिकल म्हणजे मला असे म्हणायचे आहे की, तुमचा देवावर विश्वास असो की नसो प्रार्थना तुमच्या या तीन मानसशास्त्रीय गरजा पूर्ण करते.

१. प्रार्थना आपल्याला आपल्या समस्या स्पष्ट शब्दात व्यक्त करण्याचे सामर्थ्य देते. आपण या पूर्वी प्रकरण चार मध्ये पाहिले आहे की, ज़ोपर्यंत आपली समस्या अस्पष्ट आणि धूसर असते तोपर्यंत ती सोडविणे जवळपास अशक्य असते. प्रार्थना करणे म्हणजे एक प्रकारे आपली समस्या कागदावर लिहिणे असते. क़ारण त्यासाठी आपल्याला शब्दांचा वापर करावाच लागतो.

२. या विश्वात आपण एकटेच नाहीत, कोणी तरी आहे जे आपल्याला आपले ओझे उचलण्यासाठी मदत करू शकते, याची जाणीव प्रार्थनेमुळे होते. आपल्यापैकी खूप कमी

लोकांमध्ये इतके सामर्थ्य असते की ते आपल्या एकट्याच्या बळावर आपले ओझे उचलू शकतील. क़ाही वेळेला आपल्या समस्या इतक्या काही अंतर्गत स्वरूपाच्या असतात की त्याबद्दल आपण आपले जवळचे नातेवाईक किंवा मित्रांनासुद्धा सांगू शकत नाहीत. त्याचा तोडगा आहे प्रार्थना. क़ोणीही मनोविश्लेषक तुम्हाला सांगेल की तुम्ही तणावात असता किंवा चिंतीत असता तेव्हा आपल्या आत्म्यावर एक प्रकारचे ओझे असते आणि उपचाराच्या दृष्टीने आपण आपली समस्या कोणाला तरी सांगणे आवश्यक असते. आपण दुसऱ्या कोणाला सांगू शकत नसलो तरीही देवाला तर नक्कीच सांगू शकतो.

३. प्रार्थनेमुळे कर्माचा सिद्धांत सक्रिय होतो. हे कर्माच्या दिशेने टाकलेले पहिले पाऊल असते. एखाद्या कोणी प्रार्थनेमध्ये काही मागितले आहे आणि प्रार्थनेमुळे त्याचा काहीही लाभ झाला नाही, असे क्वचितच घडत असावे, असे मला वाटते. दुसऱ्या शब्दात सांगायचे तर त्याने त्यासाठी प्रयत्न केले नाहीत असे होत नाही. ज़गप्रसिद्ध शास्त्रज्ञ डॉ. ॲलेक्सिस कॅरोल यांचे असे म्हणणे आहे, 'माणसाच्या वतीने निर्माण करण्यात येणाऱ्या सर्वात सशक्त ऊर्जेचे रूप म्हणजे प्रार्थना आहे. ' तर मग आपण तिचा उपयोग करून घ्यायला काय हरकत आहे? मग तुम्ही त्याला अल्लाचे नाव द्या. परमेश्वर म्हणा, भगवान, देव म्हणा किंवा प्रभूचे नाव द्या. किंवा त्याला परमात्मा म्हणा. नावासाठी वाद घातल्याने काय फायदा होणार आहे? निसर्गातील रहस्यमय शक्तींनी आपल्याला त्यांचे संरक्षण दिल्यावर आपल्याला दुसरे काय हवे आहे?

तुम्ही आता या क्षणी हे पुस्तक बंद करा. घराचा दरवाजा बंद करा. गुढगे टेकवून बसा आणि आपल्या मनातील सर्व मळमळ ओकून टाका. तुमची आस्था नष्ट झाली असेल तर देवाने ती तुम्हाला परत द्यावी यासाठी देवाची प्रार्थना करा. तुम्ही आता सातशे वर्षांपूर्वी एसीसीच्या सेंट फ्रान्सिसने लिहिलेली ही प्रार्थना पुन्हा म्हणू शकता, 'हे प्रभू, मला आपल्या शांततेचा पाईक बनव. जिथे तिरस्कार असेल तिथे मला प्रेमाचे बीज पेरू दे. जिथे घाव असतील तिथे मला क्षमा करू दे. जिथे शंका असेल तिथे मला विश्वास भरू दे. जिथे निराशा असेल तिथे आशा भरू दे. जिथे अंधार असेल तिथून सांत्वना मिळविण्याऐवजी मी तिथे सांत्वना प्रदान करू शकेल. इतरांना समजून घेण्याऐवजी त्यांना प्रेम देण्याचा मला प्रयत्न करू दे. क़ारण दिल्यामुळेच आपल्याला मिळत असते. आपण क्षमा केली तरच आपल्यालाही क्षमा मिळते. तसेच मेल्यामुळेच आपल्यासाठी अमरत्त्वाचे दार उघडे होत असते.'

भाग - ६

निंदेपासून
कसा बचाव
करावा?

२०

अयोग्य निंदेपासून दूर कसे रहावे?

नीच दर्जाचे लोक थोर व्यक्तींच्या चुका आणि मूर्खपणाचा खूपच जास्त आनंद घेत असतात. - शॉपेनहार

१९२९ मध्ये एक अशी घटना घडली की त्यामुळे देशभरातील शैक्षणिक वर्तुळात सनसनाटी पसरली. अमेरिकेतील सर्व विद्वान ही घटना प्रत्यक्षात पाहण्यासाठी शिकागोच्या दिशेने निघाले. क़ाही वर्षांपूर्वी रॉबर्ट हचिन्स नावाचा एक तरुण येल विद्यापीठामध्ये शिक्षण घेत होता. फीस भरण्यासाठी तो कधी कधी वेटरचे काम करीत असे. क़धी लाकुडतोड्या, कधी ट्युटर तर कधी सेल्समनचे काम करीत असे. त्यानंतर आठ वर्षांनी तो अमेरिकेतील सर्वात श्रीमंत चौथे विद्यापीठ शिकागो विद्यापीठाचा अध्यक्ष व्हायला निघाला होता. त्याचे वय? तीस वर्षे. अविश्वसनीय. जेष्ठ शिक्षण तज्ज्ञ आपली मान नकारार्थी हालवित होते. या 'वंडर बॉय' च्या डोक्यावर निंदेचे डोंगर एका नंतर एक कोसळत होते. त्याच्यामध्ये ही कमतरता आहे, ती कमतरता आहे. तो खूप लहान आहे. त्याला अनुभव नाही. त्याचे शिक्षण विषयक विचार आश्चर्यकारक वाटावे असेच होते. इतकेच नाही तर वृत्तपत्रेही या आक्रमणामध्ये सहभागी झाली.

ज़्या दिवशी त्याला अध्यक्ष करण्यात आले त्या दिवशी रॉबर्ट मॅनार्ड हॅचिन्सच्या वडिलांना त्याचा एक मित्र म्हणाला, 'आज सकाळच्या वृत्तपत्राचे संपादकीय वाचून मला धक्काच बसला आहे. त्यामध्ये तुमच्या मुलाची खूप निंदा करण्यात आली आहे.

'होय,' त्याचे वडील म्हणाले, 'निंदा खरपूसच केली आहे, पण एक गोष्ट लक्षात ठेवा, मेलेल्या कुत्र्याला कोणीही लाथ मारीत नाही.'

शिवाय कुत्रा जितका जास्त महत्त्वाचा असतो तितका त्याला लाथा मारण्यात लोकांना अधिक आनंद मिळतो. प्रिन्स ऑफ वेल्स नंतर आठवे एडवर्ड झाले. त्यांनी हाच धडा आपल्या वर्गात शिकला होता. त्यावेळी ते डॉयनशॉयरमध्ये ड़ार्टमाऊथ कॉलेजमध्ये शिक्षण घेत होते. हे कॉलेज न्नॅपॉलिस येथील नौसैनिक कॉलेजशी जोडलेले आहे. प्रिंस त्यावेळी अवघ्या चौदा वर्षांचे होते. एके दिवशी नौसैनिक अधिकाऱ्यांनी त्यांना रडताना पाहिले. त्यांनी त्याला त्याचे कारण विचारले. आधी तर त्याने ते सांगायला नकार दिला. शेवटी त्याने सत्य सांगून टाकले की एका सैनिक कॅडिटेटने त्याला लाथ मारली होती. क़ॉलेजच्या कॅप्टनने त्या मुलाला बोलावले आणि सांगितले की खरं तर तुझ्या विरूद्ध प्रिन्सने काहीही तक्रार केलेली नाही, पण अशा प्रकारे लाथ मारण्यासाठी त्याने प्रिन्सचीच निवड का केली ते सांगावे.

ख़ूप का कू केल्यानंतर आणि हात पाय खोरल्यानंतर ते कॅंडेटने हे मान्य केले की, पुढे चालून किंग्ज नेव्हीमध्ये आपण कमांडर किंवा कॅप्टन होऊत तेव्हा आपल्याला अभिमानाने सांगता येईल की मी सम्राटाला लाथ मारली होती.

म्हणूनच तुम्हाला लाथ मारली जाते किंवा तुमची निंदा केली जाते तेव्हा लाथ मारणाऱ्याला तुमच्या महत्त्वाची जाणीव झालेली असते, ही गोष्ट नेहमी लक्षात ठेवा. बहुतेक वेळा त्याचा अर्थ असाच असतो की तुम्ही काही तरी विशेष मिळवित आहात. तसेच लोकांचे लक्ष आपल्याकडे आकर्षित करीत आहात. आपल्यापेक्षा जास्त शिकलेल्या आणि जास्त यशस्वी झालेल्या व्यक्तीचा फज्जा उडविण्यातच काही लोक रानटी धन्यता मानतात. उदाहरणादाखल मी हे प्रकरण लिहित असताना मला एका महिलेचे एक पत्र मिळाले आहे. त्यामध्ये साल्वेशन आर्मीचे संस्थापक ज़नरल विल्यम बूथ यांच्यावर जोरदार टीका केली होती. मी जनरल बूथ यांचे कौतुक करणारा एक रेडिओ कार्यक्रम सादर केला होता. म्हणून त्या महिलेने पत्र लिहून मला कळवले होते की जनरल बूथ याने गरिबांसाठी म्हणून जी काही धन संपत्ती जमा केली होती, त्यापैकी ऐंशी लाख डॉलरचा घोटाळा केला होता. उघडच आहे की हा आरोप बिनबुडाचा होता, पण त्या महिलेला सत्याचा शोध घ्यायचा नव्हता. तिला तर फक्त ते नीच समाधान हवे होते जे तिला आपल्या वरिष्ठाची नीच निंदा करून मिळणार होते. मी तिचे ते निंदेने भरलेले पत्र केराच्या टोपलीत टाकून दिले. अशा एखाद्या महिलेशी माझा विवाह झाला नाही म्हणून मी देवाचे आभार मानले. तिच्या त्या पत्राने मला जनरल बूथ बद्दल तर काहीही सांगितले नाही, पण त्या महिलबद्दल

मात्र खूप काही सांगितले. शॉपेनहारने अनेक वर्षांपूर्वी म्हटले होते, 'नीच लोक थोर व्यक्तीच्या चुका आणि मूर्खपणाचा ख़ूपच आनंद घेत असतात.'

येलचा प्रेसिडेंट नीच मानसिकता असलेला असेल, असा कोणीही विचार करू शकत नव्हते. पण येलचे माजी प्रेसिडेंट टिमोथी ड्वाईट यांनी अमेरिकेच्या राष्ट्रपतीपदासाठीच्या निवडणुकीसाठी उभे राहणाऱ्या एका उमेदवाराची निंदा करण्यात खूप मजा घेतली. येलने असा इशाराच देऊन टाकला होता, 'ही व्यक्ती जर अमेरिकेचा राष्ट्रपती झाली तर आपल्या डोळया देखत आपल्या बायका आणि मुले कायदेशीर वेश्या होतील. त्यांना अपमानित केले जाईल, त्यांना दूषित केले जाईल आणि त्यांचे पावित्र्य नष्ट केले जाईल. त्या देव आणि माणूस अशा दोघांच्या नजरेतून उतरतील.'

असे वाटते जणू काही ही हिटलरचीच निंदा आहे, होय ना? पण असे नव्हते. ही थॉमस जेफरसन यांची निंदा केली होती. क़ोण होते थॉमस जेफरसन? ज़्यांनी स्वातंत्र्याचे घोषणापत्र लिहिले असे स्वातंत्र्याचे संरक्षक असलेले संत तर नव्हते ना? होय, खरोखरच ही त्याच व्यक्तीची केलेली निंदा होती.

एखाद्या अमेरिकनाला 'ढोंगी', 'धूर्त', 'मारेकऱ्यापेक्षा थोडासा चांगला' असे म्हटले असेल, असे तुम्हाला वाटते का? एका वृत्तपत्राच्या कार्टुनमध्ये त्याला गिलेटिनवर उभे असल्याचे दाखविण्यात आले आणि एक मोठा चाकू त्याचे डोके कलम करण्यासाठी दाखविण्यात आला होता. तो रस्त्यावरून आपल्या घोड्यावर बसून जात होता तेव्हा लोक त्याची टिंगल टवाळी करीत होते. तो कोण होता? जॉर्ज वॉशिंग्टन.

अर्थात ही खूप वर्षांपूर्वीची गोष्ट आहे. कदाचित तेव्हापासून आतापर्यंत मानवी स्वभावात थोडीशी सुधारणा झाली असेल. आपण पाहू या. आपण ॲडमिरल पिअरी यांचे उदाहरण घेऊ. असा संशोधक ज्याने ६ एप्रिल १९९० रोजी आपल्या कुत्र्यासोबत उत्तर ध्रुवावर जाऊन सर्वांना आश्चर्यचकित करून टाकले होते. हे एक असे ध्येय होते, जे साध्य करण्यासाठी अनेक शतकांपासून किती तरी शूर व्यक्तींनी त्रास सहन केला होता, उपासमार सहन केली आणि शेवटी तडफडून प्राण सोडला. पिअरीसुद्धा भूक आणि थंडी यामुळे मरता मरता वाचले. त्यांच्या पायाची आठ बोटे थंडीमुळे इतकी काकडून गेली होती की शेवटी ती कापावी लागली. त्यांना इतक्या संकटांचा सामना करावा लागला की आपण वेडे तर होणार नाही ना, अशी त्यांना भीती वाटू लागली. वॉशिंग्टनमध्ये त्यांचे वरीष्ठ नौसैनिक अधिकारी पिअरोला मिळणारी प्रसिद्धी आणि त्याचे होणारे कौतुक पाहून नुसते जळून

खाक होत होते. म्हणून मग त्यानी त्याच्यावर असा आरोप केला 'त्याने या शास्त्रीय अभियानासाठी पैसे जमा केले आणि ते पैसे उधळीत तो आता आर्कटिकमध्ये पडला असून आवारापणा करीत आहे.' अशा गोष्टींवर विश्वास न ठेवणे लोकांना अशक्य वाटते. पिअरोला अपमानित करण्याचा आणि त्याला लज्जीत करण्याचा त्यांचा प्रयत्न इतका जोरदार आणि हिंसक होता की, राष्ट्रपती मॅक्किनले यांच्या थेट आदेशामुळेच पिअरी आपली मोहीम सुरू ठेवू शकले.

वॉशिंग्टनमधील नौसेना विभागात पिअरी कारकुनाची नोकरी करीत असते तर त्यांची इतकी निंदा झाली असती? नाही. कारण तेव्हा मग ते लोकांनी त्यांची निंदा करावी, त्यांचा मत्सर करावा इतके महत्त्वाचे राहिले नसते.

ज़नरल ग्रँटचा अनुभव तर ॲडमिरल पिअरो यांच्यापेक्षाही वाईट होता. ज़नरल ग्रँटने उत्तरी सैन्याच्या विरूद्ध १८६२ मध्ये पहिले युद्ध जिंकले. हा विजय ग्रांटने एकाच दुपारी मिळविला आणि त्या विजयाने एका रात्रीत त्यांना हिरो केले. हा एक असा विजय होता, ज्याचा पूर्ण युरोपवर प्रभाव पडला. हा एक असा विजय होता की त्यामुळे अमेरिकेतील सर्व चर्चमधील घंटा वाजल्या आणि मॅन नदीपासून मिसिसिपीपर्यंत सर्व नद्यांच्या काठावर अतिषबाजी करण्याची संधी उपलब्ध करून दिली. या महान आणि थोर विजयानंतर ग्रँटला, उत्तरी सैन्याविरूद्ध विजय मिळविणाऱ्या हिरोला अवघ्या सहा आठवड्यानंतर अटक करण्यात आली आणि त्याच्या हातून सैन्याचे प्रमुखपद काढून घेण्यात आले. अपमान आणि निराशा यामुळे ते रडायला लागले.

विजयाच्या शिखरावर असलेल्या जनरल यू. एस. ग्रँटला कशासाठी अटक करण्यात आली? त्याने आपल्या वरीष्ठ अधिकाऱ्यांमधील ढोंगीपणा आणि मत्सर जागा केला होता म्हणून.

अयोग्य निंदेमुळे तुम्ही जर विचलित झाला असाल तर यापासून बचाव करण्याचा पहिला नियम आहे :

अयोग्य निंदा म्हणजे लपून केलेले कौतुक असते हे लक्षात ठेवा.
लक्षात ठेवा मेलेल्या कुत्र्याला कोणीही लाथ मारीत नाही.

२१

निंदेला कसे सामोरे जावे?

आपण बरोबर आणि योग्य आहोत, यावर तुमचा विश्वास आहे तोपर्यंत लोक काय म्हणतील याची अजिबात चिंता करू नका.

- एलिनोर रुझवेल्ट

मी एकदा मेजर जनरल मेडले बटलर यांची मुलाखत घेतली. जिमलेट आय 'हेल डेव्हिल' बटलर यांची. ते अमेरिकन मॅरिन्सचे प्रमुख होणाऱ्या सर्वात रंगिल्या आणि रांगड्या जनरलपैकी एक होते.

आपल्या तारुण्यात लोकप्रिय होण्यासाठी आपण खूप उताविळ झालो असल्याचे आणि प्रत्येकावर आपली छाप पाडण्याचा प्रयत्न करीत असल्याचे त्यांनी मला सांगितले. त्या काळात थोडीही निंदा घायाळ करीत असे आणि घाव देत असे. तीस वर्षे मॅरिन्सवर राहिल्यानंतर आपली कातडी जराशी गेंड्यासारखी जाड झाल्याचे त्यांनी मान्य केले. 'पिवळा कुत्रा, साप आणि लांडगा म्हणून माझी निंदा करण्यात आली आहे. मला अपमानित करण्यात आले आहे. तज्ज्ञांनी मला शिव्या दिल्या आहेत. इंग्रजी भाषेत प्रकाशित येणार नाहीत अशा शब्दांचा मेळ घालून त्यांनी मला अतिशय घाणेरड्या शिव्या दिल्या आहेत. त्यामुळे मी काही अस्वस्थ होतो? नाही. आज कोणीही माझी निंदा करते तेव्हा मी कोण बोलत आहे त्याच्याकडे मान वळवूनही पाहत नाही.'

कदाचित 'जिमलेट आय' बटलर निंदेबाबत जरा जास्त उदासिन झाले असल्याचे जाणवते. अर्थात ही गोष्ट खरीच आहे की आपल्यापैकी बहुतेक लोक निंदेचे बाण आणि भाले अतिशय गंभीरपणे घेतात. मला चांगले आठवते. काही वर्षांपूर्वी न्यूयार्कच्या 'सन'

वृत्तपत्राचा प्रतिनिधी माझ्या प्रौढासाठींच्या वर्गाच्या एका विशेष बैठकीला उपस्थित राहिला होता. त्यानंतर त्याने माझी आणि माझ्या कामाची आपल्या वृत्तपत्रातून एथेच्छ टिंगल टवाळी केली. मी त्यामुळे संतापलो का? मी ते सर्व वैयक्तिक अपमान समजून स्वीकारले. मी 'सन' च्या एक्झिक्युटिव्ह कमिटीचे अध्यक्ष गिल हॉजेस यांना फोन केला. त्यांनी माझी टिंगल करण्याऐवजी माझ्या वर्गातील तथ्यावर आधारित एक लेख प्रकाशित करावा, अशी मी त्यांच्याकडे मागणी केली. त्या प्रतिनिधीला त्याच्या गुन्ह्याबद्दल योग्य शिक्षा दिल्याशिवाय राहणार नाही, असा मी संकल्पच केला होता.

मी तशा प्रकारे त्यावेळी वागलो होतो, याची मला आज लाज वाटते. आता मला जाणवते की ते वृत्तपत्र खरेदी करणाऱ्या निम्म्या लोकांनी तर तो लेख पाहिलाच नसेल. ज़्यांनी वाचला त्यापैकी निम्म्या लोकांना तर ते नुकसान नसलेला विनोद वाटला असेल. त्यापैकी निम्मे तर एका आठवड्याच्या आतच ते सर्व विसरून गेले असतील.

लोक आपल्या किंवा तुमच्या माझ्या बाबतीत विचार करीत नाहीत किंवा आपल्या बद्दल काय बोलले जाते, याची ते पर्वा करीत नाहीत हे आता मला जाणवले आहे. ते तर फक्त आपलाच विचार करीत असतात. सकाळी न्याहरीच्या आधी आणि नंतर सुद्धा. मध्य रात्र उलटून गेल्यानंतर दहा मिनिटांनीसुद्धा ते आपलाच विचार करीत असतात. तुमच्या किंवा माझ्या मृत्यूच्या बातमीपेक्षाही त्यांच्या स्वतःच्या जराशी डोकेदुखीची त्यांना अधिक काळजी असते.

आपल्या सर्वात जवळच्या मित्राने आपल्याबद्दल काही तरी खोटेच सांगितले आहे, तुमची टिंगल केली आहे. तुम्हाला धोका दिला आहे किंवा तुमच्या पाठीत खंजीर खुपसला आहे असे तुम्हाला कधी वाटले तर तुम्ही हे सर्व आत्म करुणेने घेऊ नका. येशु ख्रिस्ताच्या बाबतीतही असेच झाले होते, हे आपण स्वतःलाच आठवण करून द्यायला हवे. त्यांच्या सर्वाधिक जवळच्या बारा मित्रांपैकी एकाने लाच घेऊन त्यांचा विश्वासघात केला होता. लाच ही किती ? तर आजच्या हिशोबाने फार तर एकोणवीस डॉलरची असेल. येशु ख्रिस्तावर संकट आले तेव्हा त्यांच्या सर्वात जवळच्या बारा मित्रांपैकी एकाने तर तीन वेळा घोषणा करून टाकली की आपण येशुला ओळखतच नाही. असे म्हणताना तो शपथा खायलाही विसरला नाही. सहांपैकी एक. येशु ख्रिस्ताच्या बाबतीत असे होऊ शकते, मग तुम्ही किंवा मी त्यापेक्षा अधिक चांगल्या परिणामांची अपेक्षा कशी काय ठेवू शकणार?

आपली अयोग्य निंदा करण्यापासून आपण इतर लोकांना थांबवू शकत नाही, हे

अनेक वर्षांपूर्वीच मला कळले होते. अर्थात मी त्यापेक्षा अधिक चांगले काम नक्कीच करू शकतो. त्या अयोग्य निंदेमुळे मी विचलित होणार की नाही, हे ठरवू शकतो. हे चांगल्या प्रकारे समजून घ्या : तुम्ही सर्व प्रकारच्या निंदेकडे दुर्लक्ष करावे, असे माझे अजिबात म्हणणे नाही. मी फक्त **अयोग्य निंदे**कडे दुर्लक्ष करण्याविषयी बोलत आहे. मी एकदा एलिनेर रुझवेल्टला विचारले की त्या कशा प्रकारे निंदेला सामोरे जातात? त्यांना किती प्रकारच्या निंदेला सामोरे जावे लागले ते परमेश्वरालाच माहीत. व्हाईट हाऊसमध्ये राहणाऱ्या महिलांपैकी त्यांच्या मित्रांची आणि शत्रूंची संख्या सर्वाधिक असावी, असे मला वाटते.

किशोर वयात माझा स्वभाव अतिशय लाजाळू होता आणि लोक काय म्हणतील, याची मला सतत भीती वाटत असायची असे त्यांनी मला सांगितले. त्या निंदेला इतक्या घाबरत असत की एके दिवशी त्यांनी त्याबद्दल आपली काकू म्हणजे थियोडर रुझवेल्ट यांच्या बहिणीचा सल्ला घेतला. त्यांनी विचारले, 'काकू, मला अमूक एखादे काम करायचे असते, पण लोक काय म्हणतील याची मला भीती वाटते. त्यांच्या निंदेला मी घाबरते.' टेडी रुझवेल्ट यांची बहिण त्यांच्या डोळ्याला डोळे भिडवून म्हणाली, 'आपले योग्य आहे, याबद्दल तुझ्या मनात विश्वास आहे, तोपर्यंत लोक काय म्हणतील याची चिंता करण्याचे काहीच कारण नाही.' एलीनोर रुजवेल्ट म्हणाल्या की हा सल्ला त्यांच्यासाठी इतक्या वर्षांनंतरही व्हाईट हाऊसमध्ये असताना रॉक ऑफ जिब्रॅल्टर सिद्ध झाला आहे. आपण एकाच प्रकारे फक्त निंदेपासून आपला बचाव करू शकतो, असे त्या मला म्हणाल्या. तो हा की आपण ड्रेस्टन चायनाची मूर्ती होऊन सेल्फमध्ये पडून रहावे. **'तुम्हाला तुमच्या मनाने जे योग्य वाटते ते तुम्ही करा. कारण तशीही तुमची निंदा होणारच आहे. असा त्यांचा सल्ला होता. काही केले तरीही तुमची निंदा होते आणि काही नाही केले तरीही तुमची निंदा होते.'**

स्व. मॅथ्यू सीस ब्रश अमेरिकन इंटरनॅशनल कॉर्पोरेशनचे प्रेसिडेंट होते तेव्हा मी त्यांना विचारले की ते कधी आपल्या निंदेबाबत संवेदनशील होते का? त्यावर त्यांचे उत्तर होते, 'होय, सुरुवातीच्या काळात मी अतिशय संवेदनशील होतो. मीच त्यांच्या समोरील आदर्श आहे, असे माझ्या संस्थेतील सर्व कर्मचाऱ्यांनी मानावे यासाठी मी उत्सुक होतो. ते असा विचार करीत नसायचे तेव्हा मी चिंतीत होत असायचो. माझ्या विरोधात बोलणाऱ्या पहिल्या माणसाला आनंदी करण्यासाठी मी आधी प्रयत्न करीत असे. त्याच्यासोबत संबंध सुधारण्यासाठी मी जे काही करीत असे त्यामुळे दुसराच कोणी तरी वेडा होत असे. मग मी

त्या दुसऱ्या माणसाला रुळावर आणण्याचा प्रयत्न करीत असे तेव्हा इतर दोघे मधमाशांप्रमाणे गुणगुण करू लागत. शेवटी मला हे कळले की वैयक्तिक निंदेपासून बचाव करण्यासाठी घायाळ झालेल्या भावनांना शांत आणि गार करण्यासाठी मी जितके प्रय्तन करील, तितकी माझ्या वैऱ्यांची संख्या वाढतच जाईल. शेवटी मी स्वतःलाच म्हणालो, **'तुम्ही आपले डोके गर्दीच्या वर काढले तर तुमच्यावर निंदा होणे अपरिहार्य आहे. त्यामुळे त्याची सवय करून घ्या.'** यामुळे मला खूप मदत झाली. तेव्हापासून आपल्या बाजूने सर्वात चांगले काम करण्याचा मी नियमच करून टाकला. मग माझी जुनी छत्री हातात घेईल आणि निंदेच्या पावसाला माझ्या गालावरून खाली ओघळण्याची संधीच देणार नाही.'

डिम्स टेलर तर आणखी थोडे पुढे जातात : त्यांनी निंदेच्या पावसाला आपल्या गालावरून खाली उतरू दिले आणि मग त्याची त्यांनी टिंगल केली. तीही जाहीररित्या. ते न्यूयार्क फिलहार्मोनी-सिम्फनी ऑर्केस्ट्राच्या रविवार दुपारच्या कॉन्सेर्टमध्ये मध्यंतरात बोलत होते. एका महिलेने त्यांना याबद्दल एक पत्र लिहिले होते आणि त्यामध्ये त्यांना खोटारडा, फसवा साप आणि कमी अक्कलेचा म्हटले होते. मिस्टर टेलर आपले पुस्तक **ऑफ मेन अँड म्युझिक** मध्ये लिहितात : 'त्या महिलेने उपस्थित केलेल्या त्या चर्चेमध्ये कोणी रस दाखविला नसावा, असा मला संशय आहे. पुढील आठवड्यातील प्रसारणाच्या वेळी टेलर यांनी ते पत्र रेडिओवरील लाखो करोडो श्रोत्यांसमोर वाचून दाखविले. क़ाही दिवसांनंतर पुन्हा त्याच महिलेचे टेलर यांना दुसरे पत्र आले. त्यामध्ये तिने मागील गोष्टींची पुनरुक्ती करीत लिहिले होते, की मी अजूनही खोटारडा, धोकेबाज साप आणि कमअक्कल होतो.' ज्या माणसाने निंदा अशा प्रकारे स्वीकारली त्याचे कौतुक केल्याशिवाय राहवत नाही. आपण त्याची शांतता, अविचलित संतुलन आणि विनोद बुद्धी याचे कौतुकच करायला हवे.

चार्ल्स श्वाब प्रिस्टंनमध्ये विद्यार्थ्यांसमोर बोलत असताना त्यांनी ही गोष्ट मान्य केली की आपण जीवनातील एक अतिशय महत्त्वाचा धडा एका म्हाताऱ्या जर्मन व्यक्तीकडून शिकलो. तो त्यांच्याच स्टील कारखान्यात कामाला होता. युद्धाच्या काळात हा म्हातारा जर्मन कामगार इतर लोकांसोबत गरमा गरम चर्चा करीत होता. इतर कामागारानी त्याला उचलून नदीत फेकून दिले. चार्ल्स म्हणतात, 'तो परत माझ्या ऑफिसात आला तेव्हा चिखल आणि पाण्याने पूर्ण भरलेला आणि भिजलेला होता. मी त्याला विचारले की तुला

ज्या लोकांनी नदीत फेकून दिले त्यांना तू नंतर काही का बोलला नाहीस? त्यावर त्याचे उत्तर होते, 'मी फक्त हासलो.'

त्या म्हाताऱ्या जर्मन व्यक्तीच्या त्या शब्दांना आपण आपले सूत्र वाक्य केल्याचा श्वाब यांचा दावा आहे, 'फक्त हासा.'

ज़ेव्हा तुम्ही अयोग्य निंदेला बळी पडता तेव्हा हे सूत्र वाक्य खूपच उपयुक्त ठरू शकते. ज़ो तुम्हाला उलटून उत्तर देतो, त्याला तर तुम्ही उत्तर देऊ शकता, पण 'जो फक्त हासतो' त्याला तुम्ही काय करणार?

क़टु निंदेला उत्तर देण्याचा प्रयत्न करणे म्हणजे मूर्खपणा आहे हे सत्य लिंकनने शिकले नसते तर गृहयुद्धातील तणावाच्या वेळी ते कोलमडूनच पडले असते. निंदकांना ते कशा प्रकारे सामोरे गेले याचे वर्णन म्हणजे एक साहित्यिक प्रवाहच आहे. एक अमोल रचना आहे. युद्धाच्या काळात जनरल मॅख्यार्तर यांच्याकडे त्याची एक प्रत त्याच्या डेस्कवर टांगलेली होती. विन्स्टन चर्चील यांनी तर आपल्या स्टडी रूमच्या भिंतीवर याचीच एक प्रत फ्रेम करून लावली होती. ते सूत्र असे होते, माझ्यावर होणारी सर्व निंदा वाचण्याचा मी (त्याला उत्तर देणे तर दूरच राहिले.) प्रयत्न केला तर मी दुसरे काम कधीही करू शकणार नाही. मी माझ्या समजुतीनुसार चांगले काम करीत असतो. माझ्या क्षमतेनुसार सर्वश्रेष्ठ काम करतो. मी असेच अखेरपर्यंत करीत राहणार आहे. शेवटी मी यामध्ये यशस्वी झालो तर माझ्यावरील निंदेला काही अर्थच उरणार नाही आणि मी अपयशी झालो तर दहा देवदूतांनी शपथ खाऊन मी योग्य असल्याचे सांगितले तरीही काही फरक पडणार नाही. '

तुमची किंवा माझी अयोग्य निंदा होत असेल तर हा दुसरा नियम नेहमी लक्षात ठेवा

आपली सर्वोत्तम कामगिरी करण्यासाठी प्रयत्न करा. त्यानंतर मग तुमची छत्री उघडा म्हणजे निंदेचा पाऊस तुम्हाला वाहवत नेणार नाही.

२२

माझा मूर्खपणा

आपले नव्व्याण्णव टक्के निष्कर्ष चूक असतात आणि आपल्याबद्दल आपल्या वैऱ्याचे विचार ज़ास्त योग्य असतात. – आईन्स्टाईन

मी माझ्या प्रायव्हेट फायलिंग कॅबिनेटमध्ये एक फोल्डर ठेवले आहे. त्यावर मी एफ.टी.डी. म्हणजे Fool Things I Have Done (मी आतापर्यंत केलेला मूर्खपणा) असे लिहून ठेवले आहे. मी केलेल्या मूर्खपणाच्या कामाच्या लेखी नोंदी मी या फोल्डरमध्ये ठेवीत असतो. अनेक वेळा या गोष्टी मी माझ्या सेक्रेटरीकडून लिहून घेतो, पण काही वेळा त्या इतक्या खाजगी स्वरूपाच्या असतात की, त्या लिहून घेण्याची मला लाज वाटत असल्यामुळे त्या मी माझ्या हाताने लिहितो.

पंधरा वर्षांपूर्वी आपल्या एफटीडी मध्ये डेल कार्नोगीची निंदा करताना मी काय लिहिले होते ते मी आता पाहू शकतो. मी खरोखरच पूर्ण प्रामाणिक असतो तर माझ्याकडे एक असे फायलिंग कॅबिनेट असते जे एफटीडीच्या कागदानी खचाखच भरले असते. तीस शतकांपूर्वी सम्राट सॉल याने सांगितलेली गोष्ट मी प्रामाणिकपणे पुन्हा सांगू शकतो, **'मी मूर्खाची भूमिका पार पाडली आहे आणि मी ख़ूपच जास्त चुका केल्या आहेत.'**

आता कधी मी माझे एफटीडी फोल्डर उघडतो आणि मी स्वतः केलेली माझी निंदा वाचतो तेव्हा त्यामुळे मला माझ्या समोर सर्वात कठीण समस्येवर मात करायला मदत मिळते : डेल कार्नोगीची मॅनेजमेंट.

पूर्वी मी माझ्या अडचणीसाठी इतरांना दोषी ठरवित असे. पण जसा जसा मी मोठा (अशी आशा आहे की समजूतदार सुद्धा) होत गेलो तसे अंतिम विश्लेषणानंतर मला असे जाणवले की माझ्या बहुतेक दुर्दैवासाठी मी स्वतःच जबाबदार होतो. वय परिपक्व झाल्यावर

बहुतेक लोक हा धडा शिकतात. माझ्या पतनासाठी दुसरे कोणी नाही तर मी स्वतःच जबाबदार असल्याचे, मीच माझा सर्वात मोठा शत्रू असल्याचे तसेच माझ्या विनाशकारी दुर्दैवासाठी मी स्वतःच जबाबदार आहे, असे नेपोलियनने सेंट हेलेनाला सांगितले होते.

आत्म मूल्यांकन आणि आत्म व्यवस्थापन यामध्ये निपूण असलेल्या माझ्या एका ओळखीच्या व्यक्तीबद्दल मी तुम्हाला सांगतो. त्यांचे नाव एच. पी. हॉवेल होते. ३१ जुलै १९४४ रोजी अचानकपणे हॉवेल यांचे न्यूयार्कमधील हॉटेल ॲम्बॅसिडरमध्ये मृत्यू झाल्याची बातमी आली. त्यामुळे सर्व वॉल स्ट्रिट हादरला. क़ारण ते अमेरिकन फायनान्सचे नेते होते. क़मर्शियल नॅशनल बँक अँड ट्रस्ट कंपनीचे ते बोर्ड ऑफ डायरेक्टर होते. त्यांचे औपचारिक शिक्षण जवळपास नाहीच्या बरोबर होते. सुरुवातीला ते एका खेड्यातील डिपार्टमेंटल स्टोअरमध्ये क्लार्क होते. नंतर ते यू. एस. स्टीलमध्ये क्रेडिट मॅनेजर झाले. पुढे ते पद आणि शक्तीच्या मार्गावरून वाटचाल करीत राहिले.

मिस्टर हॉवेल यांना मी त्यांना प्रगतीचे रहस्य विचारले तेव्हा ते म्हणाले, ग़ेल्या अनेक वर्षांपासून मी एक डायरी सोबत ठेवीत आहे. तिच्यामध्ये माझ्या रोजच्या ऑपाईमेंट लिहिलेल्या असतात. माझे कुटुंबिय शनिवारी रात्री माझ्यासाठी काहीही कार्यकम ठरवित नाहीत कारण शनिवारी संध्याकाळी मी आत्म परीक्षण करतो आणि आठवडाभरातील आपल्या कामाचे विश्लेषण करतो, हे सर्वांना माहीत आहे. डिनर झाल्यावर मी एकटा बसतो. माझी ऑपाईंटमेंट डायरी उघडतो आणि सोमवारच्या सकाळपासून झालेल्या प्रत्येक मुलाखतीची, भेटीची, चर्चेची आणि मिटिंगवर माझ्याशीच चर्चा करतो. 'मी त्यावेळी कोणत्या चुका केल्या?' ते मग मी स्वतःलाच विचारतो. 'मी त्यावेळी कोणते चांगले काम केले होते?' 'मी माझ्या कामगिरीत कशी काय सुधारणा करू शकतो?' 'या अनुभवातून मी काय धडा शिकलो?' अनेक वेळा हा साप्ताहिक कार्यक्रम मला दुःखी करतो. अनेक वेळा मी माझ्या खूप मोठ्या चुकांमुळे अस्वस्थ होतो. अनेक वर्षे सातत्याने असे करीत राहिल्यामुळे माझ्या चुका हळूहळू कमी होत गेल्या. अनेक वर्षांपासून सुरू असलेला हा आत्म विश्लेषणाचा उपक्रम माझ्यासाठी दुसऱ्या कोणत्याही उपक्रमापेक्षा जास्त फायदेशीर ठरला आहे. '

कदाचित एच पी हॉवेल यांनी हा विचार बेन फ्रँकलिन यांच्याकडून घेतला असावा. त्या दोघांमध्ये फरक इतकाच होता की फ्रँकलिन शनिवारच्या संध्याकाळची वाट पाहत नसत. ते दर रात्री स्वतःचे कठोर विश्लेषण करीत असत. आपल्यामध्ये तेरी गंभीर उणिवा असल्याचे त्यांना आढळून आल्या. त्यापैकी तीन इथे मी देत आहे. वेळ वाया घालविणे. बारीक सारीक गोष्टीवरून चिंता करीत राहणे आणि लोकांशी चर्चा करून त्यांना विरोध

करीत राहणे. आपण आपल्यातील या उणिवांवर मात करणार नाहीत तोपर्यंत आपण जीवनात खूप पुढे जाऊ शकणार नाहीत, हे समजूतदार फ्रँकलिनच्या लक्षात आले. म्हणून मग ते दर आठवड्याला एका उणिवेवर मात करीत होते आणि रोजच्या नोंदी ठेवीत असत की त्या दिवशी कोण जिंकले? पुढच्या आठवड्यात ते आपल्या दुसऱ्या वाईट सवयीशी संघर्ष करीत असत. ते मोजे घालत असत. घंटी वाजली की कोपऱ्यातून पुढे येऊन दुसऱ्या वाईट सवयीशी दोन हात करीत असत. अशा प्रकारे दोन वर्षांपेक्षा अधिक काळ फ्रँकलिन आपल्या वाईट सवयींशी संघर्ष करीत राहिले.

अमेरिकेतील आतापर्यंतचे सर्वात लोकप्रिय आणि सर्वाधिक प्रभावी व्यक्ती ठरल्याबद्दल म्हणूनच मग कोणी अस्वस्थ होत नाही.

अल्बर्ट हॅवर्ट म्हणतात की प्रत्येक व्यक्ती रोज किमान पाच मिनिटे तरी मूर्खासारखे वागत असते. हा कालावधी वाढणार नाही, याची काळजी घेण्यातच खरा शहाणपणा आहे.

लहान व्यक्ती जराशी निंदा झाली की भडकून उठतो तर शहाणी किंवा समजूतदार व्यक्ती आपली निंदा करणाऱ्या व्यक्तीकडून काही शिकण्याचा प्रयत्न करीत असते. तसेच त्याच्याशी एखाद्या मुद्द्यावर वाद घालते. वॉल व्हिटॅमिन हेच अशा प्रकारे सांगतात, 'ज़्यांनी तुमचे कौतुक केले आहे, जे तुमच्याबद्दल नेहमी दयाळू राहिले आहेत तसेच तुमच्या साठी वाट सोडून बाजूला उभे राहिले आहेत अशाच लोकांकडून तुम्ही फक्त धडा घेतला आहे का? ज़्यांनी तुम्हाला नाकारले, ज्यांनी तुमच्या विरोधात कंबर कसली आणि मार्ग निवडण्यासाठी तुमच्याशी वाद घातला त्यांच्याकडून तुम्ही काहीच शिकला नाहीत का?'

आपल्या वैऱ्यांनी आपली किंवा आपल्या कामाची निंदा करण्यासाठी वाट पाहत थांबण्याऐवजी आपण त्यांना आधीच आपल्या कामातून पराभूत करायला हवे. आपण स्वतःच आपला कठोर निंदक व्हायला हवे. आपण आपल्यातील सर्व प्रकारच्या कमकुवतपणाचा शोध घ्यायला हवा आणि त्यांच्यावर मात करून त्यामध्ये सुधारणा करायला हवी. त्यामुळे आपल्या विरोधात बोलण्यासाठी आपल्या वैऱ्याला एका शब्दाचीही संधी मिळणार नाही. हेच चार्ल्स डार्विनने केले. ख़रं तर त्यांनी आपली निंदा करण्यासाठी पंधरा वर्षे घेतली. त्यांची कथा अशी आहे : **द ओरिजिन ऑफ स्पेसिस** या आपल्या जगप्रसिद्ध पुस्तकाचे डार्विनने हस्तलिखित तयार केले तेव्हा आपले संशोधन निसर्गातील क्रांतिकारक संशोधनाचे प्रकाशन बौद्धिक आणि धार्मिक क्षेत्राला हादरवून सोडणार असल्याचे त्याला जाणवले. **त्यामुळे ते स्वतःच स्वतःचे निंदक झाले आणि त्यांनी आणखी पंधरा वर्षे घेतली. आपली आकडेवारी तपासण्यासाठी आणि आपल्या तर्कांची तपासणी करण्यासाठी**

तसेच आपल्या निष्कर्षांची निंद करण्यासाठी त्यांनी हा काळ घेतला.

समजा 'महामूर्ख' म्हणून कोणी तुमचा अपमान केला तर तुम्ही काय कराल? त्याच्यावर संतापाल? जोशात याल? लिंकनने असे केले होते : लिंकन यांचे युद्ध सचिव एडवर्ड एम. स्टॅटन यांनी एकदा लिंकन यांना 'महामूर्ख' म्हटले. स्टॅटन यांच्या प्रकरणात लिंकन यांनी हस्तक्षेप केला होता म्हणून स्टॅटन भडकले होते. एका स्वार्थी राजकीय नेत्याला खुश करण्यासाठी लिंकन यांनी एका आदेशावर स्वाक्षरी केली होती. त्यानुसार काही रेजिमेंट इकडून तिकडे हालविण्यात आल्या होत्या. स्टॅटनने फक्त लिंकनच्या आदेशाचे पालन करायलाच नकार दिला असे नाही तर त्याला त्या आदेशावर स्वाक्षरी करणारा महामूर्खही म्हटले. मग काय झाले? स्टॅटिन काय म्हणाला ते लिंकनला सांगितल्यावर लिंकन शांतपणे म्हणाले, 'स्टॅटिनने मला महामूर्ख म्हटले असेल तर मी नक्कीच महामूर्ख असलो पाहिजे. क़ारण तो बहुतेक वेळा योग्य असतो. मी जरा त्याच्याकडे जातो आणि काय घडले आहे ते मी प्रत्यक्ष पाहतो.'

लिंकन स्टॅटनला भेटायला गेले. लिंकनचा आदेश चुकीचा असल्याचे स्टॅटीनने लिंकनच्या समोर सिद्ध केले. लिंकनने तो आदेश परत घेतला. लिंकन नेहमीच निंदेचे स्वागत करीत असत, फक्त निंदा योग्य आहे, गंभीर आहे आणि ज्ञानावर आधारित आहे, असे त्यांना वाटायला हवे.

तुम्ही आणि मी सुद्धा अशाच प्रकारे निंदेचे स्वागत करायला हवे कारण चारपैकी तीनपेक्षा जास्त वेळा आपण योग्य असल्याचा दावा तर नक्कीच करू शकत नाहीत. क़मीत कमी व्हाईट हाऊसमध्ये राहत असताना थियोडोर रुझवेल्ट यांना तरी तसेच वाटत होते. आपण सर्व वेळा योग्य असल्याचा आशा करू शकतो. असे ते म्हणत. आपल्या काळातील गंभीर चिंतन करणारे चिंतक आईन्स्टाईन यांनी तर मान्यच केले होते की, आपले नव्व्याण्णव टक्के निष्कर्ष चूक असतात. ला रोशफूकोने म्हटले होते, **'आपल्या बद्दल आपल्या वैऱ्याचे विचार आपल्यापेक्षा जास्त योग्य असतात.'**

हे कथन अनेक वेळा सत्य होऊ शकते, हे मला माहीत आहे. अर्थात कोणी माझी निंदा करायला सुरूवात केली किंवा मी माझ्यावर लक्ष ठेवणे कमी केले तर मी स्वतःला लगेच संरक्षणात्मक करतो. माझा निंदक काय म्हणणार आहे, याची मला कल्पना येण्यापूर्वीच मी माझे धोरण संरक्षणात्मक ठरवितो. दरवेळी मी स्वतःच्या बाबतीत अशा प्रकारे वागतो तेव्हा मी स्वतःवरच नाराज होतो. आपल्यापैकी बहुतेक सर्वच जण निंदेमुळे चिडत असतात तर कौतुकाला झटकन कवेत घ्यायला सज्ज असतो. मग ही निंदा आणि हे कौतुक

कितीही योग्य किंवा अयोग्य असले तरीही. आपण तार्किक प्राणी नाहीत तर भावनात्मक प्राणी आहोत. अंधाऱ्या रात्री खोल समुद्रात उठलेल्या वादळातील लाटावंर हिंदकळे घेणाऱ्या नावेसारखा आपला तर्क असतो.

आपल्याबद्दल कोणी वाईट साईट बोलले असल्याचे आपल्याला कळल्यावर आपण स्वतःचा बचाव करण्याचा प्रयत्न करू नये. प्रत्येक मूर्ख असेच करीत असतो. आपण मौलिक होऊ. विनम्र आणि प्रतिभाशालीही होऊ. ख़रं तर आपण निंदकाला चकमा द्यायला हवा. 'माझ्या निंदकाला माझ्या इतर कमकुवत बाजू माहीत असत्या तर त्याने यापेक्षाही कठोरपणे माझी निंदा केली असती, ' असे आपण म्हणायला हवे.

अयोग्य प्रकारे तुमच्यावर निंदा केली जात असेल तर तुम्ही काय करायला हवे, हे मी मागील प्रकरणात सांगितले आहे. इथे आणखी एक सल्ला देतो : अयोग्य निंदेमुळे तुमचा संताप वाढत असेल तर थांबून एक मिनिट म्हणायला काय हरकत आहे? **...मी आदर्श व्यक्ती नाही. मी नव्ह्याण्णव टक्के चूक असल्याचे आईन्स्टाईनने मान्य केले असेल तर मी ऐंशी टक्के तरी चूक नक्कीच असू शकतो. त्यामुळे कदाचित ही निंदा योग्यच असेल. असे असेल तर मी त्याबद्दल आभार मानायला हवेत आणि त्यापासून फायदा करून घेण्याचा प्रयत्न करायला हवा.**

पेप्सोडेंट कंपनीचे माजी अध्यक्ष चार्ल्स लकमॅन यांनी बॉब होपला रेडिओवर प्रसारित करण्यासाठी दरवर्षी दहा लाख डॉलर खर्च केले. ते कार्यक्रमाबद्दल येणाऱ्या कौतुकास्पद पत्राकडे पाहतही नसत तर निंदात्मक किवा टीकात्मक पत्रांची दखल घेत असत. त्या पत्रातून आपण काही शिकू शकतो, हे त्यांना माहीत होते.

फोर्ड कंपनी आपले व्यवस्थापन आणि कार्य प्रणालीतील गडबड गोंधळ माहीत करून घेण्यासाठी इतकी उत्साहित होती की तिने आपल्या कर्मचाऱ्यांना मतदान करायला लावले आणि त्यांना कंपनीवर निंदा करण्यासाठी विशेषत्वाने आमंत्रित केले.

निंदेसाठी आग्रह करणारा मला एक साबणाचा सेल्समन माहीत आहे. त्याने कोलगेटसाठी साबण विकायला सुरूवात केली तेव्हा ऑर्डर हळूवार गतीने मिळत होत्या. आपली नोकरी जाण्याची भीती त्याला सतवू लागली. साबण किंवा साबणाची किमत यामध्ये काहीही गोंधळ नसल्याचे त्याला माहीत होते. त्यामुळे जी काही गडबड आहे ती आपल्या कौशल्यामध्ये आणि आपल्यामध्येच आहे हे त्याला कळले होते. साबण विकण्यामध्ये अपयश आल्यावर तो त्या इमारतीच्या भोवती फेऱ्या मारीत असे आणि साबण विकण्यात कोठे चूक झाली याचा विचार करीत असे. त्याला हे सर्व योग्य प्रकारे समजले नव्हते का? त्याच्या उत्साहात

काही कमतरता होती का? अनेक वेळा तो पुन्हा त्या व्यापाऱ्याकडे जात असे आणि त्याला विचारीत असे, 'मी यावेळी तुम्हाला साबण विकण्यासाठी तुमच्याकडे आलो नाही. तुमचा सल्ला घेण्यासाठी आणि निंदा ऐकण्यासाठी परत आलो आहे. क़ाही मिनिटांपूर्वी मी तुम्हाला साबण विकण्याचा तुम्हाला प्रयत्न केला तेव्हा माझ्याकडून काय चूक झाली ते तुम्ही मला सांगाल का? तुम्ही माझ्यापेक्षा जास्त अनुभवी आणि सफल व्यक्ती आहात. कृपा करून माझे दोष सांगा. मोकळेपणाने बोला. माझी निंदा करताना कोमलतेने वागू नका.'

या दृष्टिकोनामुळे त्याला खूप सारे मित्र मिळाले आणि अमूल्य असा सल्लाही मिळाला.

तुम्हाला काय वाटते? त्याच्या बाबतीत काय झाले असेल? जगातील सर्वात मोठ्या साबण निर्मात्या कंपनीपैकी एक असलेल्या कोलगेट-पॉमोलिव्ह-पीट सोप कंपनीचा तो प्रेसिडेंट झाला. त्याचे नाव ई. एच. लिटिल होते.

एच पी. हॉवेल, बेन फ्रँकलिन, इ. एच. लिटिल यांनी जे काही केले ते करण्यासाठी एखाद्या मोठ्या माणसाची आवश्यकता असते. आता तुम्हाला कोणीच पाहत नाही तेव्हा तुम्ही आरशामध्ये बघा आणि स्वतःलाच विचारा, 'तुम्ही स्वतः कोणत्या प्रकारच्या समुहात मोडता?'

निंदेच्या बाबतीत स्वतःला चिंतेपासून वाचविण्याचा तिसरा नियम असा आहे :

आपण आपल्या मूर्खपणाच्या नोंदी ठेवाव्यात. क़ारण आपण स्वतः कधीही संपूर्ण आदर्श असल्याचा दावा करू शकत नाहीत. म्हणून आपण ई. एच. लिटिलने जे केले तेच करायला हवे-

निःपक्षपाती, सहाय्यक आणि सृजनात्मक निंदेसाठी आग्रह धरावा.

भाग सहा थोडक्यात

निंदेपासून कसा बचाव करावा?

१. अयोग्य निंदा ही लपलेल्या कौतुकासारखीच असते. इतर लोक तुमची सफलता पाहून जळत आहेत, असाच त्याचा बहुतेक वेळा अर्थ होतो. मेलेल्या कुत्र्याला कोणीही लाथ मारीत नाही, हे नेहमी लक्षात ठेवा.

२. आपली कामगिरी सर्वोत्तम करण्याचा प्रयत्न करा. त्यानंतर मग आपली छत्री उघडा म्हणजे मग निंदेचा पाऊस तुमच्या गळ्यावरून वाहत खाली येणार नाही.

३. आपण आपल्या मूर्खपणाच्या नोंदी ठेवायला हव्यात आणि आपण स्वतःच आपली निंदा करायला हवी. आपण कधीही आदर्श असल्याचा दावा करू शकत नाहीत त्यामुळे आपण तेच करायला हवे जे इ.एच. लिटिल यांनी केले होते : निःपक्ष, सहाय्यक आणि सृजनात्मक निंदेचा आग्रह धरायला हवा.

भाग - ७

चिंता रोखण्याच्या
तसेच उत्साह आणि
ऊर्जा वाढविण्याच्या
पद्धती

२३

रोज एक तास कसा वाढवावा?

विश्रांती घेण्याचा अर्थ काहीच न करणे असा होत नाही, विश्रांतीचा खरा अर्थ आहे दुरूस्ती. - ड़ॅनियल डब्ल्यू ज़ॉसेलिन

चिंता दूर करण्याच्या या पुस्तकात मी थकवा दूर करण्याविषयी का लिहित आहे? क़ारण थकव्यामुळे बहुतेक वेळा चिंता निर्माण होत असते म्हणून. किंवा यामुळे क़मीत कमी चिंता वाढण्याची शक्यता तरी वाढते. शारीरिक थकव्यामुळे शरीराची प्रतिरोधक क्षमता कमी होते आणि त्यामुळे सर्दी सारख्या आजारासह अनेक लहान मोठ्या आजारांना बळी पडू शकता, हे मेडिकलचा कोणताही विद्यार्थी तुम्हाला सांगू शकेल. थकव्यामुळे तुमची मानसिक प्रतिकारशक्ती कमी होऊन तुम्ही भीती आणि चिंता यासारख्या भावनांना बळी पडू शकता, हे कोणीही मानसशास्त्रज्ञ सांगू शकतो. म्हणूनच थकव्यापासून बचाव करण्यातच चिंतेपासून बचाव करण्याचे बीज दडलेले आहे.

मी काय म्हणालो? 'चिंतेपासून बचाव करण्याचे बीज दडलेले आहे.' ही थोडीशी ड़ळमळीत गोष्ट झाली आहे. डॉ. एडमंड जॅकबसन तर याच्याही पुढे जातात. ड़ॉ. जॅकबसन यांनी रिलॅक्शेसनवर दोन पुस्तके लिहिली आहेत- **प्रोग्रेसिव्ह रिलॅक्शेसन** आणि **यू मस्ट रिलॅक्स.** युनिव्हर्सिटी ऑफ शिकागो लॅबरोटरी फॉर क्लिनिकल फिजियालॉजीचे संचालक म्हणून विश्रांतीचा वैद्यकीय व्यवसायात एक तंत्र म्हणून कसा वापर करता येईल, यावर त्यांनी अनेक वर्षे संशोधन केले. क़ोणतीही मानसिक अस्वस्थता किंवा नकारात्मक भावनिक स्थिती 'पूर्ण विश्रांतीच्या अवस्थेत राहूच शकत नाही,' असा त्यांचा दावा आहे. दुसऱ्या शब्दात याचा अर्थ असा झाली की **तुम्ही विश्रांतीच्या अवस्थेत असाल तर तुम्ही चिंतीत राहू शकत नाहीत.**

म्हणूनच थकवा आणि चिंता दूर करण्याचा पहिला नियम आहे, बहुतेक वेळा विश्रांती घ्या, थकवा यायच्या पूर्वीच विश्रांती घ्या.

हा इतका महत्त्वाचा का आहे? क़ारण थकवा आश्चर्यकारकरित्या वाढतो. अमेरिकन सैन्याने वारंवार केलेल्या परीक्षणात असे आढळून आले आहे की, सैन्यातील प्रशिक्षणामुळे कठोर झालेले युवकही आपले सर्व ओझे उतरून फेकू शकले आणि दर तसाला दहा मिनिटे याप्रमाणे विश्रांती घेऊ शकले तर ते चांगगला मार्च करू शकतात आणि जास्त वेळ सामना करू शकतात. म्हणूनच सैन्य अधिकारी त्यांना असे करण्यासाठी विवश करतात. अमेरिकन सैन्याप्रमाणेच तुमचे हृदयही बुद्धिमान असायला हवे. तुमचे हृदय शरीरात रोज इतके रक्त पंप करीत असते की त्यामुळे रेल्वेची एक वॅगन भरू शकते. दर चोवीस तासाला ते इतक्या शक्तीचा वापर करते की त्यामुळे ते तीन फूटाच्या प्लॅटमफॉर्मवर वीस टन कोळसा जमा करू शकते. ते इतके अविश्वसनीय काम व्यक्तीच्या वयाच्या ५०, ७० किंवा ९० वर्षापर्यंत करीत राहते. हॉवर्ड मेडिकल स्कूलमधील डॉ. वाल्टर बी कॅनन याचे कारण सांगतात. ते म्हणतात, **'बहुतेक लोकांना असे वाटते की, हृदय सतत काम करीत असते, पण वास्तविक पाहता ते प्रत्येक संकुचनानंतर काही क्षण विश्रांती घेत असते. दर मिनिटाला सत्तर वेळा या गतीने धडकणारे आपले हृदय वास्तविक पाहता २४ तासांपैकी ९ तासच काम करीत असते. एकूणात ते पूर्ण दिवसाला पूर्ण तास विश्रांती घेत असते.'**

दुसऱ्या महायुद्धाच्या वेळी विन्स्टन चर्चील यांचे वय पासस्ट वर्षापेक्षा अधिक होते. तरीही अनेक वर्षे ब्रिटिश साम्राज्यातील सैन्याला मार्गर्दन करण्याचे काम त्यांनी रोज सोळा तास केले. एक आश्चर्यकारक विक्रम. याचे रहस्य? ते रोज सकाळी अकरा वाजेपर्यंत आंथरूणात काम करीत असत. म्हणजे रिपोर्ट वाचीत असत. आदेश देत असत. फोन करीत असत आणि महत्त्वाच्या मिटिंगही करीत असत. लंच झाल्यावर ते एक तास पुन्हा आंथरुणावर जात असत आणि झोपत असत. रात्री डिनर घेण्याच्या पूर्वी ते परत एकदा आंथरुणावर जात असत आणि दोन तासांची विश्रांती घेत असत. त्यांनी आपल्या थकव्यावर उपचार नाही केला. त्यांना त्यासाठी उपचार करण्याची आवश्यकताच नव्हती. क़ारण त्यांना थकवाच जाणवत नसे. ते बहुतेक वेळा विश्रांती घेत असत. त्यामुळे ते ताजे तवाने राहून मध्य रात्र उलटेपर्यंत काम करू शकत असत.

ज़ॉन डी रॉकफेलरने दोन असामान्य विक्रम केले आहेत. त्यांनी इतकी संपत्ती जमा केली होती की तोपर्यत जगात कोणीही इतकी संपत्ती मिळविली नव्हती. तसेच ते वयाच्या अठ्ठ्याण्णव्या वर्षापर्यंत जगले. त्यांनी असे कशा प्रकारे केले? याचे मुख्य कारण असे होते

की दीर्घ आयुष्याची ही देणगी त्यांना वारसा हक्काने मिळाली होती. दुसरे कारण असे होते की ते दररोज दुपारी आपल्या ऑफिसमध्ये अर्धा तासा डुलकी घेत असत. ऑफिसमधील सोफ्यावरच ते झोपत असत. दुपारच्या वेळी ते झोपत असत तेव्हा अमेरिकेचा राष्ट्राध्यक्षही फोनवर बोलण्यासाठी त्यांना उठवू शकत नसे.

आपले सर्वोत्कृष्ट पुस्तक व्हाय वुई टायर्ड मध्ये डॅनियल डब्ल्यू ज़ॉसोलिनने लिहिले आहे, 'विश्रांती घेण्याचा अर्थ काहीच न करणे असा होत नाही. विश्रांती म्हणजे दुरूस्ती आणि देखभाल.' थोड्याशा विश्रांतीतही दुरूस्तीची इतकी शक्ती असते की, क़ेवळ पाच मिनिटांची डुलकी घेतल्यामुळेही तुम्हाला थकवा रोखण्यासाठी मदत मिळते. बेसबॉलचे पितामह कॉनी मॅन यांनी मला सांगितले की, मॅचच्या आधी दुपारी डुलकी घेऊ शकले नाहीत तर पाचव्या राऊंडमध्ये त्यांना थकवा येत असे. पाच मिनिट का होईना, पण ते डुलकी घेऊ शकले तर सर्व सामना ते न थकता खेळू शकत असत.

बारा वर्षे व्हाईटहाऊस मध्ये राहिल्यावर इतक्या थकवणाऱ्या दिनचर्येचे कशा प्रकारे पालन करायच्या, असे मी एलिनोर रुझवेल्ट यांना विचारल्यावर त्या म्हणाल्या, 'लोकांना भेटायच्या आधी किंवा भाषण देण्याच्या पूर्वी मी बहुतेक करून खुर्चीवर बसत असे. आपले डोळे बंद करून वीस मिनिटांची डुलकी घेत असे.'

मी एकदा मेड़िसिन स्क्वेअर गार्डनमध्ये ज़ीन ऑट्रिच्या ड्रेसिंग रुममध्ये त्यांची मुलाखत घेतली. तिथे ते जगातील चॅम्पेयनीशीप रेडिओवर श्रोत्यांचे हिरो होते. मला त्यांच्या ड्रेसिंग रुममध्ये एक सैनिकी पलंग दिसला. ज़ीन ऑट्री म्हणाले, दुपारी मी इथेच झोपतो. क़ामगिरी करण्याच्या दरम्यान आर्धा तास झोप काढतो.

'होय, मी हॉलिवूडमध्ये चित्रपट निर्मिती करतो तेव्हा एका मोठ्या आरामखुर्चीवर विश्रांती घेतो. दरवेळी दहा मिनिटाची एक अशा प्रकारे दोन किंवा तीन डुलक्या घेतो. त्यातून मला खूप मोठी शक्ती मिळते.'

एडिसनने आपली ऊर्जा आणि सहनशक्तीचे श्रेय आपल्या इच्छेनुसार झोपण्याच्या सवयीला दिले आहे.

हेन्री फोर्ड यांच्या ऐंशिव्या वाढदिवसाच्या थोडे दिवस आधी मी त्यांची मुलाखत घेतली होती. त्यावेळीही ते इतके ताजे तवाणे आणि टवटवीत दिसत होते की ते पाहून मला आश्चर्य वाटले. मी त्यांना त्याचे रहस्य विचारले. त्यांचे उत्तर होते, 'मी बसू शकत असतो तेव्हा मी कधीही उभा राहत नाही. तसेच मी जेव्हा आडवा पडू शकतो तेव्हा मी कधीही बसून राहत नही.'

'आधनिक शिक्षणाचे जनक' होरेस मॅन यांनीही वाढत्या वयासोबत हेच काम केले .

ते अँटियाक कॉलेजमध्ये अध्यक्ष असताना विद्यार्थ्यांच्या मुलाखती घेत असताना सोफ्यावर लोळत पडलेले असत.

मी हॉलिवूडमधील एका दिग्दर्शकाला अशाच प्रकारचे तंत्र वापरण्यासाठी तयार केले. यामुळे खरोखरच चमत्कार घडल्याचे नंतर त्यांनी मान्य केले. हॉलिवूडमधील सर्वश्रेष्ठ दिग्दर्शकांपैकी एक असलेल्या ज़ॅक चेरटॉक यांच्याबद्दल बोलत आहे. क़ाही वर्षांपूर्वी ते मला भेटायला आले होते तेव्हा ते एफ.जीएमच्या शॉर्ट फीचर फिल्म विभागाचे प्रमुख होते. आपल्या थकव्यामुळे अस्वस्थ होऊन त्यांनी या युक्तीचा अवलंब केला. टॉनिक, व्हिटॅमिन, औषधे. कशाचा जास्त चांगला परिणाम झाला? मी त्यांना सल्ला दिला की रोज सुट्टी साजरी करा. कशा प्रकारे? ते आपल्या स्टाफ लेखकांशी मिटगिं करीत असतील तेव्हा त्यांनी आपल्या ऑफिसमधील सोफ्यावर पसरावे आणि विश्रांती घ्यावी.

दोन वर्षानंतर मी पुन्हा त्यांना भेटलो तेव्हा ते म्हणाले, ‘चमत्कार झाला.’ माझे डॉक्टर तर हेच म्हणतात. शॉर्ट फीचर फिल्मसाठी विचार विनिमय करीत असताना मी माझ्या खुर्चीवर तणावात बसलेला असायचो. आता अशा प्रकारच्या मिटिंगच्या वेळी मी सोफ्यावर पहुडलेला असतो. आज माझी परिस्थिती जितकी चांगली आहे तितकी चांगली मागील वीस वर्षांमध्ये कधीही नव्हती. आता मी रोज दोन तास जास्त काम करू शकतो. तरीही मी अजिबात थकत नाही.

तुम्ही याचा फायदा करून घेऊ शकता? तुम्ही स्टेनोग्राफर असाल तर एडिसन किंवा सॅम गोल्डविन यांच्याप्रमाणे आपल्या ऑफिसमध्ये डुलकी घेऊ शकत नाहीत. तुम्ही अकाउंटट असाल तर सोफ्यावर पडून आपल्या बॉससोबत अकाउंट स्टेटमेंटबद्दल चर्चा करू शकत नाहीत. तुम्ही एखाद्या लहान शहरात राहत असाल आणि लंचसाठी घरी जात असाल तर लंच नंतर दहा एक मिनिटे डुलकी काढू शकता. ज़नरल जॉर्ज सी मार्शल हेच करीत असत. युद्ध काळात अमेरिनक सैन्याला मार्गदर्शन करण्यात इतके व्यस्त असायचे की दुपारची झोप घेणे त्यांच्यासाठी आवश्यक झाल्याचे जाणवले. तुमचे वय पन्नासपेक्षा अधिक असेल आणि तुम्हाला हवे ते काम तुम्ही लवकरात लवकर करू शकत नसाल, तर तुम्हाला शक्य असेल तितक्या जास्त रकमेचा वीमा काढा. क़ारण सध्य अंत्यविधी करणे खूप महागडे झाले आहे तसेच तुमच्या पत्नीला वाटले तर ती तुमचे विम्याचे पैसे घेऊन दुसऱ्या एखाद्या युवकासोबत पळू जाऊ शकते.

तुम्ही दुपारी झोपू शकत नसाल तर रात्री डिनरच्या आधी एक तास झोपण्याची योजना तर नक्कीच राबवू शकता. हे कॉकटेलपेक्षा स्वस्त पडते आणि दीर्घकाळात ते ५ ४ ६ ७ पट अधिक परिणामकारक आहे. तुम्ही जर पाच- सहाच्या दरम्यान एक तास

झोपू शकलात तर आपल्या जागृत जीवनात एक तास अधिक जगू शकता. क़ा? कसे? रात्री जेवणाच्या आधी घेतलेल्या एक तास झोपेत तुमची जेवणानंतरची सहा तास झोप मिळविली तर तुमची एकूण झोप सात तास होते. सलग आठ तास झोपण्यापेक्षा ती किती तरी अधिक चांगली ठरते.

विश्रांतीसाठी जास्त वेळ काढू शकलात तर शारीरिक त्रासाचे काम करणारी व्यक्तीही ज़ास्त काम करू शकते. फ्रेडरिक ट्रेलर बेथलहम स्टील कंपनीत शास्त्रीय व्यवस्थापन अभियंते म्हणून काम करीत असत तेव्हा त्यांनी हे करून दाखविले. मजूर दर रोज रेल्वेमध्ये १२.५ टन कच्चे लोखंड भरीत असल्याचे तसेच दुपारी ते खूप थकत असल्याचे त्यांनी पाहिले. थकव्यावरील सर्व तथ्यांचा विचार केल्यावर क़ी प्रत्येक मजुराने रोज १२.५ टनाऐवजी सत्तेचाळीस टन कच्चे लोखंड भरायला हवे. ते सध्या जितके काम करीत होते, त्याच्या चारपट अधिक त्यांनी काम करायला हवे असा त्यांनी अंदाज केला. तेही न थकता, पण हे सिद्ध कसे करायचे?

ट्रेलर यांनी श्मिट नावाच्या एका मजुराला निवडले. तो स्टॉप वॉच नुसार काम करू लागला. ज़्या माणसाच्या हातात स्टॉपवॉच होती तो माणूस श्मिटला म्हणाली की आता लोखंड उचल आणि चालायला लाग. ... आता बस आणि विश्रांती घे. ... आता चल... आता विश्रांती घे.

क़ाय झाले? श्मिट रोज सत्तेचाळीस टन लोखंड उचलीत असे आणि इतर लोक मात्र सरासरी १२.५ टनच लोखंड उचलू शकत. त्यानंतर पुढची तीन वर्षे फ्रेडरिक ट्रेलर बेथलहेममध्ये होते तोपर्यंत श्मिट या गतीचे काम करण्यात क्वचितच अपयशी झाला. श्मिट थकवा यायच्या आधीच विश्रांती घेत असे त्यामुळे तो असे करू शकला. तो दर तासाला सरासरी २६ मिनिटेच काम करीत असे आणि ३४ मिनिटे विश्रांती घेत असे. तरीही इतरांच्या तुलनेत तो चार पट अधिक काम करीत असे. ही काय एखादी ऐकीव गोष्ट आहे का? नाही. तुम्ही फ्रेडरिक विको ट्रेलरने लिहिलेल्या प्रिन्सिपल ऑफ सायंटिफिक मॅनेजमेंट या पुस्तकाच्या पृष्ठ क्र. ४१ ते ६२ दरम्यान तुम्ही ही नोंद वाचू शकता.

मी तेच पुन्हा सांगत आहे : सैन्य करीत असे तेच तुम्हीही करा. बहुतेक विश्रांती घ्या. तुमचे हृदय करते तेच तुम्हीही करा. तुम्ही आपल्या जागृत जीवनात रोज एक तास वाढ करू शकता.

२४

आपण का थकतो?

आपल्या बहुतेक थकव्याचा उगम मेंदूमध्ये होतो. खरं तर फक्त आणि फक्त शारीरिक कारणांमुळे निर्माण होणारा थकवा तसा दुर्मिळ असतो.

- ज़े. ए. हेडफिल्ड

इथे एक आश्चर्यकारक आणि अतिशय महत्त्वाचे वास्तव सांगितले जात आहे : फक्त मानसिक श्रमामुळे तुम्ही थकू शकत नाहीत. हास्यास्पद वाटते? पण काही वर्षांपूर्वी संशोधकांनी हे जाणून घेण्याचा प्रयत्न केला की, क़ार्यक्षमता कमी न होऊ देता मानवी मेंदू किती तास सलग काम करू शकतो. यालाच थकव्याची शास्त्रीय व्याख्या म्हणतात. मेंदू सक्रिय असतो तेव्हा त्याच्यामधून जाणाऱ्या रक्तवाहिन्यांमध्ये थकव्याची काहीही चिन्हे आढळून येत नाहीत, हे कळल्यामुळे संशोधकांना आश्चर्य वाटले. एखादा मजूर काम करीत असतो तेव्हा त्याच्या नसांमधून रक्त काढले तर त्यामध्ये थकव्याचे विषाक्त घटक आणि थकव्याची उत्पादने भरलेली आढळून येतात. या उलट तुम्ही जर अल्बर्ट आईन्स्टाईनच्या मेंदूतून दिवसाच्या शेवटी रक्त काढले तर एक थकव्याचा विषाक्त असलेला एकही कण आढळणार नाही. तर जिथपर्यंत मेंदूच्या कामाचा संबंध आहे, तिथपर्यंत तो न थकता कितीही तास काम करू शकतो. 'आठ किंवा बारा तास मेंदूने काम केले तरीही पहिल्या तासात तो जितक्या वेगाने काम करीत होता, तितक्याच वेगाने तो बारा तासाच्या शेवटीही काम करीत असतो.' तुमचा मेंदू कधीही थकत नसेल तर मग तुम्ही का थकता?

मनोविश्लेषकांचे असे म्हणणे आहे की आपला जास्तीत जास्त थकवा आपल्या भावनिक आणि मानसिक दृष्टिकोनामुळे निर्माण होतो. इंग्लंडमधील प्रसिद्ध मनोविश्लेषक ज़े. ए. हॅडफिल्ड यांनी आपले पुस्तक द सायकॉलॉजी ऑफ पॉवरमध्ये म्हटले आहे, 'आपल्या बहुतेक थकव्यांचा उगम आपल्या मेंदूमध्ये होत असतो. ख़रं तर फक्त शारीरिक कारणांमुळेच निर्माण

होणारा शुद्ध थकवा तसा दुर्मिळ असतो. '

अमेरिकेतील प्रसिद्ध मनोविश्लेषक डॉ. ए. ए. ब्रिल तर याच्याही पुढे जातात. त्यांचा असा दावा आहे की, बैठे काम करणाऱ्या शंभर टक्के निरोगी लोकांचा थकवा हा त्यांच्या मानसिक आणि भावनात्मक घटकांमुळे होतो.

बैठे काम करणाऱ्या कर्मचाऱ्याला थकविणारे भावनात्मक घटक कोणते आहेत? आनंद? समाधान? नाही. कधीही नाही. क़ंटाळा, तिरस्कार, क़ौतुकाचा अभाव, निरर्थकतेची जाणीव, घाई, तणाव, चिंता हेच भावनात्मक घटक बैठे काम करणाऱ्या व्यक्तीला थकवितात. जसे सर्दीसारख्या आजाराबाबत त्याची रोग प्रतिकारक शक्ती कमी करतात. त्यामुळे त्याची क्षमता कमी होते आणि डोकेदुखीसारखा आजार घेऊन तो घरी परततो. भावना आपल्या शरीरात मानसिक तणाव निर्माण करतात म्हणून आपण थकतो.

मेट्रोपोलियन लाईफ इन्शुरन्स कंपनीने थकव्यावरील एका पुस्तिकेमध्ये असा इशारा दिला आहे की, कठोर परिश्रमामुळे येणाऱ्या प्रत्येक थकव्यामध्ये गाढ झोप आणि विश्रांती यामुळे फरक पडत नाही, असे होत नाही. चिंता, तणाव आणि भावनात्मक उलथा पालथ ही थकवा येण्याची तीन मुख्ये कारणे आहेत. ख़रं तर खरा दोष यांचा असताना थकव्यासाठी मात्र शारीरिक किंवा मानसिक श्रमाला जबाबदार धरले जाते. तणावग्रस्त मांसपेशी म्हणजे एक काम करणारी मांस पेशी असते इतके नेहमी लक्षात ठेवा. निश्चिंत रहा. महत्त्वाच्या कामासाठी आपली ऊर्जा वाचवून ठेवा.

तुम्ही जिथे आहात तिथेच थांबा आणि स्वतःची तपासणी करा. या ओळी वाचताना तुम्ही पुस्तकाककडे रोखून पाहात आहात काय? तुमच्या डोळयांच्या दरम्यान तणावाची जाणीव होत आहे? तुम्ही खुर्चीमध्ये विश्रांतीच्या स्थितीत बसलेले आहात? क़ी मग आपल्या खांद्यावर तणाव पेलीत आहात? तुमच्या चेहऱ्यावरील मांसपेशी तणावग्रस्त झाल्या आहेत? तुमचे पूर्ण शरीर एखाद्या कापडी बाहुलीसारखे नरम आणि मुलायम नसेल तर याच क्षणी तुम्ही नर्व्हसनेस आणि तणाव निर्माण करीत आहात. **तुम्ही नर्व्हस तणाव आणि नर्व्हस थकवा निर्माण करीत आहात.**

मानसिक कार्य करीत असताना आपण अनावश्यक तणाव का निर्माण करीत असतो? ड़ेनियल ड़क्यू जोसेलिन म्हणतात, 'मला आढळून आलेली क़ठोर बाधा म्हणजे क़ठोर परिश्रमासाठी प्रयत्नांची भावना आवश्यक असते नाही तर ते काम योग्य प्रकारे होत नाही, हा शाश्वत समज होय.' म्हणूनच आपण एकाग्र होतो तेव्हा आपल्या भूवया ताणतो. आपण आपले खांदे ताणून ठेवतो. अशा प्रकारे प्रयत्न करीत असताना आपण त्या मांसपेशींनाही सक्रिय क़रतो, ज़्या हातातील कार्य करण्यासाठी आपल्या मेंदूला कोणत्याही प्रकारचे सहकार्य करीत नाहीत.

इथे एक आश्चर्यकारक आणि दुःखद सत्य सांगितले जात आहे. डॉलर गमावण्याची जे साधी कल्पनाही करू शकत नाहीत, असे कोट्यावधी लोक सिंगापूरमधील सात जहाजी मद्यपी प्रवाशी जितक्या बेपर्वाईने आपली ऊर्जा गमावतात तितक्याच जोरदारपणे आपली ऊर्जा गमावत असतात.

या मानसिक थकव्यावर उत्तर काय आहे? विश्रांती! विश्रांती !! विश्रांती !!! तुम्ही काम करीत असता तेव्हा विश्रांती घ्यायला शिका.

सोपे? नाही. तुम्हाला कदाचित तुमच्या जीवनभराच्या सवयी बदलाव्या लागतील. पण यासाठी प्रयत्न करणे आवश्यक आहे कारण त्यामुळेच तुमच्या जीवनात क्रांतिकारक परिवर्तन घडून येणे शक्य आहे. विल्यम जेम्स यांनी आपला शोध निबंध द गॉस्पेल ऑफ रिलॅक्शसेशन मध्ये लिहिले होते, 'अमेरिकन जास्त तणाव, गडबड, धावपळ, चेहऱ्यावरील गाढपणा आणि वेदना .... वाईट सवयी आहेत ह्या. ना यापेक्षा कमी किंवा यापेक्षा जास्त.'

तणाव एक सवय आहे. विश्राम करणे एक सवय आहे. वाईट सवयी सोडून दिल्या जाऊ शकतात आणि चांगल्या सवयी लावल्या जाऊ शकतात.

तुम्ही कशा प्रकारे विश्रांती घेता? तुम्ही आपल्या मेंदूपासून सुरूवात करता की आपल्या नर्व्हसनेसपासून सुरू करता? तुम्ही दोन्हीपैकी कोणत्याही पद्धतीने सुरू करीत नाहीत. तुम्ही नेहमी आपल्या मांसपेशीना विश्रांती देण्यापासून सुरूवात करता.

चला प्रयत्न करूया. असे कशा प्रकारे केले जाते ते सांगण्यासाठी. समजा आपण तुमच्या डोळयांपासून सुरुवात करू. हा परिच्छेद पूर्णपणे वाचा. तुम्ही या परिच्छेदाच्या शेवटी पोहचल्यावर आपले डोळे मिटून घ्या. मागे टेका आणि गुपचूपपणे डोळयानी बोला, सैल सोडा. 'सैल सोडा' असे एक मिनिट खूप हळूहळू आणि वारंवार करा.

क़ाही सेकंदानंतर तुमच्या डोळयांच्या मांसपेशींनी तुमचे आदेश पाळायला सुरूवात केली असल्याचे तुम्हाला जाणवले नाही? क़ोणी तरी हाताने सर्व तणाव मिटवून टाकला आहे, असे तुम्हाला वाटले नाही? होय, हे सर्व अविश्वसनीय वाटते, पण त्या एका मिनिटामध्ये तुम्ही विश्रांतीची कलेची चाबी आणि रहस्य पूर्णपणे जाणून घेतले आहे. तुम्ही हेच काम आपला जबडा, चेहरा किंवा पूर्ण शरीराच्या बाबतीत करू शकता. अर्थात डोळे हा शरीरातील सर्वात महत्त्वाचा भाग आहे. युनिर्व्हसिटी ऑफ शिकागोमधील ड़ॉ. एंडमंड जेकबसन यांनी तर इथपर्यंत मजल मारली आहे की, तुम्ही आपल्या डोळयांच्या सर्व पेशींना विश्रांती देऊ शकलात तर तुम्ही आपल्या अडचणी आणि संकटाना विसरू शकता. शरीराच्या वतीने निर्माण केल्या जाणाऱ्या एक चतुर्थांश नर्व्हस ऊर्जेचा डोळे वापर करतात म्हणून ड़ोळयांना नर्व्हस टेन्शनपासून विश्रांती देणे आवश्यक असते. त्यामुळे चांगल्या प्रकारे दृष्टी असूनही

काही लोक 'डोळयांच्या तणावा'मुळे बाधीत असतात. ते आपल्या डोळयांवर तणाव टाकीत असतात.

प्रसिद्ध कादंबरीकार विकी बम म्हणतात की त्या लहान असताना एक माणूस त्यांना भेटण्यासाठी येत असे. त्याने मला जीवनातील अतिशय महत्त्वाचा धडा शिकविला. पडल्यामुळे त्यांच्या गुढग्याला मार लागला होता आणि मनगटालाही जखम झाली होती. त्या म्हाताऱ्याने तिला उठवले. एके काळी तो सर्कसमध्ये जोकरचे काम करीत असे. तिच्या कपड्यावरील धूळ झटकीत तो म्हणाला, 'शरीर कशा प्रकारे सैल सोडायचे हे तुला माहीत नसल्यामुळे तू जखमी झाली आहेस. एखाद्या मोज्यासारखी तू मऊ आहेस, असा तुला अभिनय करायचा होता. जुन्या सुरकुत्या पडलेल्या मोज्याप्रमाणे. असे कशा प्रकारे करतात ते मी तुला सांगतो.'

त्या म्हाताऱ्या व्यक्तीने विकी बम आणि इतर लहान मुलांना कसे पडले जाते ते शिकविले. तसेच विविध कसरती कशा प्रकारे केल्या जातात आणि शरीराचे वेटोळे कशा प्रकारे केले जाते. तो नेहमी भर देत असे, 'स्वतःला नेहमी जुन्या आणि सुरकुत्या पडलेल्या मोज्यासारखे समजा. तेव्हाच तुम्ही विश्रांतीच्या अवस्थेत येऊ शकता.'

तुम्ही मग कुठेही असलात तरीही जवळपास नेहमीसाठीच विश्रांतीच्या अवस्थेत राहू शकता. फक्त विश्रांती घेण्याचा प्रयत्न करू नका. **विश्रांतीची अवस्था म्हणजे सर्व तणाव आणि प्रयत्नांचा अभाव असतो.** विश्रांती आणि विश्राम याचाच विचार करा. आपले डोळे आणि चेहऱ्यावरील मांसपेशी सैल सोडण्याचा विचार करण्यापासून सुरुवात करा. सैल सोडा, सैल सोडा असे वारंवार म्हणा. 'सैल सोडा आणि विश्राम करा.' आपल्या चेहऱ्याच्या मांसपेशीपासून आपल्या शरीराच्या केंद्रापर्यंत ऊर्जा प्रवाहित होताना जाणीव घ्या. तुम्ही स्वतःला एखाद्या मुलाप्रमाणे तणावरहीत अनुभवा.

थोर गायिका ग़ॅली कर्की हेच करीत असे. हेलन जेप्सनने मला सांगितले की ती गॅली कार्कीला कार्यक्रम सादर करण्यापूर्वी पाहत असे. ती आपल्या सर्व मांसपेशी सैल सोडून एका खुर्चीवर बसत असे. तिचा खालचा जबडा तर इतका सैलसर असायचा की तो खरोखरच खाली लटकत असायचा. ही एक अतिशय चांगली सवय होती आणि त्यामुळे ती मंचावर येण्यापूर्वी नर्व्हस होण्यापासून स्वतःचा बचाव करीत असायची. थकव्यापासूनही तिचा बचाव होत असे.

इथे तुम्हाला चार सल्ले दिले आहेत त्यामुळे विश्राम करण्याची कला शिकण्यात तुम्हाला मदत होऊ शकते.

१. बहुतेक वेळा विश्रांती घ्या. आपले शरीर जुन्या मोज्यासारखे सैलसर सोडा. मी माझ्या काम करण्याच्या टेबलावर एक जुना मोजा नेहमीसाठी ठेवीत असतो. त्यामुळे आपण

स्वतःला किती सैल सोडायचे आहे, याची कल्पना येते. तुमच्याकडे मोजा नसेल तर मांजरीमुळेही हे काम होऊ शकते. तुम्ही एखाद्या मांजरीला सूर्याच्या प्रकाशात झोपताना पाहिले आहे का? तुम्ही पाहिले असेल तर तुम्हाला जाणवेल की त्यावेळी तिचे दोन्ही कान एखाद्या भिजलेल्या वृत्तपत्रासारखे लटकत असतात. तुम्हाला विश्रामाच्या कलेत निपूण व्हायचे असेल तर मांजरीचा अभ्यास करा, असे भारतातील योगीही सांगतात. मी कधीही कोणत्याही मांजरीला थकलेले पाहिले नाही. क़ोणत्याही मांजरीला नर्व्हस ब्रेक डाऊनचा बळी होताना पाहिले नाही. क़ोणत्याही मांजरीला अनिद्रा, चिंता किंवा पोटाच्या अल्सरने आजारी पडलेले पाहिले नाही. तुम्हीही जर मांजरीसारखे विश्राम करायला शिकलात तर या सर्व अडचणींपासून स्वतःला मुक्त करू शकता.

२. शक्य असेल तोपर्यंत आरामदायी स्थितीमध्ये काम करा. शरीरावर तणाव टाकल्यामुळे तुमच्या खांद्यामध्ये वेदना व्हायला सुरूवात होते. त्यामुळे तुम्ही नर्व्हस थकव्याला बळी पडता.

३. दर रोज पाच-सहा वेळा स्वतःची तपासणी करा आणि स्वतःलाच विचारा, हे काम खरोखरच तितके अवघड आहे की आपण त्याला तितके अवघड केले आहे? ज़्या मांसपेशीचा वापर मी या कामासाठी करीत नाही, त्यांनाही मी यावेळी तणावात ठेवीत आहे का? यामुळे तुम्हाला विश्राम करण्याची सवय लाऊन घ्यायला मदत होते. ड़ॉ. डेव्हिड हॅरॉल्ड फिंक म्हणतात त्याप्रमाणे, **'ज़्या लोकांना मानसशास्त्र अतिशय चांगल्या प्रकारे माहीत असते, त्यांनां हेही माहीत असते की सवयी एकाच्या तुलनेत दोन पॉईंटने जिंकत असतात.'**

४. दिवसाच्या शेवटी पुन्हा तपासणी करा, स्वतःला विचारा की मी किती थकलो आहे? मी जास्त थकलेला असेल तर त्याचा अर्थ तुम्ही खूप मानसिक काम केले आहे असा होत नाही तर तुम्ही ते योग्य प्रकारे केले नाही, असा होतो. ड़ेनियल डक्यू जेसोलिन म्हणतात, 'मी किती थकलो आहे यावरून मी माझ्या यशाचे मोजमाप करीत नाही. एखाद्या दिवसाच्या शेवटी मला खूप थकवा जाणवतो किंवा माझ्यात चिडचिडेपणा येतो तेव्हा त्यावरून माझ्या नर्व्हस थकल्याचे मला जाणवते. त्या दिवशी माझ्या कामाची क्वांटिटी आणि क्वालिटी दोन्हीही समाधानकारक नसल्याचे मला जाणवते.' अमेरिकेतील प्रत्येक व्यवसायिकाने हा धडा आत्मसात केला तर ब्लड प्रेशरने मरणाऱ्याची संख्या एका रात्रीतून कमी होऊ शकते. तसेच आपण आपल्या सेनेटोरियम आणि पागलखान्यामध्ये अशा लोकांना भरणे बंद करू शकतो जे थकवा आणि चिंता यामुळे मानसिकरित्या पूर्णपणे कोलमडून पडले आहेत.

२५

तरुण दिसण्यासाठी काय करावे?

आपल्या मनातली मळमळ काढून टाकल्यामुळे मनावरील ओझे कमी झाल्यासारखे वाटते आणि त्यामुळे आपल्याला लगेच सुटका झाल्यासारखे वाटते.

मागील वर्षी शरद ऋतूत एकदा माझी सहकारी बॉस्टनमध्ये चालविल्या जाणाऱ्या मेडिकल क्लासच्या एका सत्रामध्ये सहभागी होण्यासाठी ग़ेली होती. कदाचित हा क्लास म्हणजे जगातील एकमेव विचित्र क्लास असावा. मेडिकल? होय, आठवड्यातून एके दिवशी बॉस्टन डिस्पेन्सरीमध्ये लागते. नियमित तसेच पूर्ण उपचार केल्यानंतरच रुग्ण यामध्ये सहभागी होतात. वास्तविक पाहता हा क्लास म्हणजे एक मानसशास्त्रीय उपचार आहे. अधिकृत स्वरुपात त्याला ॲपलाईड सायकॉलॉजीचा क्लास (पूर्वी त्याला विचार नियंत्रण क्लास म्हणत. हे नाव एका माजी सदस्याने दिले होते.) म्हटले जाते, पण त्याचा वास्तविक उद्देश चिंतेच्या समस्येमुळे आजारी असलेल्या लोकांवर उपचार करण्याचा आहे. या रुग्णांमध्ये भावनात्मक पातळीवर विचलित झालेल्या अनेक गृहिणींचाही समावेश असतो.

चिंता करण्यासाठी अशा प्रकारचा क्लास क़शा प्रकारे सुरू झाला? १९३० मध्ये सर विल्यम ऑसलर यांचे शिष्य असलेल्या डॉ. ज़ोसेफ एच प्रेंट यांना असे आढळून आले की त्यांच्या डिस्पेन्सरीमध्ये येणाऱ्या अनेक रुग्णांमध्ये शारीरिक पातळीवर काहीही गडबड नव्हती तरीही त्यांच्यामध्ये सर्व प्रकारची शारीरिक लक्षणे दिसत आहेत. 'अर्थाईटिस' मुळे एका महिलेचे हात इतके कमकुवत झाले होते की ती त्याचा वापरही करू शकत नव्हती.

दुसरी एक महिला पोटातील कॅन्सरच्या वेदनांमुळे तडफडत होती. इतर जणींना कंबरेचा किंवा डोकेदुखीचा त्रास होत होता. शारीरिक पातळीवर त्या खूप थकलेल्या होत्या. किंवा त्यांना अस्पष्ट वेदना होत होत्या. त्यांना खरोखरच वेदना होत होत्या. विस्तृत पातळीवर चौकशी आणि तपासण्या केल्यावरही शारीरिक पातळीवर क़ाहीही गडबड नसल्याचे आढळून आले. एखाद्या जुनाट विचाराच्या डॉक्टराने असे म्हटले असते की, हे सर्व कल्पनेचे खेळ आहेत.

'घरी जा आणि सर्व काही विसरा' असे या रुग्णांना सांगण्याचा काही फायदा नसल्याचे डॉ. प्रॅट यांना जाणवले. यांच्यापैकी बहुतेकांना आजारी व्हायचे नव्हते, हे त्यांना चांगल्या प्रकारे माहीत होते. आजार विसरून जाणे त्यांच्यासाठी इतके सोपे असते तर त्यांनी ते पूर्वीच केले असते. तर मग काय करायला हवे होते?

त्यांनी हा क्लास सुरू केला. हासण्यासाठी उभ्या असलेल्या रुग्णाच्या कोणत्याही संशयाशिवाय. मग या क्लासने मात्र चमत्कार केला. क्लास सुरू झाल्यापासून आजपर्यंत यामध्ये सहभागी झालेल्या हजरो रुग्णांवर उपचार करण्यात आला आहे. अनेक रुग्ण तर कित्येक वर्षांपासून एखाद्या चर्चमध्ये प्रार्थनेसाठी जावे अशा श्रद्धेने इथे येत आहेत. मागील नऊ वर्षात एकही क्लास न बुडविणाऱ्या एका महिलेशी माझ्या सहाय्यकाने बोलणी केली. ती महिला पहिल्यांदा क्लासला आली होती तेव्हा तिच्या बाबतीत फ्लोटिंगची समस्या होती तसेच एखादा हृदयविकारही असावा, असे तिला वाटत होते. ती इतकी चिंताग्रस्त आणि तणावयुक्त होती की त्यामुळे कधी कधी तिच्या डोळयांतील प्रकाशही गायब व्हायचा. तिला आंधळेपणाच्या झटक्याचा सामना करावा लागत होता. आज मात्र ती आत्मविश्वासी आणि हासतमुख तसेच निरोगी आहे. ख़रं तर ती अजूनही अवघ्या चाळीस वर्षाची दिसत होती, पण वास्तविक पाहता तिचा नातू तिच्या मांडीवर खेळत होता.' मी माझ्या कौटुंबिक बाबतीत इतकी चिंता करीत असे की मला सतत असे वाटायचे की, आपण मरून जावे. या केंद्रात आल्यावर मला चिंता करण्यामागची निर्थकता कळली. मी ती थांबवायला शिकले. आता माझे जीवन शांततामय असल्याचे मी प्रामाणिकपणे कबूल करते.

क़्लासचे वैद्यकीय सल्लागार डॉ. रोज हिलफर्डिंग यांच्या विचारानुसार चिंता कमी करण्याच्या सर्वात उपयुक्त उपायांपैकी एक म्हणजे आपल्या सर्व समस्यांबद्दल एखाद्या विश्वसनीय व्यक्तीशी बोलणे. आम्ही याला कॅथॅरेसिस म्हणतो. त्यांचे असे म्हणणे आहे,

'रुग्ण इथे येतात तेव्हा आपल्या डोक्यातून चिंता गायब होत नाही तोपर्यंत समस्येबद्दल ते विस्ताराने सांगतात. आपल्या चिंतामध्ये एकट्यानेच अडकून पडल्यामुळे तसेच त्यांना आपल्याच डोक्यात ठेवल्यामुळे आपल्याला खूप मोठे नर्व्हस टेन्शन येते. आपल्यापैकी सर्वांनीच आपल्या समस्या वाटून घ्यायला हव्यात. आपली चिंता वाटून घ्यायला हवी. आपण असे जाणवून घ्यायला हवे की या जगात असे कोणीतरी आहे, जे आपल्या समस्या आणि चिंता वाटून घेऊ इच्छिते. आपले म्हणणे ऐकून आणि समजून घ्यायला कोणी तरी तयार आहे. माझी सहाय्यक या गोष्टीची साक्षी आहे. एका महिलेशी फक्त बोलून तिला आपल्या समस्येमधून बाहेर पडताना तिने पाहिले आहे. त्या महिलेच्या चिंता घरगुती स्वरुपाच्या होत्या आणि पहिल्यांदा ती बोलायला लागली तेव्हा तिची अवस्था अनेक पिरगाळे पडलेल्या स्प्रिंगसारखी होती. सतत बोलल्यानंतर ती हळूहळू शांत व्हायला लागली होती. मूलाखत संपत येईपर्यंत ती खरोखरच हासायला लागली होती. तिची समस्या सुटली होती? नाही. ती काही इतकी सरळ नव्हती. क़ोणाशी तरी बोलल्यामुळे तिच्यात हा बदल घडून आला होता. थोडासा सल्ला आणि थोडीसी माणुसकीची सहानुभूती मिळाल्यामुळे हा बदल झाला होता. ज़्या गोष्टीमुळे खरोखरच बदल घडून आला होता ती होती शब्दांच्या मागे दडलेली जोमदार शक्ती.

सायकोॲनालॅसिस किंवा मनोविश्लेषण काही प्रमाणात शब्दांच्या उपचारक शक्तीवर अवंलबून आहे. फ्रायडच्या काळापासून मनोविश्लेषकांना हे माहीत आहे की, एखादा रुग्ण आपल्या आतील समस्यांबद्दल बोलत राहिला, बोलतच राहिला तर त्याला त्या समस्येपासून सुटका मिळू शकते. असे का होते? बोलल्यामुळे आपल्या समस्यांबद्दल चांगला अंतदृष्टि मिळत असावी, चांगला दृष्टिकोन विकसित होत असावा, यामुळे कदाचित असे होत असावे. पूर्ण उत्तर कोणालाही माहीत नाही, पण एक गोष्ट मात्र आपल्याला माहीत आहे की, 'मनातील सर्व जळजळ व्यक्त केल्यावर मनावरचे ओझे हलके होते आणि आपल्याला लगेच मोकळे झाल्यासारखे वाटते.'

यापुढे कधीही एखादी भावनात्मक समस्या आपल्या समोर उभी राहिल्यावर ती सांगण्यासाठी आपल्या भोवताली कोणाचा शोध का घेऊ नये? आपण प्रत्येकासमोर जाऊन तक्रार करावी किंवा प्रत्येकाजवळ जाऊन आपले रडगाणे सुरू करावे, असे माझे अजिबात म्हणणे नाही. आपण अशा एखाद्या विश्वासू व्यक्तीची निवड करावी, ज़्याच्यावर आपण विश्वास ठेवू शकतो आणि नंतर मग त्याची वेळ घ्यावी. क़दाचित एखादा नातेवाईक,

डॉक्टर, वकील, पादरी किंवा पूजारीही असू शकेल. मग त्या व्यक्तीकडे जाऊन त्याला म्हणावे, 'मला तुमचा सल्ला हवा आहे. माझी एक समस्या आहे. मी जेव्हा ती शब्दातून व्यक्त करायला लागेल तेव्हा तुम्ही ते ऐकायला हवे. क़दाचित त्यावर मला तुम्ही तुमचा सल्ला देऊ शकाल. किंवा कदाचित मला न जाणवलेला त्या समस्येचा एखादा पैलू तुम्हाला जाणवू शकेल. तुम्ही इथे माझ्या जवळ बसून माझी सर्व समस्या ऐकलीत तरीही मला खूप मोकळे मोकळे वाटेल.'

बॉस्टन डिस्पेंसरी क़्लासमध्ये होणारी अतिशय महत्त्वाची बाब म्हणजे मनातील सर्व जळजळ व्यक्त करायला मिळणारी संधी होय. येथील मुख्य उपचार पद्धतींपैकी ती एक आहे. इथे आणखी काही असेच विचार दिले जात आहेत, जे त्या क्लासमध्ये शिकले. अशा काही गोष्टी ज्या तुम्ही आपल्या घरीही करू शकता -

१. 'प्रेरणादायी' अभ्यासासाठी एक डायरी किंवा नोटबुक ठेवा. त्यामध्ये तुम्ही तुम्हाला चांगल्या वाटणाऱ्या किंवा आवडणाऱ्या सर्व कविता, प्रार्थना आणि कोटेशन लिहू शकता. त्यापासून तुम्हाला प्रेरणा मिळू शकते. तसेच ज्या दिवशी तुम्ही निराश असाल, तुमचे मनोबल कमी झाले असेल तेव्हा या डायरीचा वापर करून तुम्ही पूर्ववत होऊ शकता. अनेक रुग्ण किती तरी वर्षांपासून अशी डायरी जवळ ठेवतात. हे एक प्रकारचे आध्यात्मिक इंजेक्शन आहे, असे त्यांचे म्हणणे आहे.

२. इतरांमधील उणिवांचा जास्त वेळ विचार करीत बसू नका. क़्लासमधील एक महिला संतापणारी आणि रागे भरणारी पत्नी म्हणून विकसित होत होती. 'तुझा पती आता मेला तर तू काय करशील?' असे एकदा तिला क्लासमध्ये विचारण्यात आले. या विचाराने तिला इतका जबरदस्त धक्का बसला की ती खडबडून उठली आणि आपल्या पतीच्या चांगल्या गुणाची यादी करू लागली. तिची यादी खूपच लाबंलचक झाली. आपलेही लग्न एखाद्या नालायक व्यक्तीशी झाले आहे, असे तुम्हालाही वाटत असेल तर तुम्ही सुद्धा अशी एक यादी का तयार करीत नाहीत? आपल्या पतीच्या चांगल्या गुणांची यादी बनविल्यावर आपण त्याला भेटायला हवे, असे तुम्हालाही वाटू शकते.

३. लोकांमध्ये रममान व्हा. अशा लोकांशी मैत्री करा किंवा निरोगी संबंध ठेवा, जे तुमच्या संपर्कात असतात. एक महिला स्वतःला इतकी 'विशिष्ट' समजत होती की तिला एकही मित्र किंवा मैत्रिण नव्हती. पुढच्या वेळी ज्या एखाद्या व्यक्तीला भेटशील तेव्हा त्याची कथा सांगण्याचा प्रयत्न कर असे तिला सूचविण्यात आले. तिने बसमध्येच हे

काम सुरू केले आणि तिथून जी माणसे तिला दिसायला लागली त्यांचाच ती विचार करू लागली. त्यांची जीवनशैली कशी असेल, त्यांची पार्श्वभूमी कशी असेल, याबद्दल ती कल्पना करू लागली. त्यानंतर एक आश्चर्यकारक बाब घडली. ती प्रत्येक ठिकाणी लोकांशी बोलू लागली. आज ती सुखी आणि सजग महिला आहे, जिच्या आजारावर उपचार झाला आहे.

४. रात्री झोपायला जाण्यापूर्वी उद्याच्या दिवसाचे वेळापत्रक तयार करावे. अनेक लोक कामाच्या ओझ्याखाली दबलेले असतात. त्यांना अनेक प्रकारची कामे करावी लागत असल्यामुळे ते तणावग्रस्त राहतात आणि तरीही ते आपले काम पूर्ण करू शकत नाहीत, असे क्लासमध्ये आढळून आले आहे. घड्याळ त्यांना सारखे पळायला लावत असते. या घाई गडबडीवर आणि त्यामुळे निर्माण होणाऱ्या चिंतेवर उपचार करण्यासाठी त्यांना असे सूचविण्यात आले की त्यांनी रोज रात्री झोपायला जाण्यापूर्वी दुसऱ्या दिवसाच्या कामाचे वेळापत्रक तयार करावे. मग काय झाले? जास्त काम झाले. कमी थकवा आला. इतकेच नाही तर विश्रांती आणि आनंदासाठीही वेळ मिळाला.

५. शेवटी तणाव आणि थकव्यापासून बचाव करा. विश्राम करा. विश्राम करा. तणाव आणि थकवा तुम्हाला इतक्या लवकर म्हातारे करतात की दुसऱ्या कोणत्याही गोष्टीमुळे तुम्ही इतके लवकर म्हातारे होत नाहीत. दुसरी कोणतीही गोष्ट तुमच्या चेहऱ्यावरील तेज आणि टवटवीतपणा इतक्या लवकर कमी करीत नााही. माझी सहकारी बोस्टन क्लासमध्ये एका तासापेक्षा अधिक वेळ बसल्यावर क्लासचे संचालक प्रो. पॉल इ. जॉन्सन यांनी विश्राम करण्याचे काही सिद्धांत सांगितले. ज्याबद्दल आपण या पूर्वीच्या प्रकरणात माहिती करून घेतली आहे. माझ्या सहाय्यिकेनेही सर्वांसोबत विश्रांतीचे व्यायाम केले आणि दहा मिनिटांनंतर हे सर्व व्यायाम संपले तेव्हा ती खुर्चीवर बसल्या बसल्याच जवळपास झोपली होती. या शारीरिक विश्रांतीवर इतका भर का दिला जातो? क़ारण या क्लिनिकला हे माहीत आहे. तसे सर्वच डॉक्टरांनाही हे माहीत असते, 'लोकांना चिंतेच्या जाळयातून बाहेर काढायचे असेल तर त्यांना विश्रांतीचा सल्ला द्यायलाच हवा.'

होय, तुम्हाला विश्रांती करावीच लागेल. सर्वात चांगली गोष्ट अशी की अशा प्रकारे विश्रांती घेण्यासाठी मऊ लुसलुशीत गादीपेक्षा साधी जमिन खूप चांगली असते. त्यातून जास्त चांगला प्रतिरोध मिळतो. तसेच पाठीच्या मणक्यासाठीही ते चांगले असते.

इथे काही व्यायाम देत आहोत, ते तुम्ही घरी करू शकता. एक आठवडा तुम्ही ते करू शकता आणि त्यामुळे तुमचे सौंदर्य तसेच मनोबल किती वाढले आहे, याचा अनुभवही घेऊ शकता.

१. थकवा जाणवायला लागल्यावर जमिनीवर लोळा. पूर्णपणे लांब होऊन पसरा. तुम्हाला कुश बदलावी वाटत असेल तर बदला. दिवसातून दोन वेळा असे करा.

२. आपले डोळे बंद करा. प्रो. जॉनसन सल्ला देतात त्याप्रमाणे तुम्ही म्हणू शकता, 'वर आकाशात सूर्य चमकत आहे. आकाश निळे आणि चमकदार दिसत आहे. निसर्ग शांत आहे आणि जगाच्या नियंत्रणामध्ये आहे. मी या निसर्गाचे बाळ असल्यामुळे या ब्रह्मांडाच्या सान्निध्यात आहे. ' किंवा यापेक्षा अधिक उत्तम म्हणजे तुम्ही प्रार्थना करू शकता.

३. वेळे आभावी तुम्ही पसरू शकत नसाल तर खुर्चीवर बसल्या बसल्या ज़वळपास असेच निकाल मिळवू शकता. विश्रांती घेण्यासाठी कठीण खुर्ची सर्वात चांगली असते. ख़ुर्चीवर ताठ बसा. मिस्रमधील एखाद्या मूर्तीप्रमाणे आपल्या हातांना आरामात ठेवा. तळहात आपल्या मांड्यावर ठेवा.

४. आता हळूच आपल्या पायांचा आंगठा ताणा. मग त्याला सैल सोडा. आता पायाच्या मांसपेशी ताणा आणि परत त्यांना सैल सोडा. हळूहळू वर वर जात शरीरांच्या सर्व मांसपेशीबाबत असेच करा. एकदा मानेच्या मांसपेशीपर्यंत गेल्यावर फूटबॉल सारखी मान फिरवा. मागील प्रकरणात सांगितल्याप्रमाणे आपल्या सर्व पेशीना सांगा, 'सैल सोडा, सैल सोडा,'

५. मंद आणि सारख्या गतीने श्वास घेत आणि सोडत आपल्या नर्व्हस शांत करा. दीर्घ श्वास घ्या. भारतातील योगी सत्य सांगत असत, 'नर्व्हसला शांत करण्याचा सर्वात सोपा आणि उपयुक्त उपाय म्हणजे नियमित श्वसन(प्राणायम) होय.'

६. आपल्या चेहऱ्यावरील सुरकुत्या आणि आठ्यांचा विचार करा. त्यांच्या खुणा मिटवून टाका. तुमच्या भूवयांच्या मध्ये आणि तोंडाच्या दोन्ही बाजूला चिंतेच्या ज्या रेषा तयार झाल्या आहेत, त्यांना मिटवा. दिवसातून दोन वेळा असे करा म्हणजे मग तुम्हाला ब्युटी पार्लरमध्ये जाऊन मसाज करण्याची आवश्यकता पडणार नाही. या रेषा बाहेरून मिटण्याऐवजी कदाचित आतूनच मिटून जातील.

२६

चांगली सवय चिंता दूर करते

क्राम करण्याची पहिली चांगली सवय :
आपल्या टेबलावरून सर्व कागद हटवा. सध्याच्या समस्येशी संबंधित असलेले कागदच फक्त टेबलावर ठेवा.

शिकागो आणि नॉर्थ वेस्टर्न रेल्वेचे अध्यक्ष रॉलेंड एल. विल्यम एकदा म्हणाले होते, 'ज़्या व्यक्तीच्या टेबलावर विविध प्रकरच्या समस्यांच्या कागदाचे ढीग पडलेले असतात, अशी व्यक्ती फक्त तेव्हाच आपले काम जास्त प्रभावीपणे आणि कुशलतेने करू शकते जेव्हा त्याच्या टेबलावरील इतर सर्व कागदपत्रे बाजूला काढून फक्त आताच्या समस्या संबंधिचेच कागद ठेवायला हवेत. क़ार्य कुशलतेच्या दिशेने टाकलेले हेच पहिले पाऊल असते.'

वॉशिंग्टन डीसीमध्ये लायब्ररी ऑफ कॉग्रेसमध्ये गेलात तर तेथील छतावर एक वाक्य लिहिलेले तुम्हाला आढळून येईल. पोप नावाच्या एका कवीने लिहिलेले हे वाक्य असे आहे : **'व्यवस्था हा देवाचा पहिला नियम आहे.'**

व्यवस्था हा व्यवसायातीलही पहिला नियम असायला हवा. पण असे प्रत्यक्षात होते का? नाही. बहुतेक टेबल हे क़ागदांनी भरलेले असतात. त्यात असेही कागद असतात, ज्यांना गेल्या किती तरी दिवसांत किंवा आठवड्यात पाहिलेलेही नसते.खरं तर न्यू ऑर्लियन्समधील एका प्रकाशकाने मला सांगितले की, एकदा त्याच्या सेक्रेटरीने याच्या टेबलवरील कागद साफ केले तेव्हा गेल्या दोन वर्षांपासून हरवलेला एक टाईपरायटर त्या कागदांखाली आढळून आला.

डाक रिपोर्ट आणि मेमोने भरलेले टेबल स्वतः होऊनच तणाव आणि चिंतेचे वातावरण निर्माण करण्यासाठी पुरेसे आहेत. ते यापेक्षाही वाईट आहे. सतत या गोष्टीची आठवण करून देत असते की, **'दहा लाख कामे पडली आहेत आणि ती करण्यासाठी वेळ नाही.'** तुम्हाला अशा प्रकारची चिंता करून करून फक्त तणाव आणि थकवा निर्माण होऊ शकतो. इतकेच नाही तर हाय ब्लड प्रेशरमुळे हृदय विकार आणि ज़ठराचा अल्सरही होऊ शकतो.

पेनिसेल्व्हानिया युनिर्व्हसिटीतील स्कूल ऑफ मेडिसनचे प्रोफेसर डॉ. जॉन एच. स्टोक्स यांनी अमेरिकन मेडिकल रिसर्च असोशिएशनच्या बैठकीत एक संशोधन पेपर वाचला होता. त्याचे नाव होते, 'फंक्शनल न्युराशिस, इटस कॉम्पिलीकेशन्स ऑफ ऑरगॉनिक डिसिज.' या रिसर्च पेपरमध्ये डॉ. स्टोक्स यांनी 'रुग्णांच्या मानसिक अवस्थेत काय काय बघावे' या मध्ये अकरा गोष्टींची एक यादी दिली आहे. इथे त्या यादीतील पहिला घटक दिला जात आहे :

'अनिवार्यपणाची भावना : पुढे करावयाच्या असलेल्या अनंत कामांची एक साखळी, ज़ी कामे तुम्हाला करायचीच आहेत.'

आपला टेबल रिकामा करणे आणि निर्णय घेणे यासारख्या साध्या उपायांनी तुम्ही या कामाच्या अति दबावापासून, पुढे करावयाच्या अनंत कामांच्या साखळीपासून कशा प्रकारे मुक्त होऊ शकता? ज़ी कामे तुम्हाला करावीच लागणार आहेत. प्रसिद्ध मनोविश्लेषक डॉ. सिडलैर यांनी आपल्या एका रुग्णाबद्दल सांगितले आहे, ज़ो या सोप्या तंत्राचा वापर करून नर्व्हस ब्रेक डाऊनला बळी पडण्यापासून वाचला आहे. ही व्यक्ती शिकागो मधील एका मोठ्या फार्म हाऊसवर एक्झिक्युटिव्ह म्हणून काम करीत होती. तो डट. सिडलेर यांच्या ऑफिसात आला तेव्हा खूप मोठ्या तणावाखाली आणि चिंतेत होता. आपण नर्व्हस ब्रेक डाऊनच्या दिशेने जात आहोत,हे त्याला कळत होते, पण तो काम करणेही सोडू शकत नव्हता. त्याला मदतीची आवश्यकता होती.

डॉ. सिडलैर म्हणतात, 'ती व्यक्ती मला आपली कथा सांगत होती तेव्हाच फोनची घंटी वाजली. हॉस्पिटलमधून फोन आला होता. प्रकरण टाळण्याऐवजी त्याही प्रकरणावर तेव्हाच निर्णय घेण्याचे मी ठरविले. मी शक्यतो सर्व समस्या पहिल्याच वेळी निकाली काढीत असतो. मी फोनचा रिसिव्हर खाली ठेवताच पुन्हा एकदा फोनची घंटा वाजली. पुन्हा एक अर्जेंट प्रकरण समोर आले. त्यावर निर्णय घेण्यासाठीही मी वेळ घेतला.

तिसरा व्यत्यय त्यावेळी आला जेव्हा माझा एक सहकारी माझ्या दुसऱ्या एका गंभीर रुग्णाबद्दल सल्ला घेण्यासाठी आला. त्याच्यासोबतची चर्चा पूर्ण केल्यावर मी रुग्णाकडे वळलो. त्याला माझी वाट पहावी लागली म्हणून मी त्याची क्षमा मागायला लागलो. त्यावेळी त्याचा चेहरा चमकायला लागला होता. त्याच्या चेहऱ्यावर मला एक वेगळीच चमक दिसू लागली.'

ती व्यक्ती सॅडलर यांना म्हणाली, 'क्षमा मागू नका डॉक्टर साहेब. माझ्या बाबतीत नेमकी काय गडबड होत होती ते मागील दहा मिनिटात मला कळले आहे. मी आता ऑफिसला जात आहे. माझ्या काम करण्याच्या पद्धतीत बदल करण्यासाठी. अर्थात तुम्हाला वाईट वाटणार नसेल तर जाण्याच्या पूर्वी मला एकदा तुमचा टेबल बघायचा आहे.'

ड़ॉ. सेडलर यांनी त्या रुग्णासाठी आपल्या टेबलाचे सर्व कप्पे उघडून दाखविले. सर्व रिकामे होते. त्या रुग्णाने विचारले, 'तुमच्या मागे राहिलेल्या कामाचे कागद तुम्ही कुठे ठेवता?'

'पूर्ण करून ठेवतो.' सॅडलरने उत्तर दिले. 'ज़्याची उत्तरे तुम्ही दिली नाहीत, असे तुमचे टपाल कुठे असते?' 'उत्तरे देतो.' त्याच्या प्रश्नाला उत्तर देत डॉ. सॅडलर म्हणाले, 'उत्तर दिल्याशिवाय कोणत्याही पत्राला खाली ठेवायचे नाही, असा माझा नियम आहे. मी लगेच माझ्या सेक्रेटरीला उत्तर द्यायला सांगतो. ' सहा आठवड्यानंतर याच एक्झिक्युटिव्हने सॅडलर यांना आपल्या ऑफिसमध्ये येण्याचे निमंत्रण पाठविले. तो बदलला होता आणि त्याचे टेबलही. त्याने आपल्या डेस्कचे कप्पे उघडून दाखविले की तिथे कोणतेही काम पेंडिंग पडले नव्हते. त्या एक्झिक्युटिव्हने मला सांगितले की सहा आठवड्यापूर्वी त्याच्या दोन दोन ऑफिसमध्ये प्रत्येकी तीन तीन वेगवेगळे टेबल होते. ती सर्व टेबले माझ्या कामाच्या ओझ्याखाली दबलेली होती. मी कधीही काम पूर्ण करू शकत नव्हतो. तुमच्याशी चर्चा करून परत इथे आल्यावर मी एक ट्रकभर कागद आणि रिपोर्ट टेबलावरून साफ केले. आता मी फक्त एका टेबलावर काम करतो. प्रकरण समोर आले की लगेच त्याचा शेवट करतो. आता अर्धवट राहिलेल्या कामाचा दबाव मला सतावत नाही. आता मी तणावग्रस्त राहत नाही की चिंताग्रस्त होत नाही. सर्वात आश्चर्यकारक गोष्ट अशी की मी पूर्णपणे बरा झालो आहे. आता माझ्या आरोग्यविषयक काहीही समस्या नाहीत.'

अमेरिकन मुख्य न्यायालयाचे मुख्य न्यायमूर्ती चार्ल्स इवान्स ह्युज यांचे असे म्हणणे होते की, माणसे जास्त काम केल्यामुळे मरत नाहीत तर चिंता आणि चुकीच्या सवयीमुळे मरतात.' खरी गोष्ट आहे. चुकीच्या किंवा वाईट सवयीमुळे ते आपली ऊजाङ वाया घालवित असतात. नेहमीच चिंतेमध्ये बुडालेले असतात. क़ारण त्यांचे काम कधीही संपण्याचे नावच घेतच नाही.

दुसरी चांगली सवय

क़ामे क्रमाने करा :

देशव्यापी सिटीज सर्व्हिस कंपनीचे संस्थापक हेनरी एल. डोहर्टी एकदा म्हणाले होते की, दोन प्रकारची योग्यता मिळणे शक्य असेल तर ते कितीही पगार द्यायला तयार होते. या दोन प्रकारची योग्यता मिळणे जवळपास अशक्य असते.

दोन अमूल्य योग्यता : पहिली विचार करण्याची योग्यता आणि दुसरी सर्व कामे त्यांचा क्रम ठरवून करण्याची योग्यता.

चार्ल्स लकमान्य यांनी शून्यातून सुरुवात केली. बारा वर्षात ते पेप्सोडेंट कंपनीच्या अध्यक्षपदी पोहचले. त्यांचा वार्षिक पगार एक लाख डॉलर होता. त्याशिवाय दुसरेही दहा लाख डॉलर ते कमवित होते. आपल्या बहुतेक सर्व सफलतेचे श्रेय याच दोन योग्यतांकडे जाते असा त्यांचा दावा आहे. याच दोन योग्यता मिळणे हेन्री एल डोहर्टी यांच्यानुसार मिळणे जवळपास अशक्य आहे. चार्ल्स लॅकमन म्हणतात, **'मागे वळून जिथपर्यंत मी पाहू शकतो तिथपर्यंत मी सकाळी पाच वाजता उठत असायचो. क़ारण याच वेळी मी सर्वात चांगला विचार करू शकत असे. मी यावेळी उत्तम विचार करू शकत असे आणि आपली दिवसभराची योजना नक्की करीत असे. तसेच कामांना त्यांच्या महत्त्वानुसार योग्य तो क्रम देऊन त्याच क्रमाने करायचे ठरवित असे.'** अमेरिकेतील सर्वात यशस्वी विमा विक्रेत्यांपैकी एक असलेले फॅंक बेटगर तर आपली योजना आखण्यासाठी सकाळी पाच वाजण्याचीही वाट पाहत नसत. ती रात्री झोपायच्या आधीच आपली योजना तयार करीत असत आणि दुसऱ्या दिवशीचे आपले उद्दिष्ट नक्की करीत असत. उद्या आपल्याला किती रकमेचा विमा काढायचा ते आधीच्या रात्रीच नक्की करीत. त्या दिवशी ते त्या रकमेचा विमा विकू शकले नाहीत तर उद्याच्या उद्देशामध्ये उर्वरित रकमेचा समावेश केला जायचा. अशा प्रकारे ही साखळी सारखी सुरूच रहायची. माझ्या दीर्घ अनुभवातून

मला हे कळले आहे की व्यक्ती फक्त अशा प्रकारे सर्व कामे क्रमाने केल्यामुळे यशस्वी होत नाही; पण एखाद्या योजनेशिवाय उगीच भटकण्यापेक्षा महत्त्वाचे काम आधी पूर्ण करण्याची योजना आखणे आवश्यक असल्याचेही मला माहीत आहे.

ज़ॉर्ज बर्नार्ड शॉ यांनी महत्त्वाची कामे आधी पूर्ण करण्याचा कठोर नियम केला नसता, तर क़दाचित ते लेखक म्हणून अपयशी झाले असते आणि पूर्ण जीवनभर बँक कॅशियरच राहिले असते. रोज किमान पाच पाने तरी लिखान करायचे अशी त्यांची योजना होती. या योजनेमुळे त्यांना प्रेरित केले आणि नऊ वर्षे ते रोजची पाच पाने याप्रमाणे लिहित राहिले. अर्थात त्या नऊ वर्षात त्याच्या बदल्यात त्यांना फक्त तीस डॉलर मिळाले. दर दिवसासाठी सुमारे एक पेनी. इतकेच नाही तर रॉबिन्सन्स क्रुसोनेही आपले वेळापत्रक तयार केले होते. त्यामध्ये दिवसातील प्रत्येक तासाला काय करायचे आहे ते ठरविलेले होते.

तिसरी चांगली सवय

समस्या लगेच सोडवा. भविष्यावर निर्णय सोपवू नका :

माझा एक माजी विद्यार्थी कै. एच. पी. हॉवेलने मला सांगितले की, तो यु. एस. स्टील बोर्ड कंपनीच्या सदस्य असताना बोर्डाची बैठक अतिशय दीर्घकाळ चालत असे. अनेक समस्यांवर चर्चा होत असे, पण त्यापैकी खूप थोड्या समस्यांबाबत निर्णय घेतला जात असे. परिणामी मंडळाच्या सदस्यांना घरी वाचण्यासाठी म्हणून अनेक फाईल न्याव्या लागत असत. शेवटी हॉवेल यांनी बोर्डाच्या सर्व सदस्यांना एका वेळी एक समस्याच समोर घेण्यासाठी आणि तिच्यावर निर्णय झाल्यानंतरच पुढे जाण्यासाठी तयार केले. क़ाही टाळाटाळ नाही की एखादा निर्णय प्रलंबित ठेवणे नाही. निर्णय काहीही असू शकत होता. अतिरिक्त तथ्यांची मागणी करणे, क़ाही करणे किंवा काहीही न करणे. पण एका समस्येपासून दुसरीवर जाण्यापूर्वी काही तरी निर्णय घेणे आवश्यक झाले होते. याचे परिणाम आश्चर्यकारक आणि उत्तम असल्याचे हॉवेल यांनी सांगितले. सर्व प्रकरणे निकाली निघाली. प्रलंबित प्रकरणाचे कॅलेंडर स्वच्छ झाले. आता प्रत्येक सदस्याला घरी अनेक फाईल नेण्याची आवश्यकता पडत नव्हती. आता अर्धवट समस्यांच्या चिंतेची जाणीव दूर झाली होती.

हा एक चांगला नियम आहे. तो काही फक्त यू. एस स्टील बोर्ड ऑफ डायरेक्टर्स यांच्यासाठीच चांगला आहे, असे नाही तर तुमच्या आणि माझ्यासाठीही चांगला आहे.

चौथी चांगली सवय

व्यवस्थित आणि निरीक्षण करीत राहणे :

`अनेक व्यवसायिक आपले काम दुसऱ्यावर सोपविण्यात यशस्वी होत नसल्यामुळे तसेच प्रत्येक काम आपणच करावे यावर भर देत असल्यामुळे देवाला लवकरच प्रिय होत असतात. परिणामी विवरण आणि द्विधा त्यांच्यावर स्वार होते. घाई गडबडीमुळे चिंता, तणाव आणि अस्वस्थपणाची जाणीव त्यांच्यावर स्वार होते. इतरांवर काम सोपविण्याची सवय लाऊन घेणे अवघड असते. मला माहीत आहे. माझ्यासाठीही ते खूप अवघड होते. खूपच अवघड. चुकीच्या व्यक्तीवर काम सोपविल्यामुळे किती मोठ्या संकटांचा सामना करावा लागू शकतो, हेही मला माहीत आहे. अर्थात एखाद्यावर आपल्या कामाची जबाबदारी सोपविणे अवघड असले तरीही, एक्झिक्युटिव्ह चिंता आणि तणावापासून तसेच थकव्यापासून बचाव करायचा असेल तर असेच करावे लागेल.

ज़े एक्झिक्युटिव्ह मोठे व्यवसायिक साम्राज्य तर उभारतात, पण व्यवस्थित राहणे, इतरांवर काम सोपविणे आणि निरीक्षण करणे शिकत नाहीत, ते वयाच्या पन्नासाव्या किंवा साठाव्या वर्षीच हृदय विकारामुळे आपला प्राण गमावून बसतात. तणाव आणि चिंता यामुळे निर्माण होणाऱ्या हृदयविकारामुळे त्यांना आपला जीव गमवावा लागतो. याची तुम्हाला काही उदाहरणे हवी असतील तर स्थानिक वृत्तपत्रात रोज येणाऱ्या निधन वार्ता वाचा.

२७

कंटाळा कसा दूर करावा?

क़ंटाळा हेच आपल्या कामाचे प्रमाण कमी करणारे एकमेव कारण आहे.
– डॉ. एडवर्ड थॉरनिक

क़ंटाळा हे थकव्याचे एक मुख्य कारण आहे. एक सामान्य एक्झिक्युटिव्ह असलेल्या एलिसचे आपण उदाहरण घेऊ. एके रात्री ती थकून भागून कामावरून परत आली. तिचे वागणे अस्वस्थ व्यक्तीसारखे होते. तिचे डोके दुखत होते. तिची कंबर दुखत होती. ती इतकी थकली होती की डिनरसाठी न थांबताच झोपी जाण्याची तिची इच्छा होती. तिच्या आईने तिला खूप आग्रह केल्यावर ती खुर्चीवर बसली. तोच टेलिफोन वाजला. बॉयफ्रेंडचे निमंत्रण. डान्सचा कार्यक्रम. तिच्या डोळयात चमक आली. तिचा उत्साह आकाशाला गवसणी घालू लागला. ती धावतच वरच्या मजल्यावर गेली. आपला एलिस क्यू गाऊन घातला आणि सकाळी तीन वाजेपर्यंत डान्स करीत राहिली. ती घरी परत आली तेव्हा तिला जराही थकवा जाणवत नव्हता. ख़रं तर ती आता इतकी आनंदी होती की त्या भरात ती झोपायचेही विसरून गेली.

आठ तासांपूर्वी एलिस थकलेली दिसत होती तेव्हा थकलेल्या व्यक्तीप्रमाणे वागत होती. तेव्हा ती खरोखरच प्रामाणिकपणे आणि सत्यपणे थकलेली होती? नक्कीच होय. आपल्या कामाचा, कदाचित आपल्या जीवनाचाही तिला कंटाळा आला होता त्यामुळे ती थकली होती. ज़गभरात अशा प्रकारच्या कोट्यावधी एलिस असू शकतात. कदाचित तुम्हीही त्यापैकी एक असू शकाल.

शारीरिक श्रमाच्या तुलनेत तुमचा भावनात्मिक दृष्टिकोन तुम्हाला जास्त थकवत असतो, हे तसे सर्वांनाच माहीत असलेले वास्तव आहे. क़ाही वर्षांपूर्वी डॉ. जोसेफ ई.

बारमॅक यांनी 'आर्काइव्हिज ऑफ सायकॉलॉजी' या आपल्या रिपोर्टमध्ये आपले काही प्रयोग प्रकाशित केले होते. क़ंटाळा कशा प्रकारे थकवा निर्माण करतो ते या प्रयोगातून सिद्ध झाले होते. ड़ॉ. बारमॅक यांनी विद्यार्थ्यांच्या एका गटाला अशा प्रकारच्या परीक्षणांच्या साखळीतून पाठविले की, ज्याची त्यांना अजिबात आवड नव्हती. परिणाम? विद्यार्थी थकले. त्यांना झोप येऊ लागली. ड़ोके दुखी आणि डोळ्यातील तणावाचा त्रास सांगू लागले. त्यांना चिडचिडेपणा जाणवू लागला. क़ाही प्रकरणात तर त्यांच्या पोटातही गडबड झाली. हे सर्व काय फक्त 'कल्पना' होते? नाही. या विद्यार्थ्यांची मेटॅबॉलिझम टेस्टही करण्यात आली. या परीक्षणाचा निष्कर्ष असा समोर आला की, एखादी व्यक्ती खूप कंटाळते तेव्हा त्याच्या शरीरातील ब्लड प्रेशर आणि ऑक्सिजनचा वापर खरोखरच कमी होतो. त्याला आपल्या कामात आवड आणि आनंद वाटू लागताच त्यांच्या शरीराचे सर्व मेटाबॉलिझम एकदम ठीक होते.

एखादे रोमांचकारी काम करताना आपण खूप कमी वेळा थकत असतो. उदाहरणार्थ मी नुकतीच लुई लेक जवळ कॅनेडियन रॉकीजमध्ये सुटी घालवली. मी अनेक दिवस करेल क्रुकमध्ये कॅनेडियन मासे पकडले. माझ्या डोक्यापेक्षा उंच झाडे असलेल्या जंगलातून गेलो तसेच अनेक प्रकारची लाकडे पायाखाली तुडविली. ख़ाली पडलेल्या झाडांना बाजूला सारीत त्यांच्यातून मार्ग काढण्यासाठी संघर्ष केला. पूर्ण आठ तास असेच काम केल्यावरही मी अजिबात थकलो नाही. क़ा? कारण मी रोमांचित होतो, मी आनंदी होतो. मला मिळवलेल्या यशाचा अभिमान वाटत होता. मी सहा ट्रेट माशा पकडल्या होत्या. पण समजा मला मासेमारी करणे आवडत नसते तर मला कसे वाटले असते असे तुम्हाला वाटते? सात हजार फूट उंचीवर अशा प्रकारचे तणावपूर्ण काम केल्यामुळे मी नक्कीच थकलो असतो.

ड़ोंगर चढण्यासारख्या थकवा आणणाऱ्या गोष्टीमध्येही क़ंटाळा तुम्हाला तुमच्या शारीरिक श्रमांपेक्षा जास्त थकवित असतो. उदाहरणादाखल मिनिपालिसच्या फार्म अँड मेकॅनिक्स सेव्हिंग्ज बँकेचे अध्यक्ष एस. एच. किंगमॅन यांनी मला एक महत्त्वाची गोष्ट सांगितली. ती अशा प्रकारचे उदाहरण होऊ शकते. ज़ुलै १ ९ ५ ३ मध्ये कॅनडा सरकारने कॅनिडीयन क्लबला असे सांगितले की, त्यांनी प्रिंस ऑफ वेल्सच्या सदस्यांना पर्वतारोहणाचे प्रशिक्षण देण्यासाठी गाईड उपलब्ध करून द्यावेत. या सैनिकांना प्रशिक्षण देण्यासाठी निवडण्यात आलेल्या गाईडपैकी किंगमॅन पहिले गाईड होते. बेचाळीस ते एकूणसाठ वर्षे वयाच्या दरम्यान असलेल्या त्या तरुण सैनिकांना ग़्लेशियारातील बर्फाळ मैदानावर दीर्घ प्रवासासाठी कशा प्रकारे नेले ते किंगमॅन यांनी मला सांगितले. ते त्यांना चाळीस फूट उंचीवर असलेल्या टेकडीवर घेऊन गेले. तिथे त्यांना खाली सोडलेल्या दोऱ्यांवरून लहान फूटहोल्डस आणि

धोकादायक हँडहोल्डच्या मदतीने वर चढावे लागले. ते मायकल पीक द व्हाईस प्रेसिडेन्स आणि कॅनेडियन रॉकीजमध्ये अनेक अज्ञात डोंगरावर चढले. पंधरा तास पर्वतारोहण केल्यावरही त्या तरुण सैनिकांची शारीरिक स्थिती चांगली होती. (त्यांनी नुकताच कमांडो प्रशिक्षणाचा सहा आठवड्याचा अभ्यासक्रम पूर्ण केला होता.) तरीही ते अतिशय जास्त थकले होते.

क़मांडो प्रशिक्षणाच्या दरम्यान कठोर न होऊ शकलेल्या मांसपेशी हे त्यांच्या थकव्याचे कारण होते काय? क़मांडो प्रशिक्षण घेतलेली कोणतीही व्यक्ती अशा प्रकारच्या मूखपणाच्या प्रश्नावर नाक-भूवया गोळा केल्याशिवाय राहणार नाही. ते डोंगरावर चढताना कंटाळले होते म्हणून ते थकले होते. ते इतके थकले होते की त्यांच्यापैकी काही तर जेवणाची वाट न पाहताच झोपी गेले होते. त्यांच्यापेक्षा दुप्पट तिप्पट वयाचे असलेले गाईडसुद्धा थकले होते का? होय, पण ते काही सैनिकांप्रमाणे थकून चूर झाले नव्हते. ग़ाईडनी डिनर घेतले आणि त्यानंतरही ते अनेक तास गप्पा मारीत होते. ते थखून चूर झाले नव्हते कारण त्यांना या कामाची आवड होती.

क़ोलंबियामधील डॉ. एडवर्ड थॉर्नडिक थकव्यासंबंधी प्रयोग करीत होते तेव्हा त्यांनी युवकांकडून त्यांच्या आवडीची कामे करून घेऊन जवळपास एक आठवडा त्यांना जागीच ठेवले. खूप प्रकारची परीक्षणे केल्यानंतर डॉ. थर्माडिक म्हणाले, 'क़ंटाळा हेच कामाचे प्रमाण कमी करण्याचे खरे आणि मुख्य कारण आहे.'

तुम्ही मानसिक काम करीत असाल तर तुम्ही क्वचितच ज़ास्त काम केल्यामुळे थकू शकता. तुम्ही त्या कामाच्या प्रमाणामुळे थकता. ज़े काम तुम्ही केलेच नाही त्या कामाच्या प्रमाणामुळे तुम्ही थकू शकता. उदाहरणार्थ तुम्ही मागील आठवड्यातील ते काम आठवा, जे करताना तुमच्या कामात अनेक अडथळे आणण्यात आले होते. तुम्ही ए़काही पत्राला उत्तर पाठवू शकले नाहीत. ऑपायमेंटमध्ये गोंधळ झाला. जिकडे पाहावे तिकडे समस्याच समस्या. त्या दिवशी प्रत्येक बाबतीत गोंधळ झाला होता. तुम्ही त्या दिवशी काहीही मिळवू शकला नाहीत तरीही घरी पोहचल्यावर मात्र खूप थकलेले होतात. तसेच तुमचे डोकेही दुखत होते.

दुसऱ्या दिवशी ऑफिसमध्ये प्रत्येक काम योग्य प्रकारे झाले. तुम्ही कालच्या तुलनेत चाळीसपट जास्त काम केले. तरीही तुम्ही घरी पोहचलात तेव्हा फुललेल्या गुलाबासारखे टवटवित होतात. तुम्हालाही असा अनुभव आला असेल. मलाही आला आहे.

यापासून आपल्याला काय शिकायला मिळते? आपला थकवा क़ामामुळे नसतो तर बहुतेक वेळा चिंता, काळजी, विद्वेष यामुळे निर्माण होतो.

हे प्रकरण लिहित असतानाच मी जेरोम केर्म यांचा आनंददायी संगीतय विनोदी शो बोटचे पुनः सादरीकरण पाहण्यासाठी गेलो होतो. क़ॉटन ब्लॉसमचा कॅप्टन एंडी आपल्या एका तत्त्वज्ञविषयक प्रहसनामध्ये म्हणतो, 'आपल्याला आवडणारे काम करायला ज्या लोकांना मिळते तेच लोक खऱ्या अर्थाने सुदैवी असतात.' असे लोक सुदैवी असतात कारण त्यांच्यामध्ये जास्त ऊर्जा, जास्त सुख तसेच कमी चिंता, क़मी थकवा असतो. ज़्याची तुम्हाला आवड असते तिथे तुमची ऊर्जाही असते. चिडचिड करणारा पती किंवा पत्नीसोबत दहा पाऊले चालल्यावरही तुम्ही थकू शकता, पण प्रियकर किंवा प्रेयसीसोबत मात्र दहा मैल पायी चालल्यावरही तुम्हाला थकवा येत नाही.

तर मग? याबाबतीत तुम्ही काय करू शकता? तेच जे एका स्टेनोग्राफरने केले होते. ही स्टेनोग्राफर टुनसा अल्कोहोमामध्ये एका ऑईल कंपनीसाठी काम करीत होती. दर महिन्याला कित्येक दिवस निरस असलेल्या कामापैकी एक काम ती सतत करीत होती. ऑईल लिजसाठीच्या प्रिंटेड फॉर्ममध्ये आकडे भरणे. हे काम इतके कंटाळवाणे होते की या कामाला रोमांचक करण्याचा तिने संकल्प केला. कशा प्रकारे? तिने स्वतःशीच रोज एक स्पर्धा सुरू केली. दररोज सकाळी लंच पर्यंत ती जितके फॉर्म भरीत असे त्यांची संख्या मोजायची. दुसऱ्या दिवशी त्यापेक्षा जास्त फॉर्म भरण्याचा ती प्रयत्न करीत असे. परिणाम? लवकरच ती त्यांच्या ऑफिसमधील दुसऱ्या कोणत्याही स्टेनोग्राफरपेक्षा ज़ास्त फॉर्म भरू लागली. याचा फायदा काय झाला? त्यामुळे तिला काय मिळाले? कौतुक? नाही. धन्यवाद? नाही. पगारवाढ? नाही. प्रमोशन? नाही. पण त्यामुळे तो थकवा दूर करण्यास तिला मदत झाली ज़ो तिला कंटाळयामुळे येत होता. यामुळे तिला मानसिक उत्प्रेरणा मिळाली. एक निरस काम रोमांचक करण्यासाठी तिने सर्वश्रेष्ठ प्रयत्न केले होते, त्यामुळे तिला जास्त ऊर्जा आणि उत्साह मिळाला होता. त्यामुळे आपल्याला मिळणाऱ्या रिकाम्या वेळात तिला अतिशय चांगले वाटत होते.

ही गोष्ट सत्य आहे हे मला माहीत आहे कारण मीच त्या स्टेनोग्राफरशी लग्न केले आहे. इथे मी तुम्हाला दुसऱ्या एका स्टेनोग्राफरची गोष्ट सांगणार आहे, क़ामात आवड निर्माण करण्याचा अभिनय करणेही लाभदायक असल्याचे तिला आढळून आले होते. पूर्वी ती आपले काम मन मारून करीत असे. आता मात्र नाही. ती स्टेनोग्राफर एल्महर्स्ट इलिनॉय येथील मिस वेली. ज़ी. गोल्डन आहे. तिने मला लिहून पाठविलेली तिची कथा अशी आहे -

'माझ्या ऑफिसमध्ये एकूण चार स्टेनोग्राफर आहेत आणि प्रत्येकीला वेगवेगळया व्यक्तीकडून डिक्टेशन घेण्याचे काम सोपविलेले आहे. क़धी मधी आम्ही या कामामध्ये

गुंतून पडतो. मी एक लांबलचक पत्र पुन्हा टाईप करावे यावर असिस्टंट डिपार्टमेंट हेडने माझ्यावर जोर दिला तेव्हा मी बंडाला सुरुवात केली. हे पत्र पुन्हा टाईप न करताही त्यात सुधारणा केली जाऊ शकते, हे मी त्यांना समजावून सांगण्याचा प्रयत्न केला. त्यांनी मला उलट उत्तर दिले की मी हे पत्र पुन्हा टाईप केले नाही तर हे पत्र पुन्हा टाईप करणाऱ्या दुसऱ्या कोणाचा तरी आपण शोध घेऊ. मी संतापाने लाल झाले. मी ते पत्र पुन्हा टाईप करीत असताना मला जाणवले की, तिथे अशा प्रकारचे अनेक लोक होते, जे उडी मारून हे काम करायला तयार झाले असते. त्याशिवाय अशाच प्रकारचे काम करण्यासाठी मला वेतन मिळत होते. मला चांगले वाटू लागले होते. मी अचानकपणे माझी अशी मानसिक तयारी केली की हे काम करताना मला खूप आनंद होत आहे, अशा प्रकारचा अभिनय काम करताना करायचा. ख़रं तर मला या कामाचा तिटकारा होता. मग मला हा अतिशय महत्त्वाचा शोध लागला. हे काम करण्यात मला आनंद वाटत आहे, असे समजून मी हे काम करायला लागले तर मला काही प्रमाणात त्यापासून खरोखरच आनंद मिळू शकतो. मी हे काम आनंदाने करते तेव्हा ते अतिशय वेगाने करू शकते, याचीही मला जाणीव झाली. त्यामुळे आता खूप कमी वेळा माझ्यावर ओव्हर टाईम करण्याची वेळ येते. माझ्या या दृष्टिकोनामुळे एक चांगली कर्मचारी म्हणून माझी प्रतिमा निर्माण झाली आहे. त्यानंतर एका डिपार्टमेंटच्या सुपरिटेंडटला प्रायव्हेट सेक्रेटरीची आवश्यकता पडली तेव्हा त्याने त्या पदावर माझी नियुक्ती केली. क़ारण तोंड वेडे वाकडे न करता मी अतिरिक्त काम सहजपणे करू शकते, असे त्यांना वाटले होते. बदलेल्या मानसिक दृष्टिकोनाची शक्ती माझ्यासाठी एक महत्त्वाचा शोध ठरली. त्यामुळे माझ्या जीवनात चमत्कार झाला.'

मिस गोल्डन प्रोफेसर आहे. वायहिंजरसारखी तुम्हाला तुमच्या कामात आवड असेल तर अशा प्रकारचा अभिनय करता करता खरोखरच तुम्हाला त्याची गोडी वाटू लागते. त्यामुळे तुमचा थकवा, तुमचा तणाव आणि तुमची चिंताही कमी होते.

क़ाही वर्षांपूर्वी हार्लन ए. हॉवर्डने एक निर्णय घेतला होता. त्यामुळे त्याचे अवघे जीवनच बदलून गेले. त्यांनी एका निरस कामाला आवडीचे आणि रोमांचक करण्याचा संकल्प केला. त्यांचे काम नक्कीच निरस स्वरूपाचे होते. प्लेट धुणे, टेबल स्वच्छ करणे आणि इतर मुले मैदानावर फूटबॉल खेळत असताना किंवा मुलींसोबत गप्पा मारीत असताना हायस्कूलच्या लंचरुममध्ये आइस्क्रिम पोहचविणे. हार्लन हॉवर्ड आपल्या कामाचा

तिटकारा करीत असत. अर्थात त्याना हे सर्व करावेच लागणार होते म्हणून मग त्यांनी आईस्क्रिमचा अभ्यास करण्याचे ठरविले. ते कशा प्रकारे तयार केले जाते? त्यासाठी कोण कोणत्या पदार्थाचा वापर केला जातो? क़ाही आइस्क्रिम दुसऱ्या आइस्क्रिमपेक्षा चांगले का असतात? त्यांनी आईस्क्रिमच्या रसायनशास्त्राचा अभ्यास केला आणि हायस्कूल केमेस्ट्री कोर्समध्ये ते सर्वात पुढे निघून गेले. त्यांना आता फूड केमेस्ट्रीची इतकी आवड निर्माण झाली की ते मॅसेच्युस्टेटस स्टेट कॉलेजमध्ये गेले. तिथे त्यांनी 'फूड टेक्नॉलजी' या विषयात पदवी मिळविली. न्यूयार्क कोकोआ एक्सचेंजने क़ोको आणि चॉकलेटवर सर्वात चांगल्या संशोधनासाठी एका शंभर डॉलर बक्षिस असलेल्या स्पर्धेचे आयोजन केले. या स्पर्धेमध्ये कॉलेजचे सर्व विध्यार्थी भाग घेऊ शकत होते. तुम्हाला काय वाटते, ही स्पर्धा कोणी जिंकली असेल? हार्लन हॉवर्ड यांनी.

नोकरी मिळणे अवघड असल्याचे त्यांच्या लक्षात आल्यावर त्यांनी एमर्हस्ट मॅसेच्युस्टेटसमधील आपल्या घराच्या तळघरात एक खाजगी प्रयोगशाळा सुरू केली. त्यानंतर काही दिवसातच एक नवीन कायदा लागू करण्यात आला. दुधामध्ये असलेल्या बॅक्टेरियांची संख्या मोजणे त्यामुळे अनिवार्य झाले होते. हार्लन ए हॉवर्ड शहरातील चौदा दूध कंपन्यासाठी दुधातील बॅक्टेरिया मोजण्याचे काम करू लागले. त्यासाठी त्यांना दोन मदतनीसही ठेवावे लागले.

आजपासून पंचवीस वर्षानंतर ते कुठे असतील? ज़े लोक आज फूड केमेस्ट्रीचा व्यवसाय करीत आहेत, ते तोपर्यंत निवृत्त होतील. तसेच त्यांची जागा नवीन होतकरू तरुण घेतील. हे तरुण उत्साह आणि संकल्पाने भरलेले असतील. आजपासून पंचवीस वर्षानंतर हार्लन हॉवर्ड कदाचित आपल्या व्यवसायातील टॉपच्या लोकांपैकी एक असतील, तर ज्या वर्गमित्रांना काउंटरच्या मागे उभे राहून ते आइस्क्रिम विकत होते, त्यापैकी काही आज दु:खी आणि बेकार असतील तसेच सरकारला दोषही देत असतील. आपल्याला संधी मिळाली नाही म्हणून कदाचित तक्रारही करीत असतील. हार्लन ए. हॉवर्ड यांनीही एखादे निरस काम रोमांचक करण्याचा संकल्प केला असता तर त्यांना अशी संधी कधीच मिळाली नसती.

अनेक वर्षांपूर्वी असाच एक युवक होता. जो कारखान्यात लेथ मशिनवर उभे राहून बोल्ट तयार करण्याचे निरस काम करीत होता. आपल्या या निरस कामाचा त्याला कंटाळा आला होता. त्याचे पहिले नाव सॅम होते. सॅमला ती नोकरी सोडायची होती पण दुसरी नोकरी मिळणार नाही, अशी त्याला भीतीही वाटत होती. त्याला ते निरस काम

266 चिंता सोडा सुखाने जगा

करण्याशिवाय दुसरा काहीही पर्याय नसल्यामुळे त्याने ते काम रोमांचक करण्याचा निर्णय घेतला. त्याने आपल्या शेजारील मशिनवर काम करणाऱ्या कर्मचाऱ्याशी एक स्पर्धा लावली. त्यांच्यापैकी एकाला आपल्या मशिनवरील खडबडीत पृष्ठभाग समतल करायचा होता तर दुसऱ्याला बोल्टचा व्यास योग्य प्रकारे घडवायचा होता. ते अधून मधून मशिन बदलत असत आणि कोण जास्त बोल्ट तयार करू शकतो ते पाहत असत. फोरमॅन सॅमची गती आणि कौशल्य पाहून आनंदीत झाला आणि त्याने त्याच्यावर एक चांगले काम सोपविले. प्रमोशनच्या एक लांब लचक साखळीची ही सुरुवात होती. तीस वर्षानंतर सॅम, सॅम्युअल वॉक्लेन लोकोमोटिव्ह वर्क्सचे अध्यक्ष झाले होते. आपले निरस कार्य रोमांचक करण्याचा त्यांनी संकल्प केला नसता तर सर्व आयुष्यभर एक साधे मेकॅनिकच राहिले असते.

रेडिओवरील प्रसिद्ध न्यूज विश्लेषक एच. व्ही. काल्टेनबॉर्न यांनी एकदा मला एक निरस वाटणारे काम कशा प्रकारे रोमांचक केले ते सांगितले. वयाच्या बावीसाव्या वर्षी त्यांनी कॅटल बोटमधून अटलांटिक पार केला आणि बछड्यांना दाणी पाणी केले. सायकलवरून इंग्लडंचा प्रवास केल्यावर जे पॅरिसला पोहचले तेव्हा ते उपाशी आणि दिवाळखोर झाले होते. आपल्या जवळचा कॅमेरा पाच डॉलरसाठी गहान ठेवल्यावर त्यांनी न्यूयार्क हेरॉल्डच्या पॅरिस आवृत्तीत एक जाहिरात दिली. त्यामुळे त्यांना स्टिरिओप्टिकॉन मशिन विकण्याचे काम मिळाले. मला ते जुन्या पद्धतीनेच स्टिरिओस्कोप्स माहीत आहेत, ज्यांना नेहमी आपल्या डोळयांच्या समोर ठेवावे लागत होते आणि त्यामध्ये एकसारख्या दोन प्रतिमा दिसत असत. आपण पाहत असतानाच त्यामध्ये एक चमत्कार होत असे. स्टिरिओस्कोप्सला लावलेले दोन लेन्स या प्रतिमांना थ्री डायमेन्शनल इफेक्टने एका दृष्यात बदलत असत. आपण त्यामुळे अंतर पाहू शकत होतो. आपल्याला दृष्टिकोनाची आश्चर्यकारक जाणीव होत असे.

तर मी सांगत होतो त्याप्रमाणे क़ाल्टेनबॉर्न यांनी पॅरिसमध्ये घरोघरी जाऊन या मशिन विकण्याचे काम सुरू केले. खरं तर त्यांना फ्रेंच भाषा बोलता येत नव्हती तरीही त्यांनी पहिल्या वर्षी त्यांनी कमिशन म्हणून पाच हजार डॉलरची कमाई केली आणि त्या वर्षीच्या फ्रान्समधील सर्वाधिक उत्पन्न मिळविणाऱ्या सेल्समेनपैकी एक बनविले. एच. व्ही. काल्टेनबॉर्न यांनी मला सांगितले की, या अनुभवाने त्यांच्यात सफलतेसाठी आवश्यक गुण विकसित करण्यासाठी ज़े केले ते मिळविण्यासाठी हॉवर्डमध्ये एक वर्षभर शिक्षण घ्यावे लागले असते. आत्मविश्वास? त्यांनी स्वतःच मला सांगितले की, या अनुभवानंतर त्यांना असे वाटले की ते फ्रान्समधील गृहिणींना द कॉंग्रेसनल रेकर्ड़ही विकू शकतात.

या अनुभवाने त्यांना फ्रान्सच्या जीवनातील अंतरंग कळले. नंतर ते त्यांच्यासाठी अतिशय उपयुक्त ठरले. त्यावेळी ते रेडिओवर युरोपमधील दुभाषी म्हणून काम करीत होते.

ते फ्रान्सची भाषा बोलू शकत नव्हते तर ते एक तज्ज्ञ सेल्समन कसे काय झाले? त्यांनी आपल्या नियुक्त्याकडून आपले सेल्स टॉक उत्तम फ्रेंच भाषेत लिहून घेतले. ते चांगल्या प्रकारे पाठ केले. ते घरी गेल्यावर दारावरची बेल वाजवित असत आणि त्या घरातील गृहिणी बाहेर येत असे. क़ाल्टेनबॉर्न आपण पाठ केलेले सेल्स व्याख्यान क़से तरी उच्चार करीत वारंवार बोलत असत. त्यामुळे तिथे एक गमतीचे वातावरण निर्माण होत असे. मग ते गृहिणीला आपल्या प्रतिमा दाखवित असत. त्याबद्दल त्यांनी काही विचारणा केल्यावर ते आपले खांदे उडवून म्हणत, 'मी अमेरिकन आहे, अमेरिकन आहे.' मग ते आपली हॅट काढून ठेवीत असत आणि शानदार फ्रेचं भाषेत लिहिलेल्या सेल्स टॉककडे त्या गृहिणीचे लक्ष वेधीत असत. ते टॉक त्यांनी आपल्या हॅटला वरून चिकटविले होते. त्यामुळे मग ती गृहिणीही हासत असे आणि तेही हासत असत. मग ते त्या गृहिणीला आणखी चित्रे दाखवित असत. हे काम अजिबात सोपे नसल्याचे आपण मान्य केले होते असे काल्टेनबॉर्न यांनी माझ्यापुढे मान्य केले होते. हे सर्व काम रोमांचक करण्याच्या एकाच गुणामुळे आपल्याला या कामात सफलता मिळाल्याचे ते स्पष्टपणे सांगतात. रोज सकाळी कामावर निघण्यापूर्वी ते आरशात बघत असत आणि स्वतःला एक पेप टॉक देत असत : **'काल्टेनबॉर्न तुला जर आज जेवण करायचे असेल तर तुला हे सर्व करावे लागेल. तुला हे सर्व अपरिहार्यपणे करावेच लागणार असेल तर मग हे करीत असताना चांगल्या प्रकारे वेळ का घालवू नये? दरवेळी एखाद्या दारावरची बेल वाजविताना आपण एखाद्या प्रकाश झोतात रंगमंचावर उभे असलेले अभिनेते आहोत, समोर बसलेल्या प्रेक्षकांकडे पाहत आहोत, असे का समजू नये? शेवटी तुम्ही जे काही करीत आहात ते तितकेच रोमांचक आहे, जितके रोमांचक मंचावरील दृष्य असते. तर मग यामध्ये खूप सारा आनंद आणि उत्साह भरायला काय हरकत आहे?'**

काल्टेनबॉर्न यांनी मला सांगितले की, या रोजच्या पॉप टॉकमुळे मला खूप मला मदत झाली. ज़्या कामाला आपण घाबरत होतो आणि ज्याचा तिटकारा करीत होतो, त्या कामाबद्दल रोमांच निर्माण झाला. त्यामुळे त्यांना ते खूप आवडू लागले आणि त्याचा फायदाही झाला.

अमेरिकेमध्ये सफल होऊ इच्छिणाऱ्या युवकांसाठी त्यांचा काही सल्ला आहे का?

असे मी कॉटनबोल्ट यांना विचारल्यावर ते म्हणाले की, 'होय.' 'रोज सकाळी उठून त्यांनी बॅटिंग करावी. शारीरिक व्यायामाच्या महत्त्वाबद्दल तर आपण खूप काही बोलत असतो. क़ारण आपल्याला त्या आर्धनिद्रेतून जागे व्हायचे असते, ज्यामध्ये खूप सारे लोक अडकून पडलेले असतात. त्यापेक्षाही आपल्याला जास्त आवश्यकता मानसिक आणि आध्यात्मिक व्यायामाची असते. तेच आपल्याला काम करण्यासाठी प्रेरित करीत असते. रोज तुम्ही तुम्हालाच एक पॉप टॉक द्या.'

आपण आपल्यालाच रोज सकाळी पॉप टॉक देणे मूर्खपणाचे आहे? असे करणे म्हणून त्रासदायक आणि बालीशपणाचे वाटते? नाही. या उलट ते तर दमदार मानसशास्त्राचे सार आहे. 'आपल्या विचारातूनच आपले जीवन घडत असते.' आठराव्या शतकात होते तितकेच आजही हे शब्द प्रभावी आहेत. जेव्हा ते मार्कस अरिलियसने आपले पुस्तक 'द मेडिटेशन'' मध्ये लिहिले होते, 'आपल्या विचारातूनच आपले जीवन घडत असते.'

दर रोज दर तासाला स्वतःशी बोलून तुम्ही स्वतःला मार्गदर्शन करू शकता. त्यामुळे तुम्ही साहस आणि आनंदाचे विचार मनात आणू शकता. शक्ती आणि शांततेचा विचार करू शकता. ज़्यासाठी तुम्ही स्वतः कृतज्ञ असायला हवे, त्याबद्दल तुम्ही स्वतःशी बोलू शकता. आकाशात उडणाऱ्या आणि गाणाऱ्या विचारांनी तुम्ही आपले मन भरू शकता.

योग्य प्रकारे विचार करून तुम्ही कोणत्याही क़ामाला कमी कंटाळवाणे करू शकता. तुम्ही आपल्या कामात जास्त रस घ्यावा, अशी तुमच्या बॉसची इच्छा असते. बॉसची तर तशी इच्छा असणारच कारण त्यातून त्याची जास्त कमाई होणार असते. आपल्या बॉसची काय इच्छा आहे, हे आपण विसरून जावे. आपल्या कामात आपण रस घेतल्यामुळे आपला किती फायदा होऊ शकतो, याचाच तुम्ही विचार करा. आम्ही तुम्हाला आठवण करून देतो की असे केल्यामुळे तुम्हाला जीवनात मिळणारा आनंद दुप्पट होतो. क़ारण आपल्या जागेपणाच्या काळापैकी निम्मा काळ नोकरीसाठी घालवित असता. तुम्ही आपल्या कामामुळे आनंदी नसाल तर तुम्ही कुठेही आनंदी राहू शकत नाहीत. तुम्ही आपल्या कामात रस घेतल्यामुळे तुमचा मेंदू तुमच्या चिंतांच्या पलिकडे जाऊन विचार करू लागतो. दीर्घ कालावधीनंतर तो तुम्हाला प्रमोशन आणि पगारवाढही मिळवून देऊ शकतो. समजा तो असे करू शकला नाही तरी तुमचा थकवा तरी नक्कीच घालवितो. तसेच रिकाम्या वेळेचा आनंद घेण्यासाठी तुम्हाला मदतही करतो.

२८

झोप येत नसल्यास काय करावे?

झोप कमी झाली म्हणून कोणीही व्यक्ती मरण पावली नाही, हे लक्षात ठेवा. झोप येत नाही म्हणून नाही तर झोप येत नसल्याची चिंता केल्यामुळे आपले जास्त नुकसान होत असते.

तुम्हाला चांगली झोप लागत नाही तेव्हा त्यामुळे तुम्ही चिंतीत होता? असे असेल तर तुम्हाला ही माहिती जास्त उपयुक्त ठरेल. प्रसिद्ध अंतरराष्ट्रीय वकील सॅम्युअल अन्टरमायर आपल्या पूर्ण जीवनात एक रात्रही शांतपणे झोपू शकले नाहीत.

सॅम अन्टरमायर कॉलेजला गेले तेव्हा अनिद्रा आणि अस्थमा या आजारांची काळजी करीत असत. हे दोन्ही आजार त्यांना उपचार नसलेले वाटल्यामुळे त्यांनी पुढील सर्वश्रेष्ठ काम करण्याचा निर्णय घेऊन टाकला. आपल्या जागी राहण्याचा फायदा करून घेणे. आंथरुणावर कुशी बदलीत पडून राहण्यापेक्षा आणि चिंता करून करून ब्रेक डाऊनला बळी पडण्यापेक्षा ते उठून बसत असत आणि अभ्यास करीत असत. परिणाम? आपल्या वर्गात ते सर्वात चांगले गुण मिळवू लागले. न्यूयार्कच्या सिटी कॉलेजमधील सर्वात प्रतिभावान व्यक्तीपैकी एक झाले.

त्यांनी वकिली सुरू केली तेव्हाही त्यांचा झोप न येण्याचा आजार बरा झाला नव्हता. अन्टरमायर यांनी त्याची चिंता केली नाही. 'निसर्ग माझी काळजी घेईल,' असे त्यांचे म्हणणे होते. ख़रं तर ते खूप कमी झोपत असत, पण त्यामुळे त्यांच्या आरोग्यावर काही परिणाम होत नसे. ते न्यूयार्क बारमध्ये तरुण वकिलांप्रमाणे कठोर परिश्रम करू शकत असत. ते तर त्यांच्यापेक्षाही जास्त कठोर परिश्रम करू शकत असत कारण इतर वकील

झोपत असत तेव्हाही ते जागेच असत. वयाच्या २१ व्या वर्षी सॅम अन्टरमायर वर्षाला पंचाहत्तर हजार कमवित होते. त्यांच्या पद्धती शिकण्यासाठी दुसरे वकिल कोर्टात येत असत. १९३१ मध्ये त्या काळी एखाद्या वकिलाला देण्यात येणाऱ्या फीसच्या तुलनेत सर्वाधिक फिस मिळाली होती, दहा लाख डॉलर्स, तेही रोख.

आताही त्यांना अनिद्रेचा आजार होता. ते मध्यरात्रीपर्यंत वाचत असत आणि सकाळी पाच वाजताच उठत असत. त्यावेळी ते पत्र डिक्टेट करीत असत. बहुतेक लोक आपल्या कामाला सुरुवात करीत असत तोपर्यंत सॅमचे दिवसाचे आर्धे काम पूर्ण झालेले असायचे. ज़्या व्यक्तीला रात्रीची कधीही गाढ झोप लागली नाही, अशी ही व्यक्ती वयाच्या ८१ व्या वर्षापर्यंत जिवंत राहिली. या उलट त्यांनी अनिद्रेची चिंता केली असती, त्यामुळे ते परेशान झाले असते तर त्यापायी त्यांनी आपले सर्व जीवन व्यर्थ घालविले असते.

आपण आपले एक तृतियांश आयुष्य झोपण्यात घालवित असतो. तरीही झोप म्हणजे नेमके काय आहे, हे कोणालाही अद्याप पूर्णपणे कळले नाही. आपल्याला फक्त इतकेच माहीत आहे की ती एक सवय असून विश्रांती घेण्याची अशी पद्धत आहे, ज़्यामध्ये निसर्ग आपल्या शरीराची देखभाल करण्यासाठी कवच निर्माण करीत असतो. व्यक्तीला खरोखरच किती तासांची झोप आवश्यक असते, हे आपल्याला माहीत नाही. आपल्याला खरोखरच झोपेची आवश्यकता आहे का, हेही आपल्याला माहीत नाही.

क़पोलकल्पित? अर्थात पहिल्या महायुद्धाच्या वेळी शत्रूची एक गोळी हंगेरीमधील एक सैनिक पॉल कर्न यांच्या मेंदूच्या समोरील अर्धगोलावर लागली. त्यामुळे झालेली जखम तर भरून निघाली पण अस्वस्थ करणारी गोष्ट अशी की त्यामुळे ते झोपू शकत नव्हते. ड़ॉक्टरांनी सर्व प्रकारचे उपचार केले. सर्व प्रकारची झोपेची औषधे, नार्कोटिक्स इतकेच काय पण संमोहनाचा वापरही करून पाहिला. पॉल कर्न यांना कोणी झोपी घालू शकले नाही. इतकेच नाही तर त्यांना साधे जागेही कोणी करू शकले नाही.

तो जास्त काळ जिंवत राहू शकणार नाही, असे डॉक्टरांचे मत होते. त्याने मात्र या सर्वांचे मत चुकीचे ठरविले. त्याने नंतर नोकरीही केली आणि चांगल्या आरोग्यासह तो पुढची अनेक वर्षे जगला. तो आपले डोळे बंद करून विश्रांती घेत असे, पण त्याला जराही झोप येत नसे. हे प्रकरण म्हणजे झोपेबाबतचे एक उपचारयुक्त रहस्य आहे. ज्याने आपले झोपेबाबतचे अनेक विश्वास हादरवून टाकले होते.

क़ाही लोकांना इतरांपेक्षा जास्त झोपेची आवश्यकता असते. टोस्किनैनी यांच्यासाठी

रात्रीची फक्त पाच तास झोप आवश्यक होती, तर केल्विन कुलिज यांना यापेक्षा दुप्पट जास्त झोपेची आवश्यकता होती. दुसऱ्या शब्दात सांगायचे झाले तर टोस्किनैनी यांनी आपल्या जीवनातील फक्त पाचवा भाग झोप घेण्यासाठी वापरला तर कुलीजने जवळपास आपले आर्धे जीवन झोपेतच गमावले.

अनिंद्रेबाबात चिंता केल्यामुळे तुमचे अनिद्रेपेक्षा जास्त नुकसान होते. उदाहरणादाखल माझी विद्यार्थीनी- रिसफिल्ड पार्क न्यू जर्सी येथील इरा सॅनड्नर हिचे घेऊ. अनिद्रेमुळे ती आत्महत्त्या करण्याच्या काठावर आली होती.

'मला खरोखरच असे वाटत होते की मी वेडी झाली आहे.' इरा सॅनडनर मला सांगत होती. 'समस्या अशी होती की सुरुवातीला मी अतिशय गाढ झोपत असे. आलार्म घड्याळ वाजली तरीही माझी झोप जात नव्हती. परिणामी मला सकाळी उठायला वेळ होत असे आणि ऑफिसलाही मी उशिरा जात असे. या बाबतीत मी चिंतीत होते. खरं तर माझ्या बॉसने मला इशारा दिला होता की, क़ोणत्याही परिस्थितीत मी ऑफिसला वेळेवर यायला हवे होते. मी जास्त वेळेपर्यंत झोपून राहिले तर माझी नोकरी जाऊ शकते, याची मला खात्री वाटत होती.

'मी माझ्या मित्रांना याबद्दल सांगितले तेव्हा एकाने मला असा सल्ला सूचविला की रात्री झोपायच्या आधी मी माझे सर्व लक्ष आलार्म घड्याळीवर केंद्रित करावे. त्यामुळे मला अनिद्रा सुरू झाली. खट्याळ अशा आलार्म घड्याळीच्या टिकटिकने माझी झोप उडवली. त्याने मला वेडे केले. मी रात्रभर कुशी बदलीत आंथरुणावर तळमळत राहिले. सर्व रात्रभर मला झोप आली नाही. मी जागीच राहिले. सकाळी उठल्यावर माझी अवस्था आजारी व्यक्तीसारखी झाली. थकवा आणि चिंतेमुळे मी आजारी पडले. असे आठ आठवडे चालले. या काळात मी कोणत्या प्रकारचा त्रास सहन केला ते मी शब्दात सांगू शकत नाही. मी वेडी होणार आहे, याची मला खात्री वाटू लागली. कित्येक वेळा तर मी जमिनीवर फिरत असे. त्यावेळी एकदा तर खिडकीतून खाली उडी मारावी आणि सर्व समस्येचा शेवट करावा, असा विचारही माझ्या मनात डोकावला होता.

'शेवटी मी आमच्या दीर्घकालीन ओळखीच्या एका डॉक्टरांकडे गेले. ते मला म्हणाले, 'इरा, मी तुला मदत नाही करू शकत. क़ोणीही तुला मदत करू शकत नाही कारण तू स्वतः होऊन ही अडचण लादून घेतली आहेस. रात्री आंथरुणावर जा आणि तुला झोप लागली नाही तर त्याबद्दल चिंता करू नको. फक्त स्वतःलाअसे निक्षून सांग की 'मला

झोप आली नाही तरी माझे काही बिघडत नाही. मी सकाळपर्यंत जागी राहिले तरीही मी निरोगीच राहील.' आपले दोन्ही डोळे बंद करून स्वतःला असे सांग, 'ज़ोपर्यंत मी याबाबत चिंता न करता शांतपणे पडून राहिले तरीही माझी विश्रांती पूर्ण होईल.'

'मी असेच केले,' सॅडेनर म्हणते, 'त्यानंतर दोनच आठवड्यात मी चांगल्या प्रकारे झोपू लागले. एका महिन्यापेक्षा कमी काळात मी सुमारे आठ तास झोपू लागले. त्यामुळे आता माझी नाडी सामान्य झाली होती.'

अनिद्रा नाही तर अनिद्रेची चिंता इरा सॅडनेरला सतावित होती.

शिकागो युनिर्व्हसिटीमधील प्रोफेसर डॉ. क्लीटमेट यांनी दुसऱ्या कोणत्याही व्यक्तीपेक्षा अधिक झोपेवर संशोधन केले आहे. झोपेचे तज्ज्ञ म्हणून त्यांनी असा दावा केला आहे, की अनिद्रेमुळे मृत्यू पावलेल्या एकाही व्यक्तीची आपल्याला माहिती नाही. एखादी व्यक्ती अनिद्रेबाबत चिंता करू शकते. त्यामुळे आपली रोग प्रतिकारक शक्ती कमी करू शकते. त्यामुळेच ती एखाद्या विषाणूला बळी पडू शकते. हा त्रास त्या व्यक्तीला अनिद्रेमुळे होत नाही तर अनिद्रेची चिंता केल्यामुळे होतो.

डॉ. क्लिटमॅन असेही म्हणतात की, ज़े लोक अनिद्रेबद्दल चिंता करीत असतात ते सामान्य लोकांच्या तुलनेत अधिक झोपत असतात. 'कालच्या रात्री मला जरा सुद्धा झोप लागली नाही,' असे शपथ घेऊन सांगणारी व्यक्ती प्रत्यक्षात मात्र रात्रभर गाढ झोपलेली असते, पण त्या व्यक्तीला त्याची माहितीच नसते. उदाहरणादाखल एकोणीसाव्या शतकाली थोर तत्त्ववेते हरबर्ट स्पेन्सर यांचे उदाहरण घेऊ. ते अविवाहित जेष्ठ व्यक्ती होते आणि बोर्डिंग हाऊसमध्ये राहत होते. ते आपल्या अनिद्रेबद्दल लोकानां सारखे सांगून कंटाळा आणीत होते. आवाज किंवा गडबड गोंधळ दूर ठेवण्यासाठी आणि आपली नाडी शांत ठेवण्यासाठी ते कानामध्ये कापसाचे बोळे कोंबित असत. झोप यावी यासाठी ते अनेक वेळा अफिमचे सेवनही करीत असत. एका रात्री हार्बट आणि ऑक्सफर्डचे प्राध्यापक सॅस हॉटेलमधील एकाच रुममध्ये झोपले. वास्तव असे होते की सॅस यांना तीळभरही झोप आली नाही. रात्रभर ते जागी राहिले कारण हार्बट रात्रभर जोर जोरात घोरत होते.

चांगल्या झोपेसाठी आवश्यक असलेली पहिली बाब म्हणजे सुरक्षिततेची भावना. एखादी महान शक्ती सकाळपर्यंत आपले रक्षण करणार आहे, याची आपल्याला जाणीव असायला हवी. ग्रेट वेस्ट रायटिंग एसाईलमचे डॉ. थॉमस हायस्लिप यांनी एकदा ब्रिटिश मेडिकल असोशिएशनसमोर याच मुद्द्यावर व्ज़ाख्यान दिले होते. ते म्हणाले, 'अनेक

वर्षांच्या प्रॅक्टिसच्या अनुभवानंतर मला असे कळले आहे की, झोप येण्यासाठीच्या सर्वाधिक उत्तम उपायांपैकी प्रार्थना हा एक उपाय आहे. मी ही गोष्ट पूर्णपणे एका डॉक्टरच्या दृष्टिकोनातून सांगत आहे. ज़े लोक सवयीने रात्रीची प्रार्थना करतात, त्यांच्यासाठी मेंदू आणि नाडी शांत ठेवण्यासाठीच्या सर्वोत्तम उपायांपैकी सर्वात परिपूर्ण आणि महत्त्वाचा उपाय समजायला हवे.' 'प्रभूचे स्मरण करा आणि सर्व काही त्याच्यावर सोपवा.'

ज़ीनेट मॅकडोनाल्ड यांनी मला सांगितले की, त्या चिंतीत आणि निराश होत असत. त्यांना झोप लागण्यातही अवघड जात होते. त्यावेळी त्या नेहमी तेवीसावे भजन म्हणून स्वतःसाठी सुरक्षिततेची भावना निर्माण करीत असत. 'प्रभू माझा मार्गदर्शक आहे. मला कशाचीही उणीव भासणार नाही. तो मला प्रत्येक रात्री विश्रांती करण्याची संधी उपलब्ध करून देतो. तो मला शांत जलधारांच्या जवळ नेतो....'

तुम्ही धार्मिक नसाल आणि तुम्हाला अवधड पद्धतीनेच हे काम करायचे असेल तर शारीरिक माध्यमातून रिलॅक्स व्हायला शिका. रिलिज फ्रॉम नर्व्हस टेन्शन या आपल्या पुस्तकात ड़ॉ. डेव्हिड हेरॉल्ड फिक यांनी लिहिले आहे की असे करण्याची सर्वात सोपी पद्धत म्हणजे स्वतःच्या शरीराशी गप्पा करणे होय. डॉ.फिक यांच्यानुसार समोहनातील शब्द हीच चाबी आहेत. तुम्ही दररोज झोपू शकत नसाल तर त्याचे कारण तुम्ही स्वतःशीच बोलत राहून अनिद्रेला आमंत्रित केले आहे. हे दूर करण्याची पद्धत अशी की संमोहन तोडायला हवे. असे करण्यासाठी तुम्ही आपल्या मांसपेशींना असे सांगा की, 'सौल सोडा, सैल सोडा आणि विश्रांती घ्या.' आपल्याला आधीपासूनच हे माहीत आहे की मांसपेशी तणावात असतील तर मेंदू आणि नर्व्हस विश्रांती घेऊ शकत नाहीत. त्यामुळे आपली झोपायची इच्छा असेल तर आपल्या मांसपेशीपासून सुरूवात करायला हवी. ड़ॉ. फिक असा सल्ला देतात की, ही पद्धत खरोखरच काम करते. पायांना तणावापासून सुटका मिळवून देण्यासाठी आपल्या पायाच्या गुढग्याखाली एक उशी ठेवावी. त्याचप्रमाणे हाताच्या खालीही लहान लहान उषा ठेवाव्यात. मग आपला जबडा, डोळे, हात-पाय यांना विश्रांती घ्यायला सांगून शेवटी आपण झोपी जातो. आपल्या बाबतीत काय घडले आहे, याची जाणीव होण्यापूर्वीच मी हे अनुभवले आहे की मला माहीत आहे, हे असेच होते.

अनिद्रेसाठी सर्वात चांगल्या उपचारापैकी एक उपाय म्हणजे स्वतःला शारीरिक पातळीवर थकविणे. पोहणे, बागकाम करणे, ग़ोल्फ सिईंग किंवा कोणत्याही प्रकारचे शरीर थकविणारे काम करणे. थियोडर ड्रेजर यांनी असेच केले. संघर्षशील तरुण लेखक असताना ते

अनिद्रेविषयी चिंता करीत असत त्यासाठी त्यांनी न्यूयार्क सेंट्रल रेल्वेमध्ये सेकशन हेड म्हणून नोकरी स्वीकारली. दिवसभर खिळे ठोकल्यामुळे आणि खडी टाकल्यामुळे ते इतके थकत असत की, रात्रीचे जेवण घेईपर्यंत ते मोठ्या मुश्किलीने जागे राहत असत.

आपण पुरेशा प्रमाणात थकलो तर निसर्ग आपल्याला विश्रांती घेण्यासाठी भाग पाडतो. उदाहरणासाठी माझेच उदाहरण घेतो. मी बारा वर्षाचा असताना माझे वडील गाडीभर डुकरे घेऊन सेंट जो मिसुरीला गेले. त्यांना रेल्वेचे दोन फुकट पास मिळाले होते म्हणून ते सोबत मलाही घेऊन गेले. तोपर्यंत मी कधीही चार हजारापेक्षा जास्त लोकसंख्या असलेल्या शहरात गेलो नव्हतो. साठ हजार लोकसंख्या असलेल्या सेंट जो मिसुरीला उतरल्यावर मी रोमांचित झालो. मी सहा मजली इमारती पाहिल्या आणि सर्वात आश्चर्यकारक बाब म्हणजे मी स्ट्रीट कारही पाहिली. मी आताही डोळे बंद करून ती स्ट्रीट कार पाहू शकतो आणि तिचा आवाज ऐकू शकतो. माझ्या जीवनातील सर्वात रोमांचकारी असलेल्या या दिवसानंतर मी आणि माझ्या वडिलांनी रेवनवुड मिसुरीसाठी परतीची रेल्वे पकडली. रात्री दोन वाजता तिथे पोहचल्यावर आम्हाला आमच्या शेतापर्यंत चार मैल चालत जावे लागणार होते. हाच या कथेतील महत्त्वाचा मुद्दा आहे. मी इतका थकलो होतो की चालता चालताच मला झोप लागली. त्या झोपेत मी स्वप्नेही पाहिली. मी बहुतेक करून घोड्यावरून रपेट करता करता त्याच्या पाठीवर जाऊन झोपलो आहे. आताही मी तेच सांगण्यासाठी जिवंत आहे.

लोक जेव्हा अतिशय वाईट प्रकारे थकलेले असतात तेव्हा युद्धाच्या वातावरणात दहशत आणि भीतीच्या वातावरणाताही झोपी जातात. प्रसिद्ध युरोलॉजिस्ट डॉ. फॉस्टर केनेडी यांनी मला सांगितले की, १९१८ मध्ये ब्रिटिश सैन्य माघार घेत असताना त्यांनी सैनिकांना इतक्या थकलेल्या अवस्थेत पाहिले की ते जिथे होते तिथेच जमिनीवर त्यांनी अंग टाकले. ज़णू काही ते कोमातच गेले आहेत इतकी त्यांना गाढ झोप लागली होती. त्यांनी आपल्या बोटाने सैनिकांच्या पापण्या उघडल्या तेव्हाही ते जागे झाले नाहीत. त्या सर्वांची बुबुळे डोळयाच्या वरच्या खोबणीत शांतपणे असल्याचे त्यांना आढळून आले. ड़ॉ. केनेडी म्हणतात, 'त्यानंतर ज़ेव्हा मला झोप येण्यासाठी त्रास होत असे तेव्हा मी त्याच स्थितीत डोळयांच्या बाहुल्या ठेवीत असे. त्यानंतर काही सेकंदातच मला जांभया यायला सुरुवात होत असे. मग झोपेची जाणीव होत असे. ही एक स्वंयचलित कृती होती, जिच्यावर माझे कोणत्याही प्रकारे नियंत्रण नव्हते.'

झोपायला नकार देऊन आजपर्यंत कोणाही व्यक्तीने आत्महत्या केली नाही. शिवाय असे कोणी कधीच करू शकणारही नाही. माणसाच्या सर्व प्रकारच्या इच्छाशक्तीच्या विरोधात जाऊन निसर्ग त्याला झोपण्यासाठी भाग पाडतो. निसर्ग आपल्याला जेवण आणि पाण्याशिवाय तर जास्त काळ राहू देतो, पण झोपेशिवाय मात्र राहू देत नाही.

आत्महत्येचा विषय निघाल्यावर मला आणखी एक प्रकरण आठवले. ज़े डॉ. हेन्री सी लिंक यांनी आपल्या **'द डिस्कव्हरी ऑफ मॅन'** या आपल्या पुस्तकात दिले आहे. ड़ॉ. लिंक द सायकॉलॉजिकल क़ॉर्पोरेशनचे उपाध्यक्ष होते. त्यांनी चिंतित असलेल्या आणि हताश झालेल्या अनेक लोकांशी संवाद साधला होता. 'भीती आणि चिंतेवर मात करणे' या आपल्या पुस्तकातील प्रकरणात ते आत्महत्या करू इच्छिणाऱ्या एका रुग्णाबद्दल लिहितात. त्याच्याशी वाद घातल्यामुळे प्रकरण अधिकच चिघळू शकते हे डॉ. लिंक यांना माहीत होते. म्हणून मग ते त्या रुग्णाला म्हणाले की तुला आत्महत्याच करायची असेल तर कमीत कमी वेगळ्या पद्धतीने तरी कर. त्या इमारतीच्या भोवती फेऱ्या घाल. जोपर्यंत तुला मृत्यू येत नाही तोपर्यंत फेरे घालणे सुरूच ठेव.

त्याने असे करण्याचा प्रयत्न केला. त्याने एकदाच नाही तर अनेकदा असा प्रकार करून पाहिला. दरवेळी त्याच्या मांसपेशींना नाही तर मेंदूला तरी चांगले वाटत राहिले. ड़ॉ. लिंक याचा उद्देश होता त्याप्रमाणे तिसऱ्या रात्री त्याला सर्व काही मिळाले. तो शारीरिक पातळीवर इतका थकला होता (मानसिक पातळीवर इतका शांत) की, तो लाकडाच्या ओंडक्या प्रमाणे झोपी गेला. नंतर तो ॲथलॅटिक क्लबचा सदस्य झाला. त्याने स्पर्धात्मक पातळीवर सहभागी व्हायला सुरुवात केली. लवकरच त्याला इतके चांगले वाटू लागले की त्याची नेहमीसाठी जिवंत राहण्याची इच्छा बळावतच गेली.

तर अनिद्रेच्या चिंतेपासून बचाव करण्याचे पाच नियम आहेत :

१. तुम्ही झोपू शकत नसाल तर सॅम्युअल अन्टायटनरने केले होते तेच तुम्ही करा. उठून कामाला लागा. अभ्यास किंवा वाचन तुम्हाला झोप येत नाही तोपर्यंत सुरूच ठेवा.

२. कमी झोप झाली म्हणून या जगात आजपर्यंत कोणाचेही निधन झाले नाही. अनिद्रेऐवजी अनिद्रेची जास्त चिंता केल्यामुळे आपले जास्त नुकसान होते.

३. प्रार्थनेची मदत घ्या किंवा तेविसावे भजन सतत म्हणत रहा. जसे जिनेट मॅकडोनाल्ड यांनी केले होते.
४. आपले शरीर सैल सोडा.
५. व्यायाम करा. शारीरिक पातळीवर स्वतःला इतके थकवा की, त्यानंतर तुम्ही जागे राहता कामा नये.

भाग सात थोडक्यात

चिंता रोखण्याच्या आणि जोश तसेच उत्साह वाढविण्याच्या पद्धती

१. थकायच्या आधीच आराम करायला सुरुवात करा.
२. आपल्या कामामध्ये विश्रांती घ्यायला शिका.
३. क़ाम करण्याच्या या चांर चांगल्या पद्धती स्वीकारा :

i. तत्कालिन समस्येशी संबंधित असलेले आणि त्या दिवशी ज्यावर तुम्हाला काम करायचे आहे, असे कागद वगळता बाक सर्व प्रकारचे कागद तुमच्या टेबलावरून हटवा.
ii. क़ामाच्या महत्त्वानुसार कामे करा.
iii. तुमच्या समोर एखादी समस्या आली आणि तिच्याशी संबंधित सर्व तथ्ये तुमच्या समोर असतील तर त्यावर निर्णय घ्यायला वेळ लाऊ नका.
iv. व्यवस्थित राहणे, इतरांवर काम सोपविणे आणि फक्त निरीक्षण करणे हे शिका.

५. चिंता आणि थकव्यापासून बचाव करण्यासाठी आपल्या कामात उत्साह निर्माण करा.
६. क़ोणीही व्यक्ती झोप कमी झाली म्हणून किंवा झोप झाली नाही म्हणून मृत्यू पावला नाही, हे नेहमी लक्षात ठेवा. अनिद्रेऐवजी तिची चिंता करीत राहिल्यामुळे आपले सर्वाधिक नुकसान होते.

भाग - ८

' मी चिंतेवर कशी
मात केली?' हे
सांगणाऱ्या
एकतीस सत्यकथा

समस्यांचे आक्रमण

१९४३ च्या उन्हाळयात मला असे वाटत होते की जणू काही या जगातील किमान निम्म्या समस्या तरी माझ्या खांद्यावर जमा झाल्या आहेत.

चाळीस वर्षांपेक्षा अधिक काळ मी चिंतारहित एक सामान्य जीवन जगत आलो होतो. एखादा व्यवसायिक, पती किंवा पिता याच्या वाट्याला येतात तशाच प्रकारच्या सामान्य समस्यांचा मी सामना करीत होतो. मी साधारपणे या सर्व समस्यांचा नियमितपणे सामना करू शकत असे; पण एकदा अचानक धडाम.. धडाम करीत सहा महत्त्वाच्या समस्यांनी एकाच वेळी माझ्यावर आक्रमण केले. मी रात्रभर आंथरुणावर तळमळत कुशी बदलीत राहिलो. मला सकाळ होण्याची भीती वाटत होती कारण सकाळ झाल्यावर मला एकदमपणे या सर्व सहा समस्यांना सामोरे जायचे होते.

१. माझे बिझनेस कॉलेज आर्थिक ओढाताणीच्या काठावर आले होते. क़ारण बहुतेक सर्व मुले युद्धात सहभागी झाली होती आणि मुली तर कोणत्याही प्रशिक्षणाशिवाय बार प्लांटमध्ये काम करून त्यांच्यापेक्षा जास्त कमाई करीत होत्या. माझ्याकडील पदवीधर प्रशिक्षणानंतर बिझनेस ऑफिसमध्ये काम करून जितकी कमाई होत असे त्यापेक्षा अप्रशिक्षित मुलींची कमाई जास्त होती.
२. माझा मोठा मुलगा सैन्यात गेला होता आणि ज़्यांची मुले रणांगणावर गेली आहेत अशा आई वडिलाना वाटते तशीच माझ्या समोर सर्वात मोठी चिंता होती.
३. ओक्लाहोमा सिटीने विमानतळ तयार करण्यासाठी आधीच एक मोठा भूखंड घेऊन टाकला होता. माझे घर, म्हणजे माझ्या वडिलांनी बांधलेले घर या जागेच्या बरोबर मध्यभागी येत होते. त्याच्या किमतीचा फक्त दहावा भागच माझ्या हातात पडणार असल्याचे मला माहीत होते. तसेच यापेक्षा वाईट गोष्ट म्हणजे मला माझे घर गमवावे लागणार होते. घराची कमतरता भासत असल्यामुळे या बाबतीत मी अधिकच चिंतीत झालो होतो. माझे सहा व्यक्तींचे कुटुंब योग्य प्रकारे राहू शकेल, असे घर मला मिळेल का याची मला चिंता लागली होती. आम्हाला एखाद्या तंबूत राहवे लागते की काय

अशी मला भीती वाटत होती. आपण तंबूसुद्धा खरेदी करू शकू किंवा नाही, याचीही मला चिंता लागली होती.

४. माझ्या जमिनीवर पाण्यासाठी खोदण्यात आलेली विहिर कोरडी पडली होती कारण माझ्या घराजवळच एक ड्रेनेजचा खोल खड्डा खोदण्यात आला होता. अशा परिस्थितीत एखादी नवीन विहिर खोदणे म्हणजे किमान पाचशे डॉलरची माती करणे होते. क़ारण तरीही ती जमिन माझ्या हातातून जाणारच होती. माझ्याकडे असलेल्या पाळीव प्राण्यांना पाणी पाजण्यासाठी गेल्या दोन महिन्यांपासून मी सकाळी उठल्यावर हातात बादल्या घेऊन ज़ात होतो. युद्धातील उरलेल्या दिवसातही असेच करावे लागेल याची मला भीती वाटत होती.

५. मी माझ्या बिझनेस स्कूलपासून दहा मैल अंतरावर राहत होतो. माझ्याकडे क्लास बी गॅसोलिन कार्ड होते. त्यामुळे मी आता नवीन टायर खरेदी करू शकत नव्हतो, असा त्याचा अर्थ झाला होता. माझ्या जुन्या फोर्ड गाडीचे जुने टायर खराब झाले तर मी ऑफिसला कसे जावे, याची चिंता मला सतावत होती.

६. माझ्या सर्वात मोठ्या मुलीने ठरलेल्या वेळेपेक्षा एक वर्ष आधीच हायस्कूलचे शिक्षण पूर्ण केले होते. क़ॉलेजला जाण्याची तिची खूप इच्छा होती, पण तिला कॉलेजला पाठविण्याइतके माझ्याकडे पैसे नव्हते. तिने मन विदिर्ण होईल, हे मला माहीत होते.

एके दिवशी दुपारच्या वेळी मी ऑफिसमध्ये बसून आपल्या चिंतांचा विचार करीत होतो तेव्हा मी त्या सर्व समस्या लिहून काढण्याचा निर्णय घेतला. क़ारण माझ्यासमोर आहेत तशा समस्या दुसऱ्या कोणालाही नाहीत, असे मला वाटत होते. चिंतेसोबत संघर्ष करायला मला काहीही त्रास होत नव्हता, फक्त माझ्याकडे जिंकण्याचीजरा तरी शक्यता असायला हवी होती. मला मात्र माझ्या सर्व समस्या नियंत्रणा पलिकडच्या वाटत होत्या. या समस्या सोडविण्यासाठी मी काहीही करू शकत नव्हतो. म्हणून मग मी माझ्या समस्यांना टाइमच्या टाईप केलेल्या यादीला फाईलमध्ये ठेवले. अनेक महिने निघून गेल्यावर मला या यादीचा पूर्णपणे विसर पडला. आठरा महिन्यानंतर दुसऱ्या कोणत्या तरी फाईलचा शोध घेत असताना मला ती सहा समस्या टाईप करून ठेवलेली फाईल दिसली. ज़ी कधी काळी माझे आरोग्य बिघडविण्याची मला धमकी देत होती. मी ती अतिशय आवडीने वाचली आणि त्यामुळे माझा फायदाही झाला. त्यापैकी एकही घटना घडली नसल्याचे मला आढळून आले.

त्यांच्या बाबतीत जे काही झाले ते असे होते: -

१. माझे बिझनेस कॉलेज बंद करावे लागणार असल्याची चिंता व्यर्थ होती कारण सरकारने वेटरन्सला प्रशिक्षित करण्यासाठी बिझनेस स्कूलला अनुदान द्यायला सुरवात केली होती. त्यामुळे माझे कॉलेज पूर्णपणे विद्यार्थ्यांनी भरले होते.
२. सैन्यात गेलेल्या माझ्या मुलाबद्दल मला वाटणारी चिंता निरर्थक होती. क़ारण साधा ओरखडाही न पडता तो युद्धावरून सुखरूप परत आला होता.
३. विमानतळासाठी माझी जमिन हिसकावून घेतली जाण्याबद्दल मला वाटणारी चिंताही निरर्थक असल्याचे मला आढळून आले. क़ारण माझ्या शेतापासून एक मैल अंतराच्या आत तेलाची विहिर खोदण्यात आली होती. तसेच विमानतळासाठी जमिन ताब्यात घेण्याची किमत आता खूपच वाढली होती.
४. पाळीव प्राण्यांना पाणी पाजण्यासाठी नवीन विहीर न खोदण्याबाबतची माझी चिंताही व्यर्थ होती. क़ारण माझी जमिन विमानतळासाठी घेतली जाणार नसल्याचे मला कळल्यावर मी लगेच नवीन विहिर खोदली. इतकी खोल विहिर खोदली की तिला बारमाही पाणी लागले.
५. टायर निकामी ठरण्याबद्दल मला वाटणारी चिंताही निरर्थक असल्याचे मला आढळून आले. क़ारण रिमोल्डिंग केल्यामुळे आणि सावधपणे गाडी चालविल्यामुळे क़से का होईना, पण टायर चालू स्थितीत राहिले.
६. माझ्या मोठ्या मुलीच्या शिक्षणाबद्दलच्याही मला वाटणाऱ्या सर्व चिंता निरर्थक असल्याचे मला आढळून आले. क़ारण तिचे कॉलेज सुरू होण्याच्या साठ दिवस आधीच एखादा चमत्कार झाल्याप्रमाणे मला ऑडिट करण्याचे काम मिळाले होते, जे मी शाळेतील तासानंतर करू शकत होतो. माझ्या या कामामुळेच तिला वेळेवर कॉलेजला पाठविणे मला शक्य झाले.

मी बहुतेक वेळा लोकांना असे म्हणताना ऐकले आहे की, माणसाला ज्या गोष्टींची चिंता वाटत असते त्यापैकी नव्व्याण्णव टक्के गोष्टी घडतच नाहीत. या जुन्या म्हणीचा खरा अर्थ मला तोपर्यंत कळला नव्हता. ज़ोपर्यंत मी चिंतांची ती अठरा महिन्यांपूर्वीच्या त्या दुछखद दुपारी टाईपकरून घेतलेली यादी पाहिली नाही.

मला त्या सहा भयंकर समस्यांसोबत निरर्थक संघर्ष करावा लागला म्हणून मी आता देवाचे आभार मानतो. या अनुभवातून मी असा एक धडा शिकलो जो मी आयुष्यभर

विसरू शकणार नाही. त्याने मला त्या घटनांबद्दल चिंता करण्याचा मूर्खपणा करायला भाग पाडले आणि त्रास करून घेतला, जे प्रत्यक्षात कधीच झाले नाही. अशा घटना ज्या आपल्या नियंत्रणा पलिकडे असतात आणि त्या कदाचित कधीच प्रत्यक्ष होत नाहीत.

लक्षात ठेवा, ज्या उद्याची तुम्ही कालपर्यंत चिंता करीत होतात तो उद्या आज होऊन तुमच्यासमोर उभा आहे. आता स्वतःलाच विचारा की कालपर्यंत जी घटना होईल म्हणून मी चिंता करीत होतो, ती घटना खरोखरच होणार आहे का?

- सी. आय. ब्लॅकबुड

मी एका तासात आशावादी

मी स्वतःला सध्याच्या समस्याबद्दल चिंतीत होताना पाहतो तेव्हा मी एका तासात स्वतःला त्या चिंतांपासून मुक्त करतो आणि स्वतःला जोरदार आशावादी बनवितो. ज़्यामुळे मी असे करू शकतो, ती पद्धत अशी आहे. मी माझ्या लायब्ररीत जातो आणि माझे डोळे बंद करतो. मग मी माझ्या त्या सेल्फच्या दिशेने चालायला लागतो ज़्यामध्ये फक्त इतिहासाचीच पुस्तके ठेवलेली आहेत. ड़ोळे बंद ठेवूनच मी तेथील एखादे पुस्तक उचलतो. मी प्रेस्कॉटचे क़्रॅनव्हेन्ट ऑफ मेक्सिको किंवा स्टीटॅनसचे लाईव्ह ऑफ सिक्स सिस्टर्स उचलले असल्याचे मला अजिबात माहीत नसते. आपले डोळे बंदच ठेवून मी त्या पुस्तकातील कोणतेही एखादे पान उघडतो. मग मी डोळे उघडतो आणि एक तासभर ते वाचीत राहतो. मी जितके जास्त वाचन करतो तितक्या जोरदारपणे मला हे जाणवते की, हे जग नेहमी दुःखाने भरलेले असून सभ्यता नेहमीच धडपड करताना दिसते. इतिहासाची पाने ओरडून ओरडून दुष्काळ, महामारी, गरिबी आणि माणसाने माणसांवर केलेले अत्याचार याची कथा सांगत असतात. एक तासभर इतिहास वाचल्यावर मला असे जाणवते की आजची स्थिती वाईट असली तरीही त्या स्थितीपेक्षा नक्कीच चांगली आहे, ज़ी पूर्वी होती. त्यामुळे मला माझ्या समोर सध्या असलेल्या समस्यांकडे पाहण्याचा पैलू मिळतो आणि त्याचा सामना करण्यासाठी मदतही मिळते. तसेच एकूणात काय तर हे जग चांगले होत चालले आहे, याचीही मला जाणीव होते.

ही पद्धत इतकी चांगली आहे की, यावर एक स्वतंत्र प्रकरण लिहिले जाऊ शकते. इतिहास वाचा. दहा हजार वर्षांपूर्वीचा दृष्टिकोन विकसित करण्यासाठी प्रयत्न करा आणि

पहा की या दीर्घ कालखंडाच्या तुलनेत आपली समस्या किती तुच्छ आहे.

- रॉजर डब्ल्यू बॉब्सन,
प्रसिद्ध अर्थ शास्त्रज्ञ.

हीन भावनेपासून मुक्तता

मी पंधरा वर्षांचा असताना चिंता, भीती आणि शंकोच मला सतत सतावित असत. मी माझ्या वयाच्या तुलनेत खूपच उंच होतो आणि माझी अंगकाठी एखाद्या तारासारखी पातळ होती. माझी उंची सहा फूट दोन इंच होती आणि माझे वजन फक्त ११८ पौंड होते. माझे शरीर उंच असले तरीही मी अतिशय दुबळा होतो आणि आपल्या वयाच्या इतर मुलांसोबत मी बेसबॉल किंवा ॲथलेटिक्सचा सामना करू शकत नव्हतो. ते सर्व माझी टिंगल करीत असत आणि मला 'हिचॅट फेस" म्हणून चिडवित असत. यामुळे मी इतका चिंतीत आणि संकोची झालो होतो की, मला कोणालाही भेटण्याची भीती वाटत होती. चुकून माकून कधी तरी कोणाला तरी भेटत असे. क़ारण आमचे फार्म हाऊस मुख्य रस्त्यापासून दूर होते. त्यामुळे आपले ईआई-वडील, बहीण-भाऊ वगळता इतर कोणाला अनेक आठवडे न भेटताही दिवस काढता येत असत.

मी या चिंता आणि भीतीसमोर पराभव मान्य केला असता तर माझ्या जीवनात मी नक्कीच अपयशी झालो असतो. दर रोज आणि दिवसाच्या प्रत्येक तासाला मी माझे उंच शरीर आणि दुबळेपणा याचीच चिंता करीत असे. दुसऱ्या कोणत्याही गोष्टीबद्दल मी खूप मोठ्या मुश्किलीने विचार करू शकत असे. माझी लाज आणि माझी भीती इतकी भंयकर होती की, ते सर्व शब्दात मांडणे जवळपास अशक्यच आहे. माझ्या आईला माझ्या भावना कळत होत्या. ती एका शाळेत शिक्षिका होती. ती मला म्हणायची, 'बाळा, तू शिक्षण घ्यायला हवेस. तू आपल्या बुद्धीच्या बळावर आपली उपजिविका करायला हवी. क़ारण तुझे शरीर तुझ्या मार्गात नेहमीच अडथळा ठरणार आहे.'

आई - वडील मला कॉलेजमध्ये पाठविण्यासाठी असमर्थ होते. त्यामुळे माझा मार्ग मलाच निवडावा लागणार होता. त्यासाठी मी एका हिवाळयात एक ऑपासम, एक स्कंक, मिंक आणि रेकूण धरला. वंसत ऋतूमध्ये मी त्यांचा चमडा चार डॉलरला विकला. या डॉलरचा वापर करून मी दोन लहान डुकरे खरेदी केली. मी या डुकरांना घरातील उरले सुरले अन्न दिले आणि नंतर त्यांना मक्का लावला. पुढच्या शरद ऋतूत मी त्यांना चाळीस

डॉलरला विकले. दोन डुकरे विकून आलेल्या पैशांवर मी सेंट्रल नॉर्मल कॉलेजमध्ये गेलो. ते डॅनविले इंडियानामध्ये होते. बोर्डिंगसाठी मी दर आठवड्याला एक डॉलर चाळीस सेंट देत असे. माझ्या रुमसाठी दर आठवड्याला पंचवीस सेंट देत असे. माझ्या आईने शिवलेले एक भूरकट शर्ट मी वापरीत असे. (मळलेले दिसू नये म्हणूनच त्यांनी भूरकट रंगाच्या कापडाचा वापर केला होता, हे उघडच आहे.) मी कपड्याचा तो सूट वापरीत असे, ज़ो कधी काळी माझ्या वडिलांनी स्वतःसाठी शिवला होता. वडिलांचे कपडे मला फिटिंगला योग्य प्रकारे बसत नव्हते की त्यांचे शूज माझ्या मापाचे नव्हते तरीही मी ते वापरीत होतो. त्या शूजच्या बाजूला इलास्टिक बँड लावलेले होते आणि शूज घालताना ते ताणत असत. त्या इलॅस्टिक बँडचा तणाव कधीचा गायब झाला होता आणि त्यांचा वरील भाग इतका मोठा झाला होता की चालताना पाय शूजमधून बाहेर पडत असत. त्यामुळे इतर विद्यार्थ्यांना भेटायची मला लाज वाटायची. म्हणून मग मी आपल्या रूममध्ये राहून वाचत रहायचो. एखाद्या स्टोअर मधून माझ्या फिटिंगचे कपडे विकत घेणे आणि त्या कपड्याची मला लाज वाटणार नाही, असे ते असावीत अशी माझी एक खूप खोलवर दडलेली इच्छा होती.

यानंतर काही काळातच चार घटना घडल्या. त्यामुळे मला माझ्या चिंता आणि हीन भावना पराभूत करण्यासाठी मला खूप मोठी मदत झाली. यापैकी एका घटनेने मला साहस, आत्मविश्वास आणि आशा दिली तसेच माझे उर्वरित जीवन पूर्णपणे बदलून टाकले. मी या घटनांचे थोडक्यात वर्णन करतो :-

१. या सामान्य शाळेमध्ये फक्त आठ आठवडे शिकल्यानंतर मी एक परीक्षा दिली. मला खेड्यातील पब्लिक स्कूलमध्ये शिकण्यासाठी तिसऱ्या दर्जाचे प्रमाणपत्र मिळाले. हे प्रमाणपत्र फक्त सहा महिनेच उपयुक्त ठरणार होते, हे मला माहीत होते. माझ्या क्षमतावर कोणाचा तरी विश्वास आहे, हे दाखविणारे ते लहानसे प्रमाण होते. त्या आस्थेचे ते प्रमाण होते जे माझ्या आई शिवाय पहिल्यांदा दुसऱ्या कोणाला तरी आढळून आले होते.
२. हॅप्पी हॅलो गावातील स्कूल बोर्डाने मला दर रोज दोन डॉलर याप्रमाणे चाळीस डॉलर दर महा याप्रमाणे मला वेतन देऊन शाळेत शिकण्यासाठी ठेवले. आणखी कोणाचा तरी माझ्या क्षमतेवर विश्वास असल्याचे हे दुसरे प्रमाण होते.
३. मला पहिला चेक मिळाल्यावर मी स्टोअरमध्ये जाऊन ज्याची मला घातल्यावर लाज वाटणार नाही, असे कपडे शिवले. आज मला कोणी दहा लाख डॉलर दिले तरीही

मला तेव्हासारखा रोमांच मिळणार नाही. ज़ेवढा मला त्यावेळी स्टोअरमधून सूट खरेदी करताना झाला नाही. ज़्याच्या बदल्यात मी फक्त काही डॉलरच खर्च केले होते.

४. माझ्या जीवनातील खरे वळण लाज आणि हीन भावनेच्या विरोधातील संघर्षातील पहिला विजय मला पूनम कुटनाम यात्रेत मिळाला. ज़ो ब्रेनब्रिज इंडियांनामध्ये दरवर्षी आयोजित केला जातो. त्या यात्रेत आयोजित केल्या जाणाऱ्या सार्वजनिक भाषण स्पर्धेत सहभागी व्हावे यासाठी मला माझ्या आईने प्रोत्साहित केले. माझ्यासाठी हा विचार सुद्धा कल्पनेपलिकडचा होता. माझ्यात एकट्या माणसाशी बोलण्याची हिमंत नव्हती, ग़र्दी समोर बोलण्याचा तर विचारच न केलेला बरा. माझ्या क्षमतांवर आईची असलेली आस्था करुणादायी होती. ती माझ्या भविष्याबद्दल मोठ मोठी स्वप्ने पाहत होती आणि आपल्या मुलामध्ये आपले जीवन दुसऱ्यांदा जगत होती. तिच्या आस्थेनेच मला या स्पर्धेत सहभागी होण्यासाठी प्रेरित केले.

मी बोलण्यासाठी असा विषय निवडला की जगातील जणू काही तो अखेरचा विषय होता, ज्यावर मी अधिकारवाणीने बोलू शकत होता, 'अमेरिकेतील फाईन आणि लिरल आर्ट'. ख़रं सांगायचं तर या भाषणाचे लेखन करीपर्यंत मला लिबरल आर्ट म्हणजे काय असते, हेही माहीत नव्हते. पण त्यामुळे काहीही फरक पडणार नव्हता, कारण माझ्या श्रोत्यांनाही त्याबद्दल विशेष माहिती नव्हती. मी माझे पल्लेदार भाषण वाचून पाठ केले होते आणि झाडे तसेच गायीसमोर मी ते म्हणून दाखविले होते. आईच्या समाधानासाठी मी इतकी चांगली कामगिरी करायला इतका उत्सुक होतो की अति उत्साहामुळे मी बोलून गेलो असतो. ज़े काही व्हायचे ते होवो मला पहिला पुरस्कार मिळाला. ज़े झाले त्यामुळे मी अस्वस्थ झालो होतो.

श्रोत्यांनी टाळया वाजवून माझा उत्साह वाढविला. ज़ी मुले कधी माझ्यावर तिरकस शेरे मारीत असत, माझी टिंगल करीत असत, मला हिचॅट फेस म्हणत असत तेच आता माझ्या पाठीवर शाबासकीची थाप मारीत होते आणि म्हणत होते, 'तू हे करू शकत होतास, याची मला खात्री होती.' आईने मला छातीशी धरले आणि ती बराच वेळ स्फुंदत राहिली. आता मी मागे वळून पाहतो तेव्हा ती भाषण स्पर्धा जिंकणे ही माझ्या जीवनातील एक चांगले वळण होते. स्थानिक वृत्तपत्रात पहिल्या पानावर माझ्याबद्दल लेख प्रकाशित झाले. माझ्या भविष्याबद्दल थोर भविष्य वाणी करण्यात आली होती. ती स्पर्धा जिंकल्यामुळे मी स्थानिक पातळीवर माझे स्थान निर्माण करू शकलो होतो आणि मला प्रतिष्ठा मिळाली होती.

यापेक्षाही जास्त महत्त्वाची बाब अशी की त्यामुळे माझा आत्मविश्वास शंभर पटीने जास्त वाढला होता. मी ती स्पर्धा जिंकली नसती तर मी कधीही अमेरिकन सिनेटचा सदस्य झालो नसतो, याची मला आता जाणीव होते. क़ारण याने माझे डोळे उघडले. माझे क्षितिज अधिक व्यापक झाले. माझ्यात कोणत्या प्रकारची योग्यता दडलेली होती आणि त्याची मला काहीच कल्पना नव्हती. अर्थात या सर्वापेक्षा जास्त महत्त्वाची बाब अशी होती की ही स्पर्धा जिंकणे म्हणजे सेंट्रल नॉर्मल कॉलेजमध्ये आणखी एका वर्षाची स्कॉलरशीप मिळणे.

मी आता आणखी शिक्षण मिळविण्यासाठी व्याकूळ झालो होतो. पुढील काही वर्षांमध्ये १८९६ ते १९००च्या दरम्यान मी शिकणे आणि शिकविणे यासाठी माझा वेळ वाटून टाकला. ड़े पॉ विद्यापीठात आपला खर्च भागविण्यासाठी मी वेटरचे काम केले. भट्टीची काळजी घेतली तसेच लॉनवरील गवताचा हिशोब ठेवला. उन्हाळ्यात गहू आणि मक्क्याच्या शेतात काम केले. तसेच एका रस्ता निर्माण कार्यक्रमात गिट्टी टाकण्याचेही मी काम केले.

१८९६ साली मी फक्त एकोणवीस वर्षांचा असताना मी अठ्ठावीस भाषणे केली होती. त्यामध्ये प्रेसिडेंट पदाचे उमेदवार विल्यम जेनिंग्स ब्रायन यांना मत देण्याचे आवाहन केले. ब्रायन यांच्यासाठी बोलण्याच्या रोमांचाने माझ्या मनात राजकारणात उतरण्याची इच्छा निर्माण झाली. म्हणूनच मी डे पी विद्यापीठात गेल्यावर क़ायद्याचे आणि जाहीर भाषण करण्याचे शिक्षण घेतले. १८९९ मध्ये बटलर कॉलेजमध्ये झालेल्या वाद विवाद स्पर्धेमध्ये मी विद्यापीठाचे प्रतिनिधीत्व केले. ही स्पर्धा इंडियानापोलिसमध्ये आयोजित करण्यात आली होती. याचा विषय होता, 'या सदनाच्या मतानुसार सिनेटरीची निवड लोकप्रिय मतदानाने व्हायला हवी.' मी इतर भाषण स्पर्धाही जिंकल्या आणि १९०० मध्ये मी क़ॉलेजचा वार्षिकांक द मिराज आणि विद्यापीठातील वृत्तपत्र द पॅलेडियमचा मुख्य संपादक झालो.

ड़े पा मधून बी. ए.ची पदवी मिळविल्यावर मी होरेस ग्रील यांच्या सल्ल्यानुसार वागलो. मी फक्त पश्चिम दिशेला गेलो नाही तर दक्षिण पश्चिमेला गेलो. मी एका नवीन प्रदेशात गेलो- ओक्लोहोमा. किवोआ, रोमांचे, अपाचे इंडियन आरक्षण खुले करण्यात आले तेव्हा मी एक दावा ठोकला आणि ओक्लाहोमामध्ये माझे वकिलीचे कार्यालय सुरू केले. मी ओक्लाहोमा राज्याच्या सिनेटमध्ये तेरा वर्षे काम केले. द कॉंग्रेसच्या खालील सदनात मी चार वर्षे माझी सेवा दिली. त्यानंतर वयाच्या पन्नासाव्या वर्षी मी माझी महत्त्वाकांक्षा

पूर्ण केली. मी ओक्लाहोमामधून अमेरिकन सिनेटसाठी निवडून आलो. मी ४ मार्च १९२७ पासून याच स्वरुपात माझी सेवा देत आलो आहे. ओक्लाहोमा आणि इंडियन टेरिटेरिज १६ नोव्हेंबर १९०७ रोजी एक नवीन राज्य ओक्लाहोमा साकारले आहे. त्यामुळे तिथे माझा सतत सन्मान होत आला आहे. आधी राज्याच्या सिनेटसाठी मग अमेरिकन कॉंग्रेससाठी आणि शेवटी अमेरिकन सिनेटसाठी.

मी ही कहानी माझ्या क्षणिक यशाचा ढोल वाजविण्यासाठी सांगितली नाही. त्यामध्ये इतर कोणाला फारसा रस असण्याचेही कारण नाही. मी हेसर्व इतक्या विस्ताराने यासाठी सांगितले की यातून एखाद्या गरीब मुलाला साहस आणि आत्मविश्वास मिळावा. ज़ो माझ्या प्रमाणे चिंता, लाज आणि हीन भावनेने ग्रासलेला असेल. या सर्वांनी खरे तर माझे जीवन उद्धवस्त करून टाकले होते. तेव्हा मला माझ्या वडिलांचे जुने कपडे घालावे लागत होते आणि शूजही पायांमध्ये घट्ट बसत नव्हते.

(**संपादकीय टीप** : हे माहीत करून घेणे अतिशय रोमांचक आहे की, आपल्या तारुण्यात आपल्या वाईट फिटिंगच्या कपड्यांमुळे लाजून चूर होणारे एल्मर थॉमस यांना नंतर अमेरिकन सिनेट मधील बेस्ट ड्रेस्ड मॅन म्हणून निवडण्यात आले होते.)

- एल्मर थॉमस,

ओक्लाहोमाचे माजी अमेरिकन सिनेटर

देवाच्या बागेमध्ये

१९१८ मध्ये मी माझ्या ओळखीच्या विश्वाकडे तोंड फिरविले आणि मी उत्तर पश्चिम अफ्रिकेत निघून गेलो. मी सहारामध्ये म्हणजे देवाच्या बागेत अरबांसोबत राहू लागलो. मी तिथे सात वर्षे राहिलो. मी तिथे ख़ानाबदोशांची भाषा शिकली. मी त्यांच्यासारखे कपडे घातले आणि त्यांच्यासारखे जेवणही घेतले. ग़ेल्या वीस शतकांमध्ये फार कमी स्वरूपात बदल झालेली त्यांची जीवनशैली मी स्वीकारली. मी मेंढ्यांचा मालक झालो आणि अरबांसोबत त्यांच्या तंबूमध्ये जमिनीवर झोपलो. मी त्यांच्या धर्माचा विस्तृत अभ्यासही केला. नंतर मी मोहम्मदावर एक पुस्तकही लिहिले. त्याचे नाव होते, 'द मेसेंजर.' या खानाबदोश लोकांसोबत घालविलेली ती सात वर्षे माझ्या जीवनातील सर्वात शांततामय आणि समाधानकारक वर्षे होती.

माझा अनुभव आधीच अतिशय समृद्ध आणि वैविध्यपूर्ण होता. मी पॅरिसमध्ये इंग्रज

आई वडिलांच्या घरी जन्माला आलो. नऊ वर्षे फ्रान्समध्ये राहिलो. नंतर ब्रिटिश सैन्य अधिकारी म्हणून मी सहा वर्षे घालविली. जिथे मी पोलो खेळलो, शिकार केली आणि हिमालयातील प्रवासही केला. ज़ोडीने मी थोडे फार सैनिकी कामही केले. मी पहिल्या महायुद्धात सहभागी झालो आणि या महायुद्धाच्या शेवटी मिलिट्री अॅटेशे म्हणून मला पॅरिसमध्ये शांतता बोलणी करण्यासाठी पाठविण्यात आले. मी तिथे जे काही पाहिले त्यामुळे मला धक्काच बसला आणि मी निराश झालो. पश्चिमी आघाडीवर चार वर्षाच्या कत्तलीनंतर मला असा विश्वास वाटत होता की आम्ही आपली संस्कृती वाचविण्यासाठी लढत आहोत. पण पॅरिसमधील शांतता बोलण्याच्या वेळी राजकीय नेत्यांना मी दुसऱ्या महायुद्धासाठी मैदान तयार करताना पाहिले. प्रत्येक देशाला आपल्यासाठी काही तरी मिळवायचे होते. त्यासाठी राष्ट्रीय विद्वेश निर्माण केला जात होता. गुप्त कुटनीतितील विवाद पुनरुजीवित केले जात होते.

माझे मन युद्ध, सैन्य आणि समाज यामुळे भरले होते. आपल्या करिअरमध्ये पहिल्यांदाच मी जागी राहून तळमळत रात्री काढल्या. आपल्या वैयक्तिक जीवनात मी काय करायला हवे, याची चिंता करीत मी रात्र रात्र तळमळत होतो. लॉयड जॉर्ज यांनी मला राजकारणात जाण्यासाठी प्रेरित केले होते. मी त्यांच्या सल्ल्यानुसार वागण्याचा विचार करीत असताना एक विचित्र घटना घडली. अशी विचित्र घटना जिने माझी पुढील सात वर्षे माझ्या जीवनाची दिशा नक्की केली. ही विचित्र गोष्ट एका चर्चमध्ये घडली. जी दोनशेपेक्षा कमी सेकंदात घडली. माझी हीच चर्चा 'टेड' लारीस, 'लारिस ऑफ अरेबिया' यांच्याशी झाली. पहिल्या महायुद्धाची देणगी असलेल्या सर्वात रंगिल्या व्यक्तिमत्त्वात लारीस यांचा समावेश होता. ते अरबांसोबत वाळवंटात राहिले होते. त्यांनी मलाही असेच करण्याचा सल्ला दिला. आधी तर हा विचार मला विचित्र वाटला.

अर्थात मी सैन्यातील नोकरी सोडण्याचा निर्णय घेतला होता आणि मला आता दुसरे काही तरी करावेच लागणार होते. नागरी नियुक्ते माझ्यासारख्या सैनिकी अधिकाऱ्याला आपल्या इथे नोकरीवर ठेवू इच्छित नव्हते. विशेषतः श्रम बाजारात लाखो बेरोजगार पडलेले असताना तर अजिबातच नाही. म्हणून लारीस यांनी सल्ला दिल्याप्रमाणेच मी वागायचे ठरविले. मी अरबांसोबत राहण्यासाठी गेलो. मी असे केले याचा मला आता आनंद वाटतो. चिंतेवर कशा प्रकारे मात मिळविली जाते ते त्यांनी मला शिकविले. सर्व निष्ठावान मुस्लिमांप्रमाणे तेही दैववादी होते. मोहम्मदाने कुराणात जे काही लिहिले आहे

ते सर्व अल्लाहची दैवी अभिव्यक्ती आहे, यावर त्यांचा विश्वास आहे. म्हणूनच जेव्हा कुराण सांगते, 'अल्लाहने तुमची आणि तुमच्या सर्व कामांची रचना केली आहे.' तेव्हा ते याचा शब्दशः स्वीकार करतात. त्यामुळे ते जीवन शांततेने जगतात. क़धीही ते गडबड करीत नाहीत की एखादी गोष्ट बिघडली म्हणून संताप व्यक्त करीत नाहीत.

नशिबात जे काही लिहिले आहे, ते झाल्याशिवाय राहणार नाही, हे त्यांना माहीत आहे. त्यामध्ये अल्लाह शिवाय कोणीही काहीही बदल करू शकणार नाही. अर्थात याचा अर्थ असा अजिबात होत नाही की संकट आल्यावर ते हातावर हात ठेवून बसतात. क़ाहीही करीत नाहीत. उदाहरणासाठी मी तुम्हाला सांगतो की मी सहारामध्ये राहत असताना एक भयंकर आणि वादळी तुफान आले. ते तुफान तीन दिवस आणि तीन रात्री तांडव करीत राहिले. हे तुफान इतके भयंकर आणि जोरदार होते की सहारामधील वाळू भूमध्य सागर पार करून फ्रान्समधील रोनव्हॅलीच्या पलिकडे जाऊन पडली. हवा इतकी उष्ण होती की मला वाटत होते जणू काहीमाझे केस डोक्यावरून गळत आहेत. माझा घसा सुकत होता. माझे डोळे जळजळ करीत होते. माझ्या दातांमध्ये वाळू अडकून पडली होती. मी एखाद्या काचाच्या कारखान्यात भट्टीसमोर उभा असल्यासारखे मला वाटत होते. शुद्धीत असताना ज्या प्रमाणात कोणी वेडे होऊ शकते तितका मी सुद्धा वेडा झालो होतो. अरबांनी मात्र उफ सुद्धा केले नाही. त्यांनी आपले खांदे उडविले आणि म्हणाले, मकतूब! ... 'हे लिहिलेलेच आहे.'

हे वादळ संपताच त्यांनी धावत जाऊन आपल्या कामाला सुरूवात केली. त्यांनी सर्व मेंढ्यांना हलाल केले कारण ते तसेही मरणार आहेत, हे त्यांना माहीत होते. मेंढ्याच्या पिलांना हलाल केल्यामुळे कदाचित ते मोठ्या मेंढ्यांना वाचवू शकतील, असे त्यांना वाटत होते. पिल्यांना हलाल केल्यावर ते मोठ्या मेंढ्यांना दक्षिण दिशेला पाण्याकडे घेऊन गेले. क़ोणत्याही प्रकारची नुकसानीबद्दल चिंता किंवा आलाप न करता हे सर्व अतिशय शांततेने पार पाडले जात होते. प्रमुख म्हणाला, 'हे तितके काही वाईट नाही. खरं तर आपले सर्व काही नाश पावले असते, पण अल्लाहच्या कृपेने पुन्हा नव्याने सुरुवात करण्यासाठी आपल्याकडे चाळीस टक्के मेंढ्या राहिल्या आहेत.'

मला आणखी एक घटना चांगली आठवते. आम्ही कारमधून वाळवंटाच्या पलिकडे जात होतो. तोच कारचा एक टायर फुटला. ड्रायव्हर स्टेपनी ठीक करून घ्यायला विसरला होता. त्यामुळे आता आमच्याकडे फक्त तीनच टायर उरले होते. आता काय करावे म्हणून

मी तळमळत होतो, संतापत होतो. तोच मी आवेशात येऊन आता काय करायले हवे असे एका आरबाला विचारले. ज़ास्त आवेशात आल्यामुळे काही मदत मिळणार नाही. उलट त्यामुळे तुम्ही आणखी गरम व्हाल, याची त्या आरबाने मला आठवण करून दिली. टायर फुटणे ही अल्लाहची मर्जी होती आणि त्याबद्दल आता काहीही केले जाऊ शकत नाही. त्यामुळे आम्ही पुढे निघालो आणि चाकांच्या रीमच्या सहाय्याने पुढे रांगत राहिलो. अचानक कारने झटका दिला आणि ती थांबली. आमच्या कारमधील पेट्रोल संपले होते. प्रमुख फक्त इतकेच म्हणाला, 'मखतुब.' ड्रायव्हरने पुरेसे पेट्रोल का घेतले नाही म्हणून त्याच्यावर संतापण्याऐवजी सर्व जण शांत राहिले. आम्ही आमच्या मुकामाच्या ठिकाणी पायी चालत पोहचलो आणि वाटेने जातांना गाणी गात होतो.

मी अरबांसोबत सात वर्षे घालविल्यानंतर माझा विश्वास बसला की अमेरिका आणि युरोपमधील रोडिक वेडे आणि मद्यपी गंडबड गोंधळ ही सर्व त्या जीवनाने दिलेली देणगी आहे, ज्याला आपण तथाकथीत सभ्यता किंवा संस्कृती म्हणतो.

मी सहारामध्ये होतो तोपर्यंत मला काहीही चिंता नव्हती. मी अल्लाहच्या बागेमध्ये ते आत्मिक समाधान आणि शांतता मिळविली ज़े आपल्यापैकी बहुतेक लोक तणाव आणि निराशेमध्ये शोधत आहेत.

अनेक लोक दैववादावर नाक गोळा करतात, क़दाचित ते योग्य असतील. काय आहे ते कोणाला माहीत? क़शा प्रकारे आपले नशीब आपल्या समोर येऊन आपल्याला घडविते हे पाहण्यासाठी आपण सक्षम असायला हवे. उदाहरणार्थ १९१९ मध्ये ऑगस्ट मधील एका उष्ण दिवशी बारा वाजून तीन मिनिटांनी लर्रिस ऑफ अरेबियाशी मी बोललो नसतो तर तेव्हापासून मी घालविलेली सर्व वर्षे यापेक्षा वेगळी राहिली असती. आपल्या मागील जीवनाकडे वळून पाहिल्यावर मी असा विचार करतो की, क़शा प्रकारे त्या घटनांनी मला वारंवार वळण लावले आणि दिशी दिली, जे खरोखरच माझ्या नियंत्रणा पलिकडचे होते. अरब लोक याला मकतूब किस्मत म्हणजे अल्लाहची देणगी म्हणतात. तुमची जी इच्छा असेल ते तुम्ही म्हणा. ते तुमच्या सोबत विचित्र घटना घडविते. मला तर इतकेच माहीत आहे की आज आरब सोडल्यानंतर सतरा वर्षांनी माझा अजूनही विश्वास आहे की जे काही घडणे शक्य आहे, त्याच्या समोर आनंदाने समर्पण करणेच योग्य असते. अरबांकडून शिकलेल्या या तत्त्वज्ञानामुळे माझी नर्व्हस शांत करण्यासाठी झोपेच्या हजार गोळयांपेक्षा जास्त महत्त्वाचे काम केले आहे.

ज़ेव्हा आपल्या जगण्यावर भडकणाऱ्या जळणाऱ्या ज्वाला कोसळतात

आणि आपण त्यांना अडवू शकत नाही तेव्हा आपणही ते होणारच आहे म्हणून त्याचा स्वीकार करायला हवा. (पहा खंड ३ प्रकरण ९) मग व्यस्त व्हायला हवे आणि तुकडे उचलून ते जोडायला हवेत.

- आर. व्ही. सी. बोडले,
सर थॉमस बोडले यांचे वंशज,
बोडलियन ऑक्सफर्डचे संस्थापक,
विंड इन द सहारा, द मेसेंजर आणि इतर चौदा पुस्तकांचे लेखक.

चिंता कशी पळवून लावली

(मला येल मधील विली फ्लेप्स यांच्या सोबत त्यांच्या मृत्यूच्या काही दिवस आधी एक दुपार घालविण्याची संधी मिळाली. इथे त्या पाच पद्धती दिल्या आहेत. ज़्याद्वारे त्या चिंतेला दूर ठेवीत असत. त्या मुलाखतीच्या वेळी मी ज्या नोटस काढल्या होत्या त्याच्या आधारे हे वर्णन दिले जात आहे. - डेल कार्नेगी)

१. मी चोवीस वर्षांचा असताना अचानक माझे डोळे खराब झाले. तीन किंवा चार मिनिटे वाचन केल्यावर माझ्या डोळ्यात पिना खुपसल्यासारखे वाटत होते. ज़ेव्हा मी वाचन करीत नसे तेव्हाही ते इतके संवेदनशील असायचे की मी खिडकी जवळ बसू शकत नसायचो. मी न्यू हेव्हन आणि न्यूयार्कमधील सर्वात तज्ज्ञ नेत्ररोगांवर उपचार करणाऱ्या डॉक्टरांकडे गेलो, पण त्यामुळेही काही फरक पडला नाही. दुपारी चार वाजता मी माझ्या खोलीतील सर्वात आंधाऱ्या कोपऱ्यात बसून झोपण्याच्या वेळेची वाट पाहत होतो. मी घाबरलो होतो. शिक्षक म्हणून असलेले करिअर सोडून मला पश्चिमेकडे जाऊन लाकूड तोड्याची नोकरी शोधावी लागते की काय अशी भीती वाटत होती. तोच एक विचित्र घटना घडली. त्यामुळे शारीरिक विकारांवर मेंदूच्या पडणाऱ्या प्रभावाची मला जाणीव झाली. त्या दुःखद हिवाळ्यात माझे डोळे सर्वात वाईट अवस्थेत असताना मी पदवीचे शिक्षण घेणाऱ्या विद्यार्थ्यांच्या एका गटाला संबोधित करण्याचे आमंत्रण स्वीकारले. त्या हॉलमध्ये छताला लटकणाऱ्या दैत्याकार गॅसच्या बत्तीचा प्रकाश होता. त्या प्रकाशामुळे माझ्या डोळयांना इतका त्रास झाला की मला जमिनीकडे पाहण्याशिवाय पर्यायच उरला नव्हता. नंतर मात्र मी केलेल्या तीस मिनिटांच्या भाषणाच्या

काळात ही वेदना नाहीशी झाली. मी पापणी न लववविता त्या प्रकाशाकडे पाहू शकत होतो. मग कार्यक्रम संपल्यावर माझे डोळे पुन्हा पूर्वीसारखे दुखू लागले.

मी तेव्हाच विचार केला की मी माझ्या मेंदूला एखाद्या वस्तूवर फक्त तीस मिनिटांसाठी नाही तर एका आठवड्यासाठी एकाग्र करू शकलो तर मी बरा होऊ शकतो. क़ारण हे स्पष्टपणे असे एक रोमांचक प्रकरण होते, ज्यामध्ये मानसिक रोमांच शारीरिक विकारावर विजय मिळवित होता.

अशाच प्रकारची दुसरी एक घटना माझ्या बाबतीत समुद्र पार करीत असताना घडली. मला कंबर दुखीचा इतका जोरदार झटका आला की मी चालूही शकत नव्हतो. मी सरळ उभे राहण्याचा प्रयत्न केल्यावर मला खूपच त्रास सहन करावा लागला. अशा परिस्थितीत मला जहाजावर व्याख्यान देण्यासाठी आमंत्रित करण्यात आले. मी बोलायला सुरूवात केल्या बरोबर माझ्या शरीरातील सर्व प्रकारच्या वेदना आणि आकुंचलेपण गायब झाले. मी ताठपणे उभा राहिलो. मी लवचिकपणे फिरलो आणि नंतर मग एक तासभर बोललो. व्याख्यान संपल्यावर मी माझ्या रुमपर्यंत आरामशीर चालत गेलो. मी ठीक झालो आहे, असे मला एका क्षणासाठी वाटले. अर्थात ही सुटका क्षणिक होती. क़बंर दुखी पुन्हा एकदा माझ्यावर स्वार झाली.

माणसाचा मानसिक दृष्टिकोन खूप महत्त्वाचा असतो, हे या अनुभवाने माझ्या समोर सिद्ध केले. वेळ असतानाच जीवनाचा आनंद घेणे किती महत्त्वाचे आहे ते मला या अनुभवांनी शिकविले. त्यामुळे तेव्हापासून मी रोज असा जगत असतो की जणू काही तोच एक दिवस म्हणजे माझ्या जीवनातील सर्वात पहिला तसेच सर्वात शेवटचा सुद्धा दिवस आहे. मी जगण्याच्या दैनंदिन अभियानामुळे खूपच रोमांचित झालेला असतो. मुख्य म्हणजे रोमांचक स्थितीत कोणीही व्यक्ती चिंतेमुळे अनावश्यक स्वरुपात अस्वस्थ होत नाही. मी शिक्षक म्हणून माझ्या रोजच्या कामावर खूप प्रेम करतो. मी एक पुस्तकही लिहिले आहे. ज्याचे नाव आहे, **'द एक्सायमेंट ऑफ टिचिंग'**. शिकविणे हे माझ्यासाठी एक कला किंवा एक व्यवसाय यापेक्षा अधिकच काही तरी राहिले आहे. ही एक धुंदी आहे. एखादा चित्रकार चित्र काढताना आपल्या चित्रावर करतो तसेच प्रेम मी शिकविण्यावर करतो. किंवा एखादा गायक गाण्यावर करतो तसे माझे शिकविण्यावर प्रेम आहे. सकाळी आंथरुणातून उठल्यावर लगेच मी विद्यार्थ्यांच्या पहिल्या गटाला क़ाय शिकवायचे याचा अतिशय आनंदानें विचार करीत असतो. ज़ीवनातील सफलतेच्या प्रमुख कारणांपैकी उत्साह हे एक असल्याचे मला नेहमीच जाणवले आहे.

२. रंजक पुस्तक वाचून मी माझ्या डोक्यातून चिंता तर बाहेर काढू शकतो. मी एकोणसाठ वर्षाचा असताना दीर्घकालीन नर्व्हस ब्रेक डाऊनला बळी पडलो. या दरम्यान मी डेव्हिड अलेक विल्सन यांचे ऐतिहासिक जीवन आणि क़ार्यालयीन जीवन वाचायला सुरूवात केली. माझ्या बरे होण्यात या पुस्तकाचे खूप मोठे योगदान होते कारण हे वाचत असताना मी इतका काही तल्लीन होत असे की, माझ्या निराशेबद्दल मी विसरून जात असे.

३. आणखी एक वेळा मी अतिशय वाईट प्रकारे तणावग्रस्त असताना मी स्वतःला दिवसातील प्रत्येक तासाला शारीरिकरित्या सक्रिय राहण्यासाठी विवश करीत असे. मी रोज सकाळी टेनिसचे पाच-सहा सेट तुफानी वेगामध्ये खेळत असे. मग आंघोळ आणि लंच घेतल्यावर मी गोल्फचे अठरा गेम खेळत असे. शुक्रवारी रात्री मी एक वाजेपर्यंत डान्स करीत असे. ख़ूप घाम गाळण्याच्या सिद्धांतावर माझा विश्वास आहे. माझ्या शरीरातून घामाच्या बरोबरीने चिंता आणि तणावही निघून जात असल्याचे मला आढळून आले आहे.

४. मी खूप पूर्वीच घाईघाईत, ग़डबडीत आणि तणावात काम करण्याच्या मूर्खपणापासून मी स्वतःला वाचविणे शिकले आहे. मी नेहमीच विल्बर क्रॉसचे तत्त्वज्ञान अमंलात आणण्याचा प्रयत्न केला आहे. ते जेव्हा कनेक्टिकटचे गव्हर्नर होते तेव्हा त्यांनी मला सांगितले, 'मला बऱ्याच वेळा अनेक कामे लगेच करायची असतात तेव्हा मी बसतो आणि आराम करतो. तसेच एक तासभर आपला पाईप ओढतो. दुसरे काहीच करीत नाही.'

५. धैर्य आणि काळ आपल्या बऱ्याचशा समस्या सोडवित असल्याचे मी शिकलो आहे. एखाद्या गोष्टीबाबत मी चिंतीत असतो तेव्हा त्या समस्येकडे योग्य दृष्टीने पाहण्याचा प्रयत्न करतो. मी स्वतःला म्हणतो, आज पासून दोन महिन्यानंतर मी या समस्येची चिंता करणार नाही. तर मग आज तरी मी त्या समस्येची चिंता का करू? आजपासून दोन महिन्यांनंतर माझा जो काही दृष्टिकोन असणार आहे, तो आताच ठेवायला काय हरकत आहे?

थोडक्यात अशा आहेत या पाच पद्धती. ज़्याच्या सहाय्याने प्रोफेसर फेल्प्स यांनी आपली चिंता दूर पळवून लावली आहे.

१. **उत्साह आणि आनंदाने जगा :** मी अशा प्रकारे जगतो की माझ्या वतीने जगला जाणारा हा पहिला दिवस आहे तसेच तो अखेरचाही दिवस आहे.

२. **एखादे रोमांचक पुस्तक वाचा :** मी दीर्घ कालीन नर्व्हस ब्रेक डाऊनला बळी पडलो तेव्हा मी 'लाईफ ऑफ कार्यालय' वाचायला सुरुवात केली. ते वाचताना मी इतका तल्लीन झालो की मी माझ्या निराशेबद्दल विसरून गेलो.

३. **ख़ेळ खेळा :** ज़ेव्हा मी अतिशय वाईटरित्या तणावग्रस्त होतो तेव्हा मी स्वतःला दिवसाच्या प्रत्येक तासाला सक्रिय राहण्यासाठी शरीराला विवश केले.

४. **क़ाम करताना विश्राम करा :** ख़ूप दिवसापूर्वीच मी घाई गडबडीत आणि तणावग्रस्त अवस्थेत काम करण्याचा मूर्खपणा करणे सोडून दिले आहे.

५. **मी माझ्या समस्येचा योग्य पैलू पाहण्याचा प्रयत्न करतो :** 'मी स्वतःला सांगतो की आज नंतर दोन महिन्यांनी मी या समस्येची चिंता करणार नाही, तर मग आता तरी का चिंता करू? आजपासून दोन महिन्यानंतर माझा जो काही दृष्टिकोन असणार आहे, तो दृष्टिकोन आज का नाही ठेवू शकत? '

- प्रोफेसर विल्यम ल्यॉन फ्लेप्स,

क़ालचा सामना, आजचाही सामना

मी गरिबी आणि आजारपणाच्या खोल गर्तेतून गेले आहे. आपल्या सर्वांच्या समोर येणाऱ्या या सर्व समस्या मी कशा काय सहन केल्या, असे लोक मला विचारतात तेव्हा मी त्यांना सांगते, **'मी काल सहन केला आहे. त्यामुळे मी आजही सहन करू शकते. उद्या काय होणार आहे, याचा विचार करण्याची मात्र मी स्वतःला कधीही परवानगी देत नाही.'**

मी गरिबी, संघर्ष, चिंता आणि निराशा असे सर्व काही सहन केले आहे. मला नेहमीच माझ्या शक्तीच्या मर्यादे पलिकडचे काम करावे लागले आहे. मी माझ्या जीवनाकडे आज मागे वळून पाहते तेव्हा मला ते एक रणांगण असल्याचे मला आढळून येते. जिथे माझी तुटलेली स्वप्ने, भंगलेल्या आशा आणि चिंतेचे चटके यांचे मृतदेह पडलेले आहेत. एक असे युद्ध ज्यामध्ये माझा विरोधक नेहमीच माझ्यापेक्षा सशक्त होता. त्याने मला वेळेआधीच जखमी अपंग आणि म्हातारे बनविले होते.

मला माझी दया येत नाही. माझा भूतकाळ आणि त्यातील दुःखावर मी आसवे गाळीत नाही. मला भोगावे लागले तसे दुःख ज्या महिलांना भोगावे लागले नाही, त्यांच्याबद्दल मला जराही मत्सर वाटत नाही. क़ारण मी जीवन जगले आहे तर त्या फक्त जिवंत आहेत.

मी जीवनाचा प्याला शेवटच्या थेंबापर्यंत प्राशन केला आहे, त्यांनी फक्त वरच्या थरातील बुडबुड्यांचा स्वाद घेऊन पाहिला आहे. त्यांना कधीच कळणार नाहीत, अशा अनेक गोष्टी आता मला माहीत झाल्या आहेत. त्यांना दिसणार नाहीत, अशा अनेक गोष्टी मी पाहू शकते. ज़्या महिलांचे डोळे आसवांनी स्वच्छ झाले आहेत, फक्त त्याच महिला ती महान दृष्टी मिळवू शकतात, त्यामुळे त्या विश्वाची भगिनी होतात.

मी अडचणी आणि संकटाच्या थोर विद्यापीठात तत्त्वज्ञान शिकले आहे, जे आरामशीर जीवन व्यतीत करणारी कोणतीही महिला मिळवू शकत नाही. मी प्रत्येक दिवस त्याच्या अटीनुसार जगायला शिकले आहे. उद्याच्या भीतीने अडचणी उधार घेण्यापासून बचाव करायला मी शिकले आहे. प्रतिमेच्या सावलीच्या भीतीने आपण भित्रे होत असतो. मी त्या भीतीला माझ्यापासून दूर ठेवले आहे कारण ज़्या गोष्टीची मला भीती वाटते ती होते तेव्हा तिच्याशी सामना करण्याची शक्ती आणि बुद्धी मला मिळते, हे मी अनुभवातून शिकले आहे. लहान सहान समस्यांमध्ये आता मला प्रभावित करण्याची क्षमता राहिली नाही. तुम्ही आपल्या सुखाच्या महाल जमिनदोस्त होताना आणि त्याच्या जागी भग्न अवशेष उरलेले तुम्ही पाहिले आहेत तेव्हा तुमचा नोकर फिंगर बाऊलच्या खाली नॅपकिन ठेवायला विसरल्याने किंवा कूकने सूप सांडविल्यामुळे तुम्हाला काही फरक पडत नाही.

लोकांकडून जास्त अपेक्षा ठेवू नयेत हेही मी शिकले आहे. त्यामुळे माझ्याशी प्रामाणिक नसलेल्या मित्रांकडूनही मी सुख मिळवू शकते. तसेच इकडे तिकडे करणाऱ्या ओळखीच्या माणसाकडूनही मी सुख मिळवू शकते. सर्वात महत्त्वाची गोष्ट अशी की मी विनोदी स्वभाव विकसित केला आहे. क़ारण बऱ्याचशा गोष्टी अशा होत्या की त्यांच्याबद्दल एक तर मला रडावे लागत होते किंवा हसावे लागत होते. एखादी महिला आपल्यासमोर आलेल्या अडचणींच्या बाबतीत हिस्टोरिकल न होता विनोदी होते तेव्हा मग कोणतीही गोष्ट तिला जखमी करू शकत नाही. मी सहन केलेल्या गोष्टींबद्दल, अडचणींबद्दल पश्चाताप व्यक्त करीत नाही. क़ारण त्यांच्या माध्यमातून मी आतापर्यंत जगलेल्या जीवनात प्रत्येक बिंदूला स्पर्श करून आले आहे. त्याच्या मोबदल्यात मी जे काही दिले ते नक्कीच योग्य होते.

ड़ोरोथी डिक्स ने 'डे नाईट कंपार्टमेंट'
मध्ये राहून चिंतेवर मात मिळविली.

- डोरोथी डिक्स

मी सकाळपर्यंत जगणार नाही?

(१४ एप्रिल १०९०२ रोजी एका युवकाने पाचशे डॉलर रोख आणि एक लाख डॉलरच्या संकल्पासह क़ेमरर, व्यार्मिंगमध्ये एक ड्राय गुडस स्टोअर सुरू केला. साधारणपणे १००० लोकांची वस्ती असलेले केमरर हे एक खेडेगाव होते. तसेच इथे लुईस आणि क़्लार्क एक्सिपिशिन यांच्या वतीने निर्माण करण्यात आलेले जुने कव्हर्ड वॅगन ट्रेलरवर ठेवलेले आहेत. हा युवक आणि त्याची पत्नी स्टोअरच्या वरच्या भागात असलेल्या माळ्यावर राहत असत. टेबल म्हणून ते एका मोठ्या ड्राय गुडसच्या रिकाम्या बॉक्सचा वापर करीत असत. तसेच खुर्ची म्हणून लहान बॉक्सचा वापर करीत असत. तरुणाची पत्नी आपल्या मुलांना चादरीत गुंडाळून काऊंटरच्या खाली झोपी घालीत असे. तसेच त्यांच्या जवळ उभे राहून आपल्या पतीला ग्राहकांची सेवा करण्यासाठी मदत करीत असे. आज ड्राय गुडसच्या सर्वात मोठ्या विक्री साखळीवर त्या व्यक्तीचे नाव लिहिले आहे - ज़े. सी. पेनी स्टोअर्स. हे स्टोअर्स अमेरिकेतील प्रत्येक राज्यात आहेत आणि त्यांची संख्या सोळाशेहून अधिक आहे. मी नुकतेच मि. पेनी याच्यासोबत डिनर घेतले. त्यावेळी त्यांनी मला आपल्या जीवनातील सर्वात नाट्यमय क्षणांबद्दल सांगितले.)

अनेक वर्षांपूर्वी मी एका अडचणीतून गेलो. मी चिंतित आणि हताश होतो. माझ्या चिंतेचा जे. सी. पेनी कंपनीशी काहीही संबंध नव्हता. माझा व्यवसाय चांगल्या प्रकारे चालत होता आणि तो बहरत होता. पण वैयक्तिक स्वरूपात १९२९ च्या मंदीच्या पूर्वी मी काही मूर्खपणाचे वायदे केले होते. इतर अनेक लोकांप्रमाणे मलाही त्या स्थितीबाबत दोष दिला जात होता. ख़रं तर त्यासाठी मी कोणत्याही प्रकारे जबाबदार नव्हतो. चिंतेमुळे मी इतका अस्वस्थ झालो होतो की मी झोपू शकत नव्हतो. मला एक अतिशय वेदनादायी असा शिंगल्स नावाचा आजार झाला होता. लाल चकते आणि त्वचेवर फोड. मी एका डॉक्टरांचा सल्ला घेतला. त्यांच्यासोबत मी बालपणी हॅमिल्टन मिसुरी येथील शाळेत एकत्र शिकलो होतो, खेळलो होतो. ड़ॉ. एल्मर एगलस्टन. बॅटल क्रिक मिशिगनमध्ये क़ेनाग सेनेटिरियम मध्ये ते स्टाफ फिजिशियन होते. त्यांनी मला आंथरुणावर झोपविले आणि मी खूप आजारी असल्याचा मला इशारा दिला. क़ठोर उपचार करण्याचा सल्ला देण्यात आला, पण कशाचाच काहीही उपयोग झाला नाही. मी दिवसेंदिवस दुबळा होत चाललो होतो. शारीरिक आणि मानसिक पातळीवर मी कोलमडून पडलो होतो. मी निराश

झालो होतो आणि मला आशेचा काहीही किरण दिसत नव्हता. माझ्याकडे जगण्याचा काहीही उद्देश नव्हता. या जगामध्ये माझा कोणीच मित्र उरला नाही, याची मला जाणीव झाली. इतकेच नाही तर माझे कुटुंबियही माझ्या विरोधात गेले आहेत. एका रात्री डॉ एगलस्टन यांनी मला झोपेची गोळी दिली, पण लवकरच तिचा परिणाम संपला आणि ती माझी अखेरचीच रात्र आहे, या जोरदार विश्वासासह मी जागी झालो. आंथरुणातून उठून मी माझी पत्नी आणि मुलाच्या नावे निरोपाचे पत्र लिहिले. उद्याची सकाळ पाहण्यासाठी मी जिवंत असेल, याची मला आशा नसल्याचे मी त्यामध्ये लिहिले.

दुसऱ्या दिवशी पहाटे मी जागा झालो तेव्हा मी अजूनही जिवंत असल्याचे पाहून मला आश्चर्य वाटले. आंथरुणावरून खाली उतरत असताना मी चर्चमध्ये सुरू असलेले एक लहानसे भजन ऐकले. तिथे रोजच सकाळी भजने म्हटली जात असत. त्या दिवशी सकाळी म्हटले गेलेले ते भजन मला आजही आठवते - भगवान तुमच्याकडे लक्ष ठेवील. चर्चमध्ये जाताना मी थकलेल्या मनाने ते भजन ऐकले. नंतर बायबलमधील प्रकरण आणि भजन म्हटले. अचानक - काही तरी झाले. मी ते स्पष्ट करू शकत नाही. मी तर त्याला चमत्कारच म्हणतो. मला एखाद्या तळघरातून उचलून स्वच्छ स्पष्ट सूर्य प्रकाशात आणले आहे, असे मला जाणवले. मला नरकातून स्वर्गात आणले जात आहे, असे मला जाणवले. याच्या पूर्वी मला कधीही न जाणवलेली परमेश्वराची शक्ती त्या दिवशी मला जाणवली. माझ्या सर्व समस्यांसाठी फक्त मीच जबाबदार असल्याचे त्या क्षणी मला जाणवले. परमेश्वर आणि त्याचे प्रेम माझ्या मदतीसाठी सदैव तत्पर असल्याचे मला तेव्हा कळले. त्या दिवसापासून आजपर्यंत माझे जीवन चिंतामुक्त राहिले आहे. मी आता एकाहत्तर वर्षांचा आहे आणि ते वीस मिनिट माझ्या जीवनातील सर्वात नाट्यमय क्षण होते. ते मी त्या दिवशी सकाळी चर्चमध्ये घालविले होते, 'परमेश्वर तुमच काळजी घेईल.'

ज़े सी पेनी चिंतेवर लगेच मात करायला शिकले
कारण त्यांनी चिंतेवर आदर्श उपाय शोधला होता.

- जे. सी. पेनी.

जिममध्ये बॉक्सिंग, बाहेर हायकिंग

मी स्वतःला एखाद्या चिंतेत अडकलेला पाहतो आणि चिंतेच्या भोवऱ्यात जागच्या जागी गोल गोल फिरत राहतो तेव्हा ज़णू काही मिस्रच्या पाण्यामध्ये टायर फिरवित उंट

फिरत असतो. त्यावेळी शारीरिक व्यायाम माझी चिंता दूर करण्यासाठी मला मददत करतो. हा व्यायाम मग काहीही असू शकतो. धावणे, खेड्यामध्ये दीर्घ हायकिंग करणे, जिममध्ये जाऊन बॉक्सिंग करणे. किंवा जिम्नेशियममध्ये जाऊन स्क्वॅश टेनिस खेळणे. क़ोणत्याही प्रकारचा शारीरिक व्यायाम माझा मानसिक दृष्टिकोन स्पष्ट करतो. आठवड्याच्या शेवटी मी खूप शारीरिक खेळ खेळतो. ज़से गोल्फ क्लब मध्ये चारही बाजूला चक्कर मारणे. पॅडल टेनिसचा गेम खेळणे किंवा मग एडिरोन्डेक्समध्ये स्की विकएंड. शारीरिक थकव्यामुळे माझ्या मेंदूला कायदेशीर शांतता मिळते. त्यानंतर मी पुन्हा माझ्या समस्यांकडे वळतो तेव्हा माझ्या मेंदूत एक नवीन उत्साह आणि शक्ती असते.

न्यूयार्कमध्ये मी जिथे काम करीत असतो, तिथे मला येल क्लबमध्ये एक तास घालविण्याची बहुतेक वेळा संधी मिळत असते. क़ोणीही व्यक्ती स्क्वॅश टेनिस खेळताना किंवा स्किइंग करताना चिंता करू शकत नाही. तो खेळात इतका व्यस्त असतो की चिंता करूच शकत नाही. चिंतेचे डोंगर राईचे लहान लहान दाणे होतात. त्यामुळे नवीन विचार आणि कार्ये त्यांना लगेच मिटवून टाकतात. व्यायाम हा चिंतेवर सर्वात मोठा उपचार असल्याचे मला जाणवले आहे. तुम्ही चिंतित असता तेव्हा तुमच्या मांसपेशींनी जास्त तर मेंदूला कमी काम करु द्या. त्याचे परिणाम पाहून तुम्हाला स्वतःलाच आश्चर्य वाटू लागेल. माझ्या बाबतीत तर हीच पद्धत काम करते. व्यायाम सुरू झाल्यावर माझ्या सर्व चिंता दूर पळतात.

- क़र्नल एड्डी इगन,
न्यूयार्क एटानी, रोडस स्कॉलर,
माजी चेअरमन, न्यूयार्क स्टेट ॲथलेटिक कमिशन,
माजी ऑलम्पिक लाईट हेवी वेट चॅम्पियन ऑफ द वर्ल्ड.

चिंतेचे भग्नावशेष

सतरा वर्षांपूर्वी मी ब्लॅक्सबर्ग व्हर्जिनियाच्या सैनिकी कॉलेजमध्ये होतो तेव्हा मला 'व्हर्जिनिया टेकची चिंता करणारा भग्नावशेष' म्हटले जात असे. मी इतक्या वाईट प्रकारे चिंता करीत असे की त्यामुळे ती आजारी पडत असे. ख़रं तर दर वर्षी मी इतका आजारी पडत असे की कॉलेजच्या हॉस्पिटलमध्ये माझ्यासाठी एक खाट राखीव ठेवलेली असायची. नर्स मला पाहायला आल्यावर धावत येऊन ती मला एक हायपो देत असायची. मी प्रत्येक

गोष्टीची चिंता करीत असे. अनेक वेळा तर मी क़शाची चिंता करीत आहे, याचाही मला विसर पडत असे. क़मी गुण पडल्यामुळे मला कॉलेजमधू काढून टाकले जाईल म्हणून मी चिंता करीत असे. मी फिजिक्समध्ये नापास झालो होतो आणि इतर विषयांतही नापास झालो होतो. मला सरासरी ७४ ते ८४ टक्के इतके गुण कायम स्वरुपी मिळवायचे होते, हे मला माहीत होते. मी माझ्या आरोग्याची चिंता करीत असे. माझ्या गंभीर अपचनाच्या ॲटॅकची चिंता करीत असे. मला झोप न येण्याची चिंता वाटायची तसेच आपल्या आर्थिक परिस्थितीचीही मी चिंता करायचो. मला वाटत होते तितक्या वेळा मी माझ्या गर्लफ्रेंडला कँडी घेऊन देऊ शकत नव्हतो की तिला घेऊन डान्ससाठी जाऊ शकत नव्हतो. ती दुसऱ्या कोण्यातरी कँडेटसोबत लग्न करील याची मला चिंता वाटत होती. क़धीही न सुटणाऱ्या एका डझनापेक्षा अधिक समस्यांबद्दल मी चिंता करीत असे.

निराश होऊन मी वी.पी.आय.चे बिझनेस ॲडमिनिस्ट्रेशनचे प्राध्यापक ड्युक बेअर्ड यांना माझी समस्या सांगितली.

प्रोफेसर बेअर्ड यांच्यासोबत घालविलेल्या पंधरा मिनिटांनी माझ्या आरोग्यासाठी आणि सुखासाठी जितके काही केले तितके क़ॉलिजमध्ये घालविलेल्या उर्वरित चार वर्षांनीही केले नाही. ते म्हणाले, 'जीम तुला शांतपणे बसायला हवे. वास्तवाचा सामना करायला हवा. जितका वेळ आणि ऊर्जा तू आपल्या समस्यांबद्दल चिंता करण्यात घालवितोस, त्याच्या निम्मा वेळ जरी त्या समस्या सोडविण्यासाठी घालविलास तरीही तुझ्याकडे चिंता करण्यासारखे काही राहणार नाही. चिंता करणे एक वाईट सवय आहे, जी तू लाऊन घेतली आहेस.'

चिंतेची सवय सोडण्यासाठी त्यांनी मला तीन नियम सांगितले-

१. तू ज्या समस्येची चिंता करीत आहेस, ती समस्या नेमकी काय आहे याची माहिती मिळव.
२. समस्येचे कारण शोध.
३. समस्या सोडविण्यासाठी लगेच एखादे सृजनात्मक पाऊल उचल.

त्या चर्चेनंतर मी थोडी रचनात्मक पाऊले उचलली. मी फिजिक्समध्ये फेल झालो होतो याची चिंता करण्याऐवजी मी का नापास झालो ते मलाच विचारले. मला बुद्धी नव्हती किंवा मी हुशार नव्हतो म्हणून काही मी नापास झालो नव्हतो. क़ारण मी व्हर्जिनिया टेक इंजिनिअरचा मुख्य संपादक होतो.

मला फिजिक्सची काही गोडी राहिली नव्हती म्हणून मी त्यामध्ये नापास झालो होतो,

असा मी अंदाज लावला. मला तो विषय कळत नव्हता म्हणून मी त्याच्यासाठी परिश्रम घेतले नाहीत. इंडस्ट्रियल इंजिनिअरिंगमध्ये हा विषय मला कसा काय मदत करील ते मला कळत नव्हते. आता मात्र मी माझा दृष्टिकोन बदलला. पदवी मिळविण्याच्या आधी मी फिजिक्समध्ये पास व्हायला हवे, असे कॉलेजला वाटत असेल तर त्यांच्या समजूतदार पणावर संशय घेणारा मी कोण आहे?

म्हणून मग मी फिजिक्सच्या परीक्षेसाठी पुन्हा नाव नोंदविले. या वेळी मी या विषयात पास झालो कारण या विषयातील अवघड बाबींबद्दल भूणभूण लावण्यापेक्षा किंवा चिंता करीत बसण्यापेक्षा मी परिश्रमाने अभ्यास केला.

मी काही अतिरिक्त काम करून माझ्या आर्थिक चिंता सोडविल्या. जसे कॉलेजमधील कार्यक्रमात पंच विकणे. आपल्या वडिलांकडून उसणे पैसे घेऊन. पदवी मिळविल्यानंतर मी वडिलांकडून घेतलेले उसने पैसे परत केले.

त्या मुलीसमोर विवाहाचा प्रस्ताव मांडून मी माझ्या प्रेमविषयक समस्याही सोडविल्या. ती दुसऱ्या एखाद्या कँडेटसोबत लग्न करील अशी मला भीती वाटत होती. आता ती मुलगी मिसेस जिम बर्डसेल झाली आहे.

आता मी मागे वळून पाहतो तेव्हा मला असे वाटते की, माझी समस्या खरं तर द्विधेची समस्या होती. आपल्या चिंतेची कारणे शोधणे आणि योग्य प्रकारे त्यांचा सामना न करणे हीच माझी खरी समस्या होती.

जिम बर्डसेल यांनी आपल्या समस्यांचे विश्लेषण करून चिंता थांबवायला सांगितले आहेत. ख़रं तर त्यांनी 'चिंताच्या समस्यांचे विश्लेषण कसे करावे आणि त्यांना कसे सोडवावे' या प्रकरणात सांगितलेल्या सिद्धांताचा वापर केला आहे.

- जिम बर्डसेल.

एका वाक्याच्या आधारे जगणे

अनेक वर्षांपूर्वी अनिश्चितता आणि मोहभंगाच्या एके दिवशी मला असे वाटत होते, क़ी जणू काही माझे सर्व जीवन माझ्या नियंत्रणाच्या पलिकडे असलेल्या शक्तीच्या हातात आहे. त्या सकाळी मी अगदी सहजपणे न्यू टेस्टामेंट उघडले. ज़्यांने मला पाठविले आहे, तो माझ्यासोबत आहे, या वाक्यावर माझी नजर पडली. 'माझ्या वडिलांनी मला एकटे सोडलेले नाही.' त्या क्षणापासून माझे जीवन पूर्णपणे बदलून गेले आहे. मला असे वाटते

की मी या वाक्याची उजळणी केली नाही, असा एकही दिवस गेला नाही. या वर्षांमध्ये अनेक लोक माझ्याकडे सल्ला घेण्यासाठी आले. मी त्यांना नेहमी या शक्तिदायक वाक्यासह परत पाठविले आहे. ज़्या क्षणी माझी नजर त्या वाक्यावर पडली तेव्हापासून मी याच वाक्याच्या आधाराने जगत आलो आहे. मी त्याच्यासोबत गेलो आहे आणि त्याच्याच माध्यमातून मी शक्ती आणि शांतता मिळविली आहे. माझ्यासाठी ते धर्माचे सार आहे. ती त्या प्रत्येक वस्तूची आधारशीला आहे, ज़्या आपल्याला जीवन जगण्यासाठी लायक बनविते. हे माझ्या जीवनातील सोनेरी सूत्र आहे.

- डॉ. जोसेफ आर. सिजू,

प्रेसिडेन्ट न्यू ब्रन्सविक थिओलॉजिकल सेमिनरी
न्यू ब्रन्साविक न्यू जर्सी अमेरिकेतील सर्वात जुनी
थियॉलॉजिकल सेमिनारी, ज्याची स्थापना १७८४ मध्ये झाली.

दरीत पडूनही वाचलो

मी एक भयंक 'चिंतित प्राणी' होतो, पण आता नाही. १९४२ च्या उन्हाळयात मला असा एक अनुभव आला की, त्याने माझ्या जीवनातून चिंता बाहेर काढून टाकली. हा प्रकार कायमस्वरूपी घडला असावा, अशी मला आशा आहे. या अनुभवाच्या तुलनेच माझ्या समोर उरलेल्या समस्या खूपच लहान भासू लागल्या.

अनेक वर्षांपासून अलास्कामध्ये कॉमर्शियल फिशिंग क्राफ्टवर उन्हाळा घालविण्याची माझी इच्छा होती. त्यामुळे १९४२ साली बत्तीस फुटांच्या क़ोडिययून अलास्काला जाणाऱ्या एका सॅमन सिनिंग व्हेसलवर माझे नाव नोंदविले. अशा आकाराच्या नावेवर फक्त तीन लोकांचे दलच राहू शकते. एक कॅप्टन जो सर्वत्र निरीक्षण करीत असतो. क़ॅप्टनला मदत करणारी दुसरी एक व्यक्ती. सामान्य काम करणारा एक स्कंडेनियन खच्चर. या नावेवर तिसरा खच्चर मी होतो.

सेमन माशांची शिकार भरती-ओहटीसोबत केली जाते. त्यामुळे चोवीसपैकी बावीस तास मी काम करीत असे. एकदा एक आठवडाभर माझा असाच दिनक्रम होता. दुसरे कोणीही करू इच्छित नव्हते ते प्रत्येक काम मी करीत होतो. मी नाव धूत असे. मी गिअर काढीत असे. मी एका लहानशा केबीनमध्ये लाकडाच्या लहानशा स्टोव्हवर जेवण तयार करीत असे. तेथील उष्णता आणि मोटारीचा धूर यामुळे मी जवळपास आजारी पडत असे.

मी भांडी स्वच्छ करीत असे. मी नावेची देखभाल करीत असे. मी सॅमन माशांना आमच्या नावेवरील एका कंटेनरमध्ये जमा करीत असे. या माशांना नंतर डब्बाबंद करण्यासाठी फॅक्टरीत पाठविले जात असे. रबरी बुटामध्ये माझे पाय नेहमी ओले असायचे कारण त्या बुटांमध्ये नेहमी पाणी भरलेले असायचे. ते पाणी काढण्यासाठीही माझ्याकडे वेळ नसायचा. माझे मुख्य काम म्हणजे कॉर्क लाईन ओढण्याच्या तुलनेत तर हे सर्व एखाद्या खेळासारखे होते. या कामाचा साधा अर्थ असा होता की आपले पाय नावेच्या मागील बाजूस घट्ट रोवणे आणि क़र्क तसेच जाळीचे जाळे ओढणे. बहुतेक वेळा तुम्हाला हेच करावे लागत होते, पण जाळे इतके जड होते की, मी त्याला आतल्या बाजूला ओढल्यावर ते हाललेसुद्धा नाही. क़ॉर्क लाईन आत ओढण्याच्या नादात तर मी नावच आत ओढली. मी ते पूर्ण शक्तीनिशी ओढले, पण ते जाळे हालले सुद्धा नाही. मी अनेक आठवडे हेच करीत राहिलो. हाच माझा शेवटही असावा. मला भयंकर वेदना होत होत्या. प्रत्येक ठिकाणी वेदना होत होत्या. अनेक महिने वेदना होत होत्या. ज़ेव्हा मला विश्रांती घ्यायची संधी मिळत असे तेव्हा प्रोव्हिजन्स लॉकरच्या वर आंथरलेल्या एका दमट चटईवर झोपत असे. त्या चटईचा वर आलेला भाग मी माझ्या कंबरेच्या त्या भागाखाली घेत असे, जिथे मला सर्वाधिक वेदना होत असे. झोपेच्या गोळ्या घेतल्याप्रमाणे मी तिथे झोपत असे. मी अतिशय वाईटरित्या थकलेला असायचो, त्यामुळे मला इतकी गाढ झोप लागायची.

मली ती वेदना आणि थकवा सहन करावा लागला म्हणून मी आता आनंदी आहे कारण त्यामुळेच मी माझी चिंता विसरू शकलो. आता एखादी समस्या माझ्या समोर आल्यावर मी चिंता करण्याऐवजी मी स्वतःला विचारतो, ‘एरिक्सन हे कॉर्क लाईन ओढण्याइतके अवघड आहे का?’ मग एरिक्सन मला उत्तर देतो, ‘नाही, कोणतीही गोष्ट तितकी वाईट असू शकत नाही.’ त्यामुळे मी आनंदी होतो आणि हिमतीने त्या समस्येचा सामना करतो. कधी तरी अशा प्रकारचा वेदनादायी अनुभव सहन करणे आवश्यक असल्याचा मला आता विश्वास वाटतो. आपण एखाद्या दरीच्या तळाला स्पर्श करून आल्याचे आणि तरीही जिवंत असल्याचे जाणून घेणे आवश्यक असते. त्याच्यासमोर मग आपल्याला आपल्या दैनंदिन समस्या अतिशय तोडक्या वाटू लागतात.

- टेड़ एरिक्सन

सर्वात मोठ्या गाढवांपैकी एक

मी वेगवेगळ्या आजारांनी इतक्या वेळा मेलो आहे की तितक्या वेळा दुसरे कोणीही मेले नसेल. मग तो जिवंत असो, मृत असो की अर्धमेला असो.

मी काही सामान्य हायपोकोड्रियाक नव्हतो. माझ्या वडिलांचे औषधांचे दुकान होते आणि मी त्याच वातावरणात लहानाचा मोठा झालो होतो. मी दररोज डॉक्टर आणि नर्ससोबत बोलत असे त्यामुळे सामान्य व्यक्तीला माहीत नसणारे अनेक आजार आणि त्यांची लक्षणे याबद्दल मला जास्त माहिती होती. मी काही सामान्य हायपोकोड्रियाक नव्हतो. माझ्यात अनेक आजारांची लक्षणे निर्माण होत असत. मी एक किंवा दोन तास एखाद्या आजारांच्या लक्षणांचा विचार करीत असे, तेव्हा माझ्यामध्ये तिच लक्षणे आढळून येत असत जी ती आजार झालेल्या रुग्णांमध्ये आढळतात. मला चांगले आठवते की ग्रेट बॅरिंग्टन मॅसेज्युसेटस इथे मी ज्या ठिकाणी राहत होतो तिथे डिप्थीरियाची महामारी पसरली होती. आमच्या दुकानात मी या आजाराचे संक्रमण झालेल्या घरातील लोकांना मी औषधे विकत असे. मग मला ज्या गोष्टीची भीती वाटत होती, ती माझ्याही बाबतीत घडली. मला डिप्थिरिया झाला. मला तोच आजार झाला असल्याची मला पूर्ण खात्री होती. मी आंथरुणावर झोपलो आणि चिंता करून करून मी सामान्य लक्षणे आमंत्रित केली. मी डॉक्टरांना बोलावले. त्यांनी मला पाहिले आणि ते म्हणाले, 'होय पर्सी, तुला डिप्थिरिया झाला आहे.' त्यामुळे माझ्या मेंदूला सुटका मिळाली. क़ोणताही आजार झाला तरी मी घाबरत नव्हतो. मी कुस बदलली आणि झोपी गेलो. दुसऱ्या दिवशी सकाळी मी पूर्ण बरा झालो होतो.

अनेक वर्षांपासून मी माझी वेगळी ओळख निर्माण केली आहे. अनेक लोकांचे लक्ष आकर्षित केले आहे तसेच सहानुभूतीही मिळविली आहे. क़ारण मी असामान्य आणि विचित्र आजारांचा विशेषज्ञ होतो. मी अनेक वेळा तोंडाचे विकार लॉकजॉ आणि हायड्रोफोबियाने मेलो आहे. नंतर मी सामान्य आजारांसाठीच मर्यादित रहिलो आहे. म्हणजे कँसर आणि टीबीची तज्ञ झालो. आता मी याबद्दल हासू शकतो, पण तेव्हा मात्र यामुळे मी अतिशय दुःखी होतो. अनेक

वर्षे मी प्रामाणिकपणे आणि वास्तवात ही भीती अनुभवली आहे की, माझे पाय कबरीमध्ये लटकलेले आहेत. वसंतामध्ये नवीन सूट खरेदी करण्याची वेळ येत असे तेव्हा मी मलाच विचारित असे, 'हा सूट मी पूर्ण पणे वापरू शकत नाही, याची मला खात्री असल्यावरही मी अशा प्रकारे नवीन सूट खरेदी करण्यासाठी पैसे व्यर्थ खर्च करायला हवेत का?'

अर्थात मी आता माझी प्रगती सांगताना आनंदी आहे. मागील दहा वर्षांत मी एकदाही मेलो नाही.

मी मरणे कशा प्रकारे सोडले? आपल्या मूर्खपणाच्या कल्पनेवर हासून. भयंकर लक्षणे येताना मला दरवळे दिसत असत तेव्हा मी माझ्यावरच हासत असे आणि मला सांगून टाकत असे, 'हे बघ व्हाईटनिंग, गेल्या वीस वर्षात तू एका नंतर एक अशा अनेक घातक आजारांनी मरत आला आहेस. तरीही आज तुझे आरोग्य खूपच चांगले आहे. एका विमा कंपनीने नुकताच तुझा विमा काढला आहे. थोडी वेगळी, इतरांपेक्षा बाजूला जाऊन चिंता करणाऱ्या तुझ्यासारख्या मूर्खावर हासण्यासाठी ही वेळ योग्य नाही का व्हाईटनिंग?'

स्वत:बद्दल चिंता करणे आणि स्वत:वरच मनसोक्त हासणे ही दोन्ही कामे एकाच वेळी करणे शक्य नसल्याचे मला लवकरच आढळून आले. म्हणून मग मी तेव्हापासून फक्त स्वत:वर हासत असतो.

याचा धडा असा आहे : स्वत:ला जास्त गंभीरपणे घेऊ नका.

आपल्या मूर्खपणाच्या चिंतांवर हासण्याचा प्रयत्न करा. चिंताची मजाक उडाल्यावर त्या गायब होत असल्याचे तुम्हाला आढळून येईल.

- पर्सी. एच व्हाइटिंग,

द फाईव्ह ग्रेट रुल्स ऑफ सेलिंग चे लेखक.

मदतीचा मार्ग नेहमी मोकळा ठेवला

बहुतेक चिंता कौटुंबिक समस्या आणि पैशांच्या बाबतीतल्या असतात, असे मला वाटते. सुदैवाने माझ्यासारखीच पार्श्वभूमी असलेल्या तसेच मला ज्यामध्ये आनंद वाटतो, त्यामध्येच आनंद वाटणाऱ्या ओक्लाहोमामधील एका मुलीशी माझे लग्न झाले. आम्ही दोघेही स्वर्णिम नियमाचे पालन करण्याचा प्रयत्न करतो. त्यामुळे आम्ही आमच्या कौटुंलिक

समस्या किमान स्वरूपात ठेवू शकतो.

मी दोन कामे करून आपल्या आर्थिक चिंताही किमान ठेवीत असतो. पहिली गोष्ट म्हणजे प्रत्येक बाबतीत मी शंभर टक्के प्रामाणिकपणाचे पालन करतो. मी कोणाचे उसने पैसे घतेले असतील तर मी त्याचा प्रत्येक पैसा परत केला आहे. अप्रामामिकपणामुळे होते तेवढी चिंता खूप कमी गोष्टींमुळे होते.

दुसरी गोष्टी म्हणजे कोणतेही नवीन काम सुरू करताना मी माझ्याकडे एक रस्ता राखून ठेवला आहे. सैनिकी तज्ज्ञ असे म्हणतात की युद्धात विजय मिळविण्याचा पहिला मार्ग म्हणजे तुमच्या मदतीचा मार्ग मोकळा असणे. वैयक्तिक युद्धातही हा सिद्धांत तितकाच लागू होतो, असे मला वाटते. उदाहरणार्थ टेक्सास आणि ओक्लाहोमामध्ये मी एक किशोर होतो तेव्हा मी खरी गरिबी पाहिली होती कारण तेव्हा हा देश दुष्काळाला बळी पडला होता. आम्हाला रोजी रोटी मिळविण्यासाठी खूप परिश्रम करावे लागत होते.

आम्ही इतके गरीब होतो की माझे वडील एका झाकलेल्या वॅगनमध्ये घोड्याचा लगाम धरून संपूर्ण देशभर फिरत होते आणि उपजिविका चालविण्यासाठी घोड्यांची आदलाबदली करीत होते. मला यापेक्षा जास्त काही तरी विश्वसनीय हवे होते. मला रेल्वे स्टेशन एजंटसाठी काम करण्याची नोकरी मिळाली. रिकाम्या वेळेत मी टेलिग्राफी शिकली. नंतर मला फ्रिस्को रेल्वेमध्ये रिलिफ ऑपरेटरच्या पदावर नोकरी मिळाली. आजारी पडलेल्या स्टेशन एजंटला मदत करण्यासाठी, किंवा त्यांची जागा घेण्यासाठी मला इथे, तिथे आणि खूप दूरवर पाठविण्यात आले. या नोकरीतून मला दरमहा १५० डॉलर मिळत असत. नंतर मी स्वतःला आणखी चांगले करण्याचा प्रयत्न केला तेव्हा रेल्वेतील नोकरी म्हणजे माझी आर्थिक सुरक्षितता असल्याचे मला आढळून आले. म्हणूनच या कामासाठी मी नेहमी एक रस्ता मोकळा ठेवणार होतो. हा मला मदत मिळवून देणारा मार्ग होत आणि जोयर्पंत यापेक्षा अधिक चांगला आणि सुस्थापिपत असा मार्ग मिळणारी नाही, तोपर्यंत मी हा कधीही बंद करणार नसल्याचे मी नक्की केले.

उदाहरणादाखल १९२८ मध्ये मी चेल्सी ओक्लाहोमामध्ये फ्रिस्को रेल्वेमध्ये रिलिफ ऑपरेटरचे काम करीत होतो तेव्हा एका संध्याकाळी एक अनोळखी व्यक्ती टेलिग्राम करण्यासाठी आली. मला गिटार वाजविताना आणि काऊ बॉय गाताना पाहून तो म्हणाला की मी खूप चांगले वाजवितो आणि त्यामुळे मी न्यूयार्कला जायला हवे तसेच रेडओ किंवा स्टेज शो साठी काम शोधायला हवे. हे ऐकून मला बरे वाटले हे उघड आहे. त्याने

टेलिग्राफ करण्यासाठी दिलेल्या कागदावरील सही पाहून मी हादरूनच गेलो, **बिल रॉजर्स.**

लगेच न्यूयार्कला धावत जाण्याऐवजी सर्व प्रकरणावर मी नऊ महिने क़ाळजीपूर्वक विचार केला. हे जुने खेडे सोडल्यामुळे आणि न्यूयार्कला जाण्यामुळे माझ्याकडे गमावण्यासारखे काहीही नाही. उलट मिळविण्यासारखे मात्र खूप काही आहे. माझ्याकडे रेल्वेचा पास होता आणि मी मोफत प्रवास करू शकत होतो. मी माझ्या सीटवर बसून झोपू शकत होतो तसेच खाण्यासाठी सोबत काही सँडविच आणि फळे नेऊ शकत होतो.

म्हणून मग मी न्यूयार्कला गेलो. तिथे गेल्यावर पाच डॉलर दर आठवड्याला द्याव्या लागणाऱ्या एका सजविलेल्या रूममध्ये झोपलो आणि ऑटोमेटमध्ये जेवण घेतले आणि दहा आठवडे कामाच्या शोधात माझे बूट रस्त्यावर घासीत राहिलो, पण कुठेही जाऊ शकलो नाही. मी आधीच रेल्वेसाठी पाच वर्षे काम केले होते त्यामुळे मी वरीष्ठ अधिकारी झालो होतो. मला जेष्ठतेचे अनेक अधिकार होते, पण त्या अधिकारांचे संरक्षण करण्यासाठी मी नव्वद दिवसांपेक्षा जास्त दिवस सुटी घेऊ शकत नव्हतो. या वेळेपर्यंत मला न्यूयार्कमध्ये येऊन सत्तर दिवस झाले होते त्यामुळे मी लगेच ओक्लाहोमाकडे परत निघालो. आपल्या मदतीच्या मार्गाच्या सुरक्षिततेसाठी मी परत काम करायला सुरुवात केली. मी काही महिने काम केले. काही पैसे वाचविले. आणखी एकदा प्रयत्न करण्यासाठी मी न्यूयार्कला आलो. यावेळी मला ब्रेक मिळाला.

एके दिवशी रेकॉर्डिंग ऑफिसमध्ये मुलाखतीसाठी वाट पाहत असताना मी गिटार वाजविली आणि महिला रिसेप्शनिस्टसमोर एक गाणे म्हणालो, 'ज़ीनी आय ड्रिम ऑफ लिलाक टाइम'. मी हे गाणे म्हणत होतो तेव्हा हे गाणे लिहिणारे नॅट शिलक्रॉट ऑफिसमध्ये आले. आपले गाणे कोणी तरी म्हणत आहे हे पाहून ते आनंदीत झाले. त्यामुळे त्यांनी मला ओळखीचे एक पत्र देऊन व्हिक्टर रेकॉर्डिंग कंपनीत पाठविले. मी एक रेकॉर्ड काढली. माझी कामगिरी फारशी चांगली झाली नव्हती. मी अतिशय कठोरपणे गाईलो होतो. तसेच त्यात संकोचही होता. म्हणून मग मी व्हिक्टर रेकॉर्डिंग कंपनीच्या माणसाचा सल्ला ऐकला. मी टुलसाला परत आलो. मी दिवसभर रेल्वेसाठी काम करीत असे. रात्री मी नियमितपणे रेडिओवर काऊ बॉयची गाणी गात असे. मला ही व्यवस्था चांगली वाटली कारण यामुळे मी माझ्या मदतीचा मार्ग खुला ठेवू शकलो होतो. त्यामुळे मला आता चिंता करण्याचे काहीही कारण नव्हते.

टुलसा येथील क्यू रेडिओ स्टेशनवर मी नऊ महिने गात होतो. या दरम्यान जिमी लांग आणि मी असे दोघांनी मिळून एक गीत लिहिले. त्याचे शिर्षक होते, 'दॅट सिलव्हर हेअर डॅडी ऑफ माईन.' हे गीत चांगले चालले. अमेरिकन रेकॉर्डिंग कंपनीचे प्रमुख आर्थर

सॅहिली यांनी मला एक रेकॉर्डिंग करायला सांगितले. ते जोरदार झाले. त्यानंतर मी पन्नास डॉलर प्रति रेकॉर्ड या दराने अनेक रेकॉर्डिंग केल्या. शेवटी शिकागोमधील डब्ल्यू एस एल रेडिओ स्टेशनवर काऊ बॉय गाण्याची नोकरी मिळविली. वेतन दर आठवड्याला चाळीस ड़ॉलर. चार वर्षे गाणे गाईल्यानंतर माझे वेतन वाढून दर आठवड्याला नव्वद डॉलर इतके झाले. तसेच मी वैयक्तिक पातळीवर रोज रात्री थिएटरमध्ये उपस्थित राहून तीनशे डॉलर अतिरिक्त कमावित असे.

पुढे १९३४ मध्ये मला असा एक ब्रेक मिळाला की ज्यामुळे माझ्या समोर अनेक शक्यता उभ्या राहिल्या. फिल्मला स्वच्छ आणि स्पष्ट करण्यासाठी लीग ऑफ डिसेन्सी बनविण्यात आली. त्यामुळे हॉलिवूड निर्मात्यांनी काऊबॉय फिल्म निर्माण करण्याचे ठरविले. त्यासाठी त्यांना एक नवीन प्रकारचा आणि गाऊ शकणारा काऊबॉय पाहिजे होता. अमेरिकन रेकॉर्डिंग कंपनीचा मालक रिपब्लिक पिक्चर्सचा आंशिक मालकही होता. तुम्हाला गाणारा काऊबॉय पाहिजे असेल तर तो माझ्याकडे असल्याचे त्याने आपल्या सहकाऱ्यांना सांगितले. तो माझ्यासाठी रेकॉर्ड तयार करीत असल्याचेही त्यांनी सागिंतले. अशा प्रकारे मी चित्रपटात घुसलो. मी शभंर डॉलर दर आठवड्याला या दराने गाणाऱ्या काऊबॉयच्या चित्रपटात काम करायला सुरूवात केली. मी चित्रपटात यशस्वी होईल की नाही, याची मला खूप शंका होती, तरीही मला त्याची चिंता मात्र अजिबात नव्हती कारण अपयशी झाल्यावर मी माझ्या जुन्या कामाकडे परत येऊ शकत होतो.

चित्रपटातील माझे यश माझ्या कल्पनेच्याही पलिकडचे राहिले. मला आता वर्षाला एक लाख डॉलर्स इतके वेतन मिळते. शिवाय माझ्या चित्रपटाच्या फायद्याचा अर्धा हिस्साही मिळतो. तरी सुद्धा अशी स्थिती नेहमीसाठी राहणार नाही, हे मला चांगले माहीत आहे. तरीही मला त्याची चिंता नाही. मला माहीत आहे, की काहीही झाले तरीही, माझ्या जवळचा मी प्रत्येक डॉलर गमावला तरीही मी नेहमीच कधीही अक्लाहोमाला परत जाऊ शकतो. मी माझ्या मदतीचा मार्ग मोकळा ठेवला आहे.

- ज़ीन ऑट्री,

ज़गातील सर्वात प्रसिद्ध आणि लाडके सिंगिग काऊबॉय

भारतात एक आवाज

मी माझ्या जीवनातील चाळीस वर्षे भारतात मशिनरी कार्य करण्यात घालविली आहेत. सुरूवातीला तेथील भयानक उष्णता सहन करणे माझ्यासाठी अवघड होते. तसेच माझ्या

समोर असलेल्या अवघड कामाचा मानसिक तणावही असाह्य होता. आठ वर्षानंतर मी मानसिक आणि भावनिक तणावामुळे इतरा जास्त चिंतीत होतो की, मी पडलो. एकदाच नाही तर अनेक वेळा. मी एक वर्षभर अमेरिकेत सुटी घालवावी, असा मला आदेश देण्यात आला. अमेरिकेपर्यंत जाणाऱ्या जहाजावर एके रविवारच्या प्रार्थनेनंतर बोलताना मी खाली पडलो. ज़हाजावरील डॉक्टरांनी माला आंथरुणावर पडून विश्रांती घेण्याचा सल्ला दिला.

अमेरिकेमध्ये एक वर्षभर विश्रांती घेतल्यानंतर मी परत भारतात आलो. वाटेत मनिला विद्यापीठातील विद्यार्थ्यांच्या धार्मिक सभा घेण्यासाठी मला थांबावे लागले. या सभांमधील तणावामुळे मी अनेक वेळा पडलो. मी भारतात परत गेलो तर माझा मृत्यू अटळ असल्याचा डॉक्टरांनी मला इशारा दिला. त्यांनी इशारा दिला होता तरीही मी भारतात गेलो आणि एका घनदाट क़ाळया ढगासोबत गेलो. मी मुंबईला आलो तेव्हा माझी अवस्था इतकी वाईट होती की मी थेट डोंगरावर गेलो. त्या पाहडी भागात काही काळ विश्रांती घेतल्यानंतर मी माझ्या कामासाठी परत मैदानी प्रदेशात आलो. यामुळे काहीही फायदा झाला नाही. मी परत एकदा पडलो आणि दीर्घकालीन सुटी साजरी करण्यासाठी मला परत एकदा डोंगरी प्रदेशात जावे लागले. क़ाही दिवसानंतर मी परत मैदानी प्रदेशात आलो आणि मला हे सहन होऊ शकणार नाही हे कळल्यावर मला एक जोरदार धक्का बसला. दुःखही झाले. मी मानसिक, शारीरिक आणि मानसशास्त्रीयदृष्ट्या कोलमडून गेलो होतो. मी माझ्या संसाधनाच्या अखेरच्या टोकावर होतो. उर्वरित जीवन एखाद्या भग्नावशेषाप्रमाणे घालवावे लागती की काय अशी मला भीती वाटू लागली.

मला कोठून तरी मदत मिळाली नाही तर मला आपले मशिनरी करिअर सोडून द्यावे लागेल, अमेरिकेत परत जावे लागेल आणि आपले आरोग्य चांगले ठेवण्यासाठी एखाद्या शेतावर काम करावे लागेल, हे मला चांगल्या प्रकारे कळले होते. हे माझे सर्वात काळे दिवस होते. त्या काळात मी लखनौमध्ये सभा आयोजित करीत होतो. एके रात्री प्रार्थना करीत असताना एक घटना घडली. तिने माझे सर्व जीवनच बदलून टाकले. प्रार्थना करीत असताना विशेषतः त्यावेळी मी माझ्याबद्दल विचार करीत नसे. एक आवाज माझ्या कानावर आला, 'ज्या कामासाठी तुला इथे बोलावण्यात आले आहे, ते काम करण्यासाठी तू तयार आहेस का?'

मी उत्तर दिले, 'नाही, प्रभू. मी पूर्णपणे पराभूत झालो आहे. माझी शक्ती संपली आहे.' त्या आवाजाने मला उत्तर दिले, तू आपली समस्या माझ्यावर सोपव. या बाबतीत चिंता केली नाहीस तर मी ती सोडविल.

मी घाई घाईत उत्तर दिले, 'प्रभू, मला मान्य आहे.'

माझ्या हृदयात एकदम शांतता निर्माण झाली. तशीच शरीरातही. हे सर्व झाले असल्याचे मला कळले होते. ज़ीवन- प्रचूर जीवन माझ्यामध्ये सामावले गेले होते. मी इतका वर गेलो होतो आणि हवेत होतो की घरी परत जाताना माझे पाय जमिनीला टेकत नव्हते. प्रत्येक इंच ही माझ्यासाठी पवित्र भूमी झाली होती. माझ्याकडे एक शरीरही आहे, याचा त्यानंतर कित्येक दिवस मला विसर पडला होता. मी दिवसभर आणि रात्रभर काम करीत होतो. रात्री झोपण्यासाठी मी आंथरुणावर जात असे तेव्हा मला प्रश्न पडत असे की मला जराही थकवा आलेला नसताना मला कशासाठी आंथरुणावर जावे लागत आहे? क़ोणी तरी माझ्यात जीवन शांतता आणि विश्रांती भरली होती. स्वतः येशु ख्रिस्ताने असे केले होते.

या बाबतीत मी इतरांना सांगायला हवे का, असा आता प्रश्न माझ्यासमोर निर्माण झाला होता. आधी तर मी टाळीत होतो, पण नंतर मी हे सांगायला हवे, याची मला जाणीव झाली. मी असे केले. त्यानंतर माझी स्थिती 'करा किंवा मरा' अशी झाली होती. त्या घटनेनंतर माझ्या जीवनातील सर्वात कठीण अशी वीस वर्षे गेली आहेत, पण जुनी समस्या काही परत फिरून आली नाही. माझे आरोग्य पूर्वी कधीही इतके चांगले नव्हते. अर्थात हे सर्व एका शारीरिक स्पर्शापेक्षा काही तरी जास्त होते. मी माझे शरीर, आत्मा आणि हृदयासाठी नवीन जीवनाचा स्त्रोत मिळविला होता. त्या अनुभवानंतर जीवन माझ्यासाठी सदैव उच्च पातळीवर काम करीत होते. हे मिळविण्याशिवाय मी दुसरे काहीही केले नाही.

तेव्हापासून आतापर्यंत मी जगभराचा प्रवास केला आहे. दिवसाला तीन तीन व्याख्याने दिली आहेत. **'द क्राईस्ट ऑफ द इंडियन रोड'** आणि इतर अकरा पुस्तके लिहिण्याची मी शक्ती मिळविली आहे. इतके सर्व करीत असताना मी कधीही एखादी ॲपाईंटमेंट विसरलो नाही की, क़धी कुठे उशिराने पोहचलो नाही. ज़्या चिंता मला सतावित होत्या, त्या कधीच्याच भूर्र उडून गेल्या होत्या. आता मी माझ्या वयाच्या त्रेसष्टव्या वर्षी भरपूर जीवनाने भरलेला आहे. इतरांची सेवा करण्याच्या आनंदाने भरलेला आहे आणि आता मी फक्त इतरांसाठी जगत आहे.

मी जो शारीरिक आणि मानसिक कायपालट मिळविला आहे, त्याला मानसशास्त्रीय स्वरूपात जोडले जाऊ शकते आणि स्पष्ट केले जाऊ शकते, असे मला वाटते. अर्थात त्यामुळे काहीही फरक पडत नाही. ज़ीवन प्रक्रियांपेक्षा अधिक विराट आहे आणि त्याच्या समोर सर्व प्रक्रिया ठेंगण्या ठरतात. मला तर फक्त एकच गोष्ट माहीत आहे : लखनौमधील त्या रात्री माझे जीवन पूर्णपणे बदलून गेले आहे. एकतीस वर्षापूर्वी मी ज्या निराशेच्या आणि क़्मकुवतपणाच्या खोलीत होतो तिथून वर उचलला गेलो आहे. त्यावेळी एक आवाज माझ्या कानात म्हणाला होता, 'तू तुझ्या समस्या माझ्यावर सोपविल्यात आणि त्याबद्दल चिंता करणे सोडून दिले तर मी त्या सोडवू शकतो.' त्यावर माझे उत्तर होते, 'हे प्रभू, मला सर्व मान्य आहे.'

- ई. स्टेनली जोन्स,

अमेरिकेतील थोर वक्त आणि

आपल्या पिढीतील सर्वात प्रसिद्ध मशिनरी

पुढच्या दाराने आत आलो

माझ्या जीवनातील सर्वात कटू क्षण १९३३ मध्ये एके दिवशी घडला जेव्हा शेरीफ समोरच्या दाराने आत आला आणि मी मागच्या दरवाजाने बाहेर निघून गेलो. मी १० स्टँडिश रोड, फॉरेस्ट हिल्स, लाँग आयलँड मधील माझे घर गमावले होते. जिथे माझ्या मुलांनी जन्म घेतला होता आणि तिथे मी माझ्या कुटुंबियांसह अठरा वर्षे राहत होतो. माझ्या बाबतीत कधी असेही होऊ शकते, याचा मी कधी स्वप्नातही विचार केला नव्हता. मी जगाच्या शिखरावर बसलो आहे, असे बारा वर्षांपूर्वी मला वाटत होते. मी माझी कादबंरी **'वेस्ट ऑफ द वॉटर टॉवर'** चे चित्रपटविषयक अधिकार हॉलिवडूमधील श्रेष्ठ किमतीला विकले होते. मी दोन वर्षे माझ्या कुटुंबियांसह परदेशात राहिलो होतो. आम्ही उन्हाळा स्वित्झरलँडमध्ये आणि हिवाळा फ्रान्समधील रिवेरा मध्ये घालविला. अगदी रिकामटेकड्या श्रामंतांप्रमाणे.

मी पॅरिसमध्ये सहा महिने घालविले आणि **'दे हॅंड टू सी पॅरिस'** ही नवीन कादंबरी लिहिली. यावर निघालेल्या चित्रपटामध्ये विल रॉजर्सने भूमिका केली. त्यांचा हा पहिला बोलपट होता. माझ्याकडे हॉलिवूडमध्ये थांबण्यासाठी आणि विल रॉजर्स यांच्यासाठी लिहिण्याचे अनेक प्रस्ताव होते. मी असे काही केले नाही. मी न्यूयार्कला परत आलो. मग लगेच

माझ्या अडचणी सुरू झाल्या.

माझ्यामध्ये अनेक महान क्षमता दडलेल्या आहेत, ज़्या मी विकसित केल्या नाहीत अशी मला अचानक जाणीव झाली. मी स्वतःला एक कुशल बिझनेसमन समजू लागलो. ज़ॉन जेकब एन्सटरने न्यूयार्कमधील मोकळ्या जमिनीवर गुतंवणूक करून क़ोट्यावधी रुपये कमावल्याचे मला कोणी तरी सांगितले. एन्सटर कोण होता? एक अप्रवाशी फेरिवाला जो फक्त वेगळ्या शैलीमध्ये बोलत होता. तो असे करू शकत असेल तर मी का करू शकणार नाही? .... मला श्रीमंत व्हायचे होते. मी यार्टिंग नियतकालिके वाचायला सुरुवात केली.

माझ्यामध्ये अज्ञानी लोकांचे धाडस होते. रिअल इस्टेट खरेदी करण्याबाबत आणि विकण्याबाबत एखाद्याला एस्किमो तेलाच्या भट्टीबद्दल माहीत असते, तितकेच मला माहीत होते. माझे वैभवशाली फायनान्सिएल करिअर सुरू करण्यासाठी कुठून पैसे आणता येतील याचा मी विचार करू लागलो. उत्तर सोपे होते. मी माझे घर गहान ठेवले आणि फॉरेस्ट हिल्समध्ये काही शानदार प्लॉट खरेदी केले. या प्लॉटच्या किमती आकाशाला भिडणार नाहीत तोपर्यंत मी ती जागा सांभाळणार होतो. त्यानंतर हे प्लॉट विकून मला विलासी जीवन जगायचे होते. एखाद्या बाहुलीच्या रुमालाईतकीही रिअल इस्टेट कधी न विकलेला मी अशी स्वप्ने पाहत होतो. अगदी थोड्याशा वेतनासाठी ज्यांना ऑफिसमध्ये एखाद्या गुलामासारखे राबावे लागत होते, अशा कर्मचाऱ्यांकडे मी दया भावनेने पाहत होतो. फायनान्सियल जिनियसची देवी अग्नीचा प्रकाश परमेश्वराने प्रत्येकाला दिला नव्हता, हे मी मलाच पटवून दिले.

अचानक महान मंदी माझ्यावर एखाद्या वादळासारखी आली. एखाद्या चक्रीवादळाने मुंग्याचे वादळ हादरवून टाकावे तसे त्या वादळाने मला हेलावून टाकले.

राक्षसासारखे तोंड असलेल्या त्या प्लॅटमध्ये मला दर महा २२० डॉलर घालावे लागत होते. बापरे! महिने किती लवकर लवकर यायचे. त्याशिवाय मला माझ्या गहान ठेवलेल्या घराचे हप्तेही भरावे लागत होते. तसेच दोन्ही वेळसाठी पुरेशा जेवणाची व्यवस्थाही करावी लागत होती. मी चिंतीत झालो होतो. मी नियतकालिकांसाठी विनोदी लेखन करायला सुरुवात केली. विनोदी लेखनाचे माझे प्रयत्न ज़ेरेमियाहाच्या आलापासारखे सिद्ध झाले. मी माझी कोणतीही गोष्ट विकू शकत नव्हतो. माझ्या कादंबऱ्याही अपयशी ठरल्या. माझ्याजवळचे सर्व पैसे संपले होते. माझा एक टाइपरायटर आणि दातात भरलेले सोने वगळता माझ्याकडे विकण्यासारखे काहीही उरले नव्हते. दूध देणाऱ्या कंपनीने दूध

देणे बंद केले. गॅस देणाऱ्या कंपनीने गॅस देणे बंद केले. आम्हाला एक लहानसा आउटडोअर स्टोव्ह खरेदी करावा लागला. त्याची जाहिरात तुम्ही पाहिली असेल. त्यामध्ये पेट्रोलचे सिलेंडर असते आणि त्याला हाताने पंप करावे लागते. त्यातून आगीच्या ज्वाळा निघतात ज्या एखाद्या संतापी व्यक्तीच्या संतापासारख्या असतात.

आमचा कोळसा संपला आणि कंपनीने आमच्यावर खटला भरला. आमच्या घरातील एकुलती एक गरम जागा शेकोटी होती. मी रात्री एकटा बाहेर जात असे आणि श्रीमंत लोक स्वतःसाठी तयार करीत असलेल्या नवीन घरातून लाकूड आणि इतर कचरा जमा करून आणीत असे. ख़रं तर मला त्या श्रीमंत लोकांपैकी एक व्हायचे होते.

मी इतका चिंतीत होतो की मी झोपू शकत नव्हतो. बहुतेक वेळा मध्यरात्रीच उठत असे आणि स्वतःला पूर्णपणे थकविण्यासाठी मी अनेक तास पायी फिरत असे. असे थकल्यामुळे तरी झोप येईल असे मला वाटायचे.

मी खरेदी केला होता तो जमिनीचा मोकळा तुकडाच गमावून बसलो होतो असे नाही तर त्यामध्ये शिंपलेले माझ्या हृदयातील रक्तही गमावून बसलो होतो. बँकेने माझे गहाण ठेवलेले घर ताब्यात घेतल्यामुळे मी आणि माझे कुटुंबि रस्त्यावर आले.

क़शी तरी आम्ही काही डॉलरची व्यवस्था केली आणि एक लहानसे अपार्टमेंट भाड्याने घेतले. १९३३ च्या अखेरच्या दिवशी आम्ही तिथे रहायला गेलो. मी एका पॅकिंग केसवर बसून चहुबाजूला पाहत होतो. माझ्या आईची एक जुनी म्हण अचानक माझ्या डोक्यात आली, ‘नालीत सांडलेल्या दुधाबद्दल कधीही दुःख करू नको.’

पण हे तर दूध नसून माझ्या हृदयातील रक्त होते.

मी तिथे थोडा वेळ बसून राहिल्यावर मी स्वतःला म्हणालो, ‘आता मी दरीच्या पृष्टभागाला स्पर्श केला आहे. मी ते सर्व सहनही केले आहे. आता माझ्याकडे वर जाण्याशिवाय दुसरी कोणतीही जागा नाही.’

ग़हाण ठेवल्यामुळे माझ्याकडून हिसकावून घेण्यात आल्या होत्या त्या सर्व चांगल्या वस्तूबद्दल मी विचार करायला लागलो. माझ्याकडे अजूनही माझे आरोग्य आणि माझे मित्र होते. मी पुन्हा सुरू करणार होतो. मी भूतकाळाबद्दल दुःखी होणार नाही. मी रोज तेच शब्द पुन्हा पुन्हा म्हणत राहील जे माझी आणि नालीमध्ये पडलेल्या दुधाबद्दल बोलत असे.

मी माझ्या कामासाठी ती सर्व ऊर्जा वापरली, जी आधी मी फक्त चिंता करण्यासाठी

वापरीत होतो. हळूहळू माझ्या स्थितीमध्ये सुधारणा होऊ लागली. मी त्यासर्व दुःखांबद्दल कृतज्ञ आहे की मला त्या सर्व दुःखांमधू जावे लागले. क़ारण त्यामुळे मला शक्ती, सहनशीलता आणि आत्मविश्वास मिळाला. दरीच्या तळाशी पडणे कसे असू शकते ते मला माहीत आहे. त्यामुळे तुम्ही मरत नाहीत, हेही मला आता माहीत झाले आहे. आपल्या अंदाजापेक्षा किती तरी अधिक आपण सहन करू शकतो, हेही मला कळले आहे. आता लहान सहान समस्या आणि तणाव तसेच चिंता मला विचलित करतात तेव्हा मी त्या पॅकिंग केसवर बसलो होतो ती वेळ आठवतो आणि म्हणतो, 'आता माझ्याकडे वर जाण्याशिवाय दुसरा कोणताही पर्याय नाही.'

इथे कोणता सिद्धात उपयुक्त ठरला आहे? लाकडाच्या भूशाला चिरण्याचा प्रयत्न करू नका. ज़े होणारच आहे त्याचा स्वीकार करा. तुम्ही यापेक्षा खाली जाणार नसाल तर वर जाण्याचा प्रयत्न करू शकता.

- होमर क्रॉय

क़ाहीही झाले तरी लढत राहील

बॉक्सिंगमधील आपल्या करिअरच्या दरम्यान मला असे आढळून आले की, मी ज्या हेवीवेट पहिलवानांसोबत लढलो आहे, त्यापैकी सर्वात अवघड असा विरोधक चिंता होती. मी चिंता रोखायला शिकायला हवे नाही तर माझी सर्व ऊर्जा चिंताच संपवून टाकील आणि माझी सफलतेची शक्यता संपवून टाकील, याची मला जाणीव झाली होती. त्यासाठी हळूहळू मी माझ्यासाठी एक सिस्टिम बनविली. मी केलेल्या काही गोष्टी अशा :

१. रिंगमध्ये आपले साहस कायम ठेवण्यासाठी लढतीच्या वेळी मी स्वतःला पेपटॉक देत असे. उदाहरणार्थ खरं तर मी फपीशी लढत होतो, पण मी स्वतःला वारंवार बजावत असे, **'क्रोणतीही गोष्ट मला अडवू शकत नाही. तो मला जखमी करू शकणार नाही. मला त्याचे मुक्के जाणवणार नाहीत. मी जखमी होणार नाही. काहीही झाले तरीही मी लढत राहील.'** स्वतःला अशा प्रकारे सकारात्मक वाक्ये सांगितल्यामुळे आणि सकारात्मक विचार केल्यामुळे मला खूप मदत झाली. त्यामुळे माझा मेंदू इतका व्यस्त राहत असे की मला जखमा जाणवतच नसत. माझ्या करिअरमध्ये माझ्या ओठांचा चक्काचूर झाला. माझ्या डोळ्यांना मार लागला. माझ्या बरगड्या तुटल्या. फपीने मला दोऱ्यांच्या बाहेर फेकून दिले होते. त्यामुळे मी एका रिपोर्टरच्या टाइप

रायटरवर जाऊन पडलो होतो. त्याचे खूप नुकसान झाले होते. तरीही फपीचा एकही मुक्का मला कधी जाणवला नव्हता. फक्त एकच प्रहार मला जाणवला होता. त्या रात्र लेस्टर जॉनसनने माझ्या तीन बरगड्या तोडल्या होत्या. त्या प्रहारामुळे मला काही जखम झाली नव्हती, पण मला श्वास घेण्यात अडथळा निर्माण झाला होता. मी खरोखरच प्रामाणिकपणे कबूल करतो की मला रिंगमध्ये लागलेल्या दुसऱ्या कोणत्याही प्रहाराची कधीही जाणीव झाली नाही.

२. मी आणखी एक गोष्ट केली. चिंता करणे व्यर्थ असल्याचे मी स्वतःला सदैव आठवण करून देत असे. माझ्या बहुतेक चिंता मोठ्या मुकाबल्याच्या घ्यावयाच्या प्रशिक्षणावेळी असायच्या. मी रात्री अक्षरशः जागून काढीत असे आणि सारखी कुशी बदलीत असे. मी झोपू शकत नसे. पहिल्या राऊंडमध्येच मी माझा हात मोडून घेईल किंवा माझ्या टाचेत मूरड येईल किंवा माझ्या डोळ्यांना जखम होईल या भीतीमुळे मी झोपू शकत नसायचो. अशा तणावपूर्ण स्थितीमध्ये मी आंथरुणातून बाहेर यायचो, आरशात पाहत असे आणि स्वतःशी चर्चा करीत असे, 'ज़ी गोष्ट घडली नाही किंवा घडण्याची अजिबात शक्यता नाही, त्या गोष्टीबद्दल चिंता करून तू आपल्यातील मूर्खपणाची जाणीव करून देत आहेस. हे जीवन खूप लहान आहे. मला फक्त आणखी काही वर्षेच जिवंत रहायचे आहे. त्यामुळे मी जीवनाचा आनंद घ्यायला हवा.' मी स्वतःला वारंवार म्हणत असे, 'माझ्या आरोग्याशिवाय दुसरी कोणतीही गोष्ट महत्त्वाची नाही. माझ्या आरोग्याइतके दुसरे काहीही महत्त्वाचे नाही.' मी स्वतःला वारंवार या गोष्टीची आठवण करून देत असे की झोप गमावल्यामुळे आणि चिंता केल्यामुळे माझे आरोग्य बिघडू शकते. किती तरी वर्षे मी स्वतःशी अशा प्रकारे बोलत राहिलो तेव्हा ती माझ्या कातडीच्या खाली घुसली आणि आता मी चिंता पाण्यासारखी वेगळी काढू शकतो.

३. तिसरी आणि मी केलेली सर्वात महत्त्वाची गोष्ट म्हणजे प्रार्थना. जेव्हा मी एखाद्या लढतीसाठी प्रशिक्षण घेत असे तेव्हा मी दिवसातून अनेक वेळा प्रार्थना म्हणत असे. मी रिंगमध्ये असायचो तेव्हा प्रत्येक राऊंडच्या आधी वाजायच्या घंटेपूर्वी मी प्रार्थना करीत असायचो. त्यामुळे मला साहस आणि आत्मविश्वासाने लढण्यासाठी मदत मिळत असे. मी माझ्या जीवनात प्रार्थना म्हटल्याशिवाय कधीही झोपायला गेलो नाही. मी माझ्या जीवनात परमेश्वराचे आभार मानल्याशिवाय कधीही जेवण केले नाही. माझ्या प्रार्थनेचे उत्तर मला मिळाले आहे का? हजारो वेळा.

- ज़ॅक डेम्पसी

स्वतःला व्यस्त ठेवा

लहानपणी माझे जीवन दहशतीने भरलेले होते. माझ्या आईला हृदयविकार होता. दिवसेंदिवस मी तिला चक्कर येऊन जमिनीवर पडताना पाहत होते. ती मरणार आहे, याची आम्हा सर्वांना भीती वाटत होती. ज़्या लहान मुलींची आई वारते त्यांना सेंर्टल वेस्लियन अनथाश्रमात पाठविले जाते, याबद्दल माझी खात्री होती. हा आश्रम वॉरेन्टन मिसुरी इथे होता, आम्हीही तिथेच राहत होतो. तिथे जाण्याच्या नुसत्या विचारानेच मला धडकी भरत होती. त्यामुळे सहा वर्षांची असताना मी सतत प्रार्थना करीत असे, 'हे देवा कृपा कर आणि मी अनाथालयात न जाण्याइतकी मोठी होणार नाही तोपर्यंत माझ्या आईला जिंवत ठेव.'

वीस वर्षानंतर माझा भाऊ मेनरला एक भयंकर जखम झाली. दोन वर्षांपूर्वी तो मेला तोपर्यंत त्याला अतिशय असह्य वेदना सहन करावी लागत होती. तो आपले जेवण स्वतः करू शकत नसे. तो आंथरुणावर कुशीही बदलू शकत नसे. त्याची वेदना कमी करण्यासाठी मला त्याला चोवीस दर तीन तासांना एक वेळ याप्रमाणे मार्फिनचे इंजेक्शन द्यावे लागत होते. मी हेसर्व दोन वर्षे केले. त्यावेळी वारेन्टन मिसुरीच्या सेंट्रल विस्लियन कॉलेजमध्ये संगीत शिकवित असे. माझे शेजारी माझ्या भावांच्या वेदनायुक्त किंकाळ्या ऐकत असत तेव्हा ते मला कॉलेजमध्ये फोन करीत असत. मी माझा संगीताचा क्लास सोडून घरी धावत जात असे आणि त्याला मार्फिनचे इंजेक्शन देत असे. रोज रात्री झोपायाला जाताना मी माझ्या आलार्म घड्याळीत तीन तासानंतरचा आलार्म लावत असे. त्यामुळे मग त्याला इंजेक्शन देण्यासाठी मला वेळेवर उठता येत असे. मला आठवते की थंडीच्या दिवसात मी दुधाने भरलेली एक बॉटल खिडकीच्या बाहेर ठेवीत असे. तिथे ती गोठत असे. तिचे एक प्रकारचे आईस्क्रिम होत असे आणि ते मला खाण्यासाठी खूप आवडत असे. ज़ेव्हा आलार्म वाजत असे तेव्हा उठण्यासाठी खिडकी बाहेर ठेवलेल्या दुधाच्या बाटलीचेही मला एक वेगळे आकर्षण असायचे. या सर्व समस्यांच्या दरम्यान मी दोन कामे केली.

ज़्यामुळे मी आत्म दयेमध्ये बुडण्यापासून, चिंता करणे आणि द्वेषामुळे क़टु जीवन जगण्यापासून वाचले. पहिली गोष्ट म्हणजे मी बारा ते चौदा तास संगीत शिकवून स्वतःला व्यस्त ठेवीत असे. त्यामुळे माझ्या समस्याबद्दल विचार करायला माझ्याकडे खूप कमी वेळ राहत असे. ज़ेव्हा मी माझ्या अवस्थेवर दुःख व्यतीत करण्यासाठी उताविळ होत असे तेव्हा स्वतःला

वारंवार सांगत असे, **'हे बघ, तू जर चालू शकतेस, आपले पोट भरू शकतेस आणि असाह्य वेदनेपासून दूर राहिली आहेस, तर तू जगातील सर्वात सुखी महिला असायला हवेस. क्राहीही झाले तरीही तू जिवंत आहेस तोपर्यंत या गोष्टीचा विसर पडू देऊ नकोस. कधी नाही. कधीच नाही.'**

मी निश्चय करून टाकला की मी सदैव माझ्या नवीन यशासाठी कृतज्ञ राहील. इतकेच नाही तर कृतज्ञतेचा अचेतन आणि सातत्यपूर्ण दृष्टिकोन विकसित करण्यासाठी शक्य ते सर्व प्रयत्न करील. रोज सकाळी उठल्यावर मी आंथरुणातून उठू शकते आणि न्याहरीच्या टेबलापर्यंत जाऊन न्याहरी करू शकते म्हणून देवाला धन्यवाद देत असे. मी असा ठाम संकल्प केला होता की, कितीही अडचणी आल्या तरीही मी वॉरेंग्टन मिसुरी मधील सर्वात सुखी महिला होऊन दाखविन. क़दाचित हे ध्येय गाठण्यात मी यशस्वी झाले नसेल, पण आपल्या मूळ शहरात मी सर्वात कृतज्ञ मुलगी होण्यात मी नक्कीच यशस्वी झाले आहे. मला जितकी कमी चिंता असते, तितकी कमी चिंता माझे खूपच कमी सहकारी करीत असतील.

मिसुरीमधील या संगीत शिक्षिकेने या पुस्तकात सांगितलेल्या दोन सिद्धांताचा स्वीकार केला आहे. एक म्हणजे ती इतकी व्यस्त राहिली की तिच्याकडे चिंता करण्यासाठी वेळच राहिला नाही. दुसरे म्हणजे तिने आपले यश मोजले. हेच तंत्र तुम्हालाही मदत करू शकते.

- क्रॅथलिन हाल्टर

वादळासारखे पोट आंकुचत होते

क़ॅलिफोर्नियामधील ब्रदर्स स्टुडिओच्या जाहिरात विभागात मी अनेक वर्षांपासून अतिशय आनंदाने काम करीत होतो. मी एक युनिटमॅन आणि फीचर रायटर होतो. मी वॉर्नर ब्रदर्सच्या ताऱ्यांबद्दल दैनिकांमध्ये आणि नियतकालिकांमध्ये लेख लिहित असे.

अचानक मला प्रमोशन मिळाले. मला असिस्टंट पब्लिसिटी डायरेक्टर करण्यात आले. ख़रं तर हे प्रशासकीय धोरणातील परिवर्तन होते. मला एक रुबाबदार पदनाव देण्यात आले, 'ॲडमिनिस्ट्रेटिव्ह असिस्टंट'.

त्यामुळे मला एक भव्य ऑफिस मिळाले. त्यामध्ये एक वैयक्तिक रेफ्रिजरेटर, दोन सेक्रेटरी तसेच पंचाहत्तर लेखक आणि रेडिओकर्मचाऱ्यांच्या स्टाफचा समावेश होता. मी

खूपच प्रभावित झालो. मी थेट बाजारात गेलो. माझ्यासाठी एक नवीन सूट खरेदी केला. मी अभिमानास्पद पद्धतीने बोलायला सुरूवात केली. मी फायलिंग सिस्टिम बनविली. मी विश्वासाने निर्णय घेतले आणि घाई घाईत अनेक कामे केली.

वॉनर ब्रदर्सची पूर्ण जाहिरात व्यवस्था माझ्या खांद्यावर टिकली होती, याची मला खात्री पटली होती. बेट डेव्हिस ऑलविया डे, हैवीलँड, जेम्स केगनी, एडवर्ड जी रॉबिनसन्स, एरॉल फ्लिन, हम्फ्र बोगार्ट, एन. शेरिडन, अलेक्सिस स्मिथ आणि एलन हेल यांच्यासारख्या प्रसिद्ध सिताऱ्यांचे वैयक्तिक आणि सार्वजनिक जीवन माझ्या हातात आहे, असे मला वाटू लागले.

एका महिन्यापेक्षा कमी काळात मला असे जाणवू लागले की, ज़णू काही पोटात अल्सर झाला आहे, कदाचित कॅन्सर सुद्धा.

त्या वेळी माझी मुख्य युद्ध हालचाल अशी होती की मी वॉर ॲक्टिव्हिटिज कमिटी ऑफ द स्कीन पब्लिस्टीटस गिल्डचा चेअरमन होतो. मला हे काम करायला आवडत होते. गिल्डच्या बैठकीच्या निमित्ताने मला माझ्या मित्रांना भेटायला जमत होते. अर्थात याच बैठका माझ्यासाठी दहशतीच्या ठरल्या. प्रत्येक बैठकीनंतर मी वाईटरित्या आजारी पडत असे. बहुतेक वेळा घरी परतत असताना मला वाटेत माझी कार थांबवावी लागत होती आणि योग्य प्रकारे कार चालविता येईल यासाठी स्वतःला सावरावे लागत होते. क़रण्यासाठी खूप सारी कामे पडली होती आणि त्यासाठी माझ्याकडे खूपच कमी वेळ होता. हे सर्व अतिशय आवश्यक होते. वाईट गोष्ट अशी होती की मी ते करू शकत नव्हतो.

मी पूर्णपणे सत्य सांगत आहे. माझ्या जीवनातील हा अतिशय वेदनादायी आजार होता. माझ्या आतड्यांमध्ये नेहमीसाठी आखडलेपणा राहत असे. माझे वजन कमी झाले होते. माझी झोप उडाली होती. सतत वेदना होत होती.

त्यासाठी मी अतिरिक्त उपचार करणाऱ्या एका विशेषज्ञ डॉक्टरांकडे गेलो. ॲडव्हर्टायझिंग लाईनमधील एका व्यक्तीने मला त्याच्याकडे जाण्याचा सल्ला दिला होता. या डॉक्टरांचे अनेक रुग्ण ॲडव्हर्टायझिंग लाईनमधले असल्याचे त्याचे म्हणणे होते.

तो डॉक्टर माझ्याशी खूपच कमी बोलला. त्याने मला इतकेच विचारले की, मी मला कुठे वेदना होते आणि मी काय काम करतो. माझ्या आजारापेक्षा जास्त रस त्याने माझ्या नोकरीमध्ये दाखविला; पण लवकरच मला बरे वाटू लागले. दोन आठवड्यापर्यंत रोज

त्याने मला ओळखीचे असलेले प्रत्येक परीक्षण लिहून दिले. माझी तपासणी केली. एक्स-रे काढला. फलूअरोस्कोप केला. शेवटी त्याने मला भेटण्यासाठी आणि आपला निर्णय सांगण्यासाठी बोलावले.

तो मागे रेलत म्हणाला, 'मि. शिप, अनेक साऱ्या चाचण्या करण्यात आल्या आहेत. त्या सर्व आवश्यक होत्या. माझ्या पहिल्या परीक्षणानंतरच मला हे पूर्णपणे कळले होते की, तुमच्या पोटात अल्सर नाही.

'पण त्याचबरोबर मला हेही कळले होते की तुम्ही ज्या प्रकारची व्यक्ती आहात आणि तुम्ही ज्या प्रकारचे काम करीत आहात, त्यामुळे तुमचा तोपर्यंत माझ्या बोलण्यावर विश्वास बसणार नाही, ज़ोपर्यंत मी तुम्हाला प्रत्यक्ष दाखवू शकणार नाही. चला, मी तुम्हाला दाखवितो.'

त्याने मला चार्ट आणि एक्स रे दाखविले. त्याचा अर्थ समजावला. मला अल्सर नसल्याचे त्याने मला दाखविले.

डॉक्टर मला म्हणाले, अर्थात यासाठी तुमचे खूप सारे पैसे खर्च झाले आहेत; तरीही हे तुमच्यासाठी फायदेशीरच राहिले आहे. हा आहे उपचार. चिंता करू नका.

आता मी विरोध करायच्या आधीच त्याने मला अडविले. आता मला माहीत आहे की तुम्ही हा उपचार लगेच सुरू करू शकणार नाहीत. म्हणून मी तुम्हाला एक कुबडी देतो. या आहेत काही गोळ्या. यामध्ये बोलाडिना आहे. तुम्ही हव्या तितक्या घेऊ शकता. या गोळया संपल्यावर परत माझ्याकडे या. मी तुम्हाला आणखी काही गोळ्या देईल. त्यामुळे तुमचें काही नुकसान होणार नाही, पण त्यामुळे तुम्ही शांत रहाल.

'पण एक गोष्ट लक्षात ठेवा. तुम्हाला या गोळयांची आवश्यकता नाही. तुम्हाला तर फक्त इतकेच करायचे आहे की, चिंता करणे सोडायचे आहे.'

तुम्ही पुन्हा चिंता करायला सुरूवात केली तर तुम्हाला परत इथे यावे लागेल. मी पुन्हा तुमच्याकडून भारी भक्कम फीस घेईल. हे तुम्हाला कसे काय वाटेल?'

या धड्याने त्याच दिवशी माझ्यावर परिणाम केला, हे मी त्याच वेळी सांगू शकलो असतो तर खूप बरे झाले असते. मी लगेच चिंता करणे सोडून दिले, पण मी असे करू शकलो नाही. आता मी चिंता करणार आहे, असे मला वाटू लागताच मी गोळ्या घेत असे. असे अनेक आठवडे चालले. ग़ोळयांमुळे फायदा होत असे. मला लगेच चांगले वाटत असे. अर्थात या गोळ्या घेणे मला मूर्खपणाचे वाटत होते. मी शारीरिक दृष्ट्या मोठा

माणूस होतो. मी अब्राहम लिंकनइतका उंच होतो. माझे वजन सुमारे दोनशे पौंड होते. तरीही मी मला आराम मिळवून देण्यासाठी लहान पांढऱ्या गोळ्या घेत होतो. मी गोळ्या का घेत आहे, असे मला माझ्या मित्रांनी विचारल्यावर मला सत्य सांगताना संकोचल्यासारखे वाटत असे. हळूहळू मी स्वतःवर हासायला लागलो. मी स्वतःला म्हणायचो, 'हे बघ, कॅमर शीप, तू एखाद्या मुर्खासारखा वागत आहेस. तू स्वतःला आणि आपल्या तुच्छ कामाला अतिशय गंभीरपणे घेत आहेस. बेट डेव्हीस, जेम्स केगनी आणि एडवर्ड जी रॉबिनसन्स यांच्या प्रसिद्धीचे काम स्वीकारण्यापूर्वीच ते जगभरात प्रसिद्ध आहेत, तू आज मेलास तरीही वॉर्नर ब्रदर्स आणि त्यांचे सितारे तुझ्याशिवायही आपले काम सुरूच ठेवतील. आयजॅन हॉवर, जनरल मार्शल, मॅकअर्थर, जिमी डुलिटल आणि ॲडमिरल किंग यांना बघ. ते गोळया न घेता युद्ध करीत आहेत. आणि एक तू आहेस, जो पांढऱ्या गोळया न घेता स्कीन पब्लिसिस्टस गिल्डच्या एक्झिक्युटिव्ह कमीटीच्या चेअरमनचे कामही करू शकत नाहीस. क़ारण या पांढऱ्या गोळ्या घेतल्या नाहीत तर तुझे पोट कान्सिस वादळासारखे उसळते.'

मी गोळयांशिवाय जगण्याचा अभिमानास्पद अनुभव घ्यायला सुरुवात केली. क़ाही दिवसानंतर मी त्या गोळया नालीमध्ये फेकून दिल्या. रोज रात्री डिनरच्या आधी एक डुलकी घेण्यासाठी लवकर घरी यायला सुरुवात केली. हळूहळू मी सामान्यपणे जगायला सुरूवात केली. मी त्या डॉक्टरांकडे पुन्हा कधीही गेलो नाही.

अर्थात तरीही मी त्याचा कृतज्ञ आहे. खरं तर त्यावेळी मला त्याची फीस खूप मोठी वाटली होती. त्याने मला स्वतःवर हासायला शिकविले. तरीही मी विचार करतो की त्याने जे हुशारीने काम केले होते, ते म्हणजे तो माझ्यावर हासला नव्हता. मला चिंता करण्याचे काही कारण नाही, असे तो मला म्हणाला नव्हता. त्याने मला गंभीरपणे घेतले होते. त्याने मला आपली लाज ठेवण्याची एक संधी दिली. त्याने मला एका लहान बॉक्समधून बाहेर निघण्याची संधी दिली. पण त्याला हे माहीत होते (आता ते मलाही कळले आहे) क़ी हा उपचार त्या मूर्खपणाने भरलेल्या गोळयांमध्ये नव्हता. ख़रा उपचार तर माझ्या मानसिक दृष्टिकोनाच्या बदलामध्ये होता.

या गोष्टीतून मिळणारा धडा असा आहे की, ज़े लोक यावेळी चांगले वाटण्यासाठी गोळ्या घेत आहेत, त्यांना भाग ७ वाचल्यामुळे आणि विश्रांती घेतल्यामुळे लाभ होण्याची अधिक शक्यता आहे.

- क्रॅमरॉन शिप

आजचे काम आज करा

क़ाही वर्षांपूर्वी मी पोटाच्या भयाकन वेदनेने आजारी होतो. मी रोज रात्री दोन-तीन वेळा उठत असे आणि या भयंकर वेदनेमुळे परत झोपू शकत नसे. मी माझ्या वडिलांना जठराच्या कॅंसरमुळे मरताना पाहिले होते. मलाही जठराचा कॅंसर झाला आहे, अशी मला भीती वाटत होती. किमानपक्षी पोटाचा अल्सर तरी झाला असावा, असे नक्कीच वाटत होते. मी तपासणी करण्यासाठी एका क्लिनिकमध्ये गेलो. एका प्रसिद्ध पोट विकार तज्ज्ञाने माझी फ्ल्युअरोस्कोप तपासणी केली. माझ्या पोटाचा एक्स रे काढला. त्याने मला झोपेच्या गोळया दिला आणि मला पोटाचा कॅंसर किंवा अल्सर काहीही नसल्याचा विश्वास सुद्धा दिला. मला भावनात्मक तणावामुळे वेदना होत असल्याचे तो म्हणाला. मी एक पादरी असल्यामुळे त्याचा पहिला प्रश्न असा होता की, तुमच्या चर्च बोर्डमध्ये एका सणकी म्हातारा आहे का?

मला आधीपासूनच माहीत असलेले त्याने मला सांगितले, ‘मी खूप जास्त काम करण्याचा प्रयत्न करीत होतो. रविवारच्या माझ्या प्रार्थनेशिवाय चर्चच्या इतर कार्यक्रमामध्ये सहभागी होणे तसेच रेडक्रॉसचा चेअरमन म्हणून काम करणे आणि किवालिसचा प्रेसिडेंट म्हणूनही काम करीत होतो. मी दर आठवड्याला दोन किंवा तीन अंत्यविधी करीत असे. इतर अनेक साऱ्या गोष्टी करीत असे.

मी सतत दबावात येऊन काम करीत असे. मी कधी आराम करू शकत नसे. मी नेहमी तणावग्रस्त, चिडचिडा आणि घाईत असे. मी अशा एका ठिकाणी आलो की तिथे मी प्रत्ये गोष्टीबाबत चिंता करू लागलो. मी सतत त्रासात राहू लागलो. मला इतकी वेदना होऊ लागली की आनंदाने डॉक्टरांच्या सल्ल्यानुसार वागू लागलो. मी दर आठवड्याला सोमवारी सुटी घ्यायला सुरूवात केली तसेच माझ्या बऱ्याचशा जबाबदाऱ्या आणि कामे कमी केली. एके दिवशी मी माझा टेबल स्वच्छ करीत असताना माझ्या मनात असा विचार आला, जो अतिशय उपयुक्त ठरला. मी काही जुन्या प्रवचनांच्या नोटस पाहू लागलो तसेच काही जुन्या प्रकरणावर काढलेली टिपणेही पाहिली. मी त्यांना एकेक करून फाडले आणि केराच्या टोपलीत टाकून दिले. अचानक मी थांबलो आणि स्वतःलाच म्हणालो, ‘बिल, या कागदांच्या बाबतीत तू जे करीत आहेस, तेच आपल्या चिंतांच्या

बाबतीत का करीत नाहीस? तू कालाच सर्व चिंता फाडून त्या केराच्या टोपलीत का टाकीत नाहीस?' या एका विचाराने मला लगेच प्रेरणा दिली. माझ्या खांद्यावरून जणू काही एखादे ओझे उतरले आहे, असे मला वाटले. त्या दिवसांपासून मी असा एक नियमच करून टाकला की ज्या समस्यांबद्दल मी काहीही करू शकत नाही, त्या सर्व समस्यांना केराच्या टोपलीत टाकून द्यायचे.

मग एके दिवशी माझी पत्नी भांडे धूत असताना आणि त्यांना वाळवत असताना माझ्या मनात आणखी एक विचार आला. भांडी धूत असताना माझी पत्नी गुणगुणत होती. ते पाहून मी मला म्हणालो, 'हे पहा बिल, तुझी पत्नी किती आनंदी आहे. तुमच्या लग्नाला अठरा वर्षे झाली आहेत. तेव्हापासून ती रोजच भांडी धूत आणि सुकवत आली आहे. समजा, तुझे लग्न झाले त्या दिवशी तिने भविष्य पाहिले असते आणि पुढील आठरा वर्षे तिला धुवावी लागणारी भांडी समोर दिसली असती. घाण झालेल्या भांड्यांचा तो ढिग नक्कीच उकीरड्याएवढा मोठा झाला असता. हा विचार कोणत्याही महिलेची शुद्ध हरवू शकला असता.'

तेव्हाच मी स्वतःला बजावले, 'तुझी पत्नी भांडी धुण्याला घाबरत नाही किंवा त्यामध्ये तिला काही अडचण येत नाही कारण ती एका वेळी फक्त एकाच दिवसाचे भांडे धुते.' माझी नेमकी समस्या काय होती ते मला कळले. मी आजचे आणि कालचे भांडे स्वच्छ करण्याचा प्रयत्न करीत होतो. शिवाय जी भांडी अद्याप घाण झाली नाहीत ती धुण्याचाही मी प्रयत्न करीत होतो.

माझे वागणे किती मूर्खपणाचे होते हे मला आढळून आले. मी रविवारी सकाळी चर्चमध्ये उभे राहून लोकांना सांगत असे, की कशा प्रकारे जगायला हवे. मी स्वतः मात्र तणाव, घाई आणि चिंतेमध्ये जीवन जगत होतो. मला माझीच लाज वाटली.

आता मला चिंतांचा काहीही त्रास होत नाही. पोट दुखी आता गेली आहे. अनिद्राही गायब झाली आहे. आता मी कालच्या सर्व चिंता फाडून केराच्या टोपलीत फेकून देतो. तसेच उद्या घाण होणारे भांडे आज स्वच्छ करण्याचा प्रयत्न करणेही मी सोडून दिले आहे.

या पुस्तकात सुरुवातीला देण्यात आलेले ते वाक्य तुम्हाला आठवते? 'उद्याचे ओझे जर कालच्या ओझ्यासोबत एकत्र केले आणि ते उचलण्याचा प्रयत्न केला तर अतिशय शक्तिशाली व्यक्तीही त्यामुळे डळमळीत होऊ शकते.' .... तर मग असे प्रयत्नच कशाला करायचे?

- रेव्हरेंड विल्यम वूड

उत्तर मिळाले

१९४३ मध्ये अल्बर्क़क, न्यू मेक्सिको मधील वेटरसन्स हॉस्पिटलमध्ये माझ्या तीन बरगाड्या आणि फुफ्फुसाला पडलेल्या छिद्रासह आलो. हवाई बेटांपासून दूर मेरिन एम्फिबियस लँडिंगच्या सरावा वेळी हा अपघात झाला होता. मी नावेतून बीचवर उडी मारण्यासाठी तयार होत असतानाच एका मोठा ब्रेकर आला. त्याने नाव उचलल्यामुळे माझे संतुलन बिघडले आणि मी वाळूमध्ये आपटलो. मी इतका जोराने आपटल्या गेलो की माझी एक तुटलेली फासळी माझ्या डाव्या फुफ्फुसामध्ये घुसली आणि त्याला छिद्र पडले.

हॉस्पिटलमध्ये तीन महिने घालविल्यानंतर मला माझ्या जीवनातील सर्वात मोठा धक्का बसला. माझ्यात काहीही सुधारणा झाली नसल्याचे डॉक्टरांनी मला सांगितले. थोडासा गंभीर विचार केल्यानंतर चिंता मला बरे होण्यापासन अडवित असल्याचे माझ्या लक्षात आले. मला अतिशय सक्रिय जीवन जगण्याची सवय होती, पण या तीन महिन्यांमध्ये चौवीस तास मी माझ्या पाठीवर पडलेला असायचो आणि विचार करण्याशिवाय मला दुसरे काहीही काम नसायचे. मी जितका विचार करीत असे तितका जास्त चिंतीत होत असे. ज़गामध्ये मी परत माझ्या जागी जाऊ शकेल का या गोष्टीची मला सर्वाधिक चिंता होती. मला सर्व जीवन अपंगासारखे घालवावे लागेल की काय? माझे कधीच लग्न होऊ शकणार नाही का? मी कधी सामान्य जीवन जगू शकणार नाही का? अशा अनेक चिंता मला सतावत असायच्या.

मी डॉक्टरांकडे आग्रह केला की 'कंट्री क़्लब' नावाच्या पुढील वॉर्डमध्ये मला ठेवण्यात यावे. क़ारण तिथे रुग्णांना त्यांच्या इच्छेनुसार कोणतेही काम करण्याची सूट होती.

या कंट्री क्लब वॉर्डमध्ये मी 'कॉंट्रॅक्ट ब्रीज' मध्ये रस घेऊ लागलो. हे शिकण्यासाठी मला सहा आठवडे लागले. या दरम्यान मी इतर लोकांसोबत ब्रीज खेळत असे. तसेच कल्वर्टसन यांनी ब्रीजवर लिहिलेली पुस्तकेही मी वाचली. सहा आठवड्यानंतर हॉस्पिटलमधील उरलेले सर्व दिवस मी ब्रीज खेळत असे. मी ठईल पेंटिंग करण्यातही रस घेऊ लागलो आणि ही कला शिकण्यासाठी मी एक कला शिक्षकही नियुक्त केला. रोज दुपारी तीन ते पाच या दरम्यान ते मला ऑईल पेंटिंग शिकवित असत. माझ्या काही पेंटिंग इतक्या छान होत्या की त्या पाहून मी काय पेंटिंग केले आहे, ते तुम्ही सांगू शकत होतात. मी सोप आणि वूड कार्विंगवरही आपला हात चालवून पाहिला. या विषयावर मी अनेक पुस्तके वाचली आणि हा विषय मला अतिशय रोमांचक वाटला. मी स्वतःला इतके

व्यस्त ठेवले की माझ्याकडे माझ्या शारीरिक स्थितीबद्दल चिंता करण्यासाठी वेळच नव्हता. मला रेडक्रॉसच्या वतीने देण्यात आलेली मानसशास्त्रावरील पुस्तके वाचण्यासाठी वेळ मिळाला. तीन महिन्यानंतर संपूर्ण मेडिकल स्टाफ माझ्याकडे आला आणि त्यांनी आश्चर्यकारक सुधारणेसाठी माझे अभिनंदन करून मला शुभेच्छा दिल्या. माझ्या जीवनात मी ऐकलेले हे सर्वात सुंदर आणि गोड शब्द होते. मी आनंदाने ओरडू इच्छित होतो.

मी ही गोष्ट सांगण्याचा प्रयत्न करीत आहे की माझ्याकडे करण्यासारखे काहीही नव्हते तेव्हा मी पाठीवर पडून आपल्या भविष्याबद्दल चिंता करीत होतो तेव्हा माझ्या परिस्थितीत काहीही सुधारणा होत नव्हती. मी चिंतेमुळे माझ्या शरीरात विष भरीत होतो. दुसऱ्या बाजूला मी कॉन्ट्रॅक्ट ब्रीज खेळायला, ऑईल पेंटिंग करायला, वूड कार्विंग करायला सुरूवात करून माझ्या डोक्यातून चिंता दूर पळविताच, माझ्या प्रकृतितीत आश्चर्यकारक सुधारणा झाल्याची डॉक्टरांनी घोषणा केली.

मी आता सामान्य आणि निरोगी जीवन जगत आहे. तुमच्या इतकीच आता माझी फुफ्फुसेही सामान्य आहेत.

ज़ॉर्ज बर्नार्ड शॉ काय म्हणाला होता ते लक्षात ठेवा, **'दुःखी होण्याचे रहस्य त्याबाबत चिंता करायला वेळ मिळणे आहे की तुम्ही आनंदी आहात की नाहीत.' सक्रिय रहा, व्यस्त रहा.**

- ड़ेल ह्यूज

क़ाळाने समस्यांवर मात करणे

चिंतेने माझ्या जीवनातील दहा वर्षे वाया घालविली आहेत. अठरा ते अठ्ठावीस वर्षा दरम्यानची ती दहा वर्षे क़ोणत्याही युवकाच्या जीवनात शर्वाधिक लाभदायक आणि समृद्ध असतात.

माझ्या जीवनातील ही वर्षे दुसऱ्या कोणामुळे नाही तर माझ्या स्वतःमुळेच वाया गेल्याचे मला आता जाणवते.

मी प्रत्येक गोष्टीबद्दल चिंता करीत असे. माझी नोकरी, माझे आरोग्य, माझे कुटुंब, माझी हीन भावना. मी इतका घाबरलेला होतो की ओळखीच्या लोकांना टाळण्यासाठी मी रस्ता पार करीत असे. रस्त्यावर मी एखाद्या मित्राला भेटत असे तेव्हा मी त्याला असे भासवत असे की, ज़णू काही मी त्याला पाहिलेच नाही. क़ारण तो मला खाली पहायला लावील, अशी मला भीती वाटायची. मी अनोळखी व्यक्तींना तर इतका घाबरत असे...

त्यांच्या समोर मी इतका दहशतीखाली वागत असे की, अवघ्या दोन आठवड्यात मी तीन नोकऱ्या फक्त मी काय करू शकतो ते संभाव्या नियोत्त्याला सांगू न शकल्यामुळे गमावल्या.

मग आठ वर्षानंतर एके दिवशी दुपारी मी माझ्या चिंतेवर मात मिळविली. तेव्हापासून मी क्वचितच चिंतीत झालो आहे. त्या दुपारी मी अशा एका व्यक्तीच्या ऑफिसमध्ये बसलो होतो, ज़्याने माझ्यापेक्षा जास्त अडचणींचा सामना केला होता. तरीही त्याचा स्वभाव हासतमुख होता. त्याने १९२९ मध्ये संपत्ती मिळविली आणि नंतर त्यातील प्रत्येक सेंट गमावला. १९३३ मध्ये पुन्हा संपत्ती मिळविली आणि तीही गमावली. त्याने १९३९ मध्ये तिसऱ्यांदा धन दौलत मिळविली आणि तीही उधळून टाकली. त्याच्या मागे वैरी आणि कर्जदार हात धूऊन लागले होते तरीही तो दिवाळखोरीत जगला. ज़्या अडचणी आल्यावर काही लोक कोलमडून पडतात किंवा आत्महत्त्या करण्याचा विचार करतात, त्या त्याच्या समोर बदकाच्या पाठीवरून पाणी घसरावे तशा घसरून गेल्या.

आठ वर्षांपूर्वी दुपारी मी त्याच्या ऑफिसमध्ये बसलो होतो तेव्हा मला त्याचा मत्सर वाटू लागला. परमेश्वराने मला असेच बनविले असते तर किती बरे झाले असते, असाही मी विचार करू लागलो.

आम्ही बोलत असताना त्याने माझ्या समोर एक पत्र ठेवले. ते त्याला आज सकाळीच आले होते. तो मला म्हणाला, 'हे वाच.'

ते पत्र रागारागात लिहिले होते आणि त्यामध्ये अस्वस्थ करणारे अनेक प्रश्न विचारण्यात आले होते. मला अशा प्रकारचे पत्र मिळाले असते तर मी वेडा झालो असतो. मी त्याला विचारले, 'बिल, तू याला कशा प्रकारे उत्तर देणार आहेस?'

बिल म्हणाला, 'हे बघ, मी तुला एक लहानसे रहस्य सांगतो. पुढच्या वेळी खरोखरच चिंता करण्यासारखे तुझ्यासारखे काही असेल तर एक पेन्सिल आणि कागद घेऊन बस. आपल्या चिंतेचे कारण काय आहे, ते त्यामध्ये विस्ताराने लिही. मग तो कागद आपल्या टेबलाच्या उजव्या बाजूच्या खालच्या ड्रावरमध्ये ठेव. दोन आठवडे वाट पाहिल्यानंतर ते पुन्हा पहा. इथे ते सुरक्षित राहील. त्याला काही होणार नाही, पण या दरम्यान त्या समस्येच्या बाबतीत मात्र बरेच काही होऊ शकते. माझ्यात हिमत असेल तर मला सतावणारी ती चिंता एखाद्या फुग्यातून हवा निघून गेल्याप्रमाणे पंक्चर होऊन जाते.'

या सल्ल्याने माझ्यावर खूप मोठा परिणाम केला. मी बिलच्या सल्ल्यानुसार अनेक वर्षांपासून चालत आहे. त्याचा परिणाम म्हणून आता मला कदाचितच कशाची चिंता वाटते.

काळ बऱ्याचशा समस्या सोडवित असतो. आज तुम्हाला अस्वस्थ करणारी चिंताही काळ सोडवू शकतो.

- लुई टी मार्टिन (ज्युनिअर)

वाईटातील वाईटाचा सामना करा

अनेक वर्षांपूर्वी मी एका कायदेशीर खटल्यात साक्षिदार होतो. त्यामुळे मी खूप मानसिक तणावात आणि चिंतेत होतो. ख़टला संपल्यानंतर मी ट्रेनने घरी परत येत होतो तेव्हा भयंकर वेदनेमुळे मी अचानक कोसळलो. हार्ट ॲटॅक. श्वास घेणेही कठीण जात होते.

मी घरी आल्यावर डॉक्टरांनी मला इंजेक्शन दिले. मी आंथरुणात नव्हतो. मी ड्राईंग रूममधील सोफ्याच्या पलिकडे जाऊ शकलो नाही. मला शुद्ध आली तेव्हा मी पाहिले की पाद्री तिथे उपस्थित होता आणि माझ्या अंत्ययात्रेची तयारी करीत क्षमादान करीत होता.

मी माझ्या कुटुंबियाच्या चेहऱ्यावर धक्का आणि दुःखाचे भाव पाहिले. माझा खेळ संपल्याचे मला जाणवले. नंतर मला असे कळले की पुढच्या तीस मिनिटानंतर मी नसेल यासाठी डॉक्टरांनी माझ्या पत्नीची मानसिक तयारी केली होती. माझे हृदय इतके कमकुवत झाले होते की मी बोलू शकत नव्हतो क़ी मला बोट हालविण्यासाठीही मना करण्यात आले होते.

मी कधी संत नव्हतो, पण एक गोष्ट मात्र मी शिकलो होतो. परमेश्वरासोबत वाद न घालणे. म्हणून मग मी माझे डोळे बंद केले आणि म्हणालो, 'देवा तुझी इच्छा पूर्ण होवे. हे जर आताच व्हायचे असेल तर तुझी इच्छा पूर्ण होवो.'

मी या विचारांसमोर समर्पण करताच मला जरा बरे वाटू लागले. माझी भीती गायब झाली आणि मी शांतपणे मलाच विचारले, की यावेळी माझ्या बाबतीत वाईटात वाईट काय होऊ शकते? वेदनेचा झटका पुन्हा येऊ शकतो, हेच माझ्या बाबतीत जास्तीत जास्त वाईट होऊ शकले असते, हे तर उघडच आहे. मी माझ्या वडिलांना भेटायला जाईल आणि लवकरच शांतता मिळवेल.

मी त्या सोफ्यावर पडून राहिलो आणि मी एक तासभर वाट पाहिली. ती वेदना काही परत आली नाही. त्याच वेळी मी स्वतःला विचारायला सुरूवात केली की मी जर या वेळी मेलो नाही तर मी माझ्या जीवनात काय करील? मी संकल्प केला की माझे आरोग्य मिळविण्यासाठी मी शक्य ते सर्व प्रयत्न करील. मी स्वतःला तणाव आणि चिंतेला बळी पडू देणार नाही. तसेच आपली शक्ती पुन्हा बनविन.

ही चार वर्षांपूर्वीची गोष्ट आहे. मी माझी शक्ती पुन्हा इतकी वाढविली आहे की, माझ्या कार्डियोग्राममध्ये झालेली सुधारणा पाहून माझे डॉक्टरही अस्वस्थ झाले आहेत. मी आता अजिबात चिंता करीत नाही. माझ्यामध्ये जीवनाचा नवीन उत्साह आहे. अर्थात मी पूर्ण प्रामाणिकपणे कबूल करतो की, मी वाईटातील वाईटाचा सामना केला नसता, माझ्या समोर असलेल्या मृत्यूचा... मग त्यात सुधारणा करण्यासाठी प्रयत्न केले नसते, तर क़दाचित मी आज इथे नसतो. मी वाईटातील वाईटाचा स्वीकार केला नसता तर मला खात्री आहे की माझी भीती आणि दहशत यामुळे मी नक्कीच मेलो असतो.

मिस्टर रयान आज यामुळे जिवंत आहेत की, क़ारण त्यांनी चमत्कारिक फॉर्म्युल्यामध्ये सांगितलेल्या सिद्धांताचा वापर केला, वाईटातील वाईटाचा सामना करा.

- ज़ोसेफ एल. रयान

लगेच विसरून जाणे

चिंता एक सवय आहे. एक अशी सवय जी मी अनेक वर्षांपूर्वी सोडून दिली आहे. चिंतेपासून बचाव करण्याची माझी सवय प्रामुख्याने तीन गोष्टींमुळे आहे, यावर माझा विश्वास आहे.

पहिली : मी इतका व्यस्त असतो की माझ्याकडे आत्मघातकी चिंतेमध्ये बुडून जाण्यासाठी वेळच असत नाही. माझी तीन कामे आहेत. ज्यापैकी प्रत्येक काम आपापल्या पातीळवर पूर्ण वेळेचे काम होऊ शकते. मी कोलंबिया विद्यापीठामध्ये खूप मोठ्या समुहासमोर व्याख्यान देतो. मी न्यूयार्क सिटीतील बोर्ड ऑफ हायर एज्युकेशनचा चेअरमन आहे. मी हार्पर अँड ब्रदर्स या प्रकाशन संस्थेच्या आर्थिक आणि सामाजिक पुस्तकांच्या विभागाचा प्रमुख आहे. या तीन कामाच्या सातत्यपूर्ण मागणीमुळे माझ्याकडे चिंता करण्यासाठी आणि भोवऱ्यात अडकण्यासाठी वेळच असत नाही.

दुसरी : मी लगेच विसरून जातो. मी एका कामातून दुसऱ्या कामाकडे वळतो तेव्हा पहिल्या कामातील मी विचार करीत असलेल्या सर्व समस्या मी लगेच विसरून जातो. एका कामातून दुसऱ्या कामात गेल्यामुळे मला प्रेरणा आणि ताजेपणा मिळतो. त्यामुळे मला विश्रांती मिळते. त्यातून माझे चिंतन स्पष्ट होते.

तिसरी : मी माझ्या ऑफिसचा दरवाजा बंद करतो तेव्हा मला माझा मेंदूही त्याने सर्व समस्या विसरून जाव्या यासाठी तयार करावा लागतो. समस्या नेहमीसाठी सुरूच राहतात. प्रत्येक प्रकरणात न सुटलेल्या अशा अनेक समस्या असतात, ज्यांच्याकडे लक्ष

देणे आवश्यक असते. ही सर्व प्रकरणे आणि समस्या मी रोज रात्री घरी घेऊन गेलो आणि त्याबद्दल चिंता करू लागलो तर मी माझे आरोग्य बिघडवून टाकील. त्याशिवाय त्या समस्या निपटून काढण्याची माझी क्षमताही मी गमावून बसेल.

ऑर्डवे ट्रीड काम करण्याच्या चार चांगल्या सवयींमध्ये निपूण आहेत. त्या सवयी कोणत्या आहेत ते तुमच्या लक्षात आहे?

(पहा खंड ७, प्रकरण २३ वे)

- ऑर्डवे टीड

चिंता बंद केल्याने मरण्यापासून वाचलो

मी गेल्या त्रेसष्ठ वर्षापासून व्यवसायिक बेसबलमध्ये आहे. मी ऐंशीच्या दशकात पहिल्यांदा खेळायला सुरूवात केली होती तेव्हा मला काहीही वेतन मिळत नव्हते. आम्ही रिकाम्या प्लॉटमध्ये खेळत असूत आणि टिनचे डब्बे किवा कचऱ्यात फेकलेल्या घोड्याच्या कॉलरला अडखळत असू. ख़ेळ संपल्यावर आम्ही प्रेक्षकांकडे टोप करीत असूत. मला मिळणारी रक्कम खूप कमी असायची, खरं तर माझी विधवा आई आणि माझ्या बहिणीची तेव्हा माझ्यावर पूर्ण जबाबदारी होती. चालत राहण्यासाठी बेसबॉल टिमला अनेक वेळा स्ट्रॉबेरी सपर किंवा क्लॅमबॅकचे आयोजन करावे लागत होते.

माझ्याकडे चिंता करण्यासाठी अनेक कारणे होती. मी एकुलता एक असा बेसबॉल मॅनेजर होतो जो सलग सात वर्षे अखेरच्या क्रमांकावर होतो. मी असा एकमेव बेसबॉल मॅनेजर होतो ज्याने आठ वर्षांमध्ये आठशे सामने गमावले होते. पराभूत झाल्यानंतर मी चिंता करीत असे. मी काही खात-पित नसे की झोपतही नसे. पण पंचवीस वर्षांपूर्वी मी चिंता करणे सोडून दिले आणि मला आता ठाम विश्वास आहे की मी चिंता करणे सोडले नसते तर आतापर्यंत कधीच मी कबरीत जाऊन पोहचलो असतो.

मी मागे वळून माझ्या दीर्घ जीवनाकडे पाहतो (मी जन्माला आलो तेव्हा लिंकन राष्ट्रपती होते.) तेव्हा मला खात्री पटते की, चिंतेवर मात करण्यात मी खालील गोष्टीमुळे यशस्वी झालो.

१. ती अतिशय निरर्थक असल्याचे मला आढळून आले. चिंता केल्यामुळे मी कुठेही पोहचू शकत नव्हतो आणि त्यामुळे माझे करिअर चौपट होण्याचा धोका होता.
२. त्यामुळे माझे आरोग्य बिघडत चालल्याचे मला आढळून आले.
३. मी भविष्यातील सामने जिंकण्यासाठी आणि त्यासाठीची योजना आखण्यासाठी स्वतःला इतके व्यस्त ठेवले की, माझ्याकडे हारलेल्या सामन्यांची चिंता करण्यासाठी वेळच

नव्हता.

४. शेवटी मी असा एक नियम केला की कोणत्याही खेळाडूचे त्याने केलेल्या चुकांकडे चोवीस तास तरी लक्ष जाता कामा नये. सुरुवातीला तर मी खेळाडूंसोबतच युनिफॉर्म बदलत असे. संघ पराभूत झाल्यावर त्यांची निंदा करणे आणि त्याच्या पराभवावर कटू भाष्य करण्यापासून स्वतःला सावरणे मला अशक्य वाटत होते. त्यामुळे माझी चिंता वाढतच असल्याचे मला आढळून आले. इतरांसमोर एखाद्या खेळाडूची निंदा केल्यामुळे तो माझ्याशी असहकार करीत असे. मी फक्त त्याला कटू बनवित असे. पराभवानंतर लगेच मला स्वतःवर आणि माझ्या जिभेवर ताबा मिळविणे अवघड वाटत होते. त्यामुळे पराभवानंतर लगेच खेळाडूंना भेटायचे नाही, असा मी नियम करून टाकला. दुसऱ्या दिवसांपर्यंत त्यांच्याशी पराभवाबद्दल चर्चा करणार नाही. त्या वेळेपर्यंत मी शांत होईल आणि मला त्यांच्या चुका तितक्या मोठ्या वाटणार नाहीत. मी शांततेने माझे म्हणणे मांडू शकेल आणि ख़ेळाडूही रागात येऊन आपला बचाव करण्याचा प्रयत्न करणार नाहीत.

५. मी दिं करून खेळाडूच्या आत्मविश्वासाच्या चिंधड्या उडविण्याऐवजी त्यांचे कौतुक करून त्यांना प्रेरित करण्याचा प्रयत्न केला. मी प्रत्येकासाठी काही ना काही चांगले बोलण्याचा प्रयत्न केला.

६. मी थकलेला असल्यावर मला जास्त चिंता होत असल्याचे मला आढळून आले. त्यामुळे मी रोज रात्री दहा तास आंथरूणावर घालवित असे आणि रोज दुपारी एक डुलकी घेत असे. पाच मिनिटाच्या डुलकीनेही मला खूप फायदा होत असे.

७. सतत सक्रिय राहिल्यामुळे मी चिंतेपासून माझा बचाव करू शकलो, तसेच मोझे जीवन दीर्घ करू शकलो याची मला खात्री आहे. मी आता पंच्याऐंशी वर्षांचा आहे, पण अजून मी निवृत्त झालो नाही. जुन्या गोष्टी मी वारंवार सांगणार नाही, तोपर्यंत मी निवृत्त होणार नाही. मी असे करायला लागेल तेव्हा मी म्हातारा झालो असल्याचे मला समजेल.

क़ॉनी मॅक यांनी चिंता सोडण्यावर कोणतेही पुस्तक वाचले नाही. म्हणून त्यांनी आपले स्वतःचे नियम तयार केले. तुम्हाला भूतकाळात उपयुक्त ठरलेल्या अशा प्रकारच्या नियमाची तुम्हीही एक यादी का बनवित नाहीत? ते सर्व इथे लिहून टाका.

मला चिंतेवर मात करण्यासाठी उपयुक्त ठरलेल्या पद्धती :

१. ....

२. ....

३. ....

४. ....

- कॉनी मॅक,
बेसबॉलचे पितामह

जठराचा अल्सर आणि चिंतेपासून मुक्तता

पाच वर्षांपूर्वी मी चिंतीत, निराश आणि आजारी होतो. माझ्या जठरात अल्सर झाला असल्याचे डॉक्टरांचे म्हणणे होते. त्यांनी माझा आहार नक्की केला होता. मी दूध पिले, अंडी खाल्ली. इतकी की त्यांची आता मला हिक्की बसली. तरीही मी काही बरा झालो नाही. मग एके दिवसी मी कॅंसरवर एक लेख वाचला. त्याची सर्व लक्षणे माझ्यात असल्याचे मला वाटले. आता मी चिंतीत नव्हतो तर दहशतीत आलो होतो. त्यामुळे माझ्या जठरातील अल्सर आगीसारखा भडकला हे उघडच आहे. वयाच्या चोवीसाव्या वर्षी मला सैन्याने मला शारीरिकदृष्ट्या अपात्र ठरविले तेव्हा मला खूप मोठा झटका बसला. ज़्या वयात मी शारीरिक शक्तीच्या परमोच्च बिंदूवर असायला हवे होते, त्या वयात माझी शारीरिक शक्ती भग्नावशेष झाली होती.

मी माझ्या दोरीच्या अंतिम टोकावर होतो. मला आशेचा कोणताही किरण दिसत नव्हता. मी या भयंकर अवस्थेला कसा काय पोहचलो यावर मी हताश होऊन विश्लेषण करायला सुरुवात केली. हळू हळू मला सत्याची जाणीव होऊ लागली. दोन वर्षांपूर्वी सेल्समन म्हणून माझ्या कामात मी सुखी आणि समाधानी होतो. युद्धामुळे आलेल्या वेळेच्या कमतरतेमुळे मला हा व्यवसाय सोडावा लागला आणि क़ारखान्यात काम करण्यासाठी विवश व्हावे लागले. मला कारखान्यातील कामाचा तिटकारा होता आणि त्यातही वाईट गोष्ट म्हणजे मला नकारात्मक स्वरूपाच्या लोकांसमवेत काम करावे लागत होते. ते सफरचंदाबद्दलही वाईट बोलत असत. तिथे काहीच योग्य नव्हते. ते सतत कामावर टीका करीत असत. वेतन, कामाचे तास, बॉस आणि सर्वच गोष्टींबद्दल वाईट बोलत असत. मी नकळतपणे त्यांचा नकारात्मक दृष्टिकोन स्वीकारल्याचे मला जाणवले.

माझ्या जठरात झालेला अल्सर माझे स्वतःचे नकारात्मक विचार आणि कटु भावना यामुळे झाला असावा, असे मला हळूहळू वाटू लागले. त्यावेळी मी मला आवडणाऱ्या कामाकडे परत फिरण्याचे नक्की केले. मी सेलिंग करण्याचे तसेच ज्यांचे विचार सकारात्मक

आणि रचनात्मक आहेत, अशा लोकांमध्ये राहण्याचे ठरविले. या निर्णयामुळे जणू माझे जीवनच वाचले. मी जाणीवपूर्वक प्रयत्न करून ते मित्र आणि सहकाऱ्यांना शोधले, ज़े प्रगतीचा विचार करीत असत. सुखी आणि आशावादी लोक जे चिंतेपासून तसेच अल्सरपासून मुक्त होते. मी माझ्या भावना बदलताच माझे जठरही बदलले. मला कधी अल्सर झाला होता, याचा मला थोड्याच दिवसांत विसर पडला. तुम्ही इतरांकडून आरोग्य, सुख आणि सफलताही तितक्याच लवकर ग्रहण करू शकता, जितक्या वेगाने तुम्ही चिंता, कटुता आणि असफलता ग्रहण करता. हा मी शिकलेला सर्वात महत्त्वाचा धडा होता. ख़रं तर हा मी खूप पूर्वीच शिकायला हवा होता. मी डझनभर वेळा याबद्दल वाचले आणि ऐकले होते. तरीही मला मात्र तो अडचणी आणि संकटे सहन करून शिकावा लागला. येशु ख्रिस्ताच्या त्या शब्दांचा अर्थ काय होता, ते आता मला कळले आहे, 'क़ोणतीही व्यक्ती आपल्या मनामध्ये जसा विचार करीत असते, तशीच ती होत असते.'

- आर्डन डब्ल्यू. शार्प

ग्रीन बे, विस्कॉन्सिन

हिरव्या प्रकाशाच्या शोधात

लहानपणापासून किशोरावस्थेपर्यंत आणि आपल्या प्रौढ जीवनात मी सतत चिंता करणारी व्यक्ती होतो. माझ्या चिंता खूप साऱ्या आणि विविध प्रकारच्या होत्या. क़ाही खऱ्या होत्या तर बहुतेक सर्व काल्पनिक स्वरुपाच्या हो्त्या. माझ्याकडे चिंता करण्यासारखे काही नाही, असे ज्या दुर्मिळ क्षणी मला वाटायचे, त्यावेळी मी अशी चिंता करीत असे की, मी एखाद्या महत्त्वाच्या बाबीकडे लक्ष द्यायला विसरलो आहे.

मग दोन वर्षांपूर्वी मी एक नवीन जीवनशैली सुरू केली. त्यामध्ये आपल्या चुकांचे आत्मविश्लेषण करण्याची आवश्यकता होती. तसेच थोड्या गुणांचीही गरज होती. स्वतःचा 'संशोधनात्मक आणि धाडसी नैतिक जमा खर्च' बनविण्याची. माझ्या चिंताचे कारण काय होते ते त्यानंतर स्पष्ट झाले.

मी फक्त आजसाठी जगत नव्हतो, हे वास्तव होते. मी कालची चिंता करीत असे आणि उद्याची मला भीती वाटत असे.

मला वारंवार सांगण्यात आले की 'आजच तो काल होता, ज़्याच्याबद्दल मी काल चिंता करीत होतो.' पण यामुळे माझा काही फायदा झाला नाही. मला चोवीस तासांच्या कार्यक्रमानुसार वागण्याचा सल्ला देण्यात आला. फक्त आजचाच असा दिवस होता की

ज्यावर माझे नियंत्रण आहे, असे मला सांगण्यात आले होते. मी दररोज मला मिळणाऱ्या संधीचा जास्तीत जास्त फायदा करून घ्यायला हवा. मी यामुळे इतका व्यस्त राहील की मला काल किंवा उद्याची चिंता करण्यासाठी वेळच राहणार नाही, असे मला सांगण्यात आले. सल्ला खरं तर तार्किक होता, पण त्यावर अमंल करणे मला काही शक्य होत नव्हते.

तोच आंधारातून मला अचानक एक उत्तर मिळाले. मला ते कुठे मिळाले असावे, असे तुम्हाला वाटते? नॉर्थवेस्टर्न रेल्वे प्लॅटफॉर्मवर ३१ मे १९४५ रोजी संध्याकाळी सात वाजता. हा माझ्यासाठी अतिशय महत्त्वाचा क्षण होता. म्हणूनच तो मला इतक्या चांगल्या प्रकारे आठवतो.

आम्ही तिथे काही मित्रांना निरोप देण्यासाठी गेलो होतो. ते लोक सुटी साजरी करून **द सिटी ऑफ एंजेलिस** नावाच्या ट्रेनने जाणार होते. अजून युद्ध सुरू होते आणि त्यावर्षी गर्दी जरा जास्तच होती. आपल्या पत्नीसोबत ट्रेनमध्ये चढण्याऐवजी मी ट्रेनच्या समोरच्या भागात फिरत होतो. मी एक मिनिटभर चमकणारे मोठे इंजिन पाहिले. मी रुळावर खूप पुढे पाहिले. मला एक सिग्नल खांब दिसला. त्यामध्ये मला पिवळा प्रकाश दिसत होता. इतक्यात तो प्रकाश हिरवा झाला. इंजिनिअर लगेच घंटी वाजवू लागला, 'लगेच आत चढा.' असा नेहमीचा आवाज कानावर आला. क़ाही सेंकंदातच ती मोठी ट्रेन आपल्या २३०० मैलाच्या प्रवासाला निघाली.

माझे डोके फिरू लागले. आता काही तरी माझ्या लक्षात येत होते. अचानक सर्व काही माझ्या लक्षात आले. मी ज्याचा शोध घेत होतो ते उत्तर मला इंजिनिअरने दिले होते. फक्त एका हिरव्या प्रकाशाच्या सहाय्याने तो इतक्या दूरवरच्या प्रवासाला निघाला होता. मी त्याच्या जागी असतो तर पूर्ण प्रवासातील सर्व प्रकाश हिरवे असल्याचे पहायला मला आवडले असते. असे होणे अशक्य असल्याचे उघड असले तरीही मी मात्र तसेच करण्याचा प्रयत्न करीत होतो. स्टेशनवर बसून मी कुठेही न जाता असे करण्याचा प्रयत्न करीत होतो की, हे पाहण्याचा प्रयत्न करीत होतो की माझ्या पुढे काय आहे?

माझ्या डोक्यात विचार येत होते. इंजिनिअर मात्र त्या अडचणींचा काहीही विचार करीत नव्हता ज्याचा त्याला अनेक मैलांच्या प्रवासानंतर विचार करायचा होता. क़दाचित काही वेळा त्याला उशीर होईल, कधी मंद गतीने चालावे लागेल. खरं तर यासाठी सिग्नल सिस्टिम असत नाही. पिवळा प्रकाश गती कमी करा आणि आरामशीरपणे चला. लाल प्रकाश असेल तर समोर धोका आहे, तिथेच थांबा. यामुळेच तर ट्रेनचा प्रवास सुरक्षित होतो. मी स्वतःला विचारले की माझ्या जीवनासाठी माझ्याकडे अशी एक चांगली सिग्नल

यंत्रणा का नाही? माझे उत्तर होते- माझ्याकडे आहे. परमेश्वरानेच मला ही सिस्टिम दिली होती. तोच त्याला नियंत्रित करीत असतो, त्याची व्यवस्था त्रुटी विरहित असते. मी हिरवा प्रकाश शोधायला सुरूवात केली. मला तो कुठे मिळू शकला असता? मग मी माझ्याशी विचार केला की देवाने जर हिरवा प्रकाश निर्माण केला असेल तर त्यालाच त्याबद्दल विचारायला हवे. मी तेच केले.

रोज सकाळी प्रार्थना करून मी त्या दिवसासाठी हिरवा प्रकाश पाहत असे.

होय. कधी कधी मला पिवळा प्रकाश दिसतो. ज़ी माझी गती मंद करते. क़ाही वेळा मला लाल प्रकाशही दिसतो. तो मला कोलमडण्याऐवजीच मला थांबविते.

दोन वर्षांपूर्वीच्या या शोधामुळे माझ्या सर्व चिंता समाप्त झाल्या आहेत. या दोन वर्षात मी जवळपास सात वेळा हिरवा प्रकाश पाहिला. तसेच माझा जीवन प्रवास अतिशय सोपा राहिला. क़ारण पुढच्या प्रकाशाचा रंग काय राहणार आहे, याची मी आता चिंता करीत नाही. प्रकाश कोणत्याही रंगाचा असला तरीही मला काय करायचे आहे ते मला चांगल्या प्रकारे माहीत आहे.

- ज़ोसेफ एम. क़ॉटर

उसन्या वेळेने पंचेचाळीस वर्षे जगणे

ज़ॉन डी रॉकफेलर सिनिअरने वयाच्या तेहतीसाव्या वर्षीच आपले पहिले दहा लाख एकत्रित केले. वयाच्या त्रेचाळीसव्या वर्षी त्यांनी जगातील सर्वात मोठी मोनोपल्ली निर्माण केली, थोर अशी स्टॅंडर्ड ऑईल कंपनी. वयाच्या त्रेपन्नाव्या वर्षी ते कुठे होते? वयाच्या त्रेपन्नाव्या वर्षी चिंतेने त्यांना पराभूत केले होते. चिंता आणि तणावाच्या जीवन शैलीने त्यांचे आरोग्य अस्ताव्यस्त करून टाकली होते. वयाच्या त्रेपन्नाव्या वर्षी ते 'एखाद्या मम्मीसारखे दिसत होते,' असे त्यांचे चरित्र लिहिणाऱ्या ज़ॉन के. विकलानर यांचे म्हणणे आहे.

वयाच्या त्रेपन्नाव्या वर्षी रॉकफेलर यांच्यावर पचनसंस्थेच्या रहस्यमय आजारांनी हल्ला केला. त्यामुळे त्याचे डोक्याचे केस गळाले. इतकेच नाही तर त्यांच्या भूवयावरील आणि पापण्यांवरील केसही गळाले. विकलर म्हणतात, 'त्यांची अवस्था इतकी बिकट होती की, एकदा जॉन डी यांना माणसाच्या दुधावर जगण्यासाठी डॉक्टरांनी विवश केले. ड़ॉक्टरांच्या म्हणण्यानुसार त्यांना एलोपेसिया झाला होता. हे टकलेपणाचे एक स्वरुप असून ज़ो प्रामुख्याने नर्व्हसपणामुळे सुरू होतो. ते आपल्या टकल्या डोक्यामुळे इतके विचित्र दिसत असत की, त्यांना कॅप घालावी लागू लागली. नंतर त्यांनी ५०० डॉलर प्रति नग या हिशोबाने विग बनवून घेतले. आपल्या उर्वरित आयुष्यात ते हेच पांढरे विग वापरित राहिले.

रॉकफेलर यांना निसर्गाने लोखंडासारखी प्रकृती दिली होती. शेतावर मोठ्या झालेल्या रॉकफेलर यांचे रुंद खांदे होते, ताठस शरीर होते. वेगवान चांगली चाल होती. पण फक्त वयाच्या त्रेपन्नाव्या वर्षी, जेव्हा बहुतेक पुरूष शबाबवर असतात, त्यांचे खांदे झुकले होते आणि पाउले अडखळायला लागली होती. त्यांचे आणखी एक चरित्र लेखक ज़ॉन टी फ्लीन म्हणतात, 'ते आरशात बघत असत तेव्हा त्यांना एक सामान्य माणूस दिसत असे. अनंत कामे, अंनत चिता, अपमानयुक्त शब्द, झोपेशिवाय घालविलेल्या रात्री, व्यायाम आणि विश्रांतीच्या अभावाने आपली किमत वसूल केली होती आणि ते गुढग्यापर्यंत वाकले होते. ते यावेळी जगातील एक श्रीमंत व्यक्ती होते, पण त्यांना यावेळी अशा डाएटवर रहावे लागत होते, ज्याच्याकडे भिकाऱ्यानेही आश्चर्याने पाहिले असते. त्यावेळी त्यांचे उत्पन्न दहा लाख डॉलर दर आठवड्याला इतके होते, पण एका आठवड्यासाठी लागणाऱ्या त्यांच्या जेवणाची किमत मात्र दोन डॉलरपेक्षाही कमी होती. ड़ॉक्टरांनी त्यांना अॅस्युलेटेड दूध आणि काही पातळ बिस्किटे खाण्याचीच परवानगी दिली होती. त्यांच्या त्वचेचाा रंग उडाला होता आणि ती जुन्या ताम्रपत्रासारखी दिसत होती. ज़ी त्यांच्या हाडांना चिकटली होती. वयाच्या त्रेपन्नाव्या वर्षी त्यांना जगातील सर्वोत्तम उपचार मिळत होते, जे ते खरेदी करू शकत होते त्यामुळेच ते अद्याप जिवंत राहिले होते.

असे कसे काय झाले? चिंता. धक्का. अति दबाव आणि अति तणावाची जीवनशैली यामुळे. त्यांनी स्वतःला खरोखरच कबरीच्या काठावर नेले होते. वयाच्या तेवीसाव्या वर्षीही रॉकफेलर इतक्या जिवंतपणे आपल्या ध्येयाचा पाठलाग करीत होते, की त्यांना ओळखणाऱ्या लोकांनुसार **'जेव्हा त्यांच्या फायद्याची एखादी बातमी कळत असे तेव्हाच त्यांच्या तोंडावर हास्य फुलत असे.'** त्यांना खूप मोठा फायदा झाल्यावर ते लहानसे सैनिकी नृत्य करीत असत. आपली हॅट जमिनीवर फेकत असत आणि नाचत असत. त्यांना आर्थिक नुकसान झाल्यावर मात्र ते आजारी पडत असत. एकदा त्यांनी ग्रेट लॅक्समधून ४०,००० डॉलरचे धान्य पाठविले. विमा वगैरे काही केला नाही. विम्यासाठी येणारा खर्च जास्त होता, १५० डॉलर. त्या रात्री एरी लेकमध्ये जोरदार वादळ आले. रॉकफेलर आपल्या सामानाच्या नुकसानीबद्दल इतके चिंतीत झाले की त्यांचे पार्टनर ज़ॉर्ज गार्डनर दुसऱ्या दिवशी सकाळी ऑफिसमध्ये पोहचले तेव्हा त्यांनी रॉकफेलर यांना जमिनीवर फेऱ्या मारताना पाहिले.

ते म्हणाले, 'घाई कर. अजूनही आपल्याला विमा मिळू शकतो का पहा. अजून फार उशीर झालेला नसेल.' ग़ार्डनर शहराकडे धावत सुटला आणि त्याने विमा उतरविला. तो

ऑफिसमध्ये परत आला तेव्हा रॉकफेलर यांना पहिल्यापेक्षा जास्त तणावात असल्याचे त्याने पाहिले. या दरम्यान एक तार आली होती : सामान पोहचले होते आणि वादळामुळे काहीही नुकसान झाले नव्हते. ते आता पहिल्यापेक्षा जास्त आजारी पडले होते कारण त्यांचे १५० डॉलरचे नुकसान झाले होते. ख़रं तर यामुळे ते इतके अस्वस्थ झाले होते की त्यांनी घरी परत जावे लागले आणि आंथरुणावर विश्रांती घ्यावी लागली. ज़रा विचार करा, त्यावेळी त्यांची फर्म वर्षाला ५,००,००० डॉलरचा एकूण व्यवसाय करीत होती. तरीही त्यांनी १५० डॉलरसाठी स्वतःला इतके आजारी केले की, त्यांना आंथरुणावर पडावे लागले.

त्यांच्याकडे खेळण्यासाठी किंवा मनोरंजनासाठी अजिबात वेळ नव्हता. त्यांच्याकडे पैसे मिळविणे संडे स्कूलमध्ये शिकविणे याशिवाय दुसऱ्या कशासाठीही वेळ नव्हता. त्यांचे पार्टनर जॉर्ज गार्डनर यांनी इतर तीन लोकांसोबत मिळून २००० डॉलरमध्ये एक सेकंड हॅंड याट खरेदी केली तेव्हा रॉकफेलर स्तब्ध झाले आणि त्यांनी तिच्यामधून फिरायला नकार दिला. ग़ार्डनरने त्यांना एका शनिवारी दुपारी ऑफिसमध्ये काम करताना पाहिले. आपण नावेमध्ये फिरून येऊ यासाठी त्यांनी रॉकफेलरकडे आग्रह केला. 'यामुळे तुला बरे वाटेल. बिझनेसबद्दल थोडेसे विसरून जा. थोडी मजा करू.' रॉकफेलरने संतापून पहात इशारा दिला, 'ज़ॉर्ज गार्डन, माझ्या परिचितांपैकी सर्वाधिक जास्त वायफळ खर्च करणारा तू एक आहेस. तू बॅंकेतील आपले क्रेडिट खराब करीत आहेस आणि माझेही. तू आपला बिझनेस चौपट करायच्या आधी मी तुझ्यासोबत याटमध्ये येणार नाही. ते पाहण्याचीसुद्धा माझी कधी इच्छा नाही.' आणि शनिवारची पूर्ण दुपार तो ऑफिसमध्ये काम करीत राहिला.

हाच आनंदाचा अभाव, योग्य दृष्टिकोनाचा अभाव आपल्याला रॉकफेलर यांच्या पूर्ण जीवनात पहायला मिळतो. अनेक वर्षानंतर ते म्हणाले, 'माझी सफलता फक्त अस्थायी स्वरुपाची असू शकते,याची मीच मला जाणीव करून दिल्याशिवाय मी रात्री कधीही झोपण्यासाठी उषीवर डोके टेकवले नाही.'

त्यांच्याकडे लाखो डॉलर होते तरीही आपली सर्व धन संपत्ती निघून जाऊ शकते, याची चिंता केल्याशिवाय कधी त्यांनी रात्री उषीवर आपले डोके टेकवले नाही. त्यामुळे चिंतेने त्यांचे आरोग्य बिघडले यामध्ये अस्वस्थ होण्यासारखे काहीही नाही. त्यांच्याकडे मनोरंजन किंवा खेळण्यासाठी कधीही वेळ नव्हता. ते कधीही थिएटरला गेले नाहीत. पत्ते खेळत नसत की एखाद्या पार्टीमध्ये सहभागी होत नसत. ज़से मार्क हैन्ना म्हणतात, 'हा माणूस पैशांच्या मागे वेडा झाला होता. बाकी इतर सर्व बाबतीत समजूतदार होता, पण पैशांच्या मागे वेडा झाला होता.'

रॉकफेलर यांनी क्लीवूलँड ओहियोमध्ये आपल्या शेजाऱ्यांसमोर एकदा हे स्वीकारले की, 'आपल्यावर लोकांनी प्रेम करावे, अशी आपली इच्छा आहे.' पण दुसऱ्याबाजूला त्यांचा स्वभाव इतका संशयी आणि भावनाहीन होते की खूप कमी लोकांना ते आवडत असत. मॉर्गन तर एखदा त्यांना म्हणाले सुद्धा की मला तुमच्यासोबत कोणत्याही प्रकारचा व्यवसाय करायचा नाही. ते रागात म्हणाले होते, 'मला तो माणूस अजिबात आवडत नाही. त्या माणसासोबत मला कोणत्याही प्रकारचे संबंध ठेवायचे नाहीत.'

रॉकफेलर यांचा भाऊ त्यांचा इतका द्वेष आणि तीटकारा करीत होता की, त्याने आपल्या मुलांची शरीरे कौटुंबिक स्मशानामधून बाजूला काढली. तो म्हणाला, 'माझ्या रक्ताच्या नात्यातील कोणीही त्या जमिनीत विश्रांती घेणार नाही, ज्याचा मालक ज़ॉन डी. असेल.' रॉकफेलर यांचे कर्मचारी आणि सहकारी त्याला खूप घाबरत असत. सर्वात गमतीची गोष्ट अशी की रॉकफेलरही त्यांना घाबरत असत. ते लोक ऑफिसच्या बाहेर बोलतील आणि ऑफिसमधील गुप्त गोष्टी बाहेर फोडतील अशी रॉकफेलर यांना भीती वाटायची. त्यांचा मानवी स्वभावावर इतका कमी विश्वास होता की एकदा त्यांनी एका स्वतंत्र रिफायनरसोबत दहा वर्षांचा करार केला तेव्हा त्यांनी त्याच्याकडून वचन घेतले की ही गोष्ट तो कोणालाही, अगदी आपल्या पत्नीला सुद्धा सांगणार नाही. 'आपले तोंड बंद ठेवा आणि आपला बिझनेस सुरू ठेवा', हे त्यांच्या व्यवसायाचे सूत्र वाक्य होते.

त्यामुळेच ते आपल्या समृद्धीच्या शिखरावर असताना त्यांच्या खिशातून सोने अशा प्रकारे वाहत होते, ज्याप्रमाणे वेसवायुसच्या किनाऱ्यावर उष्ण पिवळा लाव्हा रस वाहत असतो. त्यात त्यांचा वैयक्तिक संसार वाहून गेला. पुस्तके आणि लेखांनी स्टँडर्ड ऑईल कंपनीचे लुटेरे बॅरनच्या युद्धाची निंदा केली. रेल्वेला गोपनिय पद्धतीने देण्यात आलेल्या रिबेटमुळे सर्व विरोधकांचे निर्दयी दमन करण्यात आले.

पेन्सिल्व्हेनियामधील तेल क्षेत्रात ज़गामध्ये सर्वाधिक तिरस्कार रॉकफेलर यांचाच केला जात असे. त्याने ज्या लोकांना बर्बाद केले होते, त्यांनी रॉकफेलरच्या पुतळयांना फाशी दिले होते. रॉकफेलरच्या सुरकुत्या पडलेल्या मानेवर दोरी बांधून त्याला आंबट सफरचंदाच्या झाडाला लटकवून फाशी द्यावी, अशी त्यापैकी अनेकांची इच्छा होती. आग ओकणारी पत्रे रॉकफेलर यांच्या ऑफिसमध्ये येत होती. त्यामध्ये त्यांना मारण्याची धमकीही देण्यात आली होती. आपल्या वैऱ्यांच्या हातून मरण्यापासून बचाव करण्यासाठी त्यांनी बॉडीगार्ड ठेवले. त्यांनी तिरस्काराच्या या वादळाकडे दुर्लक्ष करण्याचा प्रयत्न केला. एकदा सनकीपणात ते म्हणाले होते, 'तुम्ही मला लाथ मारू शकता आणि अपमानितही करू

शकता. फक्त अट इतकीच की तुम्ही मला माझ्या मार्गावरून चालू द्या.' आपणही एक माणूस आहोत, ही गोष्ट शेवटी त्यांनी ओळखली. ते तिरस्कार आणि चिंता सहन करू शकले नाहीत. त्यांचे आरोग्य बिघडू लागले. नवीन शत्रू आजार यामुळे ते अस्वस्थ झाले. ते गोंधळून गेले होते कारण या शत्रूचा हल्ला आतून झाला होता. सुरुवातीला तर त्यांनी आपल्या 'अधून मधून होणाऱ्या आजाराला लपवून ठेवण्याचा प्रयत्न केला.' आपल्या आजाराला डोक्यातून काढण्याचा त्यांनी प्रयत्न केला. पण अनिद्रा, अपचन आणि केस गळणे – चिंता आणि ब्रेकडाऊनच्या या सर्व लक्षणांना नाकारणे अशक्य होते. शेवटी त्यांच्या डॉक्टरांनी त्यांना दुःखद सत्य सांगितले. ते आपला पर्याय निवडू शकत होते- आपले पैसे आणि चिंता किवा मग आपले जीवन. त्यांनी त्यांना इशारा दिला की एक तर निवृत्त व्हावे लागेल किंवा मग मरण स्वीकारावे लागेल. त्यांनी रिटायर होणे स्वीकारले. रिटायर होण्याच्या आधीच चिंता, लोभ आणि भीतीने त्यांची तब्येत चौपट केली होती. अमेरिकेतील सर्वात प्रसिद्ध महिला चरित्र लेखिका इडा टारबेल यांनी त्यांना पाहिले तेव्हा त्यांना धक्काच बसला. त्यांनी लिहिले आहे, 'त्यांच्या चेहऱ्यावर भयंकर वृद्धपण होते. मी पाहिलेले ते सर्वात वृद्ध व्यक्ती होते.' म्हातारे नाही तर? रॉकफेलर त्यावेळी ज़नरल मार्कआर्थर यांच्यापेक्षा वयाने किती तरी लहान होते. तेव्हा त्यांनी फिलिपिन्सवर दुसऱ्यांदा ताबा मिळविला होता. रॉकफेलर मात्र शारीरिक दृष्ट्या इतके भग्न झाले होते की इडा टारबेल यांना त्यांची दया आली. त्यावेळी त्या आपल्या साक्त पुस्तकावर काम करीत होत्या. त्यामध्ये स्टॅंडर्ड ऑईल कंपनी आणि तिच्या धोरणावर निंदा करण्यात आली होती. ज़्याने हा 'ऑक्टोपस' निर्माण केला होता, त्या माणसावर प्रेम करण्यासारखे त्यांच्याकडे काहीही कारण नव्हते. तरीही त्यांनी जॉन डी. रॉकफेलर यांना संडे स्कूलमध्ये शिकविताना आणि आपल्या चहुबाजूला असलेल्या चेहऱ्यांना उत्सुकतेने न्याहळताना पाहिले, 'माझ्या मनात एक भावना निर्माण झाली. जिची मला कधीही अपेक्षा नव्हती. ज़ी काळासोबत वाढत गेली. मला त्यांच्यावर दया आली. भीतीपेक्षा जास्त भयंकर सोबती दुसरे कोणीही असू शकत नाही, असे मला वाटते.'

रॉकफेलर यांचे जीवन वाचविण्याचा डॉक्टरांनी विडा उचलला तेव्हा त्यांनी तीन नियम दिले. तीन असे नियम ज्यांचे त्यांना आयुष्यभर शब्दशः पालन करायचे होते-

१. **चिंतेपासून दूर रहा. कधीही, कोणत्याही परिस्थितीत, कशाचीही चिंता करू नका.**

२. **आराम करा आणि मोकळ्या हवेत हलकासा व्यायाम आणि विश्राम करा.**

३. आपल्या खाण्या पिण्यावर लक्ष ठेवा. थोडीशी भूक शिल्लक असतानाच खाणे बंद करा.

ज़ॉन डी. रॉकफेलर यांनी या नियमांचे पालन केले आणि कदाचित त्यांनी आपले जीवन वाचविले. ते रिटायर झाले. ते गोल्फ खेळायला शिकले. ते बागकाम करू लागले. आपल्या शेजाऱ्यांशी गप्पा-गोष्टी करू लागले. ते खेळ खेळले. त्यांनी गाणी म्हटली.

तसेच त्यांनी आणखीही काही केले. विंकलर म्हणतात, 'क़ामाच्या दिवसांत आणि अनिद्रेच्या रात्री ज़ॉन डी यांच्याकडे चिंतनासाठी वेळ होता.' त्यांनी इतर लोकांबाबत विचार करायला सुरुवात केली. आपल्याला किती पैसे मिळू शकतात याबद्दल विचार करणे त्यांनी थांबविले. त्याऐवजी पैसा मानवी जीवनात सुखासाठी काय काय खरेदी करू शकते, याचा विचार करायला सुरुवात केली.

थोडक्यात रॉकफेलर यांनी आता आपले लाखो डॉलर वाटायला सुरुवात केली. अनेक वेळा हे सोपे नव्हते. त्यांनी एका चर्चला पैसे देण्याचा प्रस्ताव ठेवला तेव्हा संपूर्ण देशातील चर्च रागाने ओरडू लागले, 'पापाची कमाई.' तरीही ते सतत वाटत राहिले. मिशिगन लेकच्या काठावर असलेले एक लहानसे कॉलेज पैशाच्या अभावी बंद पडू लागले होते कारण त्याची मॉर्टगेज फोरक्लोज होत होती. त्यांना माहिती मिळाल्यावर ते कॉलेजच्या मदतीसाठी पुढे आले. त्यांनी त्यासाठी लाखो डॉलर लावले आणि त्याला आजचे प्रसिद्ध शिकागो विद्यापीठ बनविले. त्यांनी निग्रो लोकांना मदत करण्याचा प्रयत्न केला. त्यांनी टस्कोगी कॉलेजसारख्या लहान विद्यापीठांना पैसे दिले. तिथे जॉर्ज वॉशिंग्टन कार्व्हर यांचे काम सुरू ठेवण्यासाठी पैशांची आवश्यकता होती. त्यांनी हुकवर्मसोबत लढण्यासाठी पैसे पुरविले. ज़ेव्हा हुकवर्म तज्ज्ञ चार्ल्स ड़ब्ल्यू स्टाईल्स म्हणाले, 'पन्नास सेंटची दया एका माणसाला त्या आजारापासून मुक्तता मिळवू देऊ शकते. ज़ो दक्षिणेकडे महामारीसारखा पसरला आहे.' 'पण हे पन्नास सेंट देणार कोण?' रॉकफेलर यांनी ते दिले. त्यांनी हुकवर्मवर लाखो डॉलर खर्च केले. दक्षिणेकडे पसरलेल्या या भयंकर आजाराला पिटाळून लावले. ते याच्याही पुढे गेले. त्यांनी एक अंतरराष्ट्रीय फाऊंडेशन, रॉकफेलर फाउंडेशन स्थापन केले. ज़े जगभरात आजार आणि अज्ञानाशी लढते.

या कामाबद्दल मी मनापासून बोलत आहे. भावनेने बोलत आहे. क़ारण आज मी सुद्धा रॉकफेलर फाउंडेशनमुळेच जिवंत आहे. मला चांगल्या प्रकारे आठवते की, १९३२ मध्ये मी चीनमध्ये गेलो होतो तेव्हा पीकिंगमध्ये कॉलराची साथ पसरली होती. चीनी शेतकरी माशा मराव्यात तसे मरत होते. या भयंकर अपघाताच्या दरम्यान आम्ही रॉकफेलर

मेडिकल कॉलेजपर्यंत जाऊ शकलो. या महामारीपासून स्वतःला सुरक्षित ठेवण्यासाठी आम्ही लसीकरण करून घेतले. चीनी लोक आणि परदेशी लोक फक्त हेच करू शकत होते. तेव्हा मला कळले की रॉकफेलर यांचे कोट्यावधी डॉलर जगासाठी काय करीत आहेत?

ज़गाच्या इतिहासात रॉकफेलर फाउंडेशनच्या बरोबरीची दुसरी कोणतीही संस्था नाही. ते अनोखे आहे. रॉकफेलर यांना माहीत आहे की जगात अशा अनेक साऱ्या मोहिमा आहेत, त्या भविष्यद्रेष्ट्या व्यक्तीद्वारे सुरू करण्यात येतील. संशोधन केले जात आहे. क़ॉलेज स्थापन केले जातात. ड़ॉक्टर एखाद्या आजाराशी लढण्यासाठी संघर्ष करतात. अनेक वेळा धनाच्या आभावी अशी चांगली कामे शेवटाला पडतात. त्यांनी मानवतेच्या प्रवर्तकाला मदत करण्याचा निर्णय घेतला. त्यांच्यावर ताबा मिळविण्यासाठी नाही तर त्यांनां काही पैसे देण्याचा म्हणजे त्यामुळे ते आपण आपली मदत करू शकतील. आज तुम्ही आणि मी रॉकफेलर यांना पेनिसलिनच्या औषधासाठी धन्यवाद देऊ शकतो. तसेच त्यांचा पैसा वापरून केलेल्या इतर अनेक अमूल्य संशोधनासाठीही धन्यवाद देऊ शकतो. तुम्ही त्यांना या गोष्टीसाठी धन्यवाद देऊ शकता की तुमची मुले आता स्पाइनल मेंजायटिस नावाच्या आजाराने मृत्यू पावत नाहीत. ज़ो आजार पूर्वी पाच पैकी चार मुलांना मारीत असे. तुम्ही त्यांना यासाठीही धन्यवाद देऊ शकता की, त्यांच्या आंशिक मदतीमुळे मलेरिया, इन्फ्ल्युएंझा, टी.बी. डिप्थेरिया शिवाय या जगात गोंधळ निर्माण करणाऱ्या इतर अनेक आजारांवर मात करण्यात प्रगती केली आहे.

आणि रॉकफेलर यांच्या बाबतीत? त्यांनी आपले पैसे अशा प्रकारे दिल्यावर त्यांना मानसिक शांतता मिळाली का? होय, शेवटी त्यांना समाधान मिळाले. एलन नेव्हिन्स म्हणाले, '१९९० नंतर लोक असे विचार करीत असतील की स्टँडर्ड ऑईलवर अजूनही हल्ले होत आहेत, तर लोक चुकीचा विचार करीत आहेत.'

रॉकफेलर सुखी होते. ते आता खूप बदलले होते. आता ते अजिबात चिंता करीत नव्हते. ख़रं तर त्यांना आपल्या करिअरमधील सर्वोत्तम आणि थोर असा पराभव स्वीकारण्यासाठी विवश व्हावे लागले होते. तेव्हा त्यांनी एका रात्रीची झोप खराब करण्यासाठीही नकार दिला होता.

हा पराभव त्यांना त्यावेळी स्वीकारावा लागला, ज्यावेळी त्यांनी निर्माण केलेल्या विशाल साम्राज्यातील सँडर्ड ऑईलला आदेश देण्यात आला की, त्याने इतिहासातील सर्वात मोठा दंड भरावा. अमेरिकन सरकारनुसार स्टँडर्ड ऑईल एक मोनोपल्ली होती. त्यामुळे अंटीट्रस्ट कायद्याचे ते थेट उल्लंघन होते. हे युद्ध पाच वर्षे सुरू राहिले. अमेरिकेतील

सर्वात कुशल कायदेतज्ज्ञ हे युद्ध लढत राहिले. हे तो पर्यंतच्या इतिहासातील सर्वात मोठे आणि दीर्घ चाललेले कायदेशीर युद्ध होते. पण शेवटी स्टँडर्ड ऑईल पराभूत झाले.

न्यायमूर्ती कॅनेसा माउंटेन लँडिस यांनी आपला निकाल ऐकवला तेव्हा रॉकफेलर यांच्या वकिलांना अशी भीती वाटत होती की यामुळे म्हाताऱ्या जॉन डी यांना खूप मोठा धक्का बसेल; पण त्यांच्यात किती बदल झाला आहे, याची त्यांना कल्पना नव्हती.

त्या रात्री एका वकिलाने जॉन डी. यांच्यासोबत फोनवर बोलणी केली. त्यांनी या निर्णयाबद्दल शक्य तितकी कोमलता बाळगली. मग चिंता करीत म्हणाले, 'या निर्णयामुळे तुम्ही विचलित होणार नाहीत, अशी मला आशा आहे.' म्हातारे जॉन डी.? ते तर फोनवर कडाडत म्हणाले, 'मि. जॉनसन काहीही चिंता करू नका. मला आज रात्री झोपण्याची इच्छा आहे. तुम्हीही यामुळे अस्वस्थ होऊ नका, गुड नाईट.' असे आता तो माणूस म्हणत होता, ज्याने एका वेळी फक्त १५० डॉलर गमावले म्हणून आंथरुण धरले होते. होय, चिंतेवर मात मिळविण्यात जॉन डी यांना खूप वेळ लागला. ते वयाच्या त्रेपन्नाव्या वर्षीच मरायला आले होते, पण नंतर पुढे ते वयाच्या अठ्ठ्यान्नवव्या वर्षापर्यंत जगले.

- जॉन डी. रॉकफेलर

मी हळूवार आत्महत्या करीत होतो

सहा महिन्यापूर्वीपर्यंत माझे जीवन वेगाने चालले होते. मी नेहमी तणावात राहत होतो आणि कधीही आरामशीरपणे बसत नव्हतो. मी दर रात्री ऑफिसहून घरी परत आल्यावर चिंतीत राहत असे आणि थकून चूर होत असे. क़ा? कारण कोणी मला असे म्हणाले नव्हते की पॉल, अशा प्रकारे तू आपला जीव घेत आहेस. तू तुझी गती थोडी कमी का करीत नाहीस? तू आराम का करीत नाहीस?

मी सकाळी घाई घाईत उठत असे. घाई घाईत खात असे. घाईत दाढी करीत असे आणि घाईतच कपडे घालीत असे. ऑफिसला जाताना मी इतक्या वेगाने गाडी चालवत असायचो की जणू काही स्टेअरिंग व्हील मी इतक्या घट्टपणे पकडले नाही तर ते उडून जाईल. मी वेगाने काम करीत असे आणि वेगानेच घरी परत येत असे. तसेच रात्री वेगाने झोपण्याचा प्रयत्न करीत असे.

माझी स्थिती अशी झाली की मला ड़ेट्राईटच्या एका प्रसिद्ध नर्व तज्ज्ञाचा सल्ला घेण्यासाठी जावे लागले. त्याने मला आरामशीरपणे काम करण्याचा सल्ला दिला. त्याने मला दर वेळी आरामाचा विचार करण्याचा सल्ला दिला. क़ाम करताना, गाडी चालविताना, ज़ेवताना आणि झोपायला गेल्यावरही. तो मला म्हणाला की मी मंद आत्महत्या करीत

होतो. क़ारण आराम कसा केला जातो ते मला माहीत नव्हते.

तेव्हापासून मी आरामाचा सराव सुरू केला आहे. रात्रीच्या वेळी आंथरुणावर गेल्यावर माझे श्वास आणि नाडी सामान्य झाल्याशिवाय मी झोपण्याचा प्रयत्न करीत नाही. त्यामुळे आता मी सकाळी उठतो तेव्हा ताजा तवाना असतो. ही एक चांगली सुधारणा आहे कारण पूर्वी मी सकाळी उठायचो तेव्हा ख़ूप थकलेला आणि तणावग्रस्त असायचो. मी जेवताना आणि गाडी चालवितानाही आराम करीत असतो. ग़ाडी चालविताना मी आताही चौकस असतो, पण मी आता उत्तेजित होत नाही तर डोक्याचा वापर करून गाडी चालवित असतो. माझे ऑफिस ही सर्वात महत्त्वाची जागा आहे, जिथे मी आरामशीरपणे काम करीत असतो. दिवसातून अनेक वेळा मी प्रत्येक गोष्ट सोडून देतो. मी पूर्णपणे आरामशीर आहे की नाही, याची तपासणी करीत असतो. फोन वाजल्यावर मी पूर्वीसारखा त्याच्यावर तुटून पडत नाही, आता मी इतक्या आरामशीरपणे बोलतो की ज़णू काही एखादे लहान मूल बोलत आहे.

परिणाम? जीवन आता पहिल्यापेक्षा ज़ास्त सुखद आणि आनंददायी झाले आहे. मानसिक थकवा आणि मानसिक चिंता यापासून मी पूर्णपणे दूर आहे.

- पॉल सॅम्पसन

एक चमत्कार झाला

चिंतेने मला पूर्णपणे हारवून टाकले होते. माझे डोके द्विधाग्रस्त आणि अस्वस्थ झाले होते. क़ारण माझ्या जीवनात आनंदाचा लवलेशही उरला नव्हता. माझी मानसिक स्थिती इतकी तणावग्रस्त होती की मी रात्रीची झोपू शकत नव्हते की दिवसा आराम करू शकत नव्हते. माझी तीन लहान लहान मुले वेगवेगळया नातेवाईकांकडे राहत होती. माझे पती नुकतेच सैन्यातून परत आले होते आणि ते दुसऱ्या शहरात आपली कायदेशीर प्रक्टिस जोरदार करण्यासाठी प्रयत्न करीत होते. मी युद्धानंतरच्या सामंजस्याच्या काळातील सर्व प्रकारच्या अनिश्चितता आणि असुरक्षितता अनुभवित होते.

मी माझ्या पतीचे करिअर धोक्यात टाकले होते. मी माझ्या लहान मुलांचे बालपण आणि त्यांचे कौटुंबिक जीवनही धोक्यात आणले होते. मी माझे स्वतःचे जीवनही धोक्यात आणले होते. माझ्या पतीला घर मिळाले नसल्यामुळे घर निर्माण करणे हाच एकमेव मार्ग शिल्लक राहिला होता. प्रत्येक गोष्ट माझ्या बरे होण्यावर अवलंबून होती. मला या गोष्टीची जितकी जाणीव झाली आणि मी जितके अधिक प्रयत्न करायला लागले तितकी माझ्या अपयशाची भीती भंयकर होत गेली. त्यामुळे कोणत्याही जबाबदारीसाठी योजना

आखायला मी घाबरू लागले. मी स्वतःवर आता थोडाही विश्वास ठेवू शकत नाही, याची मला जाणीव झाली. मी पूर्णपणे अपयशी झाले असल्याचे मला वाटू लागले.

सर्व बाजूला आंधार दिसत होता आणि कुठूनही काही प्रकाशाचा किरण येण्याची चिन्हे दिसत नव्हती. अशा वेळी माझ्या आईने माझ्यासाठी असे काही केले की ते मी विसरू शकत नाही. त्यासाठी मी तिची नेहमी कृतज्ञ राहील. तिने मला संघर्ष करण्यासाठी प्रेरित केले. मी पराभव मान्य केला म्हणून आणि माझ्या मेंदूवर माझे नियंत्रण राहिले नाही म्हणून माझ्यावर टीका केली. मी आंथरुणातून बाहेर पडावे आणि माझ्यासमोर जे काही आहे, त्याच्याशी संघर्ष करावा यासाठी तिने मला आव्हान दिले. मी परिस्थितीसमोर पराभव मान्य करीत असल्याचे ती म्हणाली. तिचा सामना करण्याऐवजी तिला घाबरत होते. ज़ीवन जगण्याऐवजी जीवनापासून दूर पळत होते.

त्या दिवसापासून मी संघर्ष करायला सुरुवात केली. त्याच आठवड्याच्या शेवटी मी माझ्या आई वडिलांना त्यांच्या घरी परत जायला सांगितले. क़ारण आता मी माझे घर सांभाळू शकत होते. त्या क्षणी अशक्य वाटणारे काम मी केले. माझ्या दोन मुलांना सांभाळण्यासाठी मी एकटी राहिली होते. मी चांगल्या प्रकारे झोपले. मी चांगल्या प्रकारे जेवण करायला सुरुवात केली. त्यामुळे माझी मानसिक स्थिती सुधारू लागली. एका आठवड्यानंतर ते पुन्हा मला भेटायला आले तेव्हा प्रेस करीत असताना मी गुणगुणत होते. मला खूप चांगले वाटत होते क़ारण मी संघर्ष करायला सुरूवात केली होती आणि मी जिंकत होते. मी हा धडा कधीही विसरू शकणार नाही, '....एखादी स्थिती अपराजित वाटत असेल तर तिचा सामना करा. लढायला सुरूवात करा. पराभव स्वीकारू नका.'

त्या वेळेपासून मी स्वतःला काम करण्यासाठी विवश केले. स्वतःला कामामध्ये झोकून दिले. शेवटी मी माझ्या मुलांना एकत्र आणले आणि माझ्या पतीसोबत नवीन घरामध्ये रहायला गेले. मी संकल्प करून टाकला की आपण इतकी चांगली आई होऊन दाखवायचे की त्यामुळे माझे कुटुंब एक चांगला आनंद मिळवू शकेल. मी माझ्या घरासाठी, माझ्या कुटुंबासाठी, माझ्या मुलांसाठी, माझ्या पतीसाठी, प्रत्येकासाठी योजना आखण्यात मी व्यस्त झाले. मी फक्त माझ्यासाठीच योजना आखल्या नाहीत. मी इतकी व्यस्त झाले होते की मला स्वतःबद्दल विचार करायला वेळच मिळत नव्हता. तेव्हा कुठे मग खराखुरा चमत्कार झाला.

माझ्यात जास्तीची शक्ती येत गेली आणि मी आनंदाच्या जाणीवेसह ज़ागी होत असे. नव्या दिवसाची योजना तयार करण्यासाठी, सुखासोबत, जीवनातील सुखासोबत. अर्थात त्यानंतरही अधून मधून निराशेचे दिवस येत असत, विशेषतः तेव्हा मी खूप थकलेली

असायचे. त्यावेळी मी स्वतःला असे निक्षून सांगत असे की मी त्या दिवशी विचार करण्यापासून दूर रहावे आणि स्वतःशी काहीही तर्क करू नये. हळूहळू असे दिवस कमी होत गेले आणि शेवटी तर ते गायबच झाले.

आता एका वर्षानंतर माझ्याकडे अतिशय यशस्वी आणि सुखी पती आहे, एक सुंदर घर आहे, ज्यामध्ये मी रोज सोळा तास काम करू शकते. तीन निरोगी मुले आहेत. ..... सर्वात महत्त्वाचे म्हणजे माझ्यासाठी मानसिक शांतता आहे.

- मिसेज जॉन बर्जर

बेंजामिन फ्रँकलिनने चिंतेवर कशी मात केली

ज़ोसेफ प्रीस्टलेच्या बेंजामिन फ्रँकलिन यांनी लिहिलेले हे पत्र. प्रीस्टले जेव्हा अर्ल ऑफ शेनबर्नसाठी लायब्ररेरियन झाले तेव्हा त्यांनी फ्रँकलिनचा सल्ला घेतला. फ्रँकलिन आपल्या पत्रात ती पद्धत सांगतात, ज़्या द्वारे ते चिंता न करता समस्या सोडवित.

प्रिय महोदय, ज्या महत्त्वाच्या प्रकरणात तुम्ही मला सल्ला मागितला आहे, त्याबद्दल पुरेशी माहिती नसल्यामुळे मी तुम्ही काय निर्णय घ्यावा, याचा मी सल्ला देऊ शकत नाही. पण तुम्हाला हवे असेल तर तुम्ही निर्णय कशा प्रकारे घ्यावा, हे मी तुम्हाला सांगू शकतो. असे कठीण प्रसंग येतात तेव्हा ते कठीण असण्यामागचे मुख्य कारण म्हणजे आपण त्यावर विचार तर करीत असतो पण दोन्ही बाजू आपल्या मेंदूला एकाच वेळी दिसत नसल्यामुळे क़धी एक बाजू समोर येते तर कधी दुसरी. त्यामुळे वेगवेगळे उद्देश आणि आवडी स्वार होतात. अशा वेळी मग अनिश्चितता आपल्या द्विधेमध्ये टाकते.

याच्याशी दोन हात करण्यासाठी माझा सल्ला असा आहे की, मी एका कागदावर मधोमध उभी रेषा मारून कागदाचे दोन कॉलम करतो. एका बाजूला मी त्या प्रकरणाचा पक्ष लिहितो तर दुसऱ्या बाजूला त्याचीच विरोधी बाजू लिहितो. मग पुढील तीन चार दिवसांत जे काही विचार माझ्या मनात येतात, त्यावर मी वेगवेगळे शिर्षक घालून ते थोडक्यात लिहितो. त्या विचाराच्या बाजूने आणि विरोधातही. अशा प्रकारे माझ्या समोर मी त्या सर्वांना एकत्रित करता, सर्व मुद्दे मला एकत्रित दिसतात तेव्हा मी त्याच्या वजनाची तपासणी करण्याचा प्रयत्न करतो. दोन्हीचे वजन सारखेच असल्याचे मला जाणवले तर मी त्यांना काट मारतो. विपक्षाची दोन कारणे पक्षाच्या तीन कारणाच्या बरोबर आहेत, असे मला वाटले तर मी तिन्ही कारणे कापतो. विपक्षाची तीन कारणे पक्षाच्या दोन कारणांबरोबर आहेत, असे मला वाटले तर मी पाचही कारणे कापून

टाकतो. पारडे कोणत्या बाजूला झुकत आहे, हे मला स्पष्टपणे कळत नाही, तोपर्यंत माझे असे करणे सुरूच राहते. पुढच्या एक दोन दिवसांनंतरही पक्ष आणि विपक्ष याबद्दल माझ्या मनात एकही महत्त्वाचा विचार आला नाही तर मग मी त्या नुसार निर्णयावर पोहचतो. अर्थात कारणाचे वजन गणितातील सूत्रासारखे अचूकपणे घेता येत नाही. तरीही प्रत्येकाला वेगवेगळे आणि तुलनात्मकरित्या मोजले जाते आणि माझ्या समोर सर्व कारणे एकाच वेळी उपस्थित असतात तेव्हा मी योग्य प्रकारे निर्णय घेऊ शकतो, असे मला वाटते. मी घाई घाईत पाऊल उचलण्याची शक्यता खूप कमी होते. ख़रं तर अशा प्रकारच्या समिकरणातून मी खूप मोठा फायदा करून घेतला आहे. ज़्याला नैतिक किंवा प्र्युडेन्शियल अलजेबरा म्हणता येईल.

तुम्ही सर्वोत्तम निवडू शकाल, या शुभेच्छेसह तुमचा प्रिय मित्र आणि हितचिंतक,

- बेन फ्रँकलिन

अठरा दिवस मी अन्नाच कणही खाल्ला नाही

तीन महिन्यांपूर्वी मी इतकी चिंतीत होते की मी चार दिवस आणि चार रात्री झोपू शकले नाही. इतकेच नाही तर अठरा दिवस मी अन्नाचा एक दाणाही खाल्ला नाही. ज़ेवणाच्या नुसत्या वासानेच मला उलटी आल्यासारखे होत होते. मी सहन केलेला मानसिक त्रास सांगता येईल, असे शब्दच माझ्याकडे नाहीत. या परिस्थितीपेक्षा खरोखरच नरक वाईट असतो का? मी वेडी होईल किवा मरून जाईल, असे मला वाटत होते. ज़्या प्रकारे मी जगत होते ते पाहता मी जास्त दिवस जगू शकणार नाही, हे मला कळले होते.

माझ्या जीवनातील हे निर्णायक वळण त्या दिवशी आले, जेव्हा मला या पुस्तकाची ॲडव्हान्स प्रत देण्यात आली. ख़रं सांगायचं तर शेवटचे तीन महिने मी या पुस्तकाच्या आधारे जिवंत राहिले आहे. मी या पुस्तकाचे प्रत्येक पान वाचले आहे आणि जीवन जगण्याची नवीन पद्धत शोधण्याचा भरपूर प्रयत्न केला आहे. माझा मानसिक दृष्टिकोन आणि भावनात्मक स्थिरतेमध्ये झालेला बदल अविश्वसनीय वाटावा असाच आहे. आता मी जाणाऱ्या प्रत्येक दिवसाचे युद्ध सहन करू शकते. आधी मी आज घडलेल्या समस्यामुळे वेडी होत नसे तर काल घडलेल्या घटनांच्या काळजीमुळे किंवा उद्या घडणाऱ्या घटनाच्या भीतीमुळे मी वेडी होत असे, हे मला आता जाणवले आहे.

आता मात्र मी एखाद्या बाबीवर चिंतीत होऊ लागले की मी स्वतःला थांबविते. या पुस्तकाच्या अभ्यासातून शिकलेले सिद्धांत लागू करून पाहण्याचा प्रयत्न करते. आज

केल्या जाणाऱ्या एखाद्या कामाची मला चिंता किंवा तणाव असेल तर मी व्यस्त होते आणि ते काम लगेच पूर्ण करून आपल्या मनातून ती चिंता काढून टाकते.

ज़्या समस्यांनी मला अर्ध वेडे करून टाकले होते, तशा प्रकारच्या समस्यांचा सामना करण्याची माझ्यावर वेळ आली तर मी शांतपणे त्या तीन पाउलांचा वापर करते जी या पुस्तकाच्या पहिल्या खंडातील दुसऱ्या प्रकरणात दिली आहेत. आधी तर मी स्वतःला विचारते की वाईटात वाईट काय होऊ शकते? मग मी त्या वाईटात वाईटाला कशा प्रकारे सुधारू शकते हे मी पाहते. ज़े मी आधीच स्वेच्छेने स्वीकारले आहे. मला ते करायचेच असेल.

एखादी गोष्ट मी बदलू शकत नसेल आणि त्यामुळे मी चिंतीत होत असेल तर, मी ते स्वीकारत नाही आणि मी थांबते. मग मी ही छोटीशी प्रार्थना पुन्हा पुन्हा म्हणते,

हे देवा, मला शांतता दे,
ज़्या मी बदलू शकत नाही, त्या गोष्टी स्वीकारण्याची.
ज्यांना मी बदलू शकते, त्या बदलण्यासाठी साहस दे.
दोन्हीमधील फरक ओळखण्याची बुद्धी दे.

हे पुस्तक वाचल्यानंतर मी एका नवीन आणि सुखद जीवनाचा आनंद घेत आहे. मी आता चिंता किंवा तणावामुळे माझे आरोग्य बिघडवत नाही. माझे सुख नष्ट करीत नाही. मी आता रात्री नऊ तास झोपू शकते. मी आता जेवणाचा आनंद घेऊ शकते. माझ्यावरील चादर आता दूर झाली आहे. एक दरवाजा उघडला आहे. आता मी माझ्या चहुबाजूला जगाचे सौंदर्य पाहू शकते. त्याचा आनंद घेऊ शकते. मी आता जीवनासाठी परमेश्वराचे आभार मानते. त्याने मला या आश्चर्यकारक जगात राहण्याची संधी दिली म्हणूनही मी त्याचे आभार मानते.

तुम्हीही हे पुस्तक वाचा, असा मी तुम्हाला सल्ला देऊ शकते का? हे नेहमी आपल्या आंथरुणाजवळ ठेवा. तुमच्या समस्येशी संबंधित असलेल्या ओळींच्या खाली रेषा मारा. याचा अभ्यास करा. याचा उपयोग करा. क़ारण हे सामान्यपणे वाचले जाणारे पुस्तक नाही. ते 'गाईडबुक" प्रमाणे लिहिण्यात आले आहे. ज़े तुमच्या जीवनाला नवीन दिशा देऊ शकते.

- क़ॅथरिन हॉलकोम्ब फार्मर